ਪਿਆਦੇ

ਨਾਵਲ

ਲੇਖਕ ਦੀਆਂ ਹੋਰ ਪੁਸਤਕਾਂ :

1. ਓਪਰੀ ਮਿੱਟੀ (ਕਹਾਣੀ- ਸੰਗ੍ਰਹਿ)
2. ਜੇ ਕਰ (ਨਾਵਲ)
3. ਕਿੰਨੇ ਹੀ ਵਰ੍ਹਿਆਂ ਬਾਅਦ (ਕਹਾਣੀ- ਸੰਗ੍ਰਹਿ)
4. ਕਾਸ਼! (ਨਾਵਲ)

ਅਨੁਵਾਦ :

ਪਾਕਿਸਤਾਨੀ ਲੇਖਿਕਾ ਬੁਸ਼ਰਾ ਰਹਿਮਾਨ ਦੇ ਹੇਠ ਲਿਖੇ ਨਾਵਲਾਂ ਦਾ ਅਨੁਵਾਦ:

1. ਲਗਨ
2. ਲਾਜ਼ਵਾਲ
3. ਖ਼ੂਬਸੂਰਤ

ਸ.ਫ਼ਰਨਾਮਾ :

ਸੈਲਾਨੀਆਂ ਦੇ ਦੇਸ਼ 'ਚ (ਸਪੇਨ)

ਪਿਆਦੇ

ਨਾਵਲ

ਕੁਲਦੀਪ ਸਿੰਘ ਬੇਦੀ

Fiction / Novel

Piadai
by
Kuldip Singh Bedi

12-Basant Nagar, Sodal Road, Jalandhar-140004

Ph. : 0181-2295392

2008
Published by Lokgeet Parkashan
S.C.O. 26-27, Sector 34 A, Chandigarh-160022
India
Ph.0172-5077427, 5077428
Punjabi Bhawan Ludhiana, 98154-71219
Type Setting & Design PCIS
Printed & bound at Unistar Books (Printing Unit)
11-A, Industrial Area, Phase-2, Chandigarh (India)
98154-71219

ਆਪਣੇ ਸਤਿਕਾਰਯੋਗ
ਪਿਤਾ ਜੀ ਦੀ ਯਾਦ
ਨੂੰ ਸਮਰਪਿਤ

ਕੁਝ ਇਸ ਨਾਵਲ ਬਾਰੇ

ਅਸੀਂ ਬਹੁਤ ਸਾਰੇ ਕੰਮ ਆਪਣੀ ਮਰਜ਼ੀ ਨਾਲ ਨਹੀਂ ਕਰਦੇ, ਸਗੋਂ ਇਹ ਕੰਮ ਹਾਲਾਤ ਜਾਂ ਸਾਡੀਆਂ ਸਥਿਤੀਆਂ ਸਾਡੇ ਪਾਸੋਂ ਕਰਵਾ ਲੈਂਦੀਆਂ ਹਨ। ਬੰਦਾ ਸੋਚਦਾ ਕੁਝ ਹੋਰ ਹੈ ਪਰ ਕਰਦਾ ਕੁਝ ਹੋਰ ਹੈ। ਜਦੋਂ ਉਹ ਆਪਣੀ ਸੋਚ ਛੱਡ ਕੇ ਦੂਜੇ ਦੀ ਗੱਲ ਮਗਰ ਲਗਦਾ ਹੈ ਤਾਂ ਇੰਝ ਲਗਦਾ ਹੈ, ਜਿਵੇਂ ਉਹ ਕਿਸੇ ਦੇ ਹੱਥਾਂ ਵਿਚ ਖੇਡ ਰਿਹਾ ਹੋਵੇ। ਮੈਂ ਜਦੋਂ ਇਕ ਫੈਕਟਰੀ ਵਿਚ ਮੁਲਾਜ਼ਮ ਹੁੰਦਾ ਸਾਂ ਤਾਂ ਉਥੇ ਇਕ ਟਰੇਡ ਯੂਨੀਅਨ ਵਿਚ ਸ਼ਾਮਲ ਹੋ ਗਿਆ। ਸ਼ਾਮਲ ਵੀ ਮਰਜ਼ੀ ਨਾਲ ਨਹੀਂ ਸੀ ਹੋਇਆ ਸਗੋਂ ਕਰ ਲਿਆ ਗਿਆ। ਫਿਰ ਮੈਂਬਰ ਹੀ ਨਹੀਂ, ਸਰਗਰਮ ਮੈਂਬਰ ਅਤੇ ਯੂਨੀਅਨ ਦਾ ਇਕ ਸਮੱਰਥ ਲੀਡਰ। ਟਰੇਡ ਯੂਨੀਅਨ ਜਿਸ ਪਾਰਟੀ ਅਧੀਨ ਕੰਮ ਕਰਦੀ ਸੀ, ਉਸ ਪਾਰਟੀ ਨੇ ਮੈਨੂੰ ਪਾਰਟੀ ਮੈਂਬਰ ਵੀ ਬਣਾ ਲਿਆ। ਹੜਤਾਲ ਹੋਈ, ਨਾਅਰੇ ਲੱਗੇ ਅਤੇ ਇਕ ਲੰਮੇ ਸੰਘਰਸ਼ ਪਿਛੋਂ ਹੜਤਾਲ ਫੇਲ੍ਹ ਹੋ ਗਈ। ਪਾਰਟੀਆਂ ਇਸ ਗੱਲ ਦੀ ਪ੍ਰਵਾਹ ਨਹੀਂ ਕਰਦੀਆਂ ਕਿ ਹੜਤਾਲ ਫੇਲ੍ਹ ਹੋ ਗਈ ਤਾਂ ਕੀ ਬਣੇਗਾ। ਉਹ ਤਾਂ ਅਜਿਹੀਆਂ ਹੜਤਾਲਾਂ ਵਿਚੋਂ ਕੁਝ ਪਾਰਟੀ ਵਰਕਰ ਭਾਲਦੀਆਂ ਹਨ। ਅਜਿਹੇ ਸਿਲਸਿਲੇ ਨੂੰ ਪ੍ਰਗਟਾਉਣ ਵਾਲੀ ਰਚਨਾ ਹੈ 'ਪਿਆਦੇ'। 'ਪਿਆਦੇ' ਗੁਲਾਮ ਹੁੰਦੇ ਹਨ ਅਤੇ ਜਦੋਂ ਮਨੁੱਖ ਦੀ ਸੋਚ ਗੁਲਾਮ ਹੋਵੇ ਤਾਂ ਉਹ 'ਪਿਆਦੇ' ਵਾਂਗ ਹੁਕਮ ਮੰਨਦਾ ਹੈ।

ਇਹ ਨਾਵਲ ਉਨ੍ਹਾਂ ਮਜ਼ਦੂਰਾਂ ਦੀ ਹੜਤਾਲ ਨੂੰ ਸਾਹਮਣੇ ਰੱਖ ਕੇ ਲਿਖਿਆ ਗਿਆ ਹੈ, ਜਿਨ੍ਹਾਂ ਦੀ ਆਪਣੀ ਕੋਈ ਸੋਚ ਨਹੀਂ, ਕੋਈ ਸੂਝ ਨਹੀਂ ਅਤੇ ਉਹ ਹੜਤਾਲ ਬਾਰੇ ਸਿਰਫ ਇੰਨਾ ਹੀ ਜਾਣਦੇ ਹਨ ਕਿ ਇਹ ਸਿਰਫ 'ਜ਼ਿੰਦਾਬਾਦ-ਮੁਰਦਾਬਾਦ' ਦੇ ਨਾਅਰੇ ਮਾਰਨ ਦਾ ਹੀ ਕੰਮ ਹੁੰਦਾ ਹੈ। ਹੜਤਾਲ ਦੇ ਨਾਲ ਹੜਤਾਲੀ ਵੀ ਨਹੀਂ ਸਗੋਂ ਉਸਦੇ ਪਰਿਵਾਰਕ ਮੈਂਬਰ ਅਤੇ ਸਮਾਜ ਵੀ ਜੁੜਿਆ ਹੁੰਦਾ ਹੈ। ਉਹ ਇਨ੍ਹਾਂ ਨਾਲੋਂ ਟੁੱਟ ਕੇ ਕਿਵੇਂ ਸੰਘਰਸ਼ ਕਰਦੇ ਹਨ। ਉਨ੍ਹਾਂ ਕੋਲੋਂ ਸੰਘਰਸ਼ ਕਰਾਉਣ ਵਾਲੇ ਆਪ ਵੀ ਕਿਸੇ ਦੇ ਇਸ਼ਾਰਿਆਂ 'ਤੇ ਚੱਲ ਰਹੇ ਹੁੰਦੇ ਹਨ। ਹੜਤਾਲ ਦੌਰਾਨ ਜਦੋਂ ਹੜਤਾਲੀਆਂ ਨਾਲ ਪੁਲਿਸ ਵਧੀਕੀ ਕਰ ਰਹੀ ਹੁੰਦੀ ਹੈ ਤਾਂ ਉਹ ਵੀ ਇਹ ਸਭ ਕੁਝ ਕਰਨ ਲਈ ਮਜਬੂਰ ਹੁੰਦੀ ਹੈ ਕਿਉਂਕਿ ਸਰਮਾਏਦਾਰ ਦਾ ਪੈਸਾ ਹੀ ਉਸ ਕੋਲੋਂ ਸਭ ਕੁਝ ਕਰਵਾ ਰਿਹਾ ਹੁੰਦਾ ਹੈ। ਪੁਲਿਸ ਵਾਲੇ ਪੈਸੇ ਵਾਲੇ ਦੇ ਪਿਆਦੇ ਬਣ ਕੇ ਕੰਮ ਕਰਦੇ ਹਨ।

ਹੜਤਾਲੀਆਂ ਨੂੰ ਇਸ ਸਭ 'ਚੋਂ ਕੱਢਣ ਲਈ ਬਹੁਤ ਸਾਰੇ ਸਿਆਸੀ ਲੀਡਰ ਸਰਗਰਮੀ ਦਿਖਾਉਂਦੇ ਹਨ। ਦਿਖਾਉਣ ਵੀ ਕਿਉਂ ਨਾ, ਪਾਰਟੀ ਹਾਈਕਮਾਂਡ ਉਨ੍ਹਾਂ ਦੀਆਂ

ਡੋਰਾਂ ਖਿੱਚਦੀ ਹੈ ਅਤੇ ਉਹ ਹੁਕਮਾਂ ਦੇ ਬੱਧੇ, ਉਚਿਤ ਕਾਰਵਾਈ ਕਰਨ ਲਈ ਸਰਗਰਮ ਹੋ ਜਾਂਦੇ ਹਨ। 'ਪਿਆਦੇ' ਨਾਵਲ 'ਚ ਹੜਤਾਲ ਦੀ ਤ੍ਰਾਸਦੀ ਨੂੰ ਬਿਆਨ ਕੀਤਾ ਗਿਆ ਹੈ। ਕਰਮਵੀਰ ਇਕ ਅਜਿਹਾ ਪਾਤਰ ਹੈ, ਜੋ ਇਕ ਪਾਸੇ ਜਮਾਤੀ ਸੰਘਰਸ਼ 'ਚ ਲੱਗਾ ਹੋਇਆ ਹੈ ਅਤੇ ਦੂਜੇ ਪਾਸੇ ਉਸਦਾ ਨਿੱਜੀ ਸੰਘਰਸ਼ ਚੱਲ ਰਿਹਾ ਹੈ। ਕਰਮਵੀਰ ਆਪਣੇ ਵਰਕਰ ਸਾਥੀਆਂ ਦੇ ਕਹਿਣ 'ਤੇ ਟਰੇਡ ਯੂਨੀਅਨ 'ਚ ਸ਼ਾਮਲ ਹੁੰਦਾ ਹੈ ਤਾਂ ਪਾਰਟੀ ਦੇ ਵੱਡੇ ਲੀਡਰਾਂ 'ਚ ਹਰਮਨ ਪਿਆਰਾ ਹੋ ਜਾਂਦਾ ਹੈ। ਪਰ ਉਹ ਨਹੀਂ ਜਾਣਦਾ ਕਿ ਪਾਰਟੀ ਦੇ ਮੁਫਾਦ ਹਮੇਸ਼ਾ ਵਰਕਰ ਯੂਨੀਅਨਾਂ ਅਤੇ ਵਰਕਰਾਂ ਤੋਂ ਉੱਪਰ ਹੁੰਦੇ ਹਨ। ਇਸ ਲਈ ਜਦੋਂ ਇਕ ਪਾਰਟੀ ਹੜਤਾਲ ਕਰਵਾ ਕੇ ਇਸ ਹੜਤਾਲ ਨੂੰ ਸਿਰੇ ਚੜ੍ਹਾਉਣ ਤੋਂ ਅਸਮਰੱਥ ਹੋ ਜਾਂਦੀ ਹੈ ਤਾਂ ਉਹ ਪਾਰਟੀ ਦਾ ਮੈਂਬਰ ਹੁੰਦਿਆਂ ਹੋਇਆਂ ਵਰਕਰਾਂ ਦੇ ਹਿਤ ਨੂੰ ਸਾਹਮਣੇ ਰੱਖ ਕੇ ਦੂਜੀ ਪਾਰਟੀ ਦੀ ਅਗਵਾਈ ਸਵੀਕਾਰ ਕਰਦਾ ਹੈ।

ਇਸ ਨਾਵਲ ਦੇ ਸਾਰੇ ਕਿਰਦਾਰ ਹੀ ਕਿਸੇ ਨਾ ਕਿਸੇ ਦੇ ਹੱਥਾਂ 'ਚ 'ਪਿਆਦੇ' ਹਨ ਅਤੇ ਉਹ ਨਿੱਜੀ ਸੋਚ ਨੂੰ ਤਿਲਾਂਜਲੀ ਦੇ ਕੇ ਬਿਗਾਨੀਆਂ ਸੋਚਾਂ ਪਿਛੇ ਤੁਰਦੇ ਹਨ। ਟਰੇਡ ਯੂਨੀਅਨਾਂ ਕਿਸ ਤਰ੍ਹਾਂ ਕੰਮ ਕਰਦੀਆਂ ਹਨ, ਕੀ ਵਰਕਰ ਇਨ੍ਹਾਂ ਦੀ ਨੀਤੀ ਤੋਂ ਪੂਰੀ ਤਰ੍ਹਾਂ ਵਾਕਫ਼ ਹੁੰਦੇ ਹਨ ਜਾਂ ਫਿਰ ਯੂਨੀਅਨ ਦੇ ਲੀਡਰਾਂ ਦੀ ਸੋਚ ਮਗਰ ਅੱਖਾਂ ਮੀਟ ਕੇ ਤੁਰ ਪੈਂਦੇ ਹਨ। 'ਪਿਆਦੇ' ਨਾਵਲ, ਹੜਤਾਲ ਦੇ ਸਿਲਸਿਲੇ ਨੂੰ ਬਿਆਨਣ 'ਚ ਕਿੰਨਾ ਕੁ ਸਫਲ ਹੋਇਆ ਹੈ, ਇਹ ਇਸ ਨਾਵਲ ਨੂੰ ਪੜ੍ਹਨ ਪਿਛੋਂ ਪਾਠਕ ਹੀ ਦੱਸ ਸਕਣਗੇ।

– ਕੁਲਦੀਪ ਸਿੰਘ ਬੇਦੀ

ਇਕ

ਆਸ਼ਾ ਨੇ ਪਿਛਲੀ ਵਾਰ ਵੀ ਜਦੋਂ ਦਾਖਲੇ ਲਈ ਅਪਲਾਈ ਕੀਤਾ ਸੀ ਤਾਂ ਉਸ ਨੂੰ ਦਾਖਲਾ ਨਹੀਂ ਸੀ ਮਿਲਿਆ। ਉਸ ਦੀ ਬੜੀ ਖਾਹਿਸ਼ ਸੀ ਕਿ ਉਹ ਡਿਪਲੋਮਾ ਪੂਰਾ ਕਰਕੇ ਉਸ ਪਿਛੋਂ ਐਮ.ਏ. ਕਰ ਜਾਏ ਤਾਂ ਜੋ ਉਸਨੂੰ ਨੌਕਰੀ ਵਿਚ ਤਰੱਕੀ ਮਿਲ ਜਾਏ। ਆਸ਼ਾ ਉਂਝ ਵੀ ਬੜੀ ਕੈਰੀਅਰਿਸਟ ਕੁੜੀ ਸੀ। ਛੋਟੀ ਉਮਰੇ ਉਸ ਉੱਤੇ ਵੱਡੀ ਜ਼ਿੰਮੇਵਾਰੀ ਆ ਪਈ ਸੀ। ਘਰ ਦੇ ਸਾਰਿਆਂ ਜੀਆਂ ਦਾ ਭਾਰ ਉਹ ਇਕਲੀ ਢੋਹ ਰਹੀ ਸੀ।

ਖੈਰ ਅਜ ਜਦੋਂ ਉਹ ਮੁੜ ਚੰਡੀਗੜ੍ਹ ਜਾ ਕੇ ਆਪਣੇ ਦਾਖਲੇ ਦੇ ਫਾਰਮ ਭਰਕੇ ਆਈ ਸੀ ਤਾਂ ਪਤਾ ਨਹੀਂ ਕਿਉਂ ਉਸਨੂੰ ਕਰਮਵੀਰ ਚੇਤੇਂ ਆ ਗਿਆ ਸੀ। ਉਂਜ ਵੀ ਕਰਮਵੀਰ ਉਸਨੂੰ ਬਹੁਤੀ ਵਾਰ ਬੱਸ ਅੱਡੇ ਉੱਤੇ ਹੀ ਮਿਲਦਾ ਹੁੰਦਾ ਸੀ। ਕਦੇ ਕਿਤੇ ਆ ਰਿਹਾ, ਕਦੇ ਜਾ ਰਿਹਾ। ਮੀਟਿੰਗਾਂ ਉਸ ਦੀਆਂ ਹੁੰਦੀਆਂ ਰਹਿੰਦੀਆਂ ਸਨ, ਅਜ ਕਿਧਰੇ ਤੇ ਕਲ ਕਿਧਰੇ। ਕਰਮਵੀਰ ਉਸਨੂੰ ਹਮੇਸ਼ਾਂ ਉਦੋਂ ਚੇਤੇ ਆਉਂਦਾ ਜਦੋਂ ਉਹ ਬੜੀ ਖੁਸ਼ ਹੁੰਦੀ ਜਾਂ ਡਾਢੀ ਉਦਾਸ। ਆਪਣਿਆਂ ਦੀ ਯਾਦ ਦੁਖ-ਸੁਖ ਵੇਲੇ ਆਉਂਦੀ ਹੀ ਹੈ।

ਅਜ ਭਲਾ ਕਰਮਵੀਰ ਦੀ ਯਾਦ ਉਸਨੂੰ ਕਿਵੇਂ ਆਈ। ਅਜ ਉਸ ਨੇ ਆਪਣੇ ਡਿਪਲੋਮੇ ਦਾ ਦਾਖਲਾ ਫਾਰਮ ਭਰ ਕੇ ਦਿੱਤਾ ਸੀ, ਇਕ ਬਹੁਤ ਵੱਡੀ ਖੁਸ਼ੀ ਸੀ, ਆਸ ਸੀ ਦਾਖਲਾ ਮਿਲ ਜਾਣ ਦੀ। ਪਰ ਨਾਲ ਹੀ ਇਕ ਬਹੁਤ ਵੱਡਾ ਡਰ ਵੀ ਉਸਦੇ ਦਿਲ ਦਿਮਾਗ ਉੱਤੇ ਛਾਇਆ ਹੋਇਆ ਸੀ ਜੇ ਦਾਖਲਾ ਨਾ ਮਿਲਿਆ। ਇਸ ਡਿਪਲੋਮੇ ਨਾਲ ਉਸਦਾ ਕੈਰੀਅਰ ਜੁੜਿਆ ਹੋਇਆ ਸੀ। ਉਹ ਇਕ ਅਧਿਆਪਕਾ ਸੀ। ਅਧਿਆਪਨ ਦੇ ਨਾਲ-ਨਾਲ ਉਸਨੂੰ ਆਪਣੇ ਕੈਰੀਅਰ 'ਚ ਅੱਗੇ ਵਧਣ ਦੀ ਬੜੀ ਇੱਛਾ ਸੀ। ਇਸ ਨਾਲ ਉਸਦੇ ਭਵਿੱਖ ਲਈ ਦੋ ਗੱਲਾਂ ਜੁੜੀਆਂ ਹੋਈਆਂ ਸਨ। ਇਕ ਤਾਂ ਉਸਦੀ ਕੁਆਲੀਫਿਕੇਸ਼ਨ 'ਚ ਵਾਧਾ ਹੋ ਜਾਣਾ ਸੀ, ਦੂਜਾ ਉਸਨੂੰ ਚੰਗੀ ਪੋਸਟ ਮਿਲਣ ਦੇ ਨਾਲ-ਨਾਲ ਤਨਖਾਹ ਵਿਚ ਵੀ ਚੋਖਾ ਵਾਧਾ ਹੋਣਾ ਸੀ।

ਬੱਸ ਉੱਤੋਂ ਉਤਰ ਕੇ ਆਪਣੇ ਘਰ ਵੱਲ ਜਾਂਦਾ ਟੈਂਪੂ ਫੜਨ ਦੀ ਬਜਾਏ, ਉਸਨੇ ਰਿਕਸ਼ੇ ਉੱਤੇ ਬੈਠਣ ਦਾ ਫੈਸਲਾ ਕੀਤਾ। ਘੜੀ ਉੱਤੇ ਚਾਰ ਵਜੇ ਸਨ। ਆਸ਼ਾ ਨੂੰ ਪਤਾ ਸੀ, ਚਾਰ ਵਜੇ ਤੋਂ ਛੇ ਵਜੇ ਤੱਕ ਕਰਮਵੀਰ ਟਰੇਡ ਯੂਨੀਅਨ ਦੇ ਦਫਤਰ ਵਿਚ ਬੈਠਦਾ ਹੈ। ਪਹਿਲਾਂ ਵੀ ਉਹ ਕਈ ਵਾਰ ਉਸਨੂੰ ਓਥੇ ਹੀ ਮਿਲਣ ਜਾਂਦੀ ਰਹੀ ਹੈ। ਕਰਮਵੀਰ ਵੱਲ ਜਾਂਦਿਆਂ ਜਾਂਦਿਆਂ ਉਸਨੂੰ ਕਈ ਤਰ੍ਹਾਂ ਦੇ ਖਿਆਲ ਆਉਂਦੇ ਹਨ। ਜੇ ਕਰਮਵੀਰ ਦਫਤਰ 'ਚ ਨਾ ਹੋਇਆ ? ਜੇ ਉਸਦੀ ਕੋਈ ਮੀਟਿੰਗ ਚਲ ਰਹੀ ਹੋਈ ?

ਰਿਕਸ਼ਾ ਰੁਕਿਆ ਉਸਨੇ ਪੈਸੇ ਦਿੱਤੇ ਤੇ ਦਫਤਰ ਦੇ ਅੰਦਰ ਜਾ ਵੜੀ। ਇਹ ਦਫਤਰ ਮਜ਼ਦੂਰਾਂ ਦੀ ਯੂਨੀਅਨ ਦਾ ਇਕ ਦਫਤਰ ਸੀ। ਮੁਖ ਬਾਜ਼ਾਰ 'ਚੋਂ ਇਕ ਗਲੀ ਅੰਦਰ ਜਾ ਕੇ

ਤੇ ਫਿਰ ਸੱਜੇ ਹੱਥ ਇਕ ਹੋਰ ਛੋਟੀ ਜਿਹੀ ਗਲੀ। ਦਫਤਰ ਵਿਚ ਕਾਮਰੇਡ ਰਾਮ ਪ੍ਰਕਾਸ਼ ਬੈਠਦੇ ਸਨ ਅਤੇ ਪਾਰਟੀ ਦੇ ਫੁਲਟਾਈਮ ਵਰਕਰ ਸਨ। ਕਰਮਵੀਰ ਨੂੰ ਅਜੇ ਥੋੜ੍ਹਾ ਚਿਰ ਪਹਿਲਾਂ ਇਸ ਪਾਰਟੀ ਵਿਚ ਸ਼ਾਮਲ ਕੀਤਾ ਗਿਆ ਸੀ। ਉਹ ਸ਼ਹਿਰ ਦੀ ਇਕ ਵੱਡੀ ਫੈਕਟਰੀ ਨੇਤਾ ਜੀ ਇੰਜਨੀਅਰਿੰਗ ਵਰਕਸ ਵਿਚ ਟੂਲ ਸਟੋਰ ਕੀਪਰ ਵਜੋਂ ਕੰਮ ਕਰ ਰਿਹਾ ਸੀ। ਰੱਬ ਸਬੱਬੀ ਕਰਮਵੀਰ ਅਜੇ ਉਸ ਦੇ ਅੱਗੇ-ਅੱਗੇ ਹੀ ਦਫਤਰ ਪੁਜਾ ਸੀ। ਕਾਮਰੇਡ ਰਾਮ ਪ੍ਰਕਾਸ਼ ਵੀ ਓਥੇ ਹਾਜ਼ਰ ਸੀ। 'ਆਓ ਬੀਬਾ' ਕਹਿ ਕੇ। ਆਸ਼ਾ ਨੂੰ ਦੇਖ ਕੇ ਕਰਮਵੀਰ ਮੁਸਕਰਾਇਆ। ਆਸ਼ਾ ਅੰਦਰ ਆਈ ਤੇ ਆਉਂਦਿਆਂ ਹੀ ਕਰਮਵੀਰ ਦੇ ਲਾਗੇ ਪਈ ਕੁਰਸੀ ਤੇ ਬੈਠ ਗਈ। ਕਾਮਰੇਡ ਰਾਮ ਪ੍ਰਕਾਸ਼ ਕਿੱਰ ਜਾਣ ਦੀ ਤਿਆਰੀ 'ਚ ਸੀ। ਆਸ਼ਾ ਦੇ ਬੈਠਦਿਆਂ ਹੀ ਕਹਿਣ ਲੱਗਾ, "ਚੰਗਾ ਤੁਸੀਂ ਬੈਠੋ, ਮੈਂ ਜ਼ਰਾ ਅਖਬਾਰ ਦੇ ਦਫਤਰ ਚੱਲਿਆਂ।" ਕਹਿ ਕੇ ਸਾਈਕਲ ਚੁੱਕਿਆ ਤੇ ਗਲੀ ਵਿਚ ਨਿਕਲ ਗਿਆ।

ਕਰਮਵੀਰ ਨੇ ਆਸ਼ਾ ਵੱਲ ਦੇਖਿਆ। ਪਸੀਨੇ ਦੀਆਂ ਕੁਝ ਬੂੰਦਾਂ ਉਸਦੇ ਚਿਹਰੇ ਤੇ ਚਮਕ ਰਹੀਆਂ ਸਨ ਤੇ ਉਹ ਥੱਕੀ ਹੋਈ ਜਾਪਦੀ ਸੀ। ਚੁੰਨੀ ਨਾਲ ਪਸੀਨਾ ਪੂੰਝਣ ਲੱਗੀ ਅਤੇ ਫਿਰ ਉੱਪਰ ਢੀਚਕ-ਢੀਚਕ ਚਲਦੇ ਪੱਖੇ ਵੱਲ ਦੇਖਣ ਲੱਗੀ। ਇਹ ਪੁਰਾਣਾ ਜਿਹਾ ਪੱਖਾ ਉਂਝ ਤਾਂ ਚੱਲਦਾ ਨਜ਼ਰ ਆਉਂਦਾ ਸੀ, ਪਰ ਹਵਾ ਪਤਾ ਨਹੀਂ ਕਿਹੜੇ ਪਾਸੇ ਸੁੱਟਦਾ ਸੀ।

"ਅਜ ਕਿਧਰੋਂ ?" ਕਰਮਵੀਰ ਨੇ ਪੁਛਿਆ।

"ਓਧਰੋਂ ਈ।" ਆਸ਼ਾ ਨੇ ਉੱਤਰ ਗੋਲ ਕੀਤਾ।

"ਓਧਰੋਂ ਕਿਧਰੋਂ ?" ਕਰਮਵੀਰ ਨੇ ਪੁਛਿਆ।

"ਚੰਡੀਗੜ੍ਹ ਗਈ ਸਾਂ।" ਆਸ਼ਾ ਨੇ ਮੂੰਹ ਪੀਡਾ ਕਰਕੇ ਦਸਿਆ।

"ਤਾਈਓਂ ਨਖਰੇ ਨਹੀਂ ਮਾਣ।" ਕਰਮਵੀਰ ਉਸ ਨਾਲ ਹਮੇਸ਼ਾ ਇੰਝ ਹੀ ਗੱਲ ਕਰਦਾ ਸੀ।

"ਕਾਹਦੇ ਨਖ਼ਰੇ ?" ਆਸ਼ਾ ਥੋੜ੍ਹਾ ਤਲਖ ਹੋ ਗਈ।

"ਮੈਂ ਪੁਛਿਆ ਸੀ—ਕਿਧਰੋਂ, ਤੂੰ ਆਖਿਆ ਓਧਰੋਂ ਈ।"

"ਮੈਂ ਤਾਂ ਕਹਿਣਾ ਹੀ ਸੀ, ਓਧਰੋਂ ਚਾਰ ਘੰਟੇ ਬੱਸ ਦੀ ਧੂੜ ਫਕਦੀ ਆਈ ਆਂ, ਇਹ ਨਹੀਂ ਬਈ ਪਾਣੀ-ਧਾਣੀ ਈ ਪੁਛ ਲਓ।"

"ਜਨਾਬ, ਇਹ ਕਾਮਰੇਡਾਂ ਦਾ ਦਫਤਰ ਹੈ। ਉਹ ਗਿਲਾਸ ਪਿਆ ਤੇ ਉਹ ਠੰਡੇ ਪਾਣੀ ਦੀ ਟੂਟੀ ਤੋਂ ਭਰੋ ਤੇ ਪੀਓ, ਸੈਲਫ ਸਰਵਿਸ।"

"ਚੰਗਾ ਫੇ ਚਲਦੀ ਮੈਂ, ਪਾਣੀ ਘਰ ਜਾ ਕੇ ਪੀਆਂਗੀ।" ਉਹ ਉੱਠ ਪਈ।

"ਐਨੀ ਕਾਹਦੀ ਕਾਹਲੀ ?" ਕਰਮਵੀਰ ਨੇ ਬਾਂਹ ਫੜ ਕੇ ਉਸਨੂੰ ਬਿਠਾ ਲਿਆ।

"ਮੈਂ ਨਹੀਂ ਆਇਆ ਕਰਨਾ ਏਥੇ, ਕੋਈ ਗੱਲ ਕਰਨ ਲੱਗਿਆਂ ਮੌਕਾ ਵੀ ਵੇਖ ਲਿਆ ਕਰੋ। ਸੜੀ ਬਲੀ ਆਈ ਹਾਂ ਕਿ ਚਲੋ ਤੁਹਾਡੇ ਨਾਲ ਦੁਖ-ਸੁਖ ਸਾਂਝਾ ਕਰਾਂਗੀ। ਅੱਗੋਂ ਤੁਸੀਂ......।" ਆਸ਼ਾ ਰੋਣ ਹਾਕੀ ਹੋ ਗਈ।

"ਚੰਗਾ ਬਾਬਾ, ਕੁਝ ਨਹੀਂ ਆਂਹਦਾ, ਪਾਣੀ ਪਿਆਵਾਂ ?" ਕਰਮਵੀਰ ਉਠਣ ਲੱਗਾ।

"ਬਹਿ ਜੋ, ਫੇਰ ਕਹੋਗੇ ਤੀਵੀਂ ਹੋ ਕੇ ਸੇਵਾ ਕਰਾਉਂਦੀ ਏ ਮੇਰੇ ਕੋਲੋਂ", ਆਸ਼ਾ ਨੇ ਕਰਮਵੀਰ ਦੀ ਸਾਂਗ ਲਾਈ। ਉਸ ਉੱਠ ਕੇ ਪਾਣੀ ਪੀਤਾ ਤੇ ਫਿਰ ਕਰਮਵੀਰ ਦੇ ਸਾਹਮਣੇ ਆ ਕੇ ਬਹਿ ਗਈ।

"ਫਿਰ ਕੀ ਬਣਿਆ ?" ਕਰਮਵੀਰ ਨੇ ਪੁਛਿਆ।

"ਫਾਰਮ ਭਰ ਕੇ ਦੇ ਆਈ ਆਂ। ਬਾਕੀ ਦੇਖੋ।.........ਸੱਚ ਕਿਸੇ ਕਾਮਰੇਡ ਦੀ ਸਿਫਾਰਸ਼ ਹੀ ਲੜਾ ਦਿਓ, ਅੱਜਕਲ੍ਹ ਕਾਂਗਰਸ ਦੀ ਸਰਕਾਰ ਹੈ ਅਤੇ ਕਾਮਰੇਡਾਂ ਦੀ ਤਾਂ ਕਾਂਗਰਸ ਨਾਲ ਬੜੀ ਸਾਂਝ ਹੈ।" ਆਸ਼ਾ ਨੇ ਹੱਸ ਕੇ ਕਿਹਾ।

"ਕਾਮਰੇਡ ਸਿਫਾਰਸ਼ਾਂ 'ਚ ਬਹੁਤਾ ਯਕੀਨ ਨਹੀਂ ਰਖਦੇ। ਕਾਮਰੇਡ ਇਕਲੇ ਕਾਰੇ ਲੋਕਾਂ ਦੇ ਕੰਮ ਨਹੀਂ ਕਰਦੇ। ਉਹ ਸਾਂਝੇ ਕਾਜ਼ ਲਈ ਕੰਮ ਕਰਦੇ ਹਨ। ਉਹ ਹਮੇਸ਼ਾ ਉਹ ਕੰਮ ਕਰਦੇ ਹਨ, ਜਿਸ ਨਾਲ ਪੂਰੇ ਸਮਾਜ ਦਾ ਜੇ ਨਹੀਂ ਤਾਂ ਘੱਟੋ ਘੱਟ ਇਕ ਮੱਹਲੇ ਦਾ ਤਾਂ ਭਲਾ ਹੋਵੇ।"

"ਲੈਕਚਰ ਬੰਦ ਕਰੋ! ਮੈਨੂੰ ਨਹੀਂ ਲੋੜ ਕੜੇ ਕਾਮਰੇਟਾਂ ਦੀ ਸਿਫਾਰਸ਼ ਦੀ।"

ਕਰਮਵੀਰ ਦੇ ਲੈਕਚਰ ਉੱਤੇ ਆਸ਼ਾ ਨੂੰ ਹਮੇਸ਼ਾ ਖਿਝ ਆ ਜਾਂਦੀ ਸੀ। ਕਾਮਰੇਡਾਂ ਦੀ ਗੱਲ ਚੱਲ ਪਏ ਤਾਂ ਕਰਮਵੀਰ ਦਾ ਭਾਸ਼ਣ ਬਹੁਤ ਲੰਬਾ ਹੋ ਜਾਂਦਾ ਹੈ। ਉਹ ਕਾਮਰੇਡਾਂ ਦੀਆਂ ਸਿਫਤਾਂ ਦੇ ਪੁਲ ਬੰਨਣ ਲੱਗਦਾ।

"ਕਾਮਰੇਡਾਂ ਦਾ ਰਾਜ ਆ ਗਿਆ ਤਾਂ ਓਥੇ ਸਿਫਾਰਸ਼ ਵਾਲਾ ਚੱਕਰ ਈ ਮੁਕ ਜਾਣਾ। ਸ਼ਿਰਫ ਮੈਰਿਟ ਤੇ ਕੰਮ ਹੋਇਆ ਕਰਨਗੇ।" ਕਰਮਵੀਰ ਨੇ ਗੱਲ ਜਾਰੀ ਰਖੀ।

"ਜਨਾਬ ! ਮੇਰੀ ਤਾਂ ਮੈਰਿਟ ਵੀ ਹੈ, ਪਿਛਲੇ ਸਾਲ ਇਸੇ ਮੈਰਿਟ ਦੀ ਕਿਸੇ ਨੇ ਓਥੇ ਬਾਤ ਨਹੀਂ ਪੁਛੀ। ਓਥੇ ਅਫਸਰਾਂ ਤੇ ਸਰਮਾਏਦਾਰਾਂ ਦੀਆਂ ਧੀਆਂ, ਘੱਟ ਨੰਬਰ ਲੈ ਕੇ ਵੀ ਦਾਖਲ ਹੋ ਜਾਂਦੀਆਂ ਨੇ। ਸਾਡੇ ਵਰਗੀਆਂ ਓਥੇ ਓਦਾਂ ਈ ਧਕੇ ਖਾਂਦੀਆਂ ਫਿਰਦੀਆਂ।" ਆਸ਼ਾ ਇਕ ਦਮ ਉਦਾਸ ਹੋ ਗਈ।

"ਚਲ ਹੁਣ ਤੂੰ ਫਾਰਮ ਭਰ ਆਈ ਏਂ। ਦੇਖਦੇ ਆਂ, ਕੀ ਬਣਦਾ, ਮੈਂ ਤਾਂ ਕਹਿਨੈ, ਚੰਗੀ ਭਲੀ ਨੌਕਰੀ ਕਰੀ ਜਾਨੀ ਏਂ। ਡਿਪਲੋਮਾ ਕੀ ਸਵਾਰੂਗਾ।"

"ਡਿਪਲੋਮਾ ਬੜੇ ਕੰਮ ਆਉਣਾ ਏ ਕਰਮਵੀਰ, ਡਿਪਲੋਮਾ ਕਰ ਜਾਂ ਤਾਂ ਬੀ.ਏ. ਸੌਖੀ। ਫਿਰ ਐਮ.ਏ. ਝਟ ਹੋ ਜਾਣੀ ਏ।"

"ਸੱਚੀਂ।"

"ਤੇ ਹੋਰ! ਫਿਰ ਵੇਹਲੀ ਬੈਠ ਕੇ ਵੀ ਕਰਾਂ। ਹੁਣ ਤਾਂ ਮੇਰੀ ਨੌਕਰੀ ਵੀ ਪੱਕੀ ਏ। ਛੁੱਟੀ ਵੀ ਮਿਲ ਜਾਏਗੀ। ਪਰ ਨਸੀਬਾਂ ਦੀ ਗੱਲ ਏ, ਜੇ ਦਾਖਲਾ ਮਿਲ ਜਾਏ ਤਾਂ।" ਆਸ਼ਾ ਦੇ ਚਿਹਰੇ ਉੱਤੇ ਫਿਰ ਘਬਰਾਹਟ ਸੀ।

"ਮਿਲ ਜਾਏਗਾ ਦਾਖਲਾ, ਨਾ ਮਿਲਿਆ ਤਾਂ ਵੀ ਚੰਗਾ।"

"ਕਿਉਂ ?" ਆਸ਼ਾ ਕੁਝ ਔਖੀ ਹੋ ਕੇ ਬੋਲੀ।

"ਦਾਖਲਾ ਮਿਲ ਗਿਆ ਤਾਂ ਫਿਰ ਸਾਡੀਆਂ ਮੁਲਾਕਾਤਾਂ ਦਾ ਕੀ ਬਣੂ ? ਨਾ ਮੈਂ ਉੱਥੇ ਜਾਵਾਂ ਤੇ ਨਾ ਤੂੰ ਛੇਤੀ ਏਥੇ ਆਵੇਂ।"

"ਅੱਗੇ ਬੜਾ ਤੁਸੀਂ ਮੈਨੂੰ ਰੋਜ਼ ਮਿਲਦੇ ਓ, ਨਾ ਮਿਲੋਗੇ ਤਾਂ ਸਗੋਂ ਚੰਗਾ।"

"ਚੰਗਾ ਫੇਰ ਜਾਹ, ਦਾਖਲਾ ਨਹੀਓਂ ਮਿਲਣਾ।"

"ਕਰਮਵੀਰ, ਸਚਮੁਚ, ਮੈਨੂੰ ਦਾਖਲਾ ਨਹੀਂ ਮਿਲੇਗਾ। ਤੁਸੀਂ ਕਿਉਂ ਇੰਝ ਆਖਦੇ ਹੋ।" ਆਸ਼ਾ ਰੋਣਹਾਕੀ ਹੋ ਕੇ ਉੱਠ ਕੇ ਖੜੋ ਗਈ। ਕਰਮਵੀਰ ਉਂਝ ਦਿਲੋਂ ਉਸ ਨਾਲ ਸੀ ਪਰ ਆਸ਼ਾ ਨਾਲ ਛੇੜਖਾਨੀ ਕਰਨ 'ਚ ਉਸਨੂੰ ਮਜ਼ਾ ਆਉਂਦਾ ਸੀ। ਨਿੱਕੀਆਂ-ਨਿੱਕੀਆਂ ਚੋਬਾਂ ਲਾਉਣੀਆਂ ਅਗਲੇ ਨੂੰ ਤੰਗ ਕਰਨਾ ਤੇ ਫਿਰ ਕੁਝ ਪਲਾਂ ਪਿਛੋਂ ਸੰਜੀਦਾ ਹੋਣ ਜਾਣਾ।

"ਭਲਾ ਮੇਰੇ ਇੰਝ ਕਹਿਣ ਨਾਲ ਤੇਰਾ ਦਾਖਲਾ ਰੁਕ ਸਕਦਾ ਹੈ।"

"ਕੀ ਪਤਾ ਰੁਕ ਜਾਏ! ਤੁਸੀਂ ਮੇਰੇ ਲਈ ਸ਼ੁਭ ਇਛਾਵਾਂ ਨਹੀਂ ਦੇ ਸਕਦੇ ?"

"ਚੰਗਾ! ਮੈਂ ਤਾਂ ਆਖਦਾ ਹਾਂ ਕਿ ਤੈਨੂੰ ਦਾਖਲਾ ਜ਼ਰੂਰ ਮਿਲੇ। ਮੈਂ ਭਲਾ ਤੇਰੇ ਲਈ ਕਦੋਂ ਮਾੜਾ ਚਾਹਿਆ।" ਕਰਮਵੀਰ ਵੀ ਸੰਜੀਦਾ ਹੋ ਗਿਆ।

"ਉਹ ਤਾਂ ਮੈਨੂੰ ਪਤਾ ਏ ਤੁਹਾਡਾ। ਤੁਸੀਂ ਬੜੇ ਚੰਗੇ ਓ। ਭਲਾ ਮੇਰੀ ਪਸੰਦ ਮਾੜੀ ਹੋ ਸਕਦੀ ਹੈ।" ਆਸ਼ਾ ਥੋੜ੍ਹਾ ਜਿਹਾ ਫੁੱਲ ਕੇ ਕੁੱਪਾ ਹੋ ਗਈ।

"ਪਰ ਮੇਰੀ ਪਸੰਦ ਹਮੇਸ਼ਾ ਮਾੜੀ ਹੁੰਦੀ ਹੈ।" ਕਰਮਵੀਰ ਸ਼ਰਾਰਤ ਕਰਨੋਂ ਫਿਰ ਵੀ ਬਾਜ ਨਾ ਆਇਆ।

ਐਨੀ ਦੇਰ ਨੂੰ ਰਾਮ ਲੁਭਾਇਆ ਦਫਤਰ 'ਚ ਆ ਗਿਆ। ਕਰਮਵੀਰ ਨੇ ਉਸਨੂੰ ਬੈਠਣ ਲਈ ਆਖਿਆ। ਰਾਮ ਲੁਭਾਇਆ ਕਰਮਵੀਰ ਦੇ ਨਾਲ ਹੀ ਫੈਕਟਰੀ 'ਚ ਕੰਮ ਕਰਦਾ ਸੀ।

"ਰਾਮ ਲੁਭਾਇਆ ਕਿੱਧਰ!"

"ਅਜ ਫਿਰ ਝਗੜਾ ਹੋ ਗਿਆ ਲਾਲੇ ਨਾਲ।" ਉਸਦਾ ਇਸ਼ਾਰਾ ਫੈਕਟਰੀ ਦੇ ਮਾਲਕ ਵੱਲ ਸੀ।

"ਕਿਸ ਦਾ ਝਗੜਾ ?"

"ਜਨਕ ਰਾਜ ਦਾ।"

"ਕਿਹੜੀ ਗੱਲ ਤੋਂ ?"

"ਗੱਲ ਕੋਈ ਖਾਸ ਨਹੀਂ। ਜਨਕ ਰਾਜ ਉੱਤੇ ਲਾਲੇ ਨੂੰ ਸ਼ਕ ਆ ਕੇ ਇਹ ਯੂਨੀਅਨ ਦੀਆਂ ਕਾਰਵਾਈਆਂ 'ਚ ਸਰਗਰਮ ਹਿੱਸਾ ਲੈਂਦੇ। ਪੋਸਟਰਾਂ ਵਾਲੀ ਗੱਲ ਕਈ ਵਾਰ ਉੱਠੀ ਹੈ। ਜਨਕ ਰਾਜ ਦਾ ਓਵਰ ਟਾਈਮ ਬੰਦ ਕਰ ਦਿੱਤਾ ਗਿਆ ਹੈ। ਪਰ ਦੂਜੀ ਸ਼ਿਫਟ 'ਚ ਆਉਣ ਵਾਲਾ ਵਰਕਰ ਓਸੇ ਮਸ਼ੀਨ ਉੱਤੇ ਡਬਲ ਡਿਊਟੀ ਕਰਦਾ ਹੈ। ਡਬਲ ਡਿਊਟੀ ਕਰਦਾ ਨਹੀਂ, ਉਸ ਕੋਲੋਂ ਕਰਵਾਈ ਜਾਂਦੀ ਹੈ। ਜਨਕ ਰਾਜ ਨੇ ਜਦੋਂ ਵਰਕਸ ਮੈਨੇਜਰ ਨਾਲ ਆਪਣੇ ਓਵਰ ਟਾਈਮ ਬਾਰੇ ਗੱਲ ਕੀਤੀ ਤਾਂ ਮੈਨੇਜਰ ਨੇ ਆਖਿਆ ਕਿ ਓਵਰ ਟਾਈਮ

ਜੋਗਾ ਫੈਕਟਰੀ ਕੋਲ ਕੰਮ ਨਹੀਂ ਹੈ। ਜਦੋਂ ਜਨਕ ਰਾਜ ਨੇ ਆਖਿਆ ਕਿ ਦੂਜੀ ਸ਼ਿਫਟ ਉੱਤੇ ਕੰਮ ਕਰਦੇ ਵਰਕਰ ਪਾਸੋਂ ਡਬਲ ਲੁਆਈ ਜਾ ਰਹੀ ਹੈ ਉਹ ਕਿਸ ਲਈ ? ਵਰਕਸ ਮੈਨੇਜਰ ਇਸ ਗੱਲ ਦਾ ਕੋਈ ਜੁਆਬ ਨਹੀਂ ਦੇ ਸਕਿਆ। ਗਰਮਾ ਗਰਮੀ ਹੋ ਗਈ, ਜਨਕ ਰਾਜ ਨੇ ਮੈਨੇਜਰ ਨੂੰ ਗਾਲ੍ਹਾਂ ਕੱਢੀਆਂ। ਓਥੇ ਕਾਫੀ ਲੋਕ ਜਮ੍ਹਾਂ ਹੋ ਗਏ। ਗੱਲ ਲਾਲੇ ਕੋਲ ਪੁੱਜ ਗਈ। ਉਸਨੇ ਜਨਕ ਰਾਜ ਨੂੰ ਬੁਲਾ ਕੇ ਝਾੜਾਂ ਪਾਈਆਂ ਤੇ ਉਸ ਪਾਸੋਂ ਜ਼ਬਰਦਸਤੀ ਮੁਆਫੀ ਨਾਮਾ ਲਿਖਵਾਇਆ।"

"ਤੂੰ ਬਚ ਕੇ ਆਇਆ ਕਰ ਦਫਤਰ ਵੱਲ ਨੂੰ।" ਕਰਮਵੀਰ ਨੇ ਰਾਮ ਲੁਭਾਏ ਨੂੰ ਤਾੜਨਾ ਕੀਤੀ।

"ਆਪਾਂ ਨੂੰ ਕੋਈ ਬਹੁਤਾ ਡਰ ਨਹੀਂ। ਸਾਡੀ ਸ਼ੈਡ 'ਚੋਂ ਡੇਢ ਸੌ ਵਰਕਰ ਬਣ ਗਿਆ ਯੂਨੀਅਨ ਦਾ ਮੈਂਬਰ। ਲਾਲੇ ਦੀ ਬਹੁਤੀ ਦੇਰ ਹੁਣ ਚਲਣੀ ਨਹੀਂ।" ਰਾਮ ਲੁਭਾਇਆ ਬੋਲਿਆ।

"ਫੈਕਟਰੀ 'ਚ ਕਾਫੀ ਗੜਬੜ ਏ ਕਰਮਵੀਰ ?" ਆਸ਼ਾ ਨੇ ਰਾਮ ਲੁਭਾਏ ਦੀ ਗੱਲ ਸੁਣ ਕੇ ਪੁਛਿਆ।

"ਹਾਂ ਕੁਝ ਬਹੁਤਾ ਹੀ ਕੰਮ ਭਖ ਗਿਆ। ਮਾਲਕ ਹਰ ਮਜ਼ਦੂਰ ਨਾਲ ਪੰਗਾ ਖੜ੍ਹਾ ਕਰ ਲੈਂਦੇ ਨੇ। ਜਾਪਦਾ ਹੁਣ ਛੇਤੀ ਹੀ ਪਟਾਕਾ ਪਏਗਾ। ਭਈਆਂ ਨਾਲ ਵਖਰਾ ਪੰਗਾ। ਕਦੇ ਕਿਸੇ ਦਾ ਓਵਰ ਟਾਈਮ ਬੰਦ, ਕਦੇ ਤਰੱਕੀ ਬੰਦ। ਇਹੀ ਚਲਦਾ ਰਹਿੰਦਾ ਏ ਓਥੇ।"

"ਹਰ ਪਾਸੇ ਇਹੀ ਕੁਝ ਹੋ ਰਿਹੈ। ਕੁਝ ਲੋਕ ਆਪਣੇ ਪੈਸੇ ਦੇ ਜ਼ੋਰ ਨਾਲ, ਗਰੀਬਾਂ ਨੂੰ ਲਤਾੜੀ ਜਾ ਰਹੇ ਨੇ, ਉਨ੍ਹਾਂ ਦੇ ਹੱਕ ਖੋ ਰਹੇ ਨੇ।" ਆਸ਼ਾ ਨੂੰ ਆਪਣਾ ਦੁਖ ਚੇਤੇ ਆ ਗਿਆ।

"ਚੰਗਾ ਫੇਰ ਮੈਂ ਚਲਦੀ ਆਂ।" ਆਸ਼ਾ ਉੱਠ ਪਈ ਤੇ ਬਾਹਰ ਵੱਲ ਨੂੰ ਤੁਰ ਪਈ।

ਕਰਮਵੀਰ ਉਸ ਨਾਲ ਸੜਕ ਤੱਕ ਆਇਆ। ਰਿਕਸ਼ੇ ਉੱਤੇ ਬਿਠਾਉਣ ਤੋਂ ਪਹਿਲਾਂ ਉਸਨੇ ਆਸ਼ਾ ਨੂੰ ਆਖਿਆ, "ਬਹੁਤਾ ਫਿਕਰ ਨਾ ਕਰਿਆ ਕਰ, ਵੇਖ ਕਿਵੇਂ ਸ਼ਕਲ ਬਣਾਈ ਏ ਆਪਣੀ। ਆਪਾਂ ਕਰਾਂਗੇ ਕੁਝ ਨਾ ਕੁਝ। ਆਸ ਏ ਕਿ ਦਾਖਲਾ ਮਿਲ ਈ ਜਾਏਗਾ।"

"ਹਛਾ ਦੇਖੋ। ਪਰ ਤੁਸੀਂ ਵੀ ਆਪਣੇ ਵੱਲ ਕੁਝ ਧਿਆਨ ਕਰਿਆ ਕਰੋ। ਪਾਰਟੀ ਦੇ ਕੰਮ ਤਾਂ ਚਲਦੇ ਹੀ ਰਹਿੰਦੇ ਨੇ। ਮਜ਼ਦੂਰ ਯੂਨੀਅਨ ਬਾਰੇ ਮੈਂ ਨਹੀਂ ਕਹਿੰਦੀ ਕਿ ਇਹ ਮਾੜੀ ਗੱਲ ਹੈ। ਮਜ਼ਦੂਰਾਂ ਦੇ ਹਿੱਤ ਲਈ ਲੜਨਾ ਚਾਹੀਦਾ ਹੈ। ਪਰ ਥੋੜ੍ਹਾ ਬਹੁਤਾ ਆਪਣਾ ਖਿਆਲ ਰੱਖ ਕੇ, ਆਪਣੇ ਪਰਿਵਾਰ ਦਾ ਵੀ, ਤੇ ਜੇ ਥੋੜ੍ਹਾ ਬਹੁਤਾ ਸਮਾਂ ਬਚੇ ਤਾਂ ਸਾਡਾ ਵੀ।" ਇੰਨਾ ਕਹਿ ਕੇ ਆਸ਼ਾ ਰਿਕਸ਼ੇ ਉੱਤੇ ਹੱਸਦੀ ਹੱਸਦੀ ਬੈਠ ਗਈ।

ਕਰਮਵੀਰ ਕਦੇ ਆਸ਼ਾ ਦੇ ਦਾਖਲੇ ਬਾਰੇ ਅਤੇ ਕਦੇ ਰਾਮ ਲੁਭਾਇਆ ਦੀ ਸੁਣਾਈ ਗੱਲ ਬਾਰੇ ਸੋਚ ਰਿਹਾ ਸੀ।

ਦੋ

ਹੜਤਾਲੀ ਮਜ਼ਦੂਰਾਂ ਨੇ ਸਵੇਰ ਦੀ ਘਟਨਾ ਪਿਛੋਂ ਕਾਰਖਾਨੇ ਦੇ ਬਾਹਰ ਟੈਂਟ ਲਾ ਲਿਆ ਸੀ। ਬਹੁਤ ਸਾਰੇ ਹੜਤਾਲੀ ਮਜ਼ਦੂਰ ਟੈਂਟ ਦੇ ਬਾਹਰ ਖੜ੍ਹੇ ਸਵੇਰੇ-ਸਵੇਰੇ ਕਾਰਖਾਨੇ ਅੰਦਰ ਵਾਪਰੀ ਘਟਨਾ ਦੀ ਚਰਚਾ ਕਰ ਰਹੇ ਸਨ। ਸਵੇਰੇ ਵਾਪਰੀ ਘਟਨਾ ਵਿਚ ਹੜਤਾਲੀ ਮਜ਼ਦੂਰਾਂ ਦੇ ਚਾਰ ਸਾਥੀ ਸਖ਼ਤ ਫੱਟੜ ਹੋ ਗਏ ਸਨ। ਕਾਰਖਾਨੇਦਾਰ ਬਦਰੀ ਪ੍ਰਸਾਦ ਨੇ ਮਜ਼ਦੂਰਾਂ ਦਾ ਏਕਾ ਦੇਖ ਕੇ ਆਪਣੇ ਕੁਝ ਗੁੰਡਿਆਂ ਵੱਲੋਂ ਯੂਨੀਅਨ ਦੇ ਮਜ਼ਦੂਰਾਂ ਉੱਤੇ ਹਮਲਾ ਕਰਵਾ ਦਿੱਤਾ ਸੀ ਅਤੇ ਸਿੱਟੇ ਵਜੋਂ ਕਾਰਖਾਨੇ ਅੰਦਰ ਭਾਜੜ ਪੈ ਗਈ ਅਤੇ ਇਸ ਭਾਜੜ 'ਚ ਚਾਰ ਮਜ਼ਦੂਰ ਜ਼ਖਮੀ ਹੋ ਗਏ। ਵਰਕਰਾਂ ਦੀ ਯੂਨੀਅਨ ਬਣਨ ਦੀ ਭਿਣਕ ਪੈਂਦਿਆਂ ਹੀ ਫੈਕਟਰੀ ਦੇ ਮਾਲਕਾਂ ਵੱਲੋਂ ਇਕ ਹੋਰ ਯੂਨੀਅਨ ਖੜ੍ਹੀ ਕਰ ਦਿੱਤੀ ਗਈ। ਇਸ ਯੂਨੀਅਨ 'ਚ ਮਾਲਕਾਂ ਦੇ ਵਫ਼ਾਦਾਰ ਵਰਕਰ ਸ਼ਾਮਲ ਕੀਤੇ ਗਏ ਸਨ। ਵਫ਼ਾਦਾਰ ਵਰਕਰ ਯੂਨੀਅਨ 'ਚ ਉਹ ਵਰਕਰ ਸ਼ਾਮਲ ਕੀਤੇ ਗਏ ਸਨ, ਜੋ ਪਹਿਲਾਂ ਹੀ ਮਾਲਕਾਂ ਕੋਲੋਂ ਆਪਣੀ ਵਫ਼ਾਦਾਰੀ ਦੀ ਤਨਖਾਹ ਲੈਂਦੇ ਸਨ। ਬੇਸ਼ਕ ਉਨ੍ਹਾਂ ਦੇ ਨਾਂ ਰਜਿਸਟਰ ਵਿਚ ਖਰਾਦੀਏ, ਫਿਟਰ ਜਾਂ ਢਲਾਈਏ ਵਜੋਂ ਲਿਖੇ ਗਏ ਸਨ ਪਰ ਉਹ ਕਦੇ ਵੀ ਫੈਕਟਰੀ ਦਾ ਕੰਮ ਨਹੀਂ ਸਨ ਕਰਦੇ, ਸਗੋਂ ਮਾਲਕਾਂ ਦੀ ਕਥਿਤ ਮੁਖਬਰੀ ਕਰਕੇ ਤਨਖਾਹ ਪ੍ਰਾਪਤ ਕਰਦੇ ਸਨ। ਅੱਜ ਦਾ ਹਮਲਾ ਵੀ ਇਸ ਵਫ਼ਾਦਾਰ ਵਰਕਰ ਯੂਨੀਅਨ ਵੱਲੋਂ ਕੀਤਾ ਗਿਆ ਸੀ।

ਯੂਨੀਅਨ ਦੇ ਨੇਤਾ ਅਤੇ ਦੂਜੇ ਮੈਂਬਰਾਂ ਨੂੰ ਜਦੋਂ ਇਸ ਘਟਨਾ ਦਾ ਪਤਾ ਲੱਗਾ ਤਾਂ ਉਹ ਸਾਰੇ ਦੇ ਸਾਰੇ ਕੰਮ ਛੱਡ ਕੇ ਕਾਰਖਾਨੇ ਦੇ ਖੁਲ੍ਹੇ ਵਿਹੜੇ 'ਚ ਇਕੱਠੇ ਹੋਣੇ ਸ਼ੁਰੂ ਹੋ ਗਏ। ਦੇਖਦਿਆਂ-ਦੇਖਦਿਆਂ ਸਾਰੇ ਮਜ਼ਦੂਰ ਆਪਣੀਆਂ-ਆਪਣੀਆਂ ਮਸ਼ੀਨਾਂ ਛਡ ਕੇ ਵਰਕਸ਼ਾਪਾਂ ਖਾਲੀ ਕਰ ਗਏ ਅਤੇ ਵਿਹੜੇ 'ਚ 'ਮਜ਼ਦੂਰ ਏਕਤਾ ਜ਼ਿੰਦਾਬਾਦ' 'ਮਜ਼ਦੂਰ ਯੂਨੀਅਨ ਜ਼ਿੰਦਾਬਾਦ' ਦੇ ਨਾਅਰੇ ਲਾਉਣ ਲੱਗੇ। ਮਾਲਕ ਬਦਰੀ ਪ੍ਰਸਾਦ ਆਪਣੇ ਦਫ਼ਤਰ 'ਚ ਬੈਠਾ ਸਾਰਾ ਤਮਾਸ਼ਾ ਦੇਖ ਰਿਹਾ ਸੀ। ਜ਼ਖਮੀ ਮਜ਼ਦੂਰਾਂ ਨੂੰ ਹਸਪਤਾਲ ਲਿਜਾਇਆ ਜਾ ਚੁੱਕਾ ਸੀ। ਮਜ਼ਦੂਰ ਅਜੇ ਵੀ ਨਾਅਰੇ ਲਾ ਲਾ ਕੇ ਜ਼ਖ਼ਮੀ ਹੋਣ ਵਾਲੇ ਮਜ਼ਦੂਰਾਂ ਲਈ ਨਿਆਂ ਦੀ ਮੰਗ ਕਰ ਰਹੇ ਸਨ, ਪਰ ਲਾਲਾ ਬਦਰੀ ਪ੍ਰਸਾਦ ਆਪਣੇ ਦਫਤਰ 'ਚੋਂ ਬਾਹਰ ਨਹੀਂ ਨਿਕਲਿਆ। ਦੇਖਦਿਆਂ-ਦੇਖਦਿਆਂ ਯੂਨੀਅਨ ਦਾ ਵਰਕਰ ਕਰਮਵੀਰ ਮੇਜ਼ ਉੱਤੇ ਖੜ੍ਹਾ ਹੋ ਗਿਆ ਅਤੇ ਮਜ਼ਦੂਰਾਂ ਨੂੰ ਸੰਬੋਧਨ ਕਰਨ ਲੱਗਾ :

"ਸਾਥੀਓ ! ਅੱਜ ਜੋ ਕੁਝ ਸਾਡੀਆਂ ਅੱਖਾਂ ਸਾਹਮਣੇ ਸਾਡੇ ਸਾਥੀਆਂ ਨਾਲ ਵਾਪਰਿਆ ਹੈ, ਉਹ ਬਹੁਤ ਮਾੜੀ ਗੱਲ ਹੈ। ਇਹ ਸਾਰਾ ਕੁਝ ਨਹੀਂ ਵਾਪਰਨਾ ਚਾਹੀਦਾ ਸੀ। ਜ਼ਖ਼ਮੀ ਹੋਣ ਵਾਲੇ ਪਟੇਸਰੀ, ਸੀਆ ਰਾਮ, ਰੁਲਦੂ ਅਤੇ ਮੀਆਂ ਸਿੰਘ ਦਾ ਕੀ ਕਸੂਰ ਸੀ ? ਉਨ੍ਹਾਂ ਉੱਤੇ ਸੋਡੇ ਦੀਆਂ ਬੋਤਲਾਂ ਕਿਉਂ ਵਰ੍ਹਾਈਆਂ ਗਈਆਂ। ਸਿਰਫ ਇਸੇ ਕਰਕੇ ਕਿਉਂਕਿ ਉਨ੍ਹਾਂ ਨੇ ਆਪਣੇ ਨਾਲ ਪੰਜ ਸਾਲ ਤੋਂ ਕੰਮ ਕਰ ਰਹੇ ਦੋ ਮਜ਼ਦੂਰਾਂ ਨੂੰ ਮਾਲਕਾਂ ਵੱਲੋਂ ਨਜਾਇਜ਼ ਕੱਢੇ ਜਾਣ 'ਤੇ

ਹਾਅ ਦਾ ਨਾਅਰਾ ਮਾਰਿਆ ਸੀ। ਲਾਲਾ ਬਦਰੀ ਪ੍ਰਸਾਦ ਨੇ ਉਨ੍ਹਾਂ ਦੋਵਾਂ ਮਜ਼ਦੂਰਾਂ ਨੂੰ ਬਿਨਾਂ ਕਿਸੇ ਕਾਰਨ ਦੇ ਬਿਨਾਂ ਕੋਈ ਨੋਟਿਸ ਦਿੱਤਿਆਂ, ਬਿਨਾਂ ਕੋਈ ਪੜਤਾਲ ਕੀਤਿਆਂ ਕੱਢਿਆ ਅਤੇ ਉਨ੍ਹਾਂ ਦੇ ਸਾਥੀਆਂ ਨੇ ਇਹ ਗੱਲ ਸਹਿਣ ਨਹੀਂ ਕੀਤੀ। ਢਲਾਈ ਦੀ ਵਰਕਸ਼ਾਪ ਦੇ ਸਾਰੇ ਮਜ਼ਦੂਰਾਂ ਨੇ ਇਕਠਿਆਂ ਹੋ ਕੇ ਇਨ੍ਹਾਂ ਦੋ ਮਜ਼ਦੂਰਾਂ ਨੂੰ ਨਾ ਕੱਢਣ ਬਾਰੇ ਬੇਨਤੀ ਕੀਤੀ, ਪਰ ਲਾਲਾ ਬਦਰੀ ਪ੍ਰਸਾਦ ਨੇ ਇਨ੍ਹਾਂ ਦੀ ਇਕ ਨਾ ਸੁਣੀ। ਫਿਰ ਜਦੋਂ ਸਾਰੇ ਹੀਲੇ ਫੇਲ੍ਹ ਹੋ ਗਏ ਤਾਂ ਯੂਨੀਅਨ ਨੇ ਫੈਸਲਾ ਲਿਆ ਕਿ ਅੱਜ ਸਵੇਰੇ ਸਾਰੇ ਮਜ਼ਦੂਰ ਆਪਣੇ ਏਕੇ ਦਾ ਵਿਖਾਵਾ ਬਦਰੀ ਪ੍ਰਸਾਦ ਅੱਗੇ ਕਰਨਗੇ ਤਾਂ ਜੋ ਉਸਦੀਆਂ ਅੱਖਾਂ ਖੁੱਲ੍ਹ ਜਾਣ। ਪਰ ਬਦਰੀ ਪ੍ਰਸਾਦ ਨੇ ਸਾਡੇ ਹੀ ਮਜ਼ਦੂਰਾਂ 'ਚੋਂ ਕੁਝ ਸਵਾਰਥੀ ਸਾਥੀਆਂ ਨੂੰ ਖਰੀਦ ਕੇ ਆਪਣੀ ਜੁੰਡਲੀ ਕਾਇਮ ਕਰ ਲਈ। ਇਹ ਜੁੰਡਲੀ ਇਸ ਲਈ ਕਾਇਮ ਕੀਤੀ ਗਈ ਤਾਂ ਜੋ ਉਹ ਸਾਡੀ ਯੂਨੀਅਨ ਨਾਲ ਗੁੰਡਾ ਗਰਦੀ ਕਰ ਸਕੇ। ਮਾਲਕ ਅਜਿਹੀਆਂ ਜੁੰਡਲੀਆਂ ਨੂੰ ਹਮੇਸ਼ਾ ਪਾਲ ਕੇ ਰੱਖਦੇ ਹਨ। ਇਹ ਪਾਲਤੂ ਕੁੱਤਿਆਂ ਵਾਂਗ ਭੌਂਕਦੇ ਵੀ ਹਨ ਤੇ ਵੱਢਦੇ ਵੀ ਹਨ।"

ਕੁਝ ਪਲ ਕਰਮਵੀਰ ਨੇ ਸਾਰੇ ਪਾਸੇ ਨਜ਼ਰ ਫੇਰੀ। ਹਰ ਪਾਸੇ ਖਮੋਸ਼ੀ ਛਾਈ ਹੋਈ ਸੀ। ਮਾਲਕ ਅੰਦਰ ਬੈਠਾ ਸਭ ਕੁਝ ਸੁਣ ਰਿਹਾ ਸੀ। ਉਸਦੇ ਭਾਈਵਾਲ ਮਾਲਕ ਵੀ ਆਪਣੇ ਦਫਤਰਾਂ 'ਚੋਂ ਨਿਕਲ ਕੇ ਬਰਾਂਡਿਆਂ 'ਚ ਆ ਖੜੋਤੇ ਸਨ। ਕਰਮਵੀਰ ਨੇ ਕਹਿਣਾ ਜਾਰੀ ਰਖਿਆ।

"ਅਜ ਸਵੇਰੇ ਜਦੋਂ ਸਾਰੇ ਮਜ਼ਦੂਰ ਏਕੇ ਦਾ ਪ੍ਰਦਰਸ਼ਨ ਕਰਨ ਲਈ ਆਪਣੀਆਂ-ਆਪਣੀਆਂ ਮਸ਼ੀਨਾਂ ਤੇ ਵਰਕਸ਼ਾਪਾਂ ਛਡ ਕੇ ਬਾਹਰ ਆ ਗਏ ਅਤੇ ਇਨਸਾਫ ਦੀ ਮੰਗ ਕਰਨ ਲੱਗੇ ਤਾਂ ਉਨ੍ਹਾਂ ਨੂੰ ਇਨਸਾਫ ਦੇਣ ਦੀ ਥਾਂ, ਉਨ੍ਹਾਂ ਉੱਤੇ ਆਪਣੇ ਗੁੰਡਿਆਂ ਵੱਲੋਂ ਸੋਡਿਆਂ ਦੀਆਂ ਬੋਤਲਾਂ ਵਰ੍ਹਾਈਆਂ। ਇਸ ਐਕਸ਼ਨ 'ਚ ਸਾਡੇ ਚਾਰ ਮਜ਼ਦੂਰ ਸਖ਼ਤ ਫੱਟੜ ਹੋ ਗਏ ਹਨ। ਉਨ੍ਹਾਂ ਨੂੰ ਹਸਪਤਾਲ ਪਹੁੰਚਾ ਦਿੱਤਾ ਗਿਆ ਹੈ। ਅਸੀਂ ਅੱਜ ਸਾਰੇ ਮਜ਼ਦੂਰ ਇਸ ਘਟਨਾ ਦੀ ਨਿਖੇਧੀ ਕਰਦੇ ਹਾਂ ਅਤੇ ਮਾਲਕਾਂ ਨੂੰ ਫਿਰ ਬੇਨਤੀ ਕਰਦੇ ਹਾਂ ਕਿ ਉਹ ਉਸ ਫੈਸਲੇ ਨੂੰ ਵਾਪਸ ਲੈ ਲੈਣ, ਜਿਸ ਫੈਸਲੇ ਰਾਹੀਂ ਉਨ੍ਹਾਂ ਨੇ ਦੋ ਮਜ਼ਦੂਰਾਂ ਦੀ ਛਾਂਟੀ ਕਰ ਦਿੱਤੀ ਹੈ। ਇਹ ਛਾਂਟੀ ਕੋਈ ਪਹਿਲੀ ਵਾਰ ਨਹੀਂ ਕੀਤੀ ਗਈ। ਇਹ ਸਿਲਸਿਲਾ ਪਿਛਲੇ ਕਈ ਵਰ੍ਹਿਆਂ ਤੋਂ ਚਲ ਰਿਹਾ ਹੈ। ਇਹ ਸਿਲਸਿਲਾ ਚਲ ਵੀ ਇਸ ਕਰਕੇ ਰਿਹਾ ਸੀ ਕਿ ਇਸ ਕਾਰਖਾਨੇ 'ਚ ਮਜ਼ਦੂਰਾਂ ਦਾ ਏਕਾ ਨਹੀਂ ਸੀ। ਮਜ਼ਦੂਰਾਂ ਦਾ ਇਤਫਾਕ ਨਹੀਂ ਸੀ। ਹਰ ਕੋਈ ਆਪਣੀ-ਆਪਣੀ ਰੋਟੀ ਦੀ ਫਿਕਰ 'ਚ ਕਾਰਖਾਨੇ ਆਉਂਦਾ ਅਤੇ ਦਿਹਾੜੀ ਲਾ ਕੇ ਚਲਿਆ ਜਾਂਦਾ। ਅਸੀਂ ਸਾਰੇ ਇਕੋ ਥਾਂ ਕੰਮ ਕਰਦੇ ਹੋਏ ਵੀ ਵੱਖਰੇ-ਵੱਖਰੇ ਸਾਂ। ਇਸੇ ਕਰਕੇ ਅਸੀਂ ਹਰ ਉਸ ਸਹੂਲਤ ਤੋਂ ਹੁਣ ਤੱਕ ਵਾਂਝੇ ਰਹੇ ਹਾਂ, ਜੋ ਸਾਨੂੰ ਮਾਲਕਾਂ ਵੱਲੋਂ ਮਿਲਣੀ ਚਾਹੀਦੀ ਹੈ।

ਖੈਰ! ਅਸੀਂ ਮਾਲਕਾਂ ਨੂੰ ਬੜੀ ਹਲੀਮੀ ਨਾਲ ਬੇਨਤੀ ਕਰ ਰਹੇ ਹਾਂ ਕਿ ਉਹ ਵਰਕਰਾਂ ਨੂੰ ਕੱਢਣ ਵਾਲੇ ਇਸ ਫੈਸਲੇ ਨੂੰ ਵਾਪਸ ਲੈ ਲੈਣ।"

ਕਰਮਵੀਰ ਮੇਜ਼ ਉੱਤੇ ਖੜ੍ਹਾ ਸੀ, ਸਾਰੇ ਮਜ਼ਦੂਰ ਹੇਠਾਂ ਬੈਠੇ ਸਨ। ਹਰ ਕਿਸੇ ਦਾ ਧਿਆਨ ਲਾਲਾ ਬਦਰੀ ਪ੍ਰਸਾਦ ਦੇ ਦਫਤਰ ਵੱਲ ਸੀ, ਪਰ ਓਥੇ ਕੋਈ ਹਿਲਜੁਲ ਨਹੀਂ ਸੀ। ਬਦਰੀ

ਪ੍ਰਸਾਦ ਦੇ ਦੂਜੇ ਸਾਂਝੀਦਾਰ ਆਪਸ ਵਿਚ ਘੁਸਰ ਮੁਸਰ ਕਰ ਰਹੇ ਸਨ। ਉਨ੍ਹਾਂ 'ਚੋਂ ਦੋ ਜਣੇ ਸਾਰੀਆਂ ਵਰਕਸ਼ਾਪਾਂ ਦਾ ਚੱਕਰ ਲਾ ਕੇ ਜਾਇਜ਼ਾ ਵੀ ਲੈ ਆਏ ਸਨ। ਉਨ੍ਹਾਂ ਨੂੰ ਪਤਾ ਲੱਗ ਚੁੱਕਾ ਸੀ ਕਿ ਤਕਰੀਬਨ ਸਾਰੀਆਂ ਦੀਆਂ ਸਾਰੀਆਂ ਵਰਕਸ਼ਾਪਾਂ ਅਤੇ ਦਫਤਰ ਖਾਲੀ ਸਨ। ਫੈਕਟਰੀ ਦਾ ਬਾਰਾਂ ਤੇਰਾਂ ਸੌ ਮਜ਼ਦੂਰ ਕੰਮ ਛੱਡ ਕੇ ਫੈਕਟਰੀ ਦੇ ਕੰਪਾਊਂਡ ਵਿਚ ਖੜ੍ਹਾ ਸੀ। ਪਰ ਉਨ੍ਹਾਂ 'ਚੋਂ ਕਿਸੇ ਦਾ ਵੀ ਹੌਂਸਲਾ ਨਾ ਪਿਆ ਕਿ ਉਹ ਮੈਨੇਜਿੰਗ ਪਾਰਟਨਰ ਨਾਲ ਗੱਲ ਕਰਨ। ਮਜ਼ਦੂਰਾਂ 'ਚ ਘੁਸਰ ਮੁਸਰ ਸ਼ੁਰੂ ਹੋ ਗਈ ਸੀ। ਇਹ ਘੁਸਰ ਮੁਸਰ ਵੱਧਦੀ-ਵੱਧਦੀ ਰੋਹ ਦਾ ਰੂਪ ਧਾਰਨ ਕਰ ਗਈ ਅਤੇ ਇਕ ਮਜ਼ਦੂਰ ਨੇ ਨਾਅਰਾ ਲਾਇਆ, "ਮਜ਼ਦੂਰ ਏਕਤਾ ਜ਼ਿੰਦਾਬਾਦ।"

"ਜ਼ਿੰਦਾਬਾਦ ਜ਼ਿੰਦਾਬਾਦ।"

"ਨਾ ਇਨਸਾਫੀ ਨਹੀਂ ਚਲੇਗੀ।"

"ਨਹੀਂ ਚਲੇਗੀ ਨਹੀਂ ਚਲੇਗੀ।"

"ਮਜ਼ਦੂਰ ਏਕਤਾ ਜ਼ਿੰਦਾਬਾਦ।"

"ਜ਼ਿੰਦਾਬਾਦ, ਜ਼ਿੰਦਾਬਾਦ।"

ਕਰਮਵੀਰ ਨੇ ਹੱਥ ਨਾਲ ਸਾਰਿਆਂ ਨੂੰ ਚੁੱਪ ਕਰਾਇਆ ਅਤੇ ਆਪਣੀ ਗੱਲ ਮੁੜ ਸ਼ੁਰੂ ਕੀਤੀ।

"ਸਾਥੀਓ! ਮਾਲਕਾਂ ਨੇ ਸਾਡੀ ਬੇਨਤੀ ਦਾ ਕੋਈ ਉੱਤਰ ਨਹੀਂ ਦਿੱਤਾ। ਅਸੀਂ ਉਨ੍ਹਾਂ ਨੂੰ ਬੜੇ ਪਿਆਰ ਨਾਲ ਆਖਿਆ ਹੈ, ਸਮਝਾਇਆ ਹੈ ਕਿ ਉਨ੍ਹਾਂ ਕੱਢੇ ਗਏ ਮਜ਼ਦੂਰਾਂ ਨੂੰ ਮੁੜ ਬਹਾਲ ਕਰ ਦਿੱਤਾ ਜਾਏ। ਪਰ ਉਨ੍ਹਾਂ ਵੱਲੋਂ ਕੋਈ ਉੱਤਰ ਨਹੀਂ ਦਿੱਤਾ ਗਿਆ। ਜਾਪਦਾ ਹੈ ਕਿ ਉਨ੍ਹਾਂ ਨੂੰ ਮੁੜ ਬਹਾਲ ਕਰਨ 'ਚ ਉਹ ਆਪਣੀ ਹੇਠੀ ਸਮਝਦੇ ਸਨ ਜਾਂ ਫਿਰ ਉਹ ਇਹ ਸੋਚਦੇ ਹਨ ਕਿ ਮਜ਼ਦੂਰਾਂ ਨੂੰ ਬਹੁਤਾ ਸਿਰੇ ਨਹੀਂ ਚੜ੍ਹਾਉਣਾ ਚਾਹੀਦਾ। ਅੱਜ ਇਹ ਜੋ ਕੁਝ ਵਾਪਰਿਆ ਏ ਇੰਝ ਹੀ ਵਾਪਰਦਾ ਰਿਹਾ ਤਾਂ ਮਜ਼ਦੂਰਾਂ ਦੀ ਛਾਂਟੀ ਹੁੰਦੀ ਰਹੇਗੀ। ਮਜ਼ਦੂਰਾਂ ਕੋਲੋਂ ਕੰਮ ਕਰਨ ਦਾ ਹੱਕ ਮਾਲਕ ਖੋਂਹਦੇ ਰਹਿਣਗੇ। ਇਸ ਲਈ ਮਜ਼ਦੂਰ ਸਾਥੀਓ, ਹੁਣ ਫੈਸਲਾ ਤੁਹਾਡੇ ਹੱਥ ਹੈ। ਦੋ ਮਜ਼ਦੂਰਾਂ ਦੀ ਛਾਂਟੀ ਮਾਲਕਾਂ ਵੱਲੋਂ ਕਰ ਦਿੱਤੀ ਗਈ ਹੈ ਅਤੇ ਚਹੁੰ ਮਜ਼ਦੂਰਾਂ ਨੂੰ ਮਾਲਕਾਂ ਦੇ ਗੁੰਡਿਆਂ ਨੇ ਜ਼ਖ਼ਮੀ ਕਰ ਦਿੱਤਾ ਹੈ। ਇਸ ਸਾਰੀ ਕਾਰਵਾਈ ਉੱਤੇ ਮਾਲਕ ਚੁਪ ਧਾਰੀ ਬੈਠੇ ਹਨ। ਸਾਥੀਓ! ਤੁਸੀਂ ਦੱਸੋ ਕਿ ਅੱਗੋਂ ਕੀ ਕਾਰਵਾਈ ਕਰਨੀ ਹੈ। ਕੀ ਤੁਸੀਂ ਆਪਣੇ ਸਾਥੀਆਂ ਨਾਲ ਹੋਈ ਬੇਇਨਸਾਫੀ ਨੂੰ ਅਣਡਿਠ ਕਰਕੇ ਇਸੇ ਤਰ੍ਹਾਂ ਆਪਣੀਆਂ-ਆਪਣੀਆਂ ਵਰਕਸ਼ਾਪਾਂ 'ਚ, ਮਸ਼ੀਨਾਂ ਉੱਤੇ ਕੰਮ ਕਰਨ ਲਈ ਤਿਆਰ ਹੋ ? ਜਿਹੜੇ ਮਜ਼ਦੂਰ ਹੁਣ ਬੇਰੁਜ਼ਗਾਰ ਹੋ ਗਏ ਹਨ ਕਿ ਉਨ੍ਹਾਂ ਦੇ ਪਰਿਵਾਰਾਂ ਨੂੰ ਭੁੱਖਮਰੀ ਦਾ ਸ਼ਿਕਾਰ ਹੋਣਾ ਪਵੇਗਾ। ਇਹ ਦੋ ਮਜ਼ਦੂਰਾਂ ਦੀ ਬੇਰੁਜ਼ਗਾਰੀ ਦਾ ਹੀ ਸੁਆਲ ਨਹੀਂ ਸਗੋਂ ਦੋ ਪਰਿਵਾਰ ਇਸ ਫੈਸਲੇ ਤੋਂ ਪ੍ਰਭਾਵਿਤ ਹੋਣਗੇ। ਕੀ ਤੁਸੀਂ ਇਸ ਵਧੀਕੀ ਨੂੰ ਅੱਖਾਂ ਮੀਟ ਕੇ ਜਰ ਲੈਣਾ ਚਾਹੁੰਦੇ ਹੋ ? ਕੀ ਤੁਸੀਂ ਮਾਲਕਾਂ ਵੱਲੋਂ ਕੀਤੀ ਗਈ ਬੇਇਨਸਾਫੀ ਵਿਰੁੱਧ ਆਵਾਜ਼ ਨਹੀਂ ਬੁਲੰਦ ਕਰਨਾ ਚਾਹੁੰਦਾ ?"

ਚਾਰੇ ਪਾਸੇ ਖਮੋਸ਼ੀ ਛਾ ਗਈ। ਕਰਮਵੀਰ ਸਾਰੇ ਮਜ਼ਦੂਰਾਂ ਦੇ ਚਿਹਰਿਆਂ ਵੱਲ ਤੱਕ ਰਿਹਾ

ਸੀ। ਕਰਮਵੀਰ ਦੇ ਚਿਹਰੇ ਉੱਤੇ ਰੋਹ ਦੀ ਝਲਕ ਪ੍ਰਤਖ ਸੀ। ਉਂਝ ਸਾਰੇ ਦੇ ਸਾਰੇ ਮਜ਼ਦੂਰ ਮਾਲਕਾਂ ਦੇ ਇਸ ਰਵਈਏ ਉੱਤੇ ਦੁੱਖੀ ਸਨ। ਅਚਾਨਕ ਭੀੜ 'ਚੋਂ ਆਵਾਜ਼ ਆਈ।

"ਮਜ਼ਦੂਰ ਏਕਤਾ ਜ਼ਿੰਦਾਬਾਦ।"

"ਜ਼ਿੰਦਾਬਾਦ, ਜ਼ਿੰਦਾਬਾਦ।"

"ਬੇਇਨਸਾਫੀ, ਨਹੀਂ ਚਲੇਗੀ।"

"ਨਹੀਂ ਚਲੇਗੀ, ਨਹੀਂ ਚਲੇਗੀ।"

ਅਤੇ ਫਿਰ ਭੀੜ 'ਚੋਂ ਚੰਦਰਨ ਨਾਂ ਦਾ ਵਰਕਰ ਉੱਠਿਆ। ਕਰਮਵੀਰ ਨੇ ਉਸ ਵੱਲ ਤਕਦਿਆਂ ਆਖਿਆ। "ਹੁਣ ਕਾਮਰੇਡ ਚੰਦਰਨ ਆਪਣੇ ਵਿਚਾਰ ਤੁਹਾਡੇ ਅੱਗੇ ਰਖਣਗੇ।"

ਚੰਦਰਨ ਕੇਰਲਾ ਦਾ ਵਸਨੀਕ ਸੀ ਪਰ ਪਿਛਲੇ ਪੰਜਾਂ ਵਰ੍ਹਿਆਂ ਤੋਂ 'ਨੇਤਾ ਜੀ ਇੰਜਨੀਅਰਿੰਗ ਵਰਕਸ' ਦੀ ਫਿਟਰਸ਼ਾਪ 'ਚ ਬਤੌਰ ਡਾਈਫਿਟਰ ਕੰਮ ਕਰ ਰਿਹਾ ਸੀ। ਕਾਮਰੇਡ ਚੰਦਰਨ ਇਕ ਵਧੀਆ ਕਾਰੀਗਰ ਸੀ ਅਤੇ ਆਪਣੀ ਡਿਊਟੀ ਬੜੀ ਇਮਾਨਦਾਰੀ ਨਾਲ ਨਿਭਾਉਂਦਾ ਸੀ। ਲਾਲਾ ਬਦਰੀ ਪ੍ਰਸਾਦ ਉਸਦੀ ਸਿਆਣਪ ਤੇ ਲਿਆਕਤ ਨੂੰ ਭਲੀ ਭਾਂਤ ਪਛਾਣਦਾ ਸੀ। ਚੰਦਰਨ ਦੀ ਕਦੇ ਵੀ (ਕੰਮਚੋਰੀ) ਦੀ ਸ਼ਿਕਾਇਤ ਉਸ ਪਾਸ ਨਹੀਂ ਸੀ ਆਈ। ਉਹ ਡਿਊਟੀ ਸਮੇਂ ਤੋਂ ਪੰਜ ਮਿੰਟ ਪਹਿਲਾਂ ਵਰਕਸ਼ਾਪ 'ਚ ਪਹੁੰਚ ਜਾਂਦਾ ਅਤੇ ਕੱਪੜੇ ਬਦਲ ਕੇ ਆਪਣੇ ਅੱਡੇ 'ਤੇ ਕੰਮ ਸ਼ੁਰੂ ਕਰ ਦਿੰਦਾ। ਬਦਰੀ ਪ੍ਰਸਾਦ ਉਸਨੂੰ ਇਸ ਲਈ ਵੀ ਪਸੰਦ ਕਰਦਾ ਸੀ ਕਿਉਂਕਿ ਉਹ ਸਮੇਂ ਦਾ ਬੜਾ ਪਾਬੰਦ ਅਤੇ ਆਪਣੇ ਅੱਡੇ 'ਤੇ ਟਿਕ ਕੇ ਇਮਾਨਦਾਰੀ ਨਾਲ ਕੰਮ ਕਰਦਾ ਸੀ। ਉਹ ਵਰਕਰਾਂ ਨਾਲ ਬੜਾ ਹੱਸ ਕੇ ਮਿਲਦਾ ਪਰ ਉਨ੍ਹਾਂ ਨਾਲ ਬਹੁਤੀ ਗੱਲ ਨਾ ਕਰਦਾ, ਦਰਅਸਲ ਉਹ ਗਾਲੜੀ ਬਿਲਕੁਲ ਨਹੀਂ ਸੀ।

ਕਾਮਰੇਡ ਚੰਦਰਨ ਨੇ ਆਪਣੇ ਸਾਥੀਆਂ ਨੂੰ ਸੰਬੋਧਨ ਕਰਦਿਆਂ ਆਖਿਆ, "ਸਾਥੀਓ, ਹੁਣੇ ਮੇਰੇ ਸਾਥੀ ਕਰਮਵੀਰ ਨੇ ਤੁਹਾਨੂੰ ਸਾਰੀ ਸਥਿਤੀ ਤੋਂ ਜਾਣੂ ਕਰਾਇਆ ਹੈ।" ਚੰਦਰਨ ਹੁਣ ਪੰਜਾਬੀ ਚੰਗੀ ਬੋਲ ਲੈਂਦਾ ਸੀ। ਉਹ ਜਦੋਂ ਨਵਾਂ-ਨਵਾਂ ਇਸ ਕਾਰਖਾਨੇ ਵਿਚ ਆਇਆ ਸੀ ਤਾਂ ਉਸਨੂੰ ਤਮਿਲ ਤੇਲਗੂ ਹੀ ਆਉਂਦੀ ਸੀ, ਪਰ ਹੌਲੀ-ਹੌਲੀ ਉਹ ਪੰਜਾਬੀ ਸਿਖ ਗਿਆ। ਉਸਨੂੰ ਉਂਝ ਵੀ ਬਹੁਤ ਸਾਰੀਆਂ ਭਾਸ਼ਾਵਾਂ ਆਉਂਦੀਆਂ ਸਨ। ਪੰਜਾਬੀ 'ਚ ਜਦੋਂ ਉਹ ਪਹਿਲਾਂ-ਪਹਿਲਾਂ ਗੱਲ ਕਰਨ ਲੱਗਿਆ ਤਾਂ ਉਸਦੀ ਨੀਮ ਪੰਜਾਬੀ ਸੁਣ ਕੇ ਵਰਕਰ ਹੱਸ ਪੈਂਦੇ। ਹੌਲੀ-ਹੌਲੀ ਉਸਨੇ ਪੰਜਾਬੀ ਤੇ ਆਪਣੀ ਪਕੜ ਮਜ਼ਬੂਤ ਕਰ ਲਈ। ਹੁਣ ਉਹ ਪੰਜਾਬੀ ਪੜ੍ਹ ਵੀ ਲੈਂਦਾ ਸੀ।

"ਤੁਸੀਂ ਸਾਰੇ ਹੁਣ ਵਿਚਾਰ ਕਰ ਲਓ ਕਿ ਅੱਗੋਂ ਕੀ ਕਰਨਾ ਹੈ। ਮੇਰਾ ਵਿਚਾਰ ਹੈ ਕਿ ਜੋ ਵੀ ਕਰਨਾ ਹੋਵੇ ਉਹ ਸਾਰਿਆਂ ਦੀ ਸਲਾਹ ਨਾਲ ਕਰੋ। ਇਹ ਨਾ ਹੋਵੇ ਕਿ ਕਾਹਲੀ 'ਚ ਲਿਆ ਫੈਸਲਾ ਬਾਕੀ ਮਜ਼ਦੂਰ ਸਾਥੀਆਂ ਨੂੰ ਮਨਜ਼ੂਰ ਨਾ ਹੋਵੇ।"

"ਪਰ ਅਸੀਂ ਓਨੀ ਦੇਰ ਕੰਮ 'ਤੇ ਨਹੀਂ ਜਾਣਾ ਚਾਹੁੰਦੇ ਜਿੰਨੀ ਦੇਰ ਮਾਲਕ ਉਨ੍ਹਾਂ ਦੇ ਵਰਕਰਾਂ ਨੂੰ ਕੰਮ ਉੱਤੇ ਵਾਪਸ ਨਹੀਂ ਲੈ ਲੈਂਦੇ ਅਤੇ ਜ਼ਖ਼ਮੀ ਹੋਏ ਮਜ਼ਦੂਰਾਂ ਪ੍ਰਤੀ ਅਫਸੋਸ ਨਹੀਂ

ਪ੍ਰਗਟ ਕਰਦੇ।" ਇਹ ਆਵਾਜ਼ ਪਰਮਾਨੰਦ ਖਰਾਦੀਏ ਦੀ ਸੀ।

"ਹਾਂ ਹਾਂ! ਇੰਜ ਤਾਂ ਇਹ ਰੋਜ਼ਾਨਾ ਸਾਡੇ ਸਾਰਿਆਂ ਨਾਲ ਕਰਦੇ ਰਹਿਣਗੇ।" ਜਗਤਾਰ ਸਿੰਘ ਦਾ ਕਹਿਣਾ ਸੀ।

ਚੰਦਰਨ ਨੇ ਸਾਰਿਆਂ ਦੇ ਵਿਚਾਰ ਸੁਣੇ ਅਤੇ ਕੁਝ ਦੇਰ ਚੁਪ ਰਹਿਣ ਪਿਛੋਂ ਉਸਨੇ ਆਖਿਆ, "ਸਾਥੀਓ! ਫਿਰ ਤੁਹਾਡਾ ਕੀ ਵਿਚਾਰ ਹੈ! ਹੁਣ ਸਿਰਫ ਦੋ ਗੱਲਾਂ ਹਨ। ਪਹਿਲੀ ਗੱਲ ਤਾਂ ਇਹ ਹੈ ਕਿ ਜੇ ਆਪਣੀਆਂ ਮੰਗਾਂ ਤੁਸਾਂ ਮਨਵਾਉਣੀਆਂ ਹਨ ਤਾਂ ਤੁਹਾਨੂੰ ਸਾਰਿਆਂ ਨੂੰ ਉਦੋਂ ਤੱਕ ਕੰਮ ਛੱਡਣਾ ਪਏਗਾ, ਜਦੋਂ ਤੱਕ ਮਾਲਕ ਤੁਹਾਡੀਆਂ ਮੰਗਾਂ ਮੰਨਣ ਲਈ ਮਜ਼ਬੂਰ ਨਹੀਂ ਹੋ ਜਾਂਦੇ। ਇਕੱਲੇ ਦੁੱਕਲੇ ਵਰਕਰ ਦੇ ਕੰਮ ਛੱਡਣ ਨਾਲ ਕੁਝ ਨਹੀਂ ਬਣਨਾ, ਹਰ ਮਜ਼ਦੂਰ ਸਾਥੀ ਨੂੰ ਏਕੇ ਨਾਲ ਸਹਿਮਤ ਹੋ ਕੇ ਉਦੋਂ ਤੱਕ ਕੰਮ ਉੱਤੇ ਨਹੀਂ ਪਰਤਣਾ ਚਾਹੀਦਾ ਜਦੋਂ ਤੱਕ ਮਾਲਕ ਆਪਣੇ ਕੀਤੇ ਉੱਤੇ ਪਛਤਾਵਾ ਨਹੀਂ ਕਰਦੇ। ਉਂਜ ਵੀ ਫੈਕਟਰੀ ਵਰਕਰਾਂ ਦੀਆਂ ਹੋਰ ਬਹੁਤ ਸਾਰੀਆਂ ਮੰਗਾਂ ਹਨ, ਜਿਨ੍ਹਾਂ ਵੱਲ ਮਾਲਕਾਂ ਨੇ ਕਦੇ ਪਹਿਲਾਂ ਧਿਆਨ ਨਹੀਂ ਦਿੱਤਾ। ਉਨ੍ਹਾਂ ਮੰਗਾਂ ਦਾ ਚਾਰਟਰ ਵੀ ਤਿਆਰ ਕਰਕੇ ਮਾਲਕਾਂ ਅੱਗੇ ਪੇਸ਼ ਕਰ ਦਿੱਤਾ ਜਾਏਗਾ ਤਾਂ ਜੋ ਮਾਲਕਾਂ ਨੂੰ ਵਰਕਰਾਂ ਦੀਆਂ ਸਮੱਸਿਆਵਾਂ ਦਾ ਪਤਾ ਲੱਗ ਸਕੇ। ਖੈਰ! ਦੂਜੀ ਗੱਲ ਇਹ ਹੈ ਕਿ ਜੇ ਤੁਸਾਂ ਨੇ ਆਪਣੇ ਸਾਥੀਆਂ ਨੂੰ ਬਹਾਲ ਨਹੀਂ ਕਰਵਾਉਣਾ, ਜ਼ਖ਼ਮੀ ਹੋਏ ਮਜ਼ਦੂਰਾਂ ਦੀ ਕੋਈ ਪਰਵਾਹ ਨਹੀਂ ਕਰਨੀ ਤਾਂ ਚੁੱਪ ਕਰਕੇ ਕੰਮ 'ਤੇ ਪਰਤ ਜਾਓ ਅਤੇ ਆਪਣੀਆਂ-ਆਪਣੀਆਂ ਮਸ਼ੀਨਾਂ ਉੱਤੇ ਮਸ਼ੀਨ ਵਾਂਗ ਕੰਮ ਕਰਨ ਲਗ ਜਾਓ। ਪਰ ਇਕ ਗੱਲ ਚੇਤੇ ਰਖਿਓ ਕਿ ਜਦੋਂ ਤੱਕ ਤੁਹਾਡਾ ਏਕਾ ਨਹੀਂ ਹੋ ਜਾਂਦਾ, ਉਦੋਂ ਤੱਕ ਮਾਲਕਾਂ ਨੂੰ ਸਬਕ ਨਹੀਂ ਸਿਖਾਇਆ ਜਾ ਸਕਦਾ, ਮਜ਼ਦੂਰ ਨੂੰ ਮਾਲਕਾਂ ਦੀ ਲੁੱਟ ਤੋਂ ਨਹੀਂ ਬਚਾਇਆ ਜਾ ਸਕਦਾ, ਮਾਲਕਾਂ ਪਾਸੋਂ ਲੋੜੀਂਦੀਆਂ ਸਹੂਲਤਾਂ ਨਹੀਂ ਲਈਆਂ ਜਾ ਸਕਦੀਆਂ।" ਕਾਮਰੇਡ ਚੰਦਰਨ ਕੁਝ ਪਲ ਚੁੱਪ ਰਿਹਾ।

ਕੁਝ ਪਲ ਉਸਨੇ ਸਾਰੇ ਵਰਕਰਾਂ 'ਤੇ ਨਜ਼ਰ ਦੌੜਾਈ। ਕੁਝ ਚਿਹਰੇ ਰੋਹ ਵਿਚ ਸਨ ਅਤੇ ਕੁਝ ਨਿੰਮੋਝੂਣੇ। ਬਿਹਾਰ ਅਤੇ ਯੂ.ਪੀ. 'ਚੋਂ ਆਏ ਮਜ਼ਦੂਰਾਂ ਦੀ ਗਿਣਤੀ ਬਹੁਤ ਜ਼ਿਆਦਾ ਸੀ। ਕਾਮਰੇਡ ਨੇ ਆਪਣੀ ਗੱਲ ਰਾਹੀਂ ਇਕ ਹੋਰ ਨੁਕਤਾ ਵੀ ਵਰਕਰਾਂ ਅੱਗੇ ਰਖਿਆ। ਉਹ ਕਹਿਣ ਲੱਗਾ, "ਸਾਥੀਓ ਇਹ ਗੱਲ ਵੀ ਧਿਆਨ ਨਾਲ ਸੁਣ ਲਓ ਕਿ ਜੇ ਤੁਸੀਂ ਹੜਤਾਲ ਤੇ ਜਾਣ ਦਾ ਫੈਸਲਾ ਕਰਦੇ ਹੋ ਤਾਂ ਇਹ ਹੜਤਾਲ ਕੁਝ ਦਿਨਾਂ ਦੀ ਵੀ ਹੋ ਸਕਦੀ ਹੈ ਅਤੇ ਜੇ ਲੰਬੀ ਚਲੀ ਜਾਏ ਤਾਂ ਮਹੀਨੇ ਵੀ ਲੱਗ ਸਕਦੇ ਹਨ।"

ਭੀੜ 'ਚੋਂ ਉੱਠ ਕੇ ਸੋਹਣ ਸਿੰਘ ਪਾਟਨ-ਮੇਕਰ ਮੇਜ਼ ਕੋਲ ਆ ਖੜੋਤਾ! ਕਾਮਰੇਡ ਚੰਦਰਨ ਹੇਠਾਂ ਉੱਤਰ ਆਇਆ। ਸੋਹਣ ਸਿੰਘ ਨੇ ਆਖਿਆ, "ਸਾਥੀਓ! ਮੇਰੇ ਭਰਾਵੋ। ਜੋ ਵੀ ਫੈਸਲਾ ਲੈਣਾ ਹੈ, ਸਭ ਸੋਚ ਸਮਝ ਕੇ ਲੈਣਾ ਹੈ। ਮੈਂ ਪਿਛਲੇ 15 ਸਾਲਾਂ ਤੋਂ ਇਸ ਫੈਕਟਰੀ 'ਚ ਕੰਮ ਕਰ ਰਿਹਾ ਹਾਂ। ਉਦੋਂ ਤੋਂ ਹੀ ਮੈਂ ਮਾਲਕਾਂ ਦਾ ਰਵੱਈਆ ਦੇਖਦਾ ਆ ਰਿਹਾ ਹਾਂ। ਅੱਜ ਜਾਂ ਦੋ ਦਿਨ ਪਹਿਲਾਂ ਜੋ ਕੁਝ ਇਥੇ ਵਾਪਰਿਆ ਹੈ, ਉਸਨੂੰ ਦੇਖਦਿਆਂ ਸਾਨੂੰ ਇਹ ਸਮਝ ਲੈਣਾ ਚਾਹੀਦਾ ਹੈ ਕਿ ਸਾਨੂੰ ਪਿਆਰ ਨਾਲ ਮੰਗਿਆਂ ਕੁਝ ਨਹੀਂ ਮਿਲਣਾ। ਬਿਨਾਂ ਰੋਇਆਂ

ਮਾਂ ਵੀ ਬੱਚੇ ਨੂੰ ਦੁੱਧ ਨਹੀਂ ਦਿੰਦੀ। ਫੈਕਟਰੀ ਦਾ ਪਰਾਫਿਟ ਲਗਾਤਾਰ ਵੱਧ ਰਿਹਾ ਹੈ। ਹੋਰ ਮਸ਼ੀਨਾਂ ਆ ਰਹੀਆਂ ਹਨ, ਨਿਤ ਨਵੀਆਂ ਵਰਕਸ਼ਾਪਾਂ ਬਣ ਰਹੀਆਂ ਹਨ। ਨਵੀਆਂ ਭੱਠੀਆਂ ਬਣ ਰਹੀਆਂ ਹਨ ? ਵਰਕਸ਼ਾਪਾਂ ਦੀ ਉਸਾਰੀ ਲਈ ਵਰਤੀਆਂ ਗਈਆਂ ਇੱਟਾਂ 'ਚ ਤੁਹਾਡਾ ਵੀ ਹਿੱਸਾ ਹੈ ? ਇਨ੍ਹਾਂ ਢਲਾਈ ਦੀਆਂ ਭੱਠੀਆਂ 'ਚ ਸਾਡੇ ਮਜ਼ਦੂਰ ਸਾਥੀਆਂ ਦੀ ਚਰਬੀ ਹੀ ਬਾਲੀ ਜਾਂਦੀ ਹੈ ? ਫਿਰ ਕੀ ਕਸੂਰ ਸੀ ਉਨ੍ਹਾਂ ਸਾਥੀਆਂ ਦਾ ਜਿਨ੍ਹਾਂ ਨੂੰ ਬੋਤਲਾਂ ਮਾਰ ਮਾਰ ਕੇ ਜ਼ਖ਼ਮੀ ਕਰ ਦਿੱਤਾ ਗਿਆ ? ਇਥੇ ਹੀ ਬੱਸ ਨਹੀਂ ਅਸੀਂ ਸਾਰੇ ਮਜ਼ਦੂਰ ਪਿਛਲੇ ਦੋ ਘੰਟਿਆਂ ਤੋਂ ਇਥੇ ਇਕੱਠੇ ਹੋਏ ਹੋਏ ਹਾਂ। ਸਾਨੂੰ ਕਿਸੇ ਮਾਲਕ ਨੇ ਆ ਕੇ ਨਹੀਂ ਪੁਛਿਆ ਕਿ ਦੱਸੋ ਤੁਹਾਨੂੰ ਕੀ ਤਕਲੀਫ ਹੈ। ਦਰਅਸਲ ਉਨ੍ਹਾਂ ਨੂੰ ਪੁਛਣ ਦੀ ਲੋੜ ਇਸ ਲਈ ਮਹਿਸੂਸ ਨਹੀਂ ਹੁੰਦੀ ਕਿਉਂਕਿ ਉਹ ਪੂੰਜੀਪਤੀ ਹਨ। ਪਰ ਵਰਕਰ ਕੋਲ ਕੀ ਹੁੰਦਾ ਹੈ। ਸਿਰਫ ਮਹੀਨੇ ਦੀ ਤਨਖਾਹ ਦਾ ਹਿਸਾਬ ਕਿਤਾਬ, ਕਦੇ ਅਡਵਾਂਸ ਲੈ ਲਿਆ ਅਤੇ ਕਦੇ ਓਵਰ ਟਾਈਮ ਦਾ ਹਿਸਾਬ ਕਿਤਾਬ ਕਰ ਲਿਆ।

ਤੁਸਾਂ ਸਾਰਿਆਂ ਨੇ ਕਰਮਵੀਰ ਅਤੇ ਕਾਮਰੇਡ ਚੰਦਰਨ ਦੇ ਵਿਚਾਰ ਸੁਣੇ ਹਨ। ਕਾਮਰੇਡ ਚੰਦਰਨ ਸਾਡੇ ਸਾਰਿਆਂ ਨਾਲੋਂ ਸਿਆਣੇ ਹਨ। ਉਨ੍ਹਾਂ ਨੇ ਤੁਹਾਨੂੰ ਚਿਤਾਰਿਆ, ਉਹ ਸਭ ਠੀਕ ਹੈ। ਕਰਮਵੀਰ ਸਾਡਾ ਸਾਰਿਆਂ ਦਾ ਇਕੋ ਇਕ ਅਜਿਹਾ ਸਾਥੀ ਹੈ, ਜੋ ਪ੍ਰਬੰਧਕੀ ਸਟਾਫ ਨਾਲ ਸੰਬੰਧ ਰੱਖਦਾ ਹੈ, ਜੋ ਟੂਲ ਸਟੋਰ ਦਾ ਬਾਊ ਹੈ, ਪੜ੍ਹਿਆ ਲਿਖਿਆ ਹੈ, ਸਾਡੇ ਸਾਰਿਆਂ ਦੇ ਦੁਖ ਦਰਦ ਨੂੰ ਸਮਝਦਾ ਹੈ। ਹੁਣ ਫੈਸਲਾ ਤੁਹਾਡੇ ਹੱਥ ਹੈ ਕਿ ਤੁਸਾਂ ਆਪਣੀਆਂ ਮੰਗਾਂ ਮਨਵਾ ਕੇ ਕੰਮ ਤੇ ਮੁੜਨਾ ਹੈ ਜਾਂ ਹੁਣੇ ਕੰਮ ਉੱਤੇ ਜਾ ਲਗਣਾ ਹੈ।" ਐਨਾ ਕਹਿ ਕੇ ਸੋਹਣ ਸਿੰਘ ਬੈਠ ਗਿਆ।

ਕਰਮਵੀਰ ਮੁੜ ਮੇਜ਼ ਉੱਤੇ ਚੜ੍ਹ ਗਿਆ ਅਤੇ ਗੰਭੀਰ ਹੋ ਕੇ ਕਹਿਣ ਲੱਗਾ।

"ਹਾਂ, ਬਈ ਸਾਥੀਓ! ਕੀ ਫੈਸਲਾ ਹੈ ਤੁਹਾਡਾ ?"

ਮਨਸਾ ਰਾਮ ਯੂ.ਪੀ. 'ਚੋ ਆਇਆ ਇਕ ਸਿਆਣਾ ਵਰਕਰ ਸੀ। ਮਨਸਾ ਰਾਮ ਨੂੰ ਸਾਰੇ 'ਭਈਆ' ਆਖਦੇ ਹਨ। ਉਂਜ ਵੀ ਯੂ.ਪੀ. ਅਤੇ ਬਿਹਾਰ 'ਚੋਂ ਆਏ ਮਜ਼ਦੂਰਾਂ ਨੂੰ 'ਭਈਆ' ਹੀ ਆਖਿਆ ਜਾਂਦਾ ਹੈ। ਮਨਸਾ ਰਾਮ ਭੀੜ 'ਚੋਂ ਉੱਠ ਕੇ ਖੜ੍ਹਾ ਹੋਇਆ, "ਬਾਤ ਯੇ ਹੈ ਕਿ ਹਮਾਰੇ ਸਾਥੀ ਆਪ ਜੈਸੇ ਭੀ ਕਹੇ, ਕਰਨੇ ਕੇ ਲੀਏ ਤਿਆਰ ਹੈਂ! ਵੋਹ ਆਪਣੀ ਮਾਂਗੇ ਪੂਰੀ ਕਰਾਨੇ ਕੇ ਬਾਅਦ ਹੀ ਕਾਮ ਪਰ ਲੌਟੇਂਗੇ।" ਮਨਸਾ ਰਾਮ ਬੈਠ ਗਿਆ।

"ਤਾਂ ਫਿਰ ਮਜ਼ਦੂਰ ਸਾਥੀਓ।" ਕਰਮਵੀਰ ਨੇ ਸਾਰਿਆਂ ਵੱਲ ਤੱਕ ਕੇ ਕਿਹਾ, "ਹੁਣ ਅਸੀਂ ਸਾਰੇ ਸਾਥੀ ਇਸ ਫੈਕਟਰੀ ਦਾ ਵਿਹੜਾ ਛਡ ਕੇ ਗੇਟ ਤੋਂ ਬਾਹਰ ਹੋ ਜਾਵਾਂਗੇ ਅਤੇ ਓਨੀ ਦੇਰ ਤੱਕ ਇਸ ਫੈਕਟਰੀ 'ਚ ਨਹੀਂ ਪਰਤਾਂਗੇ, ਜਿੰਨੀ ਦੇਰ ਸਾਡੀਆਂ ਮੰਗਾਂ ਦਾ ਫੈਸਲਾ ਨਹੀਂ ਹੋ ਜਾਂਦਾ ਅਤੇ ਸਾਨੂੰ ਇਨਸਾਫ ਨਹੀਂ ਮਿਲ ਜਾਂਦਾ। ਸਾਰੇ ਸਾਥੀ ਗੇਟ ਵੱਲ ਨਾਅਰੇ ਲਾਉਂਦੇ ਹੋਏ ਵਧਣਗੇ—"

"ਮਜ਼ਦੂਰ ਏਕਤਾ!"

"ਜ਼ਿੰਦਾਬਾਦ, ਜ਼ਿੰਦਾਬਾਦ।"

"ਦੁਨੀਆਂ ਭਰ ਕੇ ਮਿਹਨਤ ਕਸ਼ੋ।"

"ਏਕ ਹੋ ਜਾਓ।"

"ਬੇਇਨਸਾਫੀ ਨਹੀਂ ਚਲੇਗੀ।"

"ਨਹੀਂ ਚਲੇਗੀ, ਨਹੀਂ ਚਲੇਗੀ।"

"ਸੀਨਾ ਜ਼ੋਰੀ ਨਹੀਂ ਚਲੇਗੀ।"

"ਨਹੀਂ ਚਲੇਗੀ, ਨਹੀਂ ਚਲੇਗੀ।"

"ਮਜ਼ਦੂਰ ਏਕਤਾ।"

"ਜ਼ਿੰਦਾਬਾਦ ਜ਼ਿੰਦਾਬਾਦ।"

ਮਜ਼ਦੂਰਾਂ ਦੀ ਸਾਰੀ ਭੀੜ ਗੇਟ ਵੱਲ ਵੱਧ ਰਹੀ ਸੀ।

ਤਿੰਨ

ਤੇ ਫਿਰ ਇੰਜ ਹੜਤਾਲ ਹੋ ਗਈ।

ਨੇਤਾ ਜੀ ਇੰਜਨੀਅਰਿੰਗ ਵਰਕਸ ਸ਼ਹਿਰ ਦਾ ਸਭ ਤੋਂ ਵੱਡਾ ਕਾਰਖ਼ਾਨਾ ਹੈ। ਇਸ ਕਾਰਖਾਨੇ 'ਚ ਲਗਭਗ ਪੰਦਰਾਂ ਸੌ ਮਜ਼ਦੂਰ ਕੰਮ ਕਰਦੇ ਹਨ। ਕਾਰਖਾਨੇ ਦਾ ਮਾਲਕ ਲਾਲਾ ਬਦਰੀ ਪ੍ਰਸਾਦ ਇਕ ਬਹੁਤ ਹੀ ਚੁਸਤ ਚਲਾਕ ਬੰਦਾ ਹੈ। ਉਸਨੂੰ ਪਤਾ ਹੈ ਕਿ ਕਿਵੇਂ ਵਰਕਰਾਂ ਪਾਸੋਂ ਕੰਮ ਲਿਆ ਜਾਂਦਾ ਹੈ। ਉਹ ਸਮੇਂ ਦੀ ਪਾਬੰਦੀ ਦਾ ਬੜਾ ਧਿਆਨ ਰਖਦਾ। ਉਹ ਚਾਹੁੰਦਾ ਕਿ ਹਰ ਵਰਕਰ ਸਮੇਂ ਤੋਂ ਤਿੰਨ ਮਿੰਟ ਪਹਿਲਾਂ ਆਪਣੀ ਮਸ਼ੀਨ ਉਤੇ ਹੋਵੇ। ਮਸ਼ੀਨ ਨੂੰ ਤੇਲ ਆਦਿ ਦੇ ਕੇ ਸਮੇਂ ਸਿਰ ਮਸ਼ੀਨ ਚਾਲੂ ਕਰ ਦੇਵੇ। ਇਸ ਫੈਕਟਰੀ 'ਚ ਤਿੰਨ ਸ਼ਿਫਟਾਂ ਚਲਦੀਆਂ ਸਨ। ਪਹਿਲੀ ਸ਼ਿਫਟ ਸਵੇਰੇ ਸੱਤ ਤੋਂ ਤਿੰਨ ਵਜੇ ਤਕ ਚਲਦੀ, ਅਗਲੀ ਸ਼ਿਫਟ ਤਿੰਨ ਵਜੇ ਤੋਂ ਰਾਤ ਗਿਆਰਾਂ ਵਜੇ ਅਤੇ ਰਾਤ ਦੀ ਸ਼ਿਫਟ ਗਿਆਰਾਂ ਵਜੇ ਤੋਂ ਮੁੜ ਸਵੇਰੇ ਸੱਤ ਵਜੇ ਤਕ। ਨੇਤਾ ਜੀ ਇੰਜਨੀਅਰਿੰਗ ਵਰਕਸ ਦੀ ਹਰ ਪਾਸੇ ਚਰਚਾ ਸੀ। ਲਾਲਾ ਬਦਰੀ ਪ੍ਰਸਾਦ ਦਾ ਡਸਿਪਲਨ ਖਾਸ ਤੌਰ ਤੇ ਮਸ਼ਹੂਰ ਸੀ।

ਲਾਲਾ ਬਦਰੀ ਪ੍ਰਸਾਦ ਕਦੇ ਵੀ ਫੈਕਟਰੀ ਆ ਸਕਦਾ ਸੀ। ਕਈ ਵਾਰ ਉਹ ਸਵੇਰੇ ਛੇ ਵਜੇ ਕਾਰਖਾਨੇ 'ਚ ਆ ਵੜਦਾ ਸੀ ਅਤੇ ਕਦੇ ਰਾਤ ਨੂੰ ਗਿਆਰਾਂ ਵਜੇ ਵੀ। ਆਪਣੀ ਫੈਕਟਰੀ ਨੂੰ ਐਨੇ ਵਿਸ਼ਾਲ ਪੱਧਰ ਤੇ ਲਿਜਾਣ ਦਾ ਕਾਰਨ ਵੀ ਉਹ ਆਪਣੇ ਭਾਈਵਾਲਾਂ ਨੂੰ ਇਹੀ ਦਸਦਾ ਕਿ ਵਰਕਰਾਂ ਦੇ ਸਿਰ ਉਤੇ ਰਹਿ ਕੇ ਹੀ ਉਨ੍ਹਾਂ ਪਾਸੋਂ ਕੰਮ ਲਿਆ ਜਾ ਸਕਦਾ ਹੈ। ਇਹੀ ਵਜ੍ਹਾ ਸੀ ਕਿ ਬਾਕੀ ਭਾਈਵਾਲਾਂ ਨਾਲੋਂ ਬਦਰੀ ਪ੍ਰਸਾਦ ਦਾ ਹਿੱਸਾ ਘੱਟ ਹੋਣ 'ਤੇ ਵੀ ਉਹ ਉਨ੍ਹਾਂ ਉਤੇ ਭਾਰੂ ਸੀ। ਬਾਕੀ ਭਾਈਵਾਲ ਦਫ਼ਤਰੀ ਸਮੇਂ ਦੇ ਹਿਸਾਬ ਨਾਲ ਨੌਂ ਵਜੇ ਫੈਕਟਰੀ ਆਉਂਦੇ ਅਤੇ ਪੰਜ ਵਜੇ ਸ਼ਾਮ ਨੂੰ ਕਾਰਾਂ 'ਚ ਬੈਠ ਕੇ ਚਲੇ ਜਾਂਦੇ।

ਇਸ ਫੈਕਟਰੀ ਦਾ ਪੂਰਾ ਦਾਰੋਮਦਾਰ ਬਦਰੀ ਪ੍ਰਸਾਦ 'ਤੇ ਹੀ ਸੀ। ਬੇਸ਼ਕ ਇਸ ਫੈਕਟਰੀ ਵਿਚ ਉਸਦਾ ਆਪਣੇ ਭਾਈਵਾਲਾਂ ਨਾਲੋਂ ਬਹੁਤ ਘੱਟ ਹਿੱਸਾ ਸੀ, ਫਿਰ ਵੀ ਉਹ ਪੂਰੀ ਤਰ੍ਹਾਂ ਇਸ ਫੈਕਟਰੀ ਨੂੰ ਬੁਲੰਦੀਆਂ ਤਕ ਲਿਜਾਣ ਦਾ ਚਾਹਵਾਨ ਸੀ। ਉਸਦੀ ਮਿਹਨਤ ਅਤੇ ਲਗਨ ਨਾਲ ਹੀ 'ਨੇਤਾ ਜੀ' ਦਾ ਬਣਾਇਆ ਸਮਾਨ ਸਮੁੰਦਰੀ ਜਹਾਜ਼ਾਂ 'ਚ ਵੀ ਫਿਟ ਹੋਣ ਲਗਾ। ਇਕ ਛੋਟੇ ਪਾਰਟਨਰ ਹੋਣ ਦੇ ਬਾਵਜੂਦ ਉਸਨੇ ਜਿੱਥੇ ਮਜ਼ਦੂਰਾਂ ਤੇ ਆਪਣੀ ਪਕੜ ਬਣਾਈ ਹੋਈ ਸੀ ਓਥੇ ਉਸਦੇ ਸਾਹਮਣੇ ਉਸ ਨਾਲ ਵੱਡੇ ਭਾਈਵਾਲ ਵੀ ਨਹੀਂ ਸਨ ਕੁਸਕਦੇ।

ਬਦਰੀ ਪ੍ਰਸਾਦ ਨੂੰ ਨੀਂਦ ਨਹੀਂ ਸੀ ਆਉਂਦੀ। ਆਰਾਮ ਉਸਦੇ ਕਰਮਾਂ 'ਚ ਨਹੀਂ ਸੀ ਲਿਖਿਆ ਹੋਇਆ। ਰਾਤ ਦੀ ਸ਼ਿਫਟ ਸਮੇਂ ਉਹ ਵਰਕਸ਼ਾਪਾਂ ਦੀਆਂ ਬਾਰੀਆਂ 'ਚੋਂ ਲੁਕ ਛਿਪ ਕੇ ਝਾਕਦਾ ਕਿ ਕਿਹੜਾ ਵਰਕਰ ਗੱਪਾਂ ਮਾਰ ਰਿਹਾ ਹੈ ਤੇ ਕਿਹੜਾ ਕੰਮ ਕਰ ਰਿਹਾ ਹੈ। ਲਾਲਾ ਬਦਰੀ ਪ੍ਰਸਾਦ ਦੇ ਕਾਰਖਾਨੇ 'ਚ ਆਉਣ ਦਾ ਹਰ ਸਮੇਂ ਡਰ ਬਣਿਆ ਰਹਿੰਦਾ। ਉਹ ਕਿਸੇ ਵੇਲੇ ਵੀ ਫੈਕਟਰੀ ਅੰਦਰ ਦਾਖਲ ਹੋ ਸਕਦਾ ਸੀ। ਕਦੇ ਉਹ ਸ਼ਿਫਟ ਦੇ ਛੁਟੀ ਕਰਨ ਤੋਂ ਦੋ ਮਿੰਟ ਪਹਿਲਾਂ ਵਰਕਸ਼ਾਪ 'ਚ ਆ ਵੜਦਾ। ਉਸ ਸ਼ਿਫਟ ਦੇ ਵਰਕਰਾਂ ਦੇ ਹੱਥ ਦੇਖਦਾ ਕਿ ਕਿਧਰੇ ਇਨ੍ਹਾਂ ਨੇ ਸਮੇਂ ਤੋਂ ਪਹਿਲਾਂ ਹੱਥ ਤਾਂ ਨਹੀਂ ਧੋ ਲਏ। ਜਿਨ੍ਹਾਂ ਵਰਕਰਾਂ ਨੇ ਦੋ ਮਿੰਟ ਪਹਿਲੋਂ ਹੱਥ ਧੋਤੇ ਹੋਏ ਹੁੰਦੇ ਉਨ੍ਹਾਂ ਨੂੰ ਉਹ ਜੁਰਮਾਨਾ ਕਰਦਾ। ਇਹ ਜੁਰਮਾਨਾ, ਉਨ੍ਹਾਂ ਦਾ 'ਟਾਈਮ' ਕੱਟ ਕੇ ਕੀਤਾ ਜਾਂਦਾ। ਨੇਤਾ ਜੀ ਇੰਜਨੀਅਰਿੰਗ ਇਕੋ ਇਕ ਅਜਿਹੀ ਫੈਕਟਰੀ ਸੀ ਜਿਸ ਵਿਚ ਮਜ਼ਦੂਰਾਂ ਦੀ ਕੋਈ ਯੂਨੀਅਨ ਨਹੀਂ ਸੀ। ਬਦਰੀ ਪ੍ਰਸਾਦ ਇਸ ਗੱਲੋਂ ਇੰਡਸਟਰੀਅਲ ਏਰੀਏ ਦੇ ਬਾਕੀ ਸਾਰੇ ਕਾਰਖਾਨੇਦਾਰਾਂ ਨਾਲੋਂ ਅੱਗੇ ਸੀ ਕਿ ਉਸਨੇ ਅਜੇ ਤੱਕ ਆਪਣੀ ਫੈਕਟਰੀ ਵਿਚ ਮਜ਼ਦੂਰਾਂ ਦੀ ਯੂਨੀਅਨ ਨਹੀਂ ਸੀ ਬਣਨ ਦਿੱਤੀ। ਉਹ ਉਨ੍ਹਾਂ 'ਚ ਬੈਠ ਕੇ ਡੀਂਗਾਂ ਮਾਰਦਾ, "ਮੇਰੀ ਫੈਕਟਰੀ 'ਚ ਕਦੇ ਯੂਨੀਅਨ ਨਹੀਂ ਬਣ ਸਕਦੀ। ਕੋਈ ਵਰਕਰ ਨਹੀਂ ਕੁਸਕ ਸਕਦਾ ਮੇਰੇ ਅੱਗੇ।"

ਲਾਲਾ ਬਦਰੀ ਪ੍ਰਸਾਦ ਦਾ ਫੈਕਟਰੀ ਵਿਚ ਸਭ ਤੋਂ ਘੱਟ ਹਿੱਸਾ ਸੀ। ਉਸ ਦਾ ਭਰਾ ਇਸਦਾ ਵੱਡਾ ਹਿੱਸੇਦਾਰ ਸੀ, ਇਕ ਹੋਰ ਹਿੱਸੇਦਾਰ ਸੀ ਫੈਕਟਰੀ ਦਾ, ਸਦਾਨੰਦ ਤਾਂ ਸਲੀਪਿੰਗ ਪਾਰਟਨਰ ਸੀ, ਉਸਨੂੰ ਸਿਰਫ ਆਪਣੀ ਅਯਾਸ਼ੀ ਲਈ ਹੀ ਪੈਸਾ ਚਾਹੀਦਾ ਹੁੰਦਾ ਸੀ। ਉਹ ਫੈਕਟਰੀ ਵਿਚ ਆਇਆਂ ਬਿਨਾਂ ਹੀ ਬਾਹਰ ਬੈਠਾ, ਜਿੰਨਾ ਪੈਸਾ ਉਸਨੂੰ ਚਾਹੀਦਾ ਹੁੰਦਾ ਮੰਗਵਾਉਂਦਾ ਰਹਿੰਦਾ। ਬਦਰੀ ਪ੍ਰਸਾਦ ਦੀ ਉਮਰ ਪੰਜਾਹਾਂ ਨੂੰ ਪਾਰ ਕਰ ਚੁਕੀ ਸੀ। ਉਸਦਾ ਚਿਹਰਾ ਮੋਹਰਾ ਗੋਲ ਮਟੋਲ। ਸਿਰ ਉੱਤੇ ਭਲਵਾਨਾਂ ਵਰਗੀ ਕਟਿੰਗ। ਸਰੀਰ ਦਾ ਭਾਰਾ ਪਰ ਉਂਜ ਫੁਰਤੀਲਾ। ਫੈਕਟਰੀ ਤੋਂ ਤਿੰਨ ਕੁ ਫਰਲਾਂਗ ਤੇ ਉਸਨੇ ਫਾਰਮ ਬਣਵਾਇਆ ਹੋਇਆ ਸੀ। ਲਾਲਾ ਬਦਰੀ ਪ੍ਰਸਾਦ ਨੂੰ ਸਿਰ ਝਸਾਉਣ ਅਤੇ ਲੱਤਾਂ ਘੁਟਾਉਣ ਦਾ ਬੜਾ ਸ਼ੌਕ ਸੀ। ਕੋਈ ਨਾ ਕੋਈ ਕੰਮ ਸਿਖਣ ਆਇਆ ਮੁੰਡੂ ਉਸਦੀਆਂ ਅੱਧੀ ਦਿਹਾੜੀ ਲੱਤਾ ਘੁੱਟਦਾ ਰਹਿੰਦਾ। ਅਜਿਹੇ ਮੌਕੇ ਕੁਰਸੀ ਉਤੇ ਪਿਛਾਂਹ ਨੂੰ ਸਿਰ ਸੁਟ ਕੇ ਪਿਆ ਉਹ ਇਵੇਂ ਜਾਪਦਾ ਜਿਵੇਂ ਸੌਂ ਰਿਹਾ ਹੋਵੇ। ਕੁੜਤਾ ਅਤੇ ਧੋਤੀ ਉਸਦਾ ਲਿਬਾਸ ਸੀ। ਉਸਨੂੰ ਦੂਰੋਂ ਇੰਜਨੀਅਰ ਮਿਲਣ ਆਉਂਦੇ ਤਾਂ ਉਨ੍ਹਾਂ ਨਾਲ ਉਹ ਗੁਜ਼ਾਰੇ ਜੋਗੀ ਅੰਗਰੇਜ਼ੀ ਵੀ ਬੋਲ ਲੈਂਦਾ ਸੀ। ਆਵਾਜ਼

ਉਸਦੀ ਆਪਣੀ ਗਰਦਨ ਵਾਂਗ ਹੀ ਭਾਰੀ ਸੀ। ਜਦੋਂ ਵੀ ਉਹ ਬੋਲਦਾ ਜਿਵੇਂ ਬਹੁਤ ਹੇਠੋਂ ਕਿਧਰੋਂ ਬੋਲ ਰਿਹਾ ਹੋਵੇ। ਸਵੇਰੇ ਛੇ ਵਜੇ ਫੈਕਟਰੀ 'ਚ ਉਹ ਕਾਰ 'ਤੇ ਹੀ ਆਉਂਦਾ। ਫੈਕਟਰੀ ਦੀਆਂ ਵਰਕਸ਼ਾਪਾਂ ਦਾ ਚੱਕਰ ਲਾ ਕੇ ਉਹ ਆਪਣਾ ਸਾਈਕਲ ਚੁਕਦਾ ਤੇ ਸਾਈਕਲ ਉਤੇ ਹੀ ਫਾਰਮ ਤਕ ਜਾਂਦਾ। ਸਰੀਰ ਦਾ ਭਾਰਾ ਹੋਣ ਦੇ ਬਾਵਜੂਦ ਦੋਵੇਂ ਟਾਈਮ ਉਹ ਸਾਇਕਲਿੰਗ ਕਰਦਾ। ਫਾਰਮ ਇਸ ਵਾਸਤੇ ਢੁਕਵੀਂ ਜਗ੍ਹਾ ਸੀ। ਫਾਰਮ ਵੀ ਲੰਮੇ ਚੌੜੇ ਖੇਤਰ 'ਚ ਫੈਲਿਆ ਹੋਇਆ ਸੀ। ਕੁਝ ਹਿਸੇ 'ਚ ਸਬਜ਼ੀਆਂ ਬੀਜੀਆਂ ਜਾਂਦੀਆਂ ਤੇ ਇਕ ਪਾਸੇ ਨੁੱਕਰ ਵਿਚ ਮੱਝਾਂ, ਗਾਈਆਂ ਦੀ ਡੇਅਰੀ ਸੀ। ਇਥੋਂ ਹੀ ਮਾਲਕਾਂ ਦੇ ਘਰਾਂ ਨੂੰ ਦੁੱਧ ਸਪਲਾਈ ਹੁੰਦਾ ਸੀ। ਬਦਰੀ ਪ੍ਰਸਾਦ ਓਥੇ ਹੀ ਦਾਤਣ ਕਰਦਾ। ਮੀਂਹ ਪੈਂਦਾ ਹੋਵੇ ਤਾਂ ਮੀਂਹ 'ਚ ਖੜੋ ਕੇ ਦਾਤਣ ਕਰਦਾ।

ਨੇਤਾ ਜੀ ਇੰਜੀਨੀਅਰਿੰਗ ਵਰਕਸ 'ਚ ਯੂਨੀਅਨ ਨਾ ਬਣ ਸਕਣ ਦਾ ਇਕ ਕਾਰਨ ਇਹ ਵੀ ਸੀ ਕਿ ਲਾਲਾ ਬਦਰੀ ਪ੍ਰਸਾਦ ਹਰ ਵਰਕਰ ਨੂੰ ਫੈਕਟਰੀ 'ਚ ਰਖਣ ਲਗਿਆਂ ਸੁੰਘ ਕੇ ਰਖਦਾ। ਪਹਿਲੀ ਗੱਲ ਤਾਂ ਇਹ ਕਿ ਉਹ ਸਿੱਧੇ ਉਸ ਕੋਲ ਨੌਕਰੀ ਕਰਨ ਲਈ ਆਏ ਵਰਕਰ ਨੂੰ ਕਦੇ ਨਾ ਰਖਦਾ। ਕੋਈ ਨਾ ਕੋਈ ਸਿਫਾਰਸ਼ ਚਾਹੁੰਦਾ, ਇਹ ਸਿਫਾਰਸ਼ਾਂ ਕਰਨ ਵਾਲੇ ਹੁੰਦੇ ਇਨਕਮ ਟੈਕਸ ਇੰਸਪੈਕਟਰ, ਸੇਲ ਟੈਕਸ ਅਫਸਰ ਜਾਂ ਫਿਰ ਕੋਈ ਹੋਰ ਸਰਕਾਰੀ ਅਫਸਰ ਹਰ ਕਰਮਚਾਰੀ ਦੀ ਸਰਵਿਸ ਬੁੱਕ 'ਚ ਲਿਖਿਆ ਜਾਂਦਾ ਕਿ ਉਹ ਕਿਸਦੀ ਸਿਫਾਰਸ਼ ਨਾਲ ਇਸ ਫੈਕਟਰੀ 'ਚ ਨੌਕਰੀ ਕਰ ਰਿਹਾ ਹੈ। ਇਸ ਦਾ ਸਿੱਧਾ ਮਤਲਬ ਇਹ ਹੁੰਦਾ ਕਿ ਜੇ ਕੋਈ ਵਰਕਰ ਚੂੰ ਚਾਂ ਕਰਦਾ ਤਾਂ ਉਹ ਸਭ ਤੋਂ ਪਹਿਲਾਂ ਇਸ ਗੱਲ ਦੀ ਪੜਤਾਲ ਕਰਦਾ ਕਿ ਇਹ ਕਿਸਦੀ ਸਿਫਾਰਸ਼ ਨਾਲ ਆਇਆ ਸੀ। ਫਿਰ ਉਹ ਸਿੱਧੀ ਸ਼ਿਕਾਇਤ ਉਸ ਪਾਸ ਕਰਦਾ। ਇੰਜ ਕਿਸੇ ਦੀ ਹਿੰਮਤ ਉਸ ਅੱਗੇ ਬੋਲਣ ਦੀ ਨਾ ਪੈਂਦੀ। ਦੂਜੀ ਗੱਲ ਇਹ ਕਿ ਲਾਲਾ ਬਦਰੀ ਪ੍ਰਸਾਦ ਨੇ ਕੁਝ ਚਮਚੇ-ਨੁਮਾ ਅਜਿਹੇ ਵਰਕਰ ਪਾਲੇ ਹੋਏ ਸਨ, ਜੋ ਮੁਫਤ ਦੀਆਂ ਤਨਖਾਹਾਂ ਉਸ ਪਾਸੋਂ, ਉਸਨੂੰ ਸਿਰਫ਼ ਹਾਲਾਤ ਤੋਂ ਜਾਣੂ ਕਰਾਉਣ ਦੀਆਂ ਲੈਂਦੇ ਸਨ। ਅਜਿਹੇ ਬਹੁਤ ਸਾਰੇ ਉਸਦੇ ਚਹੇਤੇ ਵਰਕਰ ਸਨ, ਜੋ ਥੋੜ੍ਹੀ ਦੇਰ 'ਚ ਹੀ ਮੋਟੀ ਦਿਹਾੜੀ ਲੈਣ ਲਗ ਪਏ ਸਨ ਅਤੇ ਕਈਆਂ ਨੂੰ ਤਾਂ ਉਸਨੇ ਫੋਰਮੈਨ ਵੀ ਬਣਾ ਦਿੱਤਾ ਸੀ। ਇਹ ਫੋਰਮੈਨ ਕਿਸੇ ਵੀ ਤਰ੍ਹਾਂ ਦਾ ਗਿਆਨ ਨਹੀਂ ਸਨ ਰਖਦੇ। ਉਹ ਸਿਰਫ ਬੰਦਿਆਂ ਨੂੰ ਵਾਚਦੇ ਅਤੇ ਜਿਹੜੇ ਬੰਦੇ ਬਾਰੇ ਉਨ੍ਹਾਂ ਨੂੰ ਸ਼ਕ ਹੋ ਜਾਂਦਾ ਕਿ ਮਾਲਕ ਦੇ ਵਿਰੁਧ ਬੋਲਦਾ ਹੈ ਤਾਂ ਇਸ ਦੀ ਰਿਪੋਰਟ ਉਹ ਧੁਰ ਤੱਕ ਪਹੁੰਚਾਉਂਦੇ।

ਇਸ ਫੈਕਟਰੀ 'ਚ ਦੋ ਵਾਰਕਸ਼ਾਪਾਂ ਸਨ। ਇਕ ਪੁਰਾਣੀ ਵਰਕਸ਼ਾਪ ਤੇ ਇਕ ਨਵੀਂ। ਇਕ ਢਲਾਈ ਦੀ ਸ਼ਾਪ ਅਤੇ ਇਕ ਫਿੱਟਰ ਸ਼ਾਪ। ਢਲਾਈ ਸ਼ਾਪ 'ਚ ਮਾਲ ਢਲ ਕੇ ਵਰਕਸ਼ਾਪਾਂ ਵਿਚ ਸ਼ਕਲ ਅਖਤਿਆਰ ਕਰਦਾ ਅਤੇ ਫਿੱਟਰਸ਼ਾਪ 'ਚ ਮੁਕੰਮਲ ਹੋ ਜਾਂਦਾ। ਇਕ ਇਥੇ ਡੱਬਿਆਂ ਦੀ ਸ਼ਾਪ ਸੀ ਜੋ ਪੈਕਿੰਗ ਲਈ ਗੱਤੇ ਦੇ ਡੱਬੇ ਤਿਆਰ ਕਰਦੀ। ਇਸ ਸ਼ਾਪ 'ਚ ਵਧੇਰੇ ਕਰਕੇ ਔਰਤਾਂ ਹੀ ਕੰਮ ਕਰਦੀਆਂ ਸਨ। ਬਾਕੀ ਟੈਕਨੀਕਲ ਸਟਾਫ਼ ਸੀ, ਕਲਰਕ ਸਨ ਤੇ ਮਾਲਕ । ਕਿਸੇ ਵੀ ਸ਼ਾਪ ਦੀ ਕਿਸੇ ਗੱਲ ਦੀ ਭਿਣਕ ਦੂਜੀ ਸ਼ਾਪ 'ਚ ਨਾ ਪੈਂਦੀ। ਇਕ ਵੀ

ਅਜਿਹਾ ਵਰਕਰ ਨਹੀਂ ਸੀ, ਜਿਸਦਾ ਹਰ ਸ਼ਾਪ ਨਾਲ ਵਾਹ ਪੈਂਦਾ ਹੋਵੇ। ਯੂਨੀਅਨ ਨਾ ਬਣਨ ਦਾ ਇਕ ਕਾਰਣ ਇਹ ਵੀ ਸੀ ਕਿ ਓਥੇ ਹਰ ਸਮੇਂ ਲਾਲਾ ਬਦਰੀ ਪ੍ਰਸਾਦ ਦਾ ਸਹਿਮ ਛਾਇਆ ਰਹਿਣ ਕਰਕੇ ਕੋਈ ਵੀ ਵਰਕਰ ਆਪਣੀ ਸ਼ਾਪ 'ਚੋਂ ਬਾਹਰ ਨਹੀਂ ਸੀ ਨਿਕਲਦਾ। ਸਮੇਂ ਸਿਰ ਡਿਊਟੀ 'ਤੇ ਆਏ ਵਰਕਰ ਜਿਉਂ ਆਪਣੀਆਂ ਆਪਣੀਆਂ ਵਰਕਸ਼ਾਪਾਂ 'ਚ ਵੜਦੇ ਤੇ ਸਿਰਫ ਉਦੋਂ ਨਿਕਲਦੇ ਜਦੋਂ ਉਨ੍ਹਾਂ ਨੇ ਰੋਟੀ ਖਾਣੀ ਹੁੰਦੀ ਜਾਂ ਫਿਰ ਉਦੋਂ ਜਦੋਂ ਛੁਟੀ ਕਰਕੇ ਜਾਣਾ ਹੁੰਦਾ ।

ਇਕ ਦੋ ਵਾਰ ਅਜਿਹੇ ਮੌਕੇ ਆਏ ਸਨ ਜਦੋਂ ਇਸ ਫੈਕਟਰੀ 'ਚ ਯੂਨੀਅਨ ਬਣਾਉਣ ਦੀ ਹਲਕੀ ਜਿਹੀ ਕੋਸ਼ਿਸ਼ ਕੁਝ ਵਰਕਰਾਂ ਵਲੋਂ ਕੀਤੀ ਗਈ ਸੀ। ਇਹ ਵਰਕਰ ਚਾਹੁੰਦੇ ਸਨ ਕਿ ਉਹ ਬਿਨਾਂ ਤਿਆਰੀ ਤੋਂ ਹੀ ਇਸ ਫੈਕਟਰੀ 'ਚ ਯੂਨੀਅਨ ਬਣਾ ਲੈਣਗੇ। ਨਵੀਂ ਵਰਕਸ਼ਾਪ ਅਜੇ ਉਦੋਂ ਹੋਂਦ 'ਚ ਆਈ ਹੀ ਸੀ ਕਿ ਅਜਿਹਾ ਯਤਨ ਉਸ ਵਰਕਸ਼ਾਪ 'ਚ ਕੰਮ ਕਰਦੇ ਵਰਕਰਾਂ ਵਲੋਂ ਕੀਤਾ ਗਿਆ। ਇਹ ਵਰਕਸ਼ਾਪ ਲਾਲਾ ਬਦਰੀ ਪ੍ਰਸਾਦ ਦੇ ਦਫਤਰ ਤੋਂ ਕਾਫ਼ੀ ਫਾਸਲੇ ਤੇ ਸੀ। ਲਾਲਾ ਬਦਰੀ ਪ੍ਰਸਾਦ ਵਾਂਗ, ਇਸ ਸ਼ਾਪ ਦੇ ਵਰਕਰਾਂ ਦੀਆਂ ਅੱਖਾਂ ਚੋਰ ਮੋਰੀਆਂ ਰਾਹੀਂ ਲਾਲਾ ਬਦਰੀ ਪ੍ਰਸਾਦ ਦੇ ਦਫ਼ਤਰ ਵਲੋਂ ਆਉਂਦੇ ਰਾਹ ਵਲ ਤਕਦੀਆਂ ਰਹਿੰਦੀਆਂ। ਇਕ ਲੇਥ ਮਸ਼ੀਨ ਇਸ ਵਰਕਸ਼ਾਪ ਦੇ ਬਾਹਰ ਵੀ ਲਾ ਦਿੱਤੀ ਗਈ ਸੀ। ਇਸ ਮਸ਼ੀਨ ਉਤੇ ਕੰਮ ਕਰਨ ਵਾਲੇ ਜਗਤਾਰ ਸਿੰਘ ਅਤੇ ਦੇਸਰਾਜ ਵੀ ਚਾਹੁੰਦੇ ਸਨ ਕਿ ਫੈਕਟਰੀ 'ਚ ਮਜ਼ਦੂਰਾਂ ਦੀ ਆਪਣੀ ਕੋਈ ਜਥੇਬੰਦੀ ਹੋਣੀ ਚਾਹੀਦੀ ਹੈ। ਇਸ ਲਈ ਜਗਤਾਰ ਸਿੰਘ ਅਤੇ ਦੇਸ ਰਾਜ ਇਹ ਦੋਵੇਂ ਲਾਲੇ ਦੀ ਆਮਦ ਤੋਂ ਵਰਕਸ਼ਾਪ ਦੇ ਅੰਦਰਲੇ ਵਰਕਰਾਂ ਨੂੰ ਜਾਣੂ ਕਰਾਉਂਦੇ ਰਹਿੰਦੇ।

ਇਕ ਦਿਨ ਸਵੇਰੇ-ਸਵੇਰੇ ਜਦੋਂ ਬਦਰੀ ਪ੍ਰਸਾਦ ਆਪਣੇ ਕਾਰਖਾਨੇ 'ਚ ਪੁਜਾ ਤਾਂ ਉਸਦੇ ਇਕ ਚਮਚੇ ਨੇ ਉਸ ਅੱਗੇ ਇਕ ਛਪਿਆ ਹੋਇਆ ਪੋਸਟਰ ਲਿਆ ਧਰਿਆ। ਇਹ ਪੋਸਟਰ ਬਣ ਰਹੀ ਯੂਨੀਅਨ ਵਲੋਂ ਹੱਥ ਨਾਲ ਲਿਖ ਕੇ ਟਾਇਲਟ 'ਚ ਲਾਇਆ ਗਿਆ ਸੀ। ਉਸ ਉਤੇ ਲਿਖਿਆ ਸੀ, "ਬਦਰੀ ਪ੍ਰਸਾਦ ਹੋਸ਼ 'ਚ ਆਓ, ਹੋਸ਼ 'ਚ ਆ ਕੇ ਬਾਤ ਕਰੋ।" ਹੇਠਾ ਯੂਨੀਅਨ ਦੀਆਂ ਮੰਗਾਂ ਦਾ ਚਾਰਟਰ ਸੀ। ਪਰ ਸਭ ਤੋਂ ਥੱਲੇ ਕਿਸੇ ਵੀ ਵਰਕਰ ਦਾ ਨਾਂ ਨਹੀਂ ਸੀ। ਸਿਰਫ਼ ਇਹੀ ਲਿਖਿਆ ਹੋਇਆ ਸੀ, "ਨੇਤਾ ਜੀ ਇੰਜਨੀਅਰਿੰਗ ਵਰਕਸ ਵਰਕਰਜ਼ ਯੂਨੀਅਨ।" ਲਾਲਾ ਬਦਰੀ ਪ੍ਰਸਾਦ ਇਸ ਹੱਥ ਲਿਖਤ ਇਸ਼ਤਿਹਾਰ ਨੂੰ ਦੇਖਦਿਆਂ ਹੀ ਅੱਗ ਦਾ ਗੋਲਾ ਬਣ ਗਿਆ। ਉਸਨੂੰ ਅਜਿਹੇ ਮੌਕੇ ਗੰਦੀਆਂ ਗਾਲ੍ਹਾਂ ਕੱਢਣ ਦੀ ਬੜੀ ਆਦਤ ਸੀ। ਦਾਤਣ ਮੂੰਹ 'ਚ ਪਾਈ ਉਹ ਨਵੀਂ ਵਰਕਸ਼ਾਪ 'ਚ ਆ ਵੜਿਆ। ਇਹ ਇਸ਼ਤਿਹਾਰ ਨਵੀਂ ਵਰਕਸ਼ਾਪ ਚੋਂ ਮਿਲਿਆ ਸੀ। ਸਾਰੇ ਵਰਕਰਾਂ ਨੇ ਵਾਰੀ-ਵਾਰੀ ਪਿਸ਼ਾਬ ਕਰਨ ਲਗਿਆ ਇਸਨੂੰ ਪੜ੍ਹ ਲਿਆ ਹੋਵੇਗਾ। ਬਦਰੀ ਪ੍ਰਸਾਦ ਆਪਣੇ ਖਿਲਾਫ ਇਹ ਕਾਰਵਾਈ ਕਿੱਥੇ ਸਹਿਣ ਕਰ ਸਕਦਾ ਸੀ। ਇਹ ਇਕਲੇ-ਇਕਲੇ ਵਰਕਰ ਕੋਲ ਖੜੇ ਹੋ ਕੇ ਉਸ ਵੱਲ ਪੂਰੀ ਤਰ੍ਹਾਂ ਝਾਕਦਾ। ਉਸਨੂੰ ਪੁੱਛਦਾ, ਕਿੰਨਾ ਕੁ ਕੰਮ ਕੀਤਾ ਹੈ। ਕਿਥੇ ਰਹਿੰਦਾ ਏਂ ਤੂੰ ? ਕਿਹਦੀ ਸਿਫਾਰਿਸ਼ ਨਾਲ ਲੱਗਾ ਸੀ ? ਕਲ ਤੋਂ ਤੂੰ ਪੁਰਾਣੀ ਵਰਕਸ਼ਾਪ 'ਚ ਚਲਿਆ ਜਾਈਂ।' ਕਿਸੇ ਸਿਆਣੀ

ਉਮਰ ਦੇ ਭਰੋਸੇ ਯੋਗ ਵਰਕਰ ਨੂੰ ਇਹ ਵੀ ਕਹਿੰਦਾ ਕਿ ਛੁਟੀ ਕਰਕੇ ਮੈਨੂੰ ਮਿਲ ਕੇ ਜਾਈਂ। ਕਈ ਵਾਰ ਤਾਂ ਉਹ ਅਜਿਹੀ ਕਾਰਵਾਈ ਤੋਂ ਐਨਾ ਖਿਝ ਜਾਂਦਾ ਕਿ ਕਿਸੇ ਕਮਜ਼ੋਰ ਵਰਕਰ ਦੇ ਚਪੇੜਾਂ ਵੀ ਮਾਰ ਦਿੰਦਾ। ਪਰ ਉਦੋਂ ਤਾਂ ਉਹ ਡਾਢਾ ਹੀ ਪਰੇਸ਼ਾਨ ਸੀ ਜਦੋਂ ਉਸਨੂੰ ਪਤਾ ਲੱਗਾ ਕਿ ਪੋਸਟਰ ਲਗ ਗਿਆ ਹੈ। ਪੋਸਟਰ ਲਗਣ ਦਾ ਮਤਲਬ ਇਹ ਹੈ ਕਿ ਯੂਨੀਅਨ ਜੰਮਣ ਲਗੀ ਹੈ, ਯੂਨੀਅਨ ਹੋਂਦ 'ਚ ਆਉਣ ਲੱਗੀ ਹੈ। ਬਦਰੀ ਪ੍ਰਸਾਦ ਨੂੰ ਇਸ ਤੋਂ ਵੱਧ ਹੋਰ ਕੋਈ ਹੇਠੀ ਨਹੀਂ ਸੀ ਜਾਪਦੀ। ਉਹ ਸੋਚਦਾ ਕਿ ਜੇ ਯੂਨੀਅਨ ਬਣ ਗਈ ਤਾਂ ਉਹ ਆਪਣੇ ਸਾਥੀ ਮਾਲਕਾਂ ਅੱਗੇ ਕਿਹੜੇ ਮੂੰਹ ਨਾਲ ਜਾਵੇਗਾ। ਦਰਅਸਲ ਲਾਲੇ ਨੇ ਬਾਕੀ ਕਾਰਖਾਨਿਆਂ ਦੇ ਮਾਲਕਾਂ ਅਗੇ ਨੇਤਾ ਜੀ ਇੰਜਨੀਅਰਿੰਗ ਵਰਕਸ ਦਾ ਬੜਾ ਸ਼ਾਨਦਾਰ ਅਕਸ ਪੇਸ਼ ਕੀਤਾ ਹੋਇਆ ਸੀ। ਉਹ ਕਹਿੰਦਾ ਸੀ ਕਿ ਅਸੀਂ ਕਰਮਚਾਰੀਆਂ ਨੂੰ ਬਾਕੀ ਫੈਕਟਰੀਆਂ ਦੇ ਮੁਕਾਬਲੇ ਜ਼ਿਆਦਾ ਤਨਖਾਹ ਦਿੰਦੇ ਹਾਂ। ਕੰਜ਼ਿਊਮਰ ਸਟੋਰ 'ਚੋਂ ਸਸਤਾ ਰਾਸ਼ਨ ਦਿੰਦੇ ਹਾਂ। ਸਾਲ ਪਿਛੋਂ ਇਕ ਮਹੀਨੇ ਦੀ ਤਨਖਾਹ ਨੂੰ ਬੋਨਸ ਦੇ ਰੂਪ 'ਚ ਦਿੰਦੇ ਹਾਂ। ਪਰ ਇਨ੍ਹਾਂ ਸਹੂਲਤਾਂ ਦੇ ਮੁਕਾਬਲੇ ਜਿਹੜੀਆਂ ਜ਼ਿਆਦਤੀਆਂ ਵਰਕਰਾਂ ਨਾਲ ਹੋ ਰਹੀਆਂ ਸਨ, ਉਹ ਕਿਤੇ ਵਧ ਸਨ। ਉਹ ਤਰਲੋ ਮੱਛੀ ਹੋਇਆ ਸਾਰੀ ਵਰਕਸ਼ਾਪ ਦਾ ਚੱਕਰ ਲਾ ਕੇ ਟੱਟੀਆਂ ਵਲ ਨੂੰ ਮੁੜ ਗਿਆ।

ਪਰ ਇਹ ਕਿਵੇਂ ਹੋ ਗਿਆ ਕਿ ਥਰ-ਥਰ ਕੰਬਣ ਵਾਲੇ ਵਰਕਰਾਂ ਨੇ ਫੈਕਟਰੀ ਦੇ ਅੰਦਰ ਯੂਨੀਅਨ ਦੇ ਪੋਸਟਰ ਲਾਉਣ ਦੀ ਹਿੰਮਤ ਕੀਤੀ ਹੈ। ਟੱਟੀਆਂ 'ਚ ਪੋਸਟਰ ਲਾਉਣਾ ਥੋੜਾ ਜਿਹਾ ਸੌਖਾ ਕੰਮ ਹੈ। ਹਾਂ ਇਸ ਕੰਮ ਲਈ ਘਟੋ ਘੱਟ ਤਿੰਨ ਵਰਕਰਾਂ ਦੀ ਸਾਂਝ ਹੋਣੀ ਜ਼ਰੂਰੀ ਹੈ। ਤਿੰਨੇ ਇਕੱਠੇ ਜਾਣ। ਦੋ ਬਾਹਰ ਖੜੇ ਹੋ ਜਾਣ, ਇਕ ਜਣਾ ਪੋਸਟਰ ਲਾਉਣ ਵਾਲਾ ਅੰਦਰ ਵੜ ਕੇ ਕੁੰਡੀ ਮਾਰ ਲਏ। ਪੋਸਟਰ ਲਾ ਦਏ, ਫਿਰ ਬਾਹਰ ਨਿਕਲੇ ਤਾਂ ਦੂਜਾ ਵੜ ਜਾਏ। ਦੂਜਾ ਬਾਹਰ ਆਏ ਤੇ ਜੇ ਦੇਖੇ ਕਿ ਸਭ ਠੀਕ ਹੈ ਉਨ੍ਹਾਂ ਤਿੰਨਾਂ ਤੋਂ ਬਿਨਾਂ ਹੋਰ ਚੌਥਾ ਕੋਈ ਓਥੇ ਨਹੀਂ ਤਾਂ ਸਮਝੋ ਕੰਮ ਹੋ ਗਿਆ। ਫਿਰ ਭੀ ਜੇ ਕੋਈ ਓਥੇ ਗੈਰ ਮਜ਼ਦੂਰ ਜਾਂ ਚਮਚਾ ਮਜ਼ਦੂਰ ਹਾਜ਼ਰ ਹੈ ਤਾਂ ਦੂਜੇ ਦੇ ਨਿਕਲਦਿਆਂ ਹੀ ਤੀਜਾ ਅੰਦਰ ਜਾ ਵੜਦਾ ਹੈ। ਇੰਜ ਇਹ ਪੋਸਟਰ ਲਾਉਣ ਦੀ ਕਾਰਵਾਈ ਸਿਰੇ ਚੜ੍ਹ ਗਈ। ਉਸ ਦਿਨ ਵੀ ਇੰਜ ਹੀ ਹੋਇਆ। ਇਸੇ ਤਰ੍ਹਾਂ ਪੋਸਟਰ ਲਾਇਆ ਗਿਆ। ਬਦਰੀ ਪ੍ਰਸਾਦ ਨੇ ਉਦੋਂ ਹੀ ਆਪਣੇ ਸੂਹੀਏ ਛਡ ਦਿੱਤੇ। ਉਨ੍ਹਾਂ ਨੂੰ ਹੁਕਮ ਦਿੱਤਾ ਗਿਆ ਕਿ ਉਹ ਇਕੱਲੇ-ਇਕੱਲੇ ਵਰਕਰ ਨੂੰ ਸੁੰਘਣ ਅਤੇ ਦਸਣ ਕਿ ਦੋਸ਼ੀ ਕੌਣ ਹਨ।

ਉਸ ਤੋਂ ਅਗਲੇ ਦਿਨ ਰਾਜ ਕੁਮਾਰ, ਜਨਕ ਰਾਜ ਤੇ ਪ੍ਰੀਤਮ ਸਿੰਘ ਨੂੰ ਉਸਨੇ ਦਫਤਰ 'ਚ ਬੁਲਾਇਆ । ਬੇਸ਼ਕ ਇਨ੍ਹਾਂ ਤਿੰਨਾਂ ਨੇ ਪੋਸਟਰ ਲਿਖਣ ਦਾ ਕੰਮ ਬੜਾ ਬਚ ਕੇ ਕੀਤਾ ਸੀ, ਪਰ ਕਿਉਂਕਿ ਇਹ ਸਾਰਾ ਕੁਝ ਕੱਚੇ ਪੈਰੀਂ ਹੋਇਆ ਸੀ, ਇਸ ਲਈ ਉਹ ਕਾਬੂ ਆ ਗਏ। ਸਿਟੇ ਵਜੋਂ ਉਹ ਤਿੰਨੇ ਦਫਤਰ 'ਚ ਬਦਰੀ ਪ੍ਰਸਾਦ ਦੀ ਅਦਾਲਤ 'ਚ ਪੇਸ਼ ਸਨ। ਲਾਲੇ ਨੇ ਉਨ੍ਹਾਂ ਤਿੰਨਾਂ ਵਲ ਦੇਖਿਆ ਅਤੇ ਅੱਖਾਂ ਲਾਲ ਕਰਕੇ ਕਹਿਣ ਲੱਗਾ, "ਤੁਸੀਂ ਕੀ ਸੋਚ ਕੇ ਇਹ ਕਰਤੂਤ ਕੀਤੀ ਹੈ। ਤੁਹਾਨੂੰ ਕੀ ਨਹੀਂ ਇਥੇ ਮਿਲ ਰਿਹਾ ? ਹੋਰ ਕੀ ਲੈਣਾ ਚਾਹੁੰਦੇ ਹੋ ? ਖਬਰਦਾਰ ਜੇ ਇਥੇ ਯੂਨੀਅਨ ਬਨਾਉਣ ਦੀ ਗੱਲ ਕੀਤੀ।" ਰਾਜ ਕੁਮਾਰ, ਜਨਕ ਰਾਜ ਅਤੇ

ਪ੍ਰੀਤਮ ਸਿੰਘ ਚੁਪ ਚਾਪ ਓਥੇ ਖੜੋਤੇ ਸਨ। ਉਨ੍ਹਾਂ ਕੋਲ ਕਿਸੇ ਵੀ ਸੁਆਲ ਦਾ ਉੱਤਰ ਇਸ ਕਰਕੇ ਨਹੀਂ ਸੀ ਕਿਉਂਕਿ ਉਹ ਸਿਰਫ਼ ਤਿੰਨ ਜਣੇ ਸੀ, ਉਨ੍ਹਾਂ ਦੀ ਪਿਠ ਪਿੱਛੇ ਕੋਈ ਨਹੀਂ ਸੀ। ਨਹੀਂ ਤਾਂ ਉਹ ਵਰਕਰਾਂ ਦੀਆਂ ਤਕਲੀਫਾਂ ਦਾ ਬਿਓਰਾ ਓਥੇ ਰਖਦੇ। ਪਰ ਉਹ ਚੁਪ ਚਾਪ ਖੜੋਤੇ ਰਹੇ। ਉਹ ਤਾਂ ਇਹ ਵੀ ਨਹੀਂ ਸਨ ਕਹਿ ਸਕਦੇ ਕਿ ਇਹ ਹਰਕਤ ਉਨ੍ਹਾਂ ਨੇ ਨਹੀਂ ਕੀਤੀ। ਬਦਰੀ ਪ੍ਰਸਾਦ ਨੇ ਜਦੋਂ ਉਨ੍ਹਾਂ ਨੂੰ ਚੁਪ ਦੇਖਿਆ ਤਾਂ ਉਸ ਮਾਵਾਂ ਭੈਣਾਂ ਦੀਆਂ ਗਾਲਾਂ ਕਢਣੀਆਂ ਸ਼ੁਰੂ ਕਰ ਦਿੱਤੀਆਂ। ਪ੍ਰੀਤਮ ਸਿੰਘ ਅਤੇ ਦੂਜੇ ਸਾਥੀਆਂ ਵਲੋਂ ਇਹ ਸਾਰਾ ਕੁਝ ਸਹਿਣ ਨਾ ਹੋਇਆ। ਪਰ ਉਹ ਕੁਝ ਨਾ ਕਰ ਸਕੇ। ਉਹ ਕੁਸਕ ਨਾ ਸਕੇ। ਉਹ ਭਲੀ ਭਾਂਤ ਜਾਣਦੇ ਸਨ ਕਿ ਕਾਹਲੇ ਪਿਆਂ ਆਪਣਾ ਹੀ ਨੁਕਸਾਨ ਹੈ। ਉਹ ਤਾਂ ਪਹਿਲਾਂ ਹੀ ਪੋਸਟਰ ਲਾਉਣ ਦੀ ਭੁਲ ਕਰ ਚੁੱਕੇ ਹਨ। ਅੱਜ ਉਹ ਸਿਰਫ਼ ਤਿੰਨੋਂ ਬਦਰੀ ਪ੍ਰਸਾਦ ਦੇ ਅੱਗੇ ਖੜੋਤੇ ਹਨ। ਬਦਰੀ ਪ੍ਰਸਾਦ ਦੀਆਂ ਵਰਕਸ਼ਾਪਾਂ ਪੂਰੀਆਂ ਦੀਆਂ ਪੂਰੀਆਂ ਚਲ ਰਹੀਆਂ ਹਨ। ਹੁਣੇ ਬਦਰੀ ਪ੍ਰਸਾਦ ਉਨ੍ਹਾਂ ਨੂੰ ਕੰਮ ਤੋਂ ਜੁਆਬ ਦੇ ਦੇਵੇਗਾ। ਹੁਣੇ ਉਨ੍ਹਾਂ ਨੂੰ ਵਿਹਲਿਆਂ ਕਰ ਦਿੱਤਾ ਜਾਏਗਾ ਅਤੇ ਅੰਦਰ ਕਿਸੇ ਵਰਕਰ ਨੂੰ ਖ਼ਬਰ ਤਕ ਵੀ ਨਹੀਂ ਹੋਵੇਗੀ। ਕਿਸੇ ਵਰਕਰ ਵਲੋਂ ਹਾਅ ਦਾ ਨਾਅਰਾ ਮਾਰਨ ਦੀ ਕੀ ਉਮੀਦ ਕੀਤੀ ਜਾ ਸਕਦੀ ਹੈ। ਜੇ ਉਨ੍ਹਾਂ ਨੂੰ ਨਾ ਵੀ ਕਢਿਆ ਗਿਆ ਤਾਂ ਹਰ ਵਰਕਰ ਉਨ੍ਹਾਂ ਨਾਲ ਗੱਲ ਕਰਨੋਂ ਡਰੇਗਾ। ਮਾਲਕਾਂ ਨੇ ਜੇ ਇਨ੍ਹਾਂ ਨਾਲ ਗੱਲਾਂ ਕਰਦਿਆਂ ਦੇਖ ਲਿਆ ਤਾਂ ਉਹਨਾਂ ਨੂੰ ਵੀ ਯੂਨੀਅਨ ਦੇ ਬੰਦੇ ਸਮਝ ਲਿਆ ਜਾਏਗਾ। ਮਜ਼ਦੂਰਾਂ ਦੇ ਹੱਕਾਂ ਦੀ ਗੱਲ ਕਰਨ ਵਾਲੇ ਲੋਕ ਉਨ੍ਹਾਂ ਮਜ਼ਦੂਰਾਂ ਲਈ ਕਿੰਨੇ ਬੇਗਾਨੇ ਹੋ ਜਾਂਦੇ ਹਨ ਜਿਨ੍ਹਾਂ ਲਈ ਉਹ ਲੜ ਰਹੇ ਹੁੰਦੇ ਹਨ।

ਬਦਰੀ ਪ੍ਰਸਾਦ ਨੇ ਉਨ੍ਹਾਂ ਤਿੰਨਾਂ ਵਲ ਦੇਖਿਆ ਤੇ ਫਿਰ ਆਖਿਆ, "ਓਏ ਤੁਸੀਂ ਚਾਰ ਦਿਨ ਨੌਕਰੀ ਕਰਨੀ ਏ ਕਿ ਨਹੀਂ ?" ਪਰ ਉਹ ਫਿਰ ਵੀ ਚੁੱਪ ਸਨ।

"ਚਲੋ ਲਿਖ ਕੇ ਦਿਓ ਕਿ ਸਾਡੇ ਕੋਲੋਂ ਗਲਤੀ ਹੋ ਗਈ ਹੈ ਅਗੋਂ ਅਜਿਹੀ ਗੱਲ ਨਹੀਂ ਹੋਵੇਗੀ, ਉਂਜ ਨੌਕਰੀਓ ਕਢਣਾ ਚਾਹਾਂ ਤਾਂ ਹੁਣੇ ਕੱਢ ਸਕਦਾ ਹਾਂ। ਕੋਈ ਤੁਹਾਨੂੰ ਨਹੀਂ ਬਚਾ ਸਕੇਗਾ। ਮੈਂ ਇਹ ਪੁਛਦਾਂ ਤੁਸੀਂ ਅਜਿਹੀ ਹਰਕਤ ਕੀਤੀ ਕਿਉਂ ? ਜੇ ਮੈਂ ਤੁਹਾਨੂੰ ਹੁਣੇ ਨੌਕਰੀਓਂ ਜੁਆਬ ਦੇ ਦੇਵਾਂ ਤਾਂ ਕੀ ਤੁਹਾਡੀ ਯੂਨੀਅਨ ਤੁਹਾਨੂੰ ਰੋਟੀ ਦੇ ਦੇਵੇਗੀ, ਤੁਹਾਡੇ ਬਚਿਆਂ ਨੂੰ ਪਾਲੇਗੀ ?" ਬਦਰੀ ਪ੍ਰਸਾਦ ਉਨ੍ਹਾਂ ਵਲ ਲਾਲ ਅੱਖਾਂ ਕੱਢ ਕੇ ਤਕ ਰਿਹਾ ਸੀ।

ਤਿੰਨਾਂ ਜਣਿਆਂ ਨੇ ਲਿਖਤੀ ਤੌਰ ਤੇ ਦੇ ਦਿੱਤਾ ਕਿ ਉਨ੍ਹਾਂ ਪਾਸੋਂ ਗਲਤੀ ਹੋ ਗਈ ਹੈ। ਗਲਤੀ ਇਸ ਗੱਲ ਦੀ ਕਿ ਉਨ੍ਹਾਂ ਤਿੰਨਾਂ ਨੇ ਮਜ਼ਦੂਰਾਂ ਦੀ ਬੇਹਤਰੀ ਲਈ ਯੂਨੀਅਨ ਬਣਾਉਣ ਦਾ ਵਿਚਾਰ ਬਣਾਇਆ ਸੀ। ਗਲਤੀ ਇਸ ਗੱਲ ਦੀ ਕਿ ਉਨ੍ਹਾਂ ਨੇ ਮਾਲਕਾਂ ਦੀਆਂ ਵਧੀਕੀਆਂ ਵਿਰੁਧ ਆਵਾਜ਼ ਉਠਾਉਣ ਲਈ ਯੂਨੀਅਨ ਦਾ ਮੁੱਢ ਬੰਨਣ ਦਾ ਯਤਨ ਕੀਤਾ ਸੀ। ਗਲਤੀ ਇਸ ਗੱਲ ਦੀ ਕਿ ਉਨ੍ਹਾਂ ਨੇ ਮਜ਼ਦੂਰਾਂ ਦੀਆਂ ਹੱਕੀਂ ਮੰਗਾਂ ਮਨਵਾਉਣ ਲਈ ਇਕ ਕਦਮ ਪੁੱਟਣ ਦੀ ਕੋਸ਼ਿਸ਼ ਕੀਤੀ ਸੀ ਪਰ ਉਨ੍ਹਾਂ ਦਾ ਇਹ ਕਦਮ ਮਾਲਕਾਂ ਵਲੋਂ ਓਥੇ ਹੀ ਰੋਕ ਦਿੱਤਾ ਗਿਆ। ਉਨ੍ਹਾਂ ਦਾ ਇਹ ਵਿਚਾਰ ਉਨ੍ਹਾਂ ਦੇ ਗਰਭ ਵਿਚ ਹੀ ਮਾਰ ਦਿੱਤਾ ਗਿਆ। ਰਾਜ ਕੁਮਾਰ, ਜਨਕ ਰਾਜ ਤੇ ਪ੍ਰੀਤਮ ਸਿੰਘ ਦੀ ਇਹ ਪਹਿਲ ਕਦਮੀ ਉਨ੍ਹਾਂ ਤਿੰਨਾਂ ਨੂੰ ਹੀ ਬੜੀ

ਮਹਿੰਗੀ ਪਈ ਸੀ। ਤਿੰਨਾਂ ਦਾ ਓਵਰ ਟਾਈਮ ਬੰਦ ਕਰ ਦਿੱਤਾ ਗਿਆ। ਓਵਰ ਟਾਈਮ ਪਹਿਲਾਂ ਹੀ ਸਿੰਗਲ ਮਿਲਦਾ ਸੀ। ਓਵਰ ਟਾਈਮ ਤਾਂ ਡਬਲ ਮਿਲਣਾ ਚਾਹੀਦਾ ਹੈ। ਇਹ ਮੰਗ ਵੀ ਉਸ ਪੋਸਟਰ 'ਚ ਸ਼ਾਮਿਲ ਸੀ, ਜੋ ਰਾਜ ਕੁਮਾਰ ਤੇ ਉਸਦੇ ਸਾਥੀਆਂ ਨੇ ਲਿਖਿਆ ਸੀ, ਪਰ ਸਿੰਗਲ ਮਿਲਦਾ ਓਵਰ ਟਾਈਮ ਵੀ ਇਨ੍ਹਾਂ ਤਿੰਨਾਂ ਦਾ ਬੰਦ ਕਰ ਦਿੱਤਾ ਗਿਆ। ਨਾਲ ਹੀ ਹੁਕਮ ਹੋ ਗਿਆ ਕਿ ਉਨ੍ਹਾਂ ਤਿੰਨਾਂ ਨੂੰ ਰਾਤ ਦੀ ਸ਼ਿਫਟ ਤੇ ਹੀ ਸਦਿਆ ਜਾਏ। ਅਜੇ ਥੋੜੀ ਦੇਰ ਹੀ ਹੋਈ ਸੀ ਕਿ ਰਾਜ ਕੁਮਾਰ ਹੁਣਾਂ ਦੀ ਨਵੀਂ ਵਰਕਸ਼ਾਪ 'ਚ ਕੰਮ ਕਰਦੇ ਸਾਰੇ ਵਰਕਰਾਂ ਦਾ ਓਵਰ ਟਾਈਮ ਬੰਦ ਕਰ ਦਿੱਤਾ ਗਿਆ। ਸਾਰੀ ਫੈਕਟਰੀ 'ਚ ਇਹ ਗੱਲ ਅੱਗ ਵਾਂਗ ਫੈਲ ਗਈ ਕਿ ਇਹ ਓਵਰ ਟਾਈਮ, ਰਾਜ ਕੁਮਾਰ ਅਤੇ ਉਸਦੇ ਦੋ ਸਾਥੀਆਂ ਦੀ ਵਜ੍ਹਾ ਕਰਕੇ ਬੰਦ ਹੋਇਆ ਹੈ। ਮਾਲਕਾਂ ਦੀ ਮਜ਼ਦੂਰਾਂ ਨੂੰ ਪਾੜਨ ਦੀ ਨੀਤੀ ਕਾਮਯਾਬ ਹੋ ਗਈ ਸੀ। ਕੁਝ ਦੇਰ ਲਈ ਸਾਰੇ ਵਰਕਰ ਰਾਜ ਕੁਮਾਰ, ਜਨਕ ਰਾਜ ਤੇ ਪ੍ਰੀਤਮ ਸਿੰਘ ਦੇ ਦੁਸ਼ਮਣ ਬਣ ਗਏ। ਕਿੰਨੀ ਸੌੜੀ ਸੋਚ ਹੈ ਇਨ੍ਹਾਂ ਮਜ਼ਦੂਰਾਂ ਦੀ। ਕਿਵੇਂ ਇਕ ਦੂਜੇ ਨਾਲੋਂ ਦੂਰ ਹੋ ਜਾਂਦੇ ਹਨ। ਜੇ ਕੋਈ ਇਕਾ ਦੁੱਕਾ ਮਜ਼ਦੂਰ ਇਸ ਇਰਾਦੇ ਨਾਲ ਖੜਾ ਹੁੰਦਾ ਹੈ ਕਿ ਮਜ਼ਦੂਰਾਂ ਦੀ ਕੋਈ ਨਾ ਕੋਈ ਤਾਕਤ ਹੋਣੀ ਚਾਹੀਦੀ ਹੈ, ਕੋਈ ਏਕਾ ਹੋਣਾ ਚਾਹੀਦਾ ਹੈ ਤਾਂ ਮਾਲਕਾਂ ਵਲੋਂ ਇਸ ਇਰਾਦੇ ਨੂੰ ਕਿਵੇਂ ਤਾਰਪੀਡੋ ਕੀਤਾ ਜਾਂਦਾ ਹੈ। ਅਪਣੇ ਹੱਕਾਂ ਦੀ ਰਾਖੀ ਵਾਸਤੇ ਏਕਾ ਕਰਨਾ ਕੋਈ ਮਾੜੀ ਗੱਲ ਨਹੀਂ। ਇਕ ਮਜ਼ਦੂਰ ਹੀ ਜੇ ਮਜ਼ਦੂਰ ਨਾਲ ਖੜੇ ਹੋਣ ਲਈ ਤਿਆਰ ਨਹੀਂ ਤਾਂ ਮਾਲਕ ਫਿਰ ਆਪਣੀ ਮਰਜੀ ਨਾਲ ਮਜ਼ਦੂਰਾਂ ਦੇ ਹੱਕਾਂ ਤੇ ਛਾਪਾ ਮਾਰਦਾ ਹੈ। ਅਪਣੀ ਮਰਜ਼ੀ ਕਰਦਾ ਹੈ।

ਕੁਝ ਅਜਿਹੀਆਂ ਸਹੂਲਤਾਂ ਮਾਲਕਾਂ ਵਲੋਂ ਵਰਕਰਾਂ ਨੂੰ ਦਿੱਤੀਆਂ ਜਾਂਦੀਆਂ ਹਨ, ਜਿਨ੍ਹਾਂ ਨੂੰ ਲੋੜ ਸਮੇਂ ਜਦੋਂ ਮਾਲਕ ਦੇਣਾ ਬੰਦ ਕਰ ਦਏ ਤਾਂ ਵਰਕਰ ਬੁਰੀ ਤਰ੍ਹਾਂ ਫਸ ਜਾਂਦਾ ਹੈ। ਇਹਨਾਂ ਆਰਥਿਕ ਸਹੂਲਤਾਂ 'ਚ ਪਹਿਲਾਂ ਨੰਬਰ ਹੈ ਓਵਰ ਟਾਈਮ ਦਾ। ਤਨਖਾਹ ਤੋਂ ਉਪਰ ਕਮਾਏ ਗਏ ਪੈਸਿਆਂ ਨੂੰ ਓਵਰ ਟਾਈਮ ਕਹਿੰਦੇ ਹਨ। ਲਗਾਤਾਰ ਓਵਰ ਟਾਈਮ ਤੇ ਕੰਮ ਕਰਦੇ ਵਰਕਰ ਦਾ ਜਦੋਂ ਓਵਰ ਟਾਈਮ ਬੰਦ ਕਰ ਦਿੱਤਾ ਜਾਏ ਤਾਂ ਉਸਦਾ ਸਾਰਾ ਬਜਟ ਵਿਗੜ ਜਾਂਦਾ ਹੈ। ਤਨਖਾਹ ਅਤੇ ਓਵਰ ਟਾਈਮ ਦੇ ਪੈਸੇ ਰਲਾ ਕੇ ਵਰਕਰ ਨੇ ਆਪਣਾ ਘਰ ਦਾ ਬਜਟ ਸੈਟ ਕੀਤਾ ਹੁੰਦਾ ਹੈ ਪਰ ਜਦੋਂ ਇਹ ਅਚਾਨਕ ਬੰਦ ਹੋ ਜਾਏ ਜਾਂ ਬੰਦ ਕਰ ਦਿੱਤਾ ਜਾਏ ਤਾਂ ਵਰਕਰ ਨੂੰ ਤੰਗੀ ਦਾ ਮੂੰਹ ਦੇਖਣਾ ਪੈ ਜਾਂਦਾ ਹੈ। ਬਦਰੀ ਪ੍ਰਸਾਦ ਦੀ ਫੈਕਟਰੀ 'ਚ ਹਰ ਵਰਕਰ ਦਾ ਓਵਰ ਟਾਈਮ ਲਗਦਾ ਸੀ, ਪਰ ਜਿਸਨੂੰ ਵੀ ਉਹ ਸਿਧਿਆਂ ਕਰਨਾ ਚਾਹੁੰਦਾ ਉਸਦਾ ਓਵਰ ਟਾਈਮ ਬੰਦ ਕਰ ਦਿੰਦਾ। ਇਸੇ ਤਰ੍ਹਾਂ ਉਸਨੇ ਫੈਕਟਰੀ 'ਚ ਵਰਕਰਜ਼ ਕੰਜ਼ਿਊਮਰ ਸਟੋਰ ਖੋਲ੍ਹਿਆ ਹੋਇਆ ਸੀ। ਜੋ ਵਰਕਰਾਂ ਦੇ ਹਿੱਸੇ ਨਾਲ ਚਲਾਇਆ ਜਾ ਰਿਹਾ ਸੀ। ਇਸ ਸਟੋਰ ਦਾ ਹਰ ਮਜ਼ਦੂਰ ਮੈਂਬਰ ਸੀ। ਅਪਣੇ ਕੁਝ ਪੈਸਿਆਂ ਦਾ ਹਿੱਸਾ ਮਜ਼ਦੂਰਾਂ ਨੇ ਪਾਇਆ ਸੀ। ਇਥੋਂ ਵਰਕਰਾਂ ਨੂੰ ਮਿਥੀਆਂ ਕੀਮਤਾਂ ਉਤੇ ਘਰ ਲਈ ਸੌਦਾ ਸਸਤਾ ਮਿਲ ਜਾਂਦਾ ਸੀ ਅਤੇ ਉਹ ਪੈਸੇ ਫਿਰ ਤਨਖਾਹ 'ਚੋਂ ਕੱਟੇ ਜਾਂਦੇ ਸੀ। ਬਦਰੀ ਪ੍ਰਸਾਦ ਨੇ ਜੇ ਕਿਸੇ ਵਰਕਰ ਨੂੰ ਵਧੇਰੇ ਤੰਗ ਕਰਨਾ ਹੁੰਦਾ ਤਾਂ ਉਹ ਵਰਕਰ ਦਾ ਉਧਾਰ ਦਾ ਰਾਸ਼ਨ ਵੀ ਸਟੋਰ 'ਚੋਂ ਦੇਣਾ ਬੰਦ

ਕਰ ਦਿੰਦਾ ਸੀ। ਦਰਅਸਲ ਇਹ ਰਾਸ਼ਨ ਨਾਂ ਦਾ ਹੀ ਉਧਾਰ ਮਿਲਦਾ ਸੀ ਕਿਉਂਕਿ ਹਰ ਮਹੀਨੇ ਦੀ ਤਨਖਾਹ 'ਚੋਂ ਰਾਸ਼ਨ ਦੇ ਪੈਸੇ ਕਟ ਲਏ ਜਾਂਦੇ ਸਨ। ਇਹ ਸਟੋਰ ਪਿਛਲੇ ਵੀਹਾਂ ਸਾਲਾਂ ਤੋਂ ਚਲ ਰਿਹਾ ਸੀ, ਪਰ ਇਸ ਸਟੋਰ 'ਚੋਂ ਹੁੰਦਾ ਮੁਨਾਫਾ ਕਦੇ ਵੀ ਵਰਕਰਾਂ 'ਚ ਤਕਸੀਮ ਨਹੀਂ ਸੀ ਕੀਤਾ ਗਿਆ। ਵਰਕਰਾਂ ਨੂੰ ਤਾਂ ਇਸ ਬਾਰੇ ਪੂਰੀ ਤਰ੍ਹਾਂ ਗਿਆਨ ਵੀ ਨਹੀਂ ਸੀ। ਉਹ ਤਾਂ ਸਿਰਫ਼ ਉਧਾਰ ਦਾ ਰਾਸ਼ਨ ਲੈ ਕੇ ਖੁਸ਼ ਸਨ। ਉਹ ਇਸ ਸਟੋਰ ਨੂੰ ਬਦਰੀ ਪ੍ਰਸਾਦ ਦੀ ਬੜੀ ਵਡੀ ਰਹਿਮਤ ਸਮਝਦੇ ਸਨ। ਉਨ੍ਹਾਂ ਨੂੰ ਇਸ ਗੱਲ ਦੀ ਕੋਈ ਉਘ ਸੁੱਘ ਨਹੀਂ ਸੀ ਕਿ ਇਹ ਕੰਜ਼ਿਊਮਰਜ਼ ਸਟੋਰ ਵਰਕਰਾਂ ਦਾ ਆਪਣਾ ਹੈ । ਉਨ੍ਹਾਂ ਦਾ ਇਸ ਸਟੋਰ 'ਚ ਹਿੱਸਾ ਹੈ ਉਨ੍ਹਾਂ ਨੇ ਮੈਂਬਰਸ਼ਿਪ ਤਾਰ ਕੇ ਇਸ 'ਚ ਹਿੱਸਾ ਪਾਇਆ ਹੈ। ਉਹ ਇਸ ਸਟੋਰ ਦਾ ਹਿਸਾਬ ਕਿਤਾਬ ਚੈਕ ਕਰਨ ਦਾ ਅਧਿਕਾਰ ਰਖਦੇ ਹਨ। ਉਹ ਇਸ ਸਟੋਰ 'ਚ ਹੁੰਦੀ ਆਮਦਨ 'ਚ ਭਾਈਵਾਲ ਹਨ। ਇਹ ਗੱਲ ਉਨ੍ਹਾਂ ਨੂੰ ਬਦਰੀ ਪ੍ਰਸਾਦ ਨੇ ਬਿਲਕੁਲ ਨਹੀਂ ਸੀ ਦੱਸੀ। ਸਗੋਂ ਉਨ੍ਹਾਂ ਦੇ ਸਟੋਰ ਨੂੰ ਹੀ, ਉਨ੍ਹਾਂ ਨੂੰ ਤੰਗ ਕਰਨ ਲਈ ਵਰਤਿਆ ਜਾਂਦਾ ਸੀ।

ਵਰਕਰ ਕਿੰਨਾ ਭੋਲਾ ਹੁੰਦਾ ਹੈ ਜੋ ਆਪਣੇ ਇਕ ਮਹੀਨੇ ਦੀਆਂ ਰੋਟੀਆਂ ਦੀ ਹੀ ਪ੍ਰਵਾਹ ਕਰਦਾ ਹੈ। ਉਹ ਇਹ ਕਦੇ ਨਹੀਂ ਸੋਚਦਾ ਕਿ ਜੇ ਉਹ ਆਪਣੇ ਹੱਕਾਂ ਲਈ ਜੂਝ ਕੇ ਆਪਣੇ ਹੱਕ ਪ੍ਰਾਪਤ ਕਰ ਲਏ ਤਾਂ ਉਹ ਉਮਰ ਭਰ ਲਈ ਸੌਖਾ ਹੋ ਜਾਏਗਾ। ਪਰ ਮਜ਼ਦੂਰ ਕੋਲ ਅਜਿਹੀ ਸੋਚ ਕਿੱਥੇ, ਐਨਾ ਵਿਹਲ ਕਿੱਥੇ ਕਿ ਉਹ ਆਪਣੀ ਬੇਹਤਰੀ ਲਈ ਵੀ ਸੋਚ ਸਕੇ।

ਚਾਰ

ਕਰਮਵੀਰ ਉਦੋਂ ਅਜੇ ਨੇਤਾ ਜੀ ਇੰਜਨੀਅਰਿੰਗ ਵਰਕਸ 'ਚ ਨਵਾਂ-ਨਵਾਂ ਆਇਆ ਸੀ। ਇਹੀ ਕੋਈ ਹੜਤਾਲ ਹੋਣ ਤੋਂ ਚਾਰ ਕੁ ਵਰ੍ਹੇ ਪਹਿਲਾਂ।

ਕਰਮਵੀਰ ਦੇ ਪਿਤਾ ਕਿਸੇ ਸਰਕਾਰੀ ਨੌਕਰੀ ਉਤੇ ਤੈਨਾਤ ਸਨ। ਉਦੋਂ ਕਰਮਵੀਰ ਸਕੂਲੀ ਪੜ੍ਹਾਈ ਮੁਕਾ ਕੇ ਨਵਾਂ-ਨਵਾਂ ਕਾਲਜ ਜਾਣ ਲੱਗਾ ਸੀ। ਕਰਮਵੀਰ ਦਾ ਇਕ ਭਰਾ ਤੇ ਤਿੰਨ ਭੈਣਾਂ ਸਨ। ਵੱਡੀ ਭੈਣ ਗੁੱਡੀ ਨੇ ਜੇ.ਬੀ.ਟੀ. ਕਰ ਲਈ ਹੋਈ ਸੀ ਅਤੇ ਛੋਟੀਆਂ ਦੋ ਜਸਮੀਤ ਤੇ ਜਸਵਿੰਦਰ ਅਜੇ ਸਕੂਲ 'ਚ ਪੜ੍ਹਦੀਆਂ ਸੀ। ਇਨ੍ਹਾਂ ਦਿਨਾਂ 'ਚ ਹੀ ਕਰਮਵੀਰ ਦੇ ਪਿਤਾ ਕਿਸੇ ਕਾਰਨ ਸਰਕਾਰੀ ਨੌਕਰੀ ਤੋਂ ਮੁਅਤੱਲ ਕਰ ਦਿੱਤੇ ਗਏ।

ਕਰਮਵੀਰ ਨੂੰ ਉਦੋਂ ਬਹੁਤੀਆਂ ਗੱਲਾਂ ਦਾ ਪਤਾ ਨਹੀਂ ਸੀ ਪਰ ਜਦੋਂ ਉਨ੍ਹਾਂ ਦੇ ਘਰ ਦੀ ਤਲਾਸ਼ੀ ਲੈਣ ਲਈ ਪੁਲਸ ਆਈ ਤਾਂ ਪਤਾ ਲੱਗਾ ਕਿ ਕੋਈ ਭਾਣਾ ਵਾਪਰ ਗਿਆ ਹੈ। ਕਰਮਵੀਰ ਦੇ ਪਿਤਾ ਦੀ ਗ੍ਰਿਫਤਾਰੀ ਹੋ ਗਈ। ਘਰ 'ਚ ਹੋਰ ਕੋਈ ਕਮਾਈ ਦਾ ਸਾਧਨ ਨਹੀਂ ਸੀ। ਕਰਮਵੀਰ ਨੇ ਉਦੋਂ ਕਾਲਜ ਛੱਡ ਦਿੱਤਾ ਅਤੇ ਲੱਗਾ ਨੌਕਰੀ ਦੀ ਭਾਲ ਕਰਨ।

ਨੌਕਰੀਆਂ ਕਿਸਮਤ ਵਾਲਿਆਂ ਨੂੰ ਮਿਲਦੀਆਂ ਹਨ। ਗਿਆਰਵੀਂ ਪਾਸ ਕਰਕੇ ਨੌਕਰੀ ਮਿਲਣੀ ਕਿਹੜਾ ਸੌਖੀ ਗੱਲ ਹੈ। ਕਰਮਵੀਰ ਨੂੰ ਆਪਣੀ ਜ਼ਿੰਮੇਵਾਰੀ ਦਾ ਅਹਿਸਾਸ ਸੀ ਕਿ

ਉਸਨੂੰ ਆਪਣੇ ਪਰਿਵਾਰ ਨੂੰ ਚਲਾਉਣ ਲਈ ਕੁਝ ਨਾ ਕੁਝ ਕਰਨਾ ਪਏਗਾ। ਘਰ ਦੇ ਗੁਜ਼ਾਰੇ ਦੀ ਤਾਂ ਵੱਖਰੀ ਲੋੜ ਸੀ। ਦੂਜੇ ਪਾਸੇ ਉਸ ਦੇ ਪਿਤਾ ਜੀ ਦੇ ਮੁਕਦਮੇ ਉਤੇ ਵੀ ਕਾਫੀ ਖਰਚ ਹੋ ਰਿਹਾ ਸੀ। ਸਰਕਾਰੀ ਤਨਖਾਹਾਂ ਹੁੰਦੀਆਂ ਤਾਂ ਕਾਫੀ ਹਨ ਪਰ ਪੰਜ ਬੱਚੇ ਅਤੇ ਦਾਦੀ ਸਮੇਤ ਘਰ ਦਾ ਖਰਚਾ ਕਾਫੀ ਹੋ ਜਾਂਦਾ ਸੀ।

ਕਰਮਵੀਰ ਅੱਜ ਤੋਂ ਪਹਿਲਾਂ ਇਹੀ ਸਮਝਦਾ ਸੀ ਕਿ ਉਸ ਦੇ ਪਿਤਾ ਸਰਕਾਰੀ ਨੌਕਰੀ 'ਤੇ ਹਨ, ਉਸਨੂੰ ਕਿਸੇ ਗੱਲ ਦਾ ਘਾਟਾ ਨਹੀਂ। ਉਹ ਘਰ ਦੇ ਬਾਕੀ ਖਰਚੇ ਤੋਂ ਅਣਜਾਣ ਆਪਣੇ ਖਾਣ-ਪਹਿਨਣ ਵੱਲ ਵਧੇਰੇ ਧਿਆਨ ਦਿੰਦਾ। ਸਕੂਲ 'ਚ ਪੜ੍ਹਦਿਆਂ ਉਸਨੇ ਕਦੇ ਪੈਸੇ ਦੀ ਪ੍ਰਵਾਹ ਨਾ ਕੀਤੀ। ਘਰੋਂ ਜਿੰਨੇ ਪੈਸੇ ਉਹ ਖਰਚਣ ਲਈ ਮੰਗਦਾ, ਓਨੇ ਉਸਨੂੰ ਮਿਲ ਜਾਂਦੇ। ਕਰਮਵੀਰ ਨੇ ਇਕ ਸਾਲ ਕਾਲਜ 'ਚ ਉਂਜ ਹੀ ਗੁਆ ਦਿੱਤਾ ਸੀ। ਗਿਆਰਵੀਂ ਪਾਸ ਕਰਨ ਪਿੱਛੋਂ ਉਸਦੇ ਪਿਤਾ ਨੇ ਆਪਣੇ ਪੁੱਤਰ ਨੂੰ ਕਾਲਜ ਭੇਜਣਾ ਚਾਹਿਆ। ਉਹ ਚਾਹੁੰਦੇ ਸਨ ਕਿ ਉਨ੍ਹਾਂ ਦਾ ਪੁੱਤਰ ਇੰਜਨੀਅਰ ਬਣੇ। ਕਰਮਵੀਰ ਨੇ ਗਿਆਰਵੀਂ ਜਮਾਤ 'ਚ ਸਾਇੰਸ ਪੜ੍ਹੀ ਸੀ। ਪ੍ਰੀ-ਇੰਜਨੀਅਰਿੰਗ 'ਚ ਦਾਖਲਾ ਲੈਣ ਲਈ ਕਾਫੀ ਕੋਸ਼ਿਸ਼ਾਂ ਕੀਤੀਆਂ ਗਈਆਂ ਪਰ ਨੰਬਰਾਂ ਦੀ ਪਰਸੈਂਟੇਜ ਨਾ ਬਨਣ ਕਰਕੇ ਉਸਨੂੰ ਪ੍ਰੀ-ਇੰਜਨੀਅਰਿੰਗ 'ਚ ਦਾਖਲਾ ਨਾ ਮਿਲ ਸਕਿਆ। ਹਾਰ ਕੇ ਉਸਨੂੰ ਬੀ. ਐਸ-ਸੀ. 'ਚ ਦਾਖਲ ਹੋਣਾ ਪਿਆ। ਕਰਮਵੀਰ ਉਦੋਂ ਆਪਣੇ ਕੈਰੀਅਰ ਬਾਰੇ ਪੂਰਾ ਚੇਤੰਨ ਨਹੀਂ ਸੀ। ਉਹ ਸਮਝਦਾ ਸੀ ਕਿ ਕਾਲਜ ਜਾਣਾ ਸਿਰਫ਼ ਸਮਾਂ ਪਾਸ ਕਰਨ ਦਾ ਇਕ ਸਾਧਨ ਹੈ। ਡੀ.ਏ.ਵੀ. ਕਾਲਜ ਦਾ ਵਿਦਿਆਰਥੀ ਹੋਣ ਕਰਕੇ ਉਸਨੂੰ ਕਾਫੀ ਡਸਿਪਲਨ 'ਚੋਂ ਲੰਘਣਾ ਪੈਂਦਾ। ਕਾਲਜ 'ਚ ਉਸਦੀ ਯਾਰੀ ਕੁਝ ਅਜਿਹੇ ਮੁੰਡਿਆਂ ਨਾਲ ਸੀ, ਜਿਨ੍ਹਾਂ ਦਾ ਸੰਬੰਧ ਵੱਡੇ ਘਰਾਂ ਨਾਲ ਸੀ। ਉਹ ਸਕੂਟਰ ਜਾਂ ਜੀਪ ਉਤੇ ਕਾਲਜ ਆਉਂਦੇ, ਪਰ ਕਰਮਵੀਰ ਆਪਣੇ ਸਾਈਕਲ ਉਤੇ। ਕਈ ਵਾਰ ਕਰਮਵੀਰ ਇਸ ਕਾਣੀ ਵੰਡ ਉਤੇ ਬੁਰੀ ਤਰ੍ਹਾਂ ਝੂਰਦਾ, ਇਹ ਇੰਜ ਕਿਉਂ ਹੈ। ਉਸਦੇ ਦੋਵੇਂ ਮਿੱਤਰ ਸਤਿੰਦਰ ਅਤੇ ਕੇਪੀ ਉਸਨੂੰ ਹਦੋਂ ਵੱਧ ਪਿਆਰ ਕਰਦੇ ਹਨ। ਕਰਮਵੀਰ ਨੂੰ ਜੇ ਉਹ ਦੋਵੇਂ ਇਕ ਦਿਨ ਨਾ ਮਿਲਦੇ ਤਾਂ ਉਹ ਮੁੜ ਕਰਮਵੀਰ ਨੂੰ ਲੱਭਦੇ। ਕਰਮਵੀਰ ਦਾ ਸਾਈਕਲ ਉਹ ਜੀਪ 'ਚ ਧਰ ਲੈਂਦੇ ਤੇ ਫਿਰ ਉਹ ਲੰਮੀ ਸੈਰ ਤੇ ਪਿਕਨਿਕ ਮਨਾਉਣ ਲਈ ਨਿਕਲ ਜਾਂਦੇ। ਕਰਮਵੀਰ ਦਾ ਧਿਆਨ ਪੜ੍ਹਾਈ ਵਲੋਂ ਉਖੜਿਆ ਰਹਿੰਦਾ। ਸਤਿੰਦਰ ਤੇ ਕੇਪੀ ਵੀ ਪੜ੍ਹਾਈ 'ਚ ਬਹੁਤੇ ਹੁਸ਼ਿਆਰ ਨਹੀਂ ਸੀ। ਕਰਮਵੀਰ ਤੇ ਉਹ ਦੋਵੇਂ ਸਾਰਾ ਵਰ੍ਹਾ ਪਿਕਨਿਕਾਂ ਮਨਾਉਂਦੇ ਰਹੇ, ਸਿੱਟੇ ਵਜੋਂ ਕਰਮਵੀਰ ਬੀ. ਐਸ. ਸੀ. 'ਚੋਂ ਫੇਲ ਹੋ ਗਿਆ।

ਪਿਤਾ ਨੇ ਪੁੱਤਰ ਨੂੰ ਪ੍ਰੀ-ਇੰਜਨੀਅਰਿੰਗ ਕਰਾਉਣੀ ਚਾਹੀ ਉਸ ਨੂੰ ਦਾਖਲਾ ਨਾ ਮਿਲ ਸਕਿਆ। ਫਿਰ ਉਸਨੇ ਸੋਚਿਆ ਕਿ ਬੀ. ਐਸ. ਸੀ. ਕਰਨ ਪਿਛੋਂ ਉਹ ਇੰਜਨੀਅਰਿੰਗ 'ਚ ਚਲਿਆ ਜਾਏਗਾ। ਪਰ ਉਥੇ ਵੀ ਜਦੋਂ ਉਹ ਫੇਲ੍ਹ ਹੋ ਗਿਆ ਤਾਂ ਉਸਨੇ ਸੋਚ ਲਿਆ ਕਿ ਉਸਦਾ ਪੁੱਤਰ ਕਦੇ ਵੀ ਇੰਜਨੀਅਰ ਨਹੀਂ ਬਣ ਸਕਦਾ। ਪਿਤਾ ਨੇ ਫਿਰ ਵੀ ਕਰਮਵੀਰ ਨੂੰ ਕੁਝ ਨਹੀਂ ਆਖਿਆ ਤੇ ਬੀ.ਏ. ਭਾਗ ਪਹਿਲਾ 'ਚ ਦਾਖਲ ਹੋਣ ਲਈ ਆਗਿਆ ਦੇ ਦਿੱਤੀ।

ਪਰ ਉਦੋਂ ਹੀ ਪਿਤਾ ਦੀ ਮੁਅਤਲੀ ਦੇ ਆਰਡਰ ਆ ਗਏ। ਮੁਕੱਦਮਾ ਚਲਣ ਨਾਲ ਘਰ

ਦੇ ਸਾਰੇ ਮੈਂਬਰ ਇਕ ਵਾਰ ਹਲੂਣੇ ਗਏ। ਕਰਮਵੀਰ, ਜੋ ਸੂਟ ਬੂਟ ਪਾਈ ਅਸਮਾਨ ਤੇ ਉਡਿਆ ਰਹਿੰਦਾ ਸੀ, ਇਕੋ ਵਾਰ ਝਟਕੇ ਨਾਲ ਧਰਤੀ ਤੇ ਆ ਪਿਆ। ਕਰਮਵੀਰ ਦੀਆਂ ਭੈਣਾਂ ਦੇ ਚਿਹਰਿਆਂ ਦੇ ਰੰਗ ਫਿਕੇ ਪੈ ਗਏ। ਉਸਦੀ ਮਾਂ ਅਨਵੰਤ ਕੌਰ ਰੋ-ਰੋ ਫਾਵੀ ਹੁੰਦੀ ਗਈ। ਕਰਮਵੀਰ ਨੇ ਹੋਣੀ ਨੂੰ ਸਿਰ ਉੱਤੇ ਆਈ ਦੇਖਿਆ ਤਾਂ ਉਹ ਕਾਫ਼ੀ ਘਬਰਾ ਗਿਆ। ਇਸ ਘਬਰਾਹਟ 'ਚ ਉਹ ਬਹੁਤੀ ਦੇਰ ਘਰ ਨਾ ਬੈਠ ਸਕਦਾ। ਉਹ ਘਰੋਂ ਨਿਕਲ ਤੁਰਦਾ, ਗਲੀਆਂ, ਸੜਕਾਂ ਗਾਹੁੰਦਾ ਤੁਰਿਆ ਜਾਂਦਾ। ਸੋਚਦਾ ਹੁਣ ਇਸ ਪਰਿਵਾਰ ਦਾ ਕੀ ਬਣੇਗਾ, ਘਰ ਦਾ ਗੁਜ਼ਾਰਾ ਤਾਂ ਤੁਰਨਾ ਹੀ ਚਾਹੀਦੈ। ਗੁੱਡੀ ਨੇ ਭਾਵੇਂ ਜੇ.ਬੀ.ਟੀ. ਕਰ ਲਈ ਹੋਈ ਸੀ, ਪਰ ਉਸਨੂੰ ਅਜੇ ਨੌਕਰੀ ਨਹੀਂ ਸੀ ਮਿਲੀ। ਘਰ ਦੇ ਗੁਜ਼ਾਰੇ ਨੂੰ ਤੋਰਨ ਲਈ ਕੀ ਕੀਤਾ ਜਾਏ। ਗਿਆਰਵੀਂ ਪਾਸ ਨੂੰ ਨੌਕਰੀ ਕੌਣ ਦਏ।

ਮੁਕੱਦਮਾ ਚੱਲਿਆ ਤੇ ਚਲਦਾ ਰਿਹਾ। ਪੈਸੇ ਮੰਗ ਮੰਗ ਕੇ ਮੁੱਕਦਮੇ 'ਤੇ ਲਗਦੇ ਗਏ। ਘਰ ਦੇ ਖਰਚੇ ਤੋਰਨ ਲਈ ਵੀ ਪੈਸਿਆਂ ਦੀ ਲੋੜ ਸੀ। ਨੌਕਰੀ ਲਈ, ਕਰਮਵੀਰ, ਅਖਬਾਰਾਂ 'ਚ 'ਲੋੜ ਹੈ' ਦਾ ਕਾਲਮ ਨਿਤ ਪੜ੍ਹਦਾ ਅਤੇ ਜਿਥੇ ਵੀ ਹਾਇਰ ਸੈਕੰਡਰੀ ਪਾਸ ਕਲਰਕਾਂ ਦੀ ਕੋਈ ਆਸਾਮੀ ਹੁੰਦੀ, ਉਹ ਅਪਲਾਈ ਕਰ ਦਿੰਦਾ, ਪਰ ਉੱਤਰ ਕਿਧਰੋਂ ਵੀ ਨਾ ਮਿਲਦਾ।

ਉਨ੍ਹਾਂ ਦੇ ਹਸਦੇ ਵਸਦੇ ਪਰਿਵਾਰ ਨੂੰ ਨਜ਼ਰ ਲਗ ਗਈ ਸੀ। ਉਨ੍ਹਾਂ ਦਾ ਪਰਿਵਾਰ ਇਕ ਮਾਡਲ ਪਰਿਵਾਰ ਸੀ। ਸਿਰਫ ਕਰਮਵੀਰ ਨੂੰ ਛੱਡ ਕੇ ਬਾਕੀ ਸਾਰੇ ਬੱਚੇ ਪੜ੍ਹਾਈ 'ਚ ਚੰਗੇ ਸਨ। ਕਰਮਵੀਰ ਭਾਵੇਂ ਸਾਰਿਆਂ ਨਾਲੋਂ ਵੱਡਾ ਸੀ, ਪਰ ਉਹ ਆਪਣੀ ਜ਼ਿੰਦਗੀ ਪ੍ਰਤੀ, ਕੈਰੀਅਰ ਪ੍ਰਤੀ ਬਹੁਤਾ ਸੁਚੇਤ ਨਹੀਂ ਸੀ। ਘਰ 'ਚ ਉਹ ਭਾਵੇਂ ਬਹੁਤਾ ਨਹੀਂ ਸੀ ਬੋਲਦਾ, ਪਰ ਬਹੁਤੀ ਵਾਰ ਉਹ ਆਪਣੀ ਗੱਲ ਮਨਵਾ ਲੈਂਦਾ। ਖੁਲ੍ਹਾ ਖਾਣ ਪਹਿਨਣ ਸੀ। ਘਰ 'ਚ ਕਦੇ ਕਿਸੇ ਚੀਜ਼ ਦੀ ਘਾਟ ਨਹੀਂ ਸੀ। ਪਿਤਾ ਦਾ ਸਰਕਾਰੀ ਨੌਕਰੀ 'ਚ ਚੰਗਾ ਅਹੁਦਾ ਸੀ। ਕਾਫੀ ਲੋਕਾਂ ਨਾਲ ਜਾਣ-ਪਛਾਣ ਸੀ। ਸਾਗ ਗੰਨਿਆਂ ਦੀ ਰੁੱਤੇ ਘਰ 'ਚ ਸਾਗ ਗੰਨੇ ਨਾ ਮੁਕਦੇ। ਸਗੋਂ ਉਹ ਘਰ ਆਈਆਂ ਇਕੱਠੀਆਂ ਹੋਈਆਂ ਚੀਜ਼ਾਂ ਆਪਣੇ ਯਾਰਾਂ ਮਿੱਤਰਾਂ ਤੇ ਰਿਸ਼ਤੇਦਾਰਾਂ ਨੂੰ ਵੰਡ ਦਿੰਦੇ। ਛੱਲੀਆਂ ਦੀ ਰੁੱਤੇ ਘਰ ਛੱਲੀਆਂ ਨਾਲ ਭਰਿਆ ਰਹਿੰਦਾ। ਕਣਕ ਹਰ ਵਾਰ ਸਸਤੀ ਮਿਲ ਜਾਂਦੀ ਤੇ ਚਾਰ ਪੰਜ ਬੋਰੀਆਂ ਇਕੱਠੀਆਂ ਰਖਵਾ ਲਈਆਂ ਜਾਂਦੀਆਂ।

ਪਰ ਮੁਅੱਤਲੀ ਦੇ ਇਕ ਸਾਲ ਦੇ ਅੰਦਰ-ਅੰਦਰ ਘਰ ਦੇ ਸਾਰੇ ਭਾਂਡੇ ਖਾਲੀ ਹੋ ਗਏ। ਕੁਰਸੀਆਂ ਨੂੰ ਸਲਾਮਾਂ ਕਰਨ ਵਾਲੇ, ਸਿਰਫ਼ ਕੁਰਸੀਆਂ ਨੂੰ ਹੀ ਸਲਾਮਾਂ ਕਰਦੇ ਹਨ, ਬੰਦਿਆਂ ਨੂੰ ਨਹੀਂ। ਕਰਮਵੀਰ ਦੇ ਪਿਤਾ ਵਿਚ ਇਕ ਸਿਫਤ ਸੀ ਕਿ ਉਹ ਕਦੇ ਵੀ ਆਪਣੇ ਇਸ ਹਾਲਾਤ ਤੋਂ ਘਬਰਾਉਂਦੇ ਨਹੀਂ ਸੀ। ਉਨ੍ਹਾਂ ਦਾ ਸੁਭਾਅ ਆਸ਼ਾਵਾਦੀ ਸੀ, ਉਨ੍ਹਾਂ ਦਾ ਕਹਿਣਾ ਸੀ ਕਿ ਬੁਰੇ ਦਿਨ ਬਹੁਤੀ ਦੇਰ ਨਹੀਂ ਰਹਿਣੇ, ਵਾਹਿਗੁਰੂ ਚੰਗੇ ਦਿਨ ਲਿਆਵੇਗਾ। ਪਤੀ ਦੀ ਮੁਅੱਤਲੀ ਤੋਂ ਪਿੱਛੋਂ ਅਨਵੰਤ ਕੌਰ ਦਾ ਧਿਆਨ ਪਾਠ ਕਰਨ ਵੱਲ ਵਧੇਰੇ ਹੁੰਦਾ। ਪਾਠ ਤਾਂ ਉਹ ਪਹਿਲਾਂ ਵੀ ਕਰਦੀ ਹੁੰਦੀ ਸੀ, ਪਰ ਹੁਣ ਉਸਦਾ ਇਸ ਵੱਲ ਵਧੇਰੇ ਧਿਆਨ ਸੀ। ਕਰਮਵੀਰ ਦਾ ਮਨ ਸਾਰਿਆਂ ਵਲੋਂ ਉਖੜਿਆ-ਉਖੜਿਆ ਰਹਿੰਦਾ। ਉਸ ਦਾ ਪਿਤਾ ਆਪਣੀਆਂ ਰਿਸ਼ਤੇਦਾਰੀਆਂ 'ਚ ਕਦੇ ਕਿਸੇ ਕੋਲ ਘਲਦਾ, ਕਦੇ ਕਿਸੇ ਕੋਲ ਤਾਂ ਕਿ ਉਹ

ਥੋੜ੍ਹੇ ਬਹੁਤ ਪੈਸੇ ਉਨ੍ਹਾਂ ਤੋਂ ਉਧਾਰੇ ਮੰਗ ਕੇ ਲਿਆਏ। ਕਰਮਵੀਰ ਨੂੰ ਇਨ੍ਹਾਂ ਗੱਲਾਂ ਉਤੇ ਬੜਾ ਗੁੱਸਾ ਆਉਂਦਾ, ਉਹ ਮੂੰਹੋਂ ਕੁਝ ਵੀ ਤਾਂ ਨਹੀਂ ਸੀ ਬੋਲ ਸਕਦਾ। ਜੇ ਉਹ ਅਜਿਹੀ ਹਰਕਤ ਕਰਦਾ ਤਾਂ ਉਸਨੂੰ ਇਹੀ ਸੁਣਨਾ ਪੈਣਾ ਸੀ, "ਫਿਰ ਤੂੰ ਕਿਤੇ ਨੌਕਰੀ ਕਿਉਂ ਨਹੀਂ ਕਰਦਾ", ਕਰਮਵੀਰ ਡਾਢਾ ਪਰੇਸ਼ਾਨ ਸੀ। ਰੋਟੀ ਖਾਂਦਾ-ਖਾਂਦਾ ਉਹ ਸੋਚੀ ਜਾਂਦਾ ਤੇ ਕਈ ਵਾਰ ਬੁਰਕੀ ਉਸਦੇ ਸੰਘੋਂ ਨਾ ਉਤਰਦੀ।

ਇਕ ਦਿਨ ਕਰਮਵੀਰ ਆਪਣੀ ਮਾਂ ਅਨਵੰਤ ਕੌਰ ਨਾਲ ਆਪਣੀ ਮਾਸੀ ਦੇ ਘਰ ਗਿਆ। ਕਰਮਵੀਰ ਦਾ ਮਾਸੜ ਟੈਕਸ ਮਹਿਕਮੇ 'ਚ ਇਕ ਉਚ ਅਫਸਰ ਸੀ। ਉਨ੍ਹਾਂ ਨੂੰ ਵੀ ਕਰਮਵੀਰ ਦੇ ਪਰਿਵਾਰ ਨਾਲ ਡਾਢੀ ਹਮਦਰਦੀ ਸੀ। ਕਰਮਵੀਰ ਦੀ ਨੌਕਰੀ ਦੀ ਗੱਲ ਤੁਰੀ ਤਾਂ ਕਰਮਵੀਰ ਦੇ ਮਾਸੜ ਨੇ ਉਦੋਂ ਹੀ ਫੋਨ ਉਤੇ ਨੇਤਾ ਜੀ ਇੰਜਨੀਅਰਿੰਗ ਵਰਕਸ 'ਚ ਗੱਲ ਕੀਤੀ। ਲਾਲਾ ਬਦਰੀ ਪ੍ਰਸਾਦ ਨੇ ਕਿਹਾ 'ਮੁੰਡੇ ਨੂੰ ਭੇਜ ਦਿਓ'। ਕਰਮਵੀਰ ਨੂੰ ਨੌਕਰੀ ਮਿਲਣ ਦੀ ਆਸ ਹੋਈ ਤਾਂ ਉਹ ਡਾਢਾ ਖੁਸ਼ ਹੋਇਆ। ਅਨਵੰਤ ਕੌਰ ਵੀ ਖੁਸ਼ ਸੀ।

ਕਰਮਵੀਰ ਹੁਣੀਂ ਉਦੋਂ ਜਲੰਧਰ ਤੋਂ 14-15 ਕਿਲੋਮੀਟਰ ਦੂਰ ਅਲਾਵਲਪੁਰ ਕਸਬੇ 'ਚ ਰਹਿੰਦੇ ਹੁੰਦੇ ਸਨ। ਕਰਮਵੀਰ ਦੀ ਨੌਕਰੀ ਦਾ ਪ੍ਰਬੰਧ ਤਕਰੀਬਨ ਹੋ ਗਿਆ ਸੀ। ਸਿਰਫ਼ ਕਰਮਵੀਰ ਦੇ ਜਾ ਕੇ ਮਿਲਣ ਦੀ ਲੋੜ ਸੀ। ਕਰਮਵੀਰ ਅਗਲੇ ਦਿਨ ਨੇਤਾ ਦੀ ਇੰਜਨੀਅਰਿੰਗ 'ਚ ਜਾ ਪੁਜਾ। ਲਾਲਾ ਬਦਰੀ ਪ੍ਰਸਾਦ ਨੇ ਉਸਦੀ ਕੁਆਲੀਫਿਕੇਸ਼ਨ ਪੁੱਛੀ। ਲਾਲਾ ਮੋਟੇ ਢਿਡ ਵਾਲਾ ਤੇ ਮੋਟੇ ਸਿਰ ਵਾਲਾ ਮਨੁੱਖ ਸੀ। ਪਹਿਲੀ ਨਜ਼ਰੇ ਉਹ ਦੇਖਣ ਵਾਲੇ ਨੂੰ ਪ੍ਰਭਾਵਤ ਨਾ ਕਰਦਾ ਪਰ ਜਦੋਂ ਉਹ ਆਪਣੀ ਖਾਸ ਆਵਾਜ਼ ਤੇ ਖਾਸ ਅੰਦਾਜ਼ 'ਚ ਬੋਲਦਾ ਤਾਂ ਮਿਲਣ ਵਾਲਾ ਉਸ ਤੋਂ ਕਾਫੀ ਪ੍ਰਭਾਵਿਤ ਹੁੰਦਾ। ਕਰਮਵੀਰ ਨੂੰ ਜਾਪਿਆ ਕਿ ਲਾਲਾ ਬਦਰੀ ਪ੍ਰਸਾਦ ਇਕ 'ਸੈਲਫ ਮੇਡ' ਮੈਨ ਹੈ। ਉਹ ਇਕ ਮਾਮੂਲੀ ਜਿਹੇ ਆਦਮੀ ਤੋਂ ਕਾਰਖਾਨੇਦਾਰ ਬਣ ਗਿਆ ਹੈ। ਪਰ ਬਣਿਆ ਕਿਵੇਂ ? ਇਥੇ ਆ ਕੇ ਕਰਮਵੀਰ ਦੀ ਸੋਚ ਰੁਕ ਜਾਂਦੀ।

ਕਰਮਵੀਰ ਨੂੰ ਸਭ ਤੋਂ ਪਹਿਲਾਂ ਉਸ ਨੇ ਉਸਦੀ ਵਿਦਿਅਕ ਯੋਗਤਾ ਪੁਛੀ ਪਿਛੋਂ ਉਸਨੂੰ ਕਾਰਖਾਨੇ ਅੰਦਰ ਕੋਈ ਨੌਕਰੀ ਨਹੀਂ ਦਿਤੀ ਗਈ। ਬਦਰੀ ਪ੍ਰਸਾਦ ਦੀ ਆਟੇ ਦੀ ਇਕ ਚੱਕੀ ਹੁੰਦੀ ਸੀ। ਇਸ ਚੱਕੀ ਤੋਂ ਜਿਹੜਾ ਆਟਾ ਪੀਹ ਕੇ ਜਾਂਦਾ ਸੀ, ਉਹ ਸਿਰਫ਼ ਵਰਕਰਾਂ 'ਚ ਤਕਸੀਮ ਹੁੰਦਾ ਸੀ। ਵਰਕਰਾਂ ਦਾ ਕੰਜ਼ਿਊਮਰਜ਼ ਸਟੋਰ ਇਸਦੀ ਵੰਡ ਕਰਦਾ। ਕਰਮਵੀਰ ਨੂੰ ਇਸ ਚੱਕੀ ਉਤੇ ਨੌਕਰੀ ਦੇ ਦਿੱਤੀ ਗਈ। ਉਸ ਦਾ ਕੰਮ ਇਹ ਸੀ ਕਿ ਲਾਲੇ ਦੇ ਫਾਰਮ ਤੋਂ ਆਈਆਂ ਕਣਕ ਦੀਆਂ ਬੋਰੀਆਂ ਗਿਣਤੀ ਕਰਕੇ ਗੁਦਾਮ 'ਚ ਰਖਾਉਣੀਆਂ ਤੇ ਆਟੇ ਦੀਆਂ ਜਿੰਨੀਆਂ ਬੋਰੀਆਂ ਚੱਕੀ ਤੋਂ ਜਾਂਦੀਆਂ, ਉਨ੍ਹਾਂ ਦੀ ਐਂਟਰੀ ਰਜਿਸਟਰ ਉਤੇ ਕਰ ਲੈਣੀ। ਤਨਖਾਹ ਉਦੋਂ ਉਸਦੀ ਲੱਗੀ ਸੀ ਅੱਸੀ ਰੁਪੈ ਮਹੀਨਾ।

ਕਰਮਵੀਰ ਦੀ ਨੌਕਰੀ ਲੱਗੀ ਤਾਂ ਉਸ ਦਾ ਸਾਰਾ ਪਰਿਵਾਰ ਖੁਸ਼ ਸੀ। ਅੱਸੀ ਰੁਪੈ ਮਹੀਨਾ, ਕਾਫੀ ਮਦਦ ਸੀ ਪਰਿਵਾਰ ਨੂੰ ਇਨ੍ਹਾਂ ਪੈਸਿਆਂ ਦੀ। ਕਰਮਵੀਰ ਹਰ ਮਹੀਨੇ ਅੱਸੀ ਰੁਪੈ ਦਾ ਰਾਸ਼ਨ ਹੀ ਘਰ ਲੈ ਜਾਂਦਾ। ਸਟੋਰ ਤੋਂ ਉਹ ਘਿਓ, ਚਾਹ ਪਤੀ, ਸਾਬਣ ਦਾਲਾਂ ਆਦਿ ਝੋਲਿਆਂ 'ਚ ਭਰ ਕੇ ਸਾਈਕਲ 'ਤੇ ਘਰ ਲੈ ਜਾਂਦਾ। ਉਹ ਰੋਜ਼ ਸਵੇਰੇ ਘਰੋਂ ਸਾਈਕਲ ਤੇ ਹੀ

ਨਿਕਲਦਾ ਅਤੇ ਰਾਤ ਪਏ ਘਰ ਪੁੱਜਦਾ । ਕਰਮਵੀਰ ਲਈ ਇਹ ਅਨੁਭਵ ਭਾਂਵੇ ਸੁਖਦ ਨਹੀਂ ਸੀ ਕਿਉਂਕਿ ਉਹ ਗੱਡੀਆਂ ਬੱਸਾਂ ਉਤੇ ਸਫ਼ਰ ਕਰਨ ਵਾਲਾ, ਹੁਣ ਸਾਈਕਲ ਚਲਾ ਕੇ ਚੌਦਾਂ ਕਿਲੋਮੀਟਰ ਜਾਂਦਾ ਤੇ ਚੌਦਾਂ ਕਿਲੋਮੀਟਰ ਆਉਂਦਾ। ਕਿਉਂਕਿ ਗੱਡੀ ਕੋਈ ਇਸ ਨੌਕਰੀ ਲਈ ਸੂਟ ਨਹੀਂ ਸੀ ਕਰਦੀ ਅਤੇ ਬੱਸ ਉਤੇ ਆਉਣਾ ਜਾਣਾ ਮਹਿੰਗਾ ਪੈਂਦਾ ਸੀ। ਫਿਰ ਭੀ ਕਰਮਵੀਰ ਨੂੰ ਇਕ ਮਾਨਸਿਕ ਤਸੱਲੀ ਸੀ ਕਿ ਉਹ ਆਪਣੇ ਪਰਿਵਾਰ ਦਾ ਗੁਜ਼ਾਰਾ ਤੋਰਨ ਲਈ ਕੁਝ ਨਾ ਕੁਝ ਆਪਣੀ ਕਮਾਈ ਦਾ, ਆਪਣੀ ਮਿਹਨਤ ਦਾ ਹਿੱਸਾ ਪਾ ਰਿਹਾ ਹੈ।

ਘਰ 'ਚ ਸਭ ਕੁਝ ਠੀਕ-ਠਾਕ ਚਲ ਰਿਹਾ ਸੀ। ਗੁੱਡੀ ਨੇ ਗਿਆਨੀ ਪੜ੍ਹਨੀ ਸ਼ੁਰੂ ਕਰ ਦਿਤੀ ਸੀ। ਛੋਟੀਆਂ ਦੋਵੇਂ ਸਕੂਲੇ ਪੜ੍ਹ ਰਹੀਆਂ ਸਨ ਤੇ ਸਭ ਤੋਂ ਛੋਟਾ ਅਤਿੰਦਰ ਪ੍ਰਾਇਮਰੀ ਸਕੂਲ ਦੇ ਆਖਰੀ ਵਰ੍ਹੇ 'ਚ ਸੀ। ਕਰਮਵੀਰ ਨੇਮ ਅਨੁਸਾਰ ਨੌਕਰੀ 'ਤੇ ਚਲੇ ਜਾਂਦਾ। ਹੁਣ ਉਸਦਾ ਵੀ ਦਿਲ ਕਰਦਾ ਕਿ ਉਹ ਪੜ੍ਹਾਈ ਕਰੇ। ਪੜ੍ਹਾਈ ਜਦੋਂ ਉਸਨੂੰ ਕਰਨੀ ਚਾਹੀਦੀ ਸੀ, ਉਦੋਂ ਉਹ ਪੜ੍ਹਾਈ ਬਾਰੇ ਸੰਜੀਦਾ ਨਹੀਂ ਸੀ, ਪਰ ਅਜਕਲ ਉਸਨੂੰ ਪੜ੍ਹਾਈ ਦਾ ਭੂਤ ਸੁਆਰ ਹੋਇਆ ਹੋਇਆ ਸੀ। ਸੁਆਲ ਇਹ ਸੀ ਕਿ ਉਹ ਹੁਣ ਪੜ੍ਹ ਕਿਵੇਂ ਸਕਦਾ ਸੀ, ਪੂਰੇ ਦਿਨ ਦੀ ਨੌਕਰੀ ਤੇ ਫਿਰ ਆਉਣਾ ਜਾਣਾ। ਆਉਣ ਜਾਣ 'ਚ ਕਾਫੀ ਸਮਾਂ ਵੀ ਖਰਾਬ ਹੁੰਦਾ ਤੇ ਸਾਈਕਲ 'ਤੇ ਥਕਾਵਟ ਵੀ ਹੋ ਜਾਣੀ। ਪਰ ਪੜ੍ਹਨ ਦੀ ਇੱਛਾ ਉਸਦੇ ਮਨ ਅੰਦਰ ਉਸਲਵਟੇ ਭੰਨਣ ਲੱਗੀ।

ਉਨ੍ਹਾਂ ਦਿਨਾਂ 'ਚ ਉਸਦੀ ਡਿਊਟੀ ਚੱਕੀ ਤੋਂ ਬਦਲ ਕੇ ਕਾਰਖਾਨੇ ਅੰਦਰ ਲਾ ਦਿੱਤੀ ਗਈ। ਨਵੀਂ ਬਣੀ ਵਰਕਸ਼ਾਪ 'ਚ ਟੂਲ ਸਟੋਰ 'ਚ ਇਕ ਸਟੋਰ ਕੀਪਰ ਦੀ ਥਾਂ ਖਾਲੀ ਹੋਈ। ਇਸ ਥਾਂ ਲਈ ਲਾਲਾ ਬਦਰੀ ਪ੍ਰਸਾਦ ਨੇ ਕਰਮਵੀਰ ਨੂੰ ਚੁਣਿਆ ਤੇ ਉਸਨੂੰ ਇਸ ਸੀਟ ਉਤੇ ਕੰਮ ਕਰਨ ਦਾ ਹੁਕਮ ਹੋਇਆ। ਵਰਕਸ਼ਾਪ 'ਚ ਵਰਕਰਾਂ ਦੀਆਂ ਤਿੰਨ ਸ਼ਿਫਟਾਂ ਚਲਦੀਆਂ ਸਨ। ਇਸ ਵਰਕਸ਼ਾਪ 'ਚ ਖਰਾਦੀਏ ਬਹੁਤੇ ਸਨ। ਨਾਲ ਹੀ ਇਕ ਪਾਟਨ ਵਰਕਸ਼ਾਪ ਸੀ। ਇਨ੍ਹਾਂ ਵਰਕਰਾਂ ਨੂੰ ਮਸ਼ੀਨ ਉਤੇ ਕੰਮ ਕਰਨ ਲਈ ਜਿਨ੍ਹਾਂ ਟੂਲਾਂ ਦੀ ਆਰਜ਼ੀ ਤੌਰ ਤੇ ਲੋੜ ਪੈਂਦੀ, ਉਹ ਟੂਲ, ਉਹ ਟੂਲ ਸਟੋਰ ਤੋਂ ਆਪਣੇ ਨਾ ਇਸ਼ੂ ਕਰਾਉਂਦੇ ਅਤੇ ਛੁਟੀ ਕਰਨ ਤੋਂ ਪਹਿਲਾਂ ਸਟੋਰ 'ਚ ਜਮ੍ਹਾਂ ਕਰਵਾ ਕੇ ਜਾਂਦੇ। ਪਹਿਲੀ ਸ਼ਿਫਟ ਸਵੇਰੇ ਛੇ ਵਜੇ ਸ਼ੁਰੂ ਹੁੰਦੀ ਜੋ ਢਾਈ ਵਜੇ ਮੁਕਦੀ ਦੂਜੀ ਢਾਈ ਵਜੇ ਤੇ ਫਿਰ ਤੀਜੀ ਰਾਤ ਨੂੰ ਗਿਆਰਾਂ ਵਜੇ ਸ਼ੁਰੂ ਹੁੰਦੀ। ਪਰ ਟੂਲ ਸਟੋਰ ਸਵੇਰੇ ਛੇ ਵਜੇ ਖੁਲ੍ਹ ਕੇ ਰਾਤ ਢਾਈ ਵਜੇ ਬੰਦ ਹੋ ਜਾਂਦਾ। ਕਰਮਵੀਰ ਲਈ ਸਵੇਰੇ ਸ਼ਿਫਟ 'ਚ ਆਉਣਾ ਮੁਸ਼ਕਲ ਸੀ। ਟੂਲ ਸਟੋਰ ਕੀਪਰ, ਸਿਰਫ ਦੋ ਹੀ ਸਨ। ਇਕ ਸਵੇਰੇ ਛੇ ਵਜੇ ਆਉਂਦਾ ਤੇ ਦੂਜਾ ਸ਼ਾਮ ਨੂੰ ਛੇ ਵਜੇ ਆਉਂਦਾ। ਕਰਮਵੀਰ ਨੇ ਆਪਣੇ ਲਈ ਸ਼ਾਮ ਛੇ ਵਜੇ ਵਾਲੀ ਸ਼ਿਫਟ ਚੁਣੀ।

ਇਸ ਨਾਲ ਕਰਮਵੀਰ ਨੂੰ ਭਾਵੇਂ ਰਾਤ ਰਹਿਣ ਦੀ ਦਿੱਕਤ ਤਾਂ ਜ਼ਰੂਰ ਆਈ, ਪਰ ਉਸਦਾ ਅਗਾਂਹ ਪੜ੍ਹਨ ਦਾ ਸੁਪਨਾ ਉਸਨੂੰ ਪੂਰਾ ਹੁੰਦਾ ਨਜ਼ਰ ਆਇਆ। ਉਹ ਰਾਤ ਨੂੰ ਢਾਈ ਵਜੇ ਤਕ ਡਿਊਟੀ ਕਰਕੇ, ਟੂਲ ਸਟੋਰ ਦੇ ਪਿਛਲੇ ਪਾਸੇ, ਪਾਟੀਆਂ ਹੋਈਆਂ ਸਾੜ੍ਹੀਆਂ (ਜਿਨ੍ਹਾਂ ਨੂੰ ਮਸ਼ੀਨ ਸਾਫ ਕਰਨ ਲਈ ਵਰਕਰ ਵਰਤਦੇ ਹੁੰਦੇ ਸਨ) ਉਤੇ ਸੌਂ ਜਾਂਦਾ। ਨੀਂਦ ਆ

ਜਾਂਦੀ ਸਵੇਰੇ ਛੇ ਵਜੇ ਆਇਆ ਬੰਦਾ ਉਸਨੂੰ ਜਗਾ ਦਿੰਦਾ। ਉਹ ਉਥੋਂ ਉਠਦਾ ਫੈਕਟਰੀ ਦੇ ਨਲਕੇ ਤੋਂ ਮੂੰਹ ਹੱਥ ਧੋਂਦਾ ਤੇ ਚਾਹ ਆਦਿ ਪੀ ਕੇ ਸਵੇਰੇ ਅੱਠ ਵਜੇ ਦੀ ਗਿਆਨੀ ਕਲਾਸ 'ਚ ਪੜਨ ਚਲਿਆ ਜਾਂਦਾ। ਉਥੇ ਸਾਢੇ ਨੌਂ ਵਜੇ ਤਕ ਪੜ੍ਹਦਾ ਤੇ ਫਿਰ ਸਾਈਕਲ ਚਲਾ ਕੇ ਅਲਾਵਲ ਪੁਰ ਘਰ ਪੁੱਜਦਾ। ਨਹਾ ਧੋ ਕੇ ਉਹ ਰੋਟੀ ਖਾਂਦਾ ਤੇ ਸੌਂ ਜਾਂਦਾ ਫਿਰ ਤਿੰਨ ਕੁ ਵਜੇ ਜਾਗਦਾ। ਰੋਟੀ ਆਦਿ ਖਾਣ ਪਿਛੋਂ ਚਾਰ ਕੁ ਵਜੇ ਫਿਰ ਆਪਣੀ ਨੌਕਰੀ ਲਈ ਨਿਕਲ ਤੁਰਦਾ।

ਕਰਮਵੀਰ ਨੇ ਜਦੋਂ ਅਗਾਂਹ ਪੜ੍ਹਨ ਲਈ ਵਿਚਾਰ ਬਣਾਇਆ ਤਾਂ ਉਸਨੂੰ ਦਸਿਆ ਗਿਆ ਕਿ ਪ੍ਰਾਈਵੇਟ ਪੜ੍ਹਨ ਲਈ ਉਸਨੂੰ ਪਹਿਲਾਂ ਗਿਆਨੀ ਕਰਨੀ ਪਏਗੀ। ਕਰਮਵੀਰ ਨੂੰ ਉਂਜ ਵੀ ਗਿਆਨੀ ਕਰਨ ਦਾ ਸ਼ੌਕ ਸੀ। ਉਸਨੇ ਇਕ ਗਿਆਨੀ ਕਾਲਜ਼ 'ਚ ਦਾਖਲਾ ਲੈ ਲਿਆ। ਕਰਮਵੀਰ ਦਾ ਨੌਕਰੀ ਦੇ ਨਾਲ-ਨਾਲ ਪੜ੍ਹਾਈ ਕਰਨਾ ਇਕ ਅਜੀਬ ਜਿਹਾ ਸਿਲਸਿਲਾ ਸੀ। ਕਰਮਵੀਰ ਕਦੇ-ਕਦੇ ਸੋਚਦਾ ਕਿ ਜਦੋਂ ਉਹ ਨੌਕਰੀ ਨਹੀਂ ਸੀ ਕਰਦਾ ਹੁੰਦਾ ਜਾਂ ਉਸਨੂੰ ਨੌਕਰੀ ਦੀ ਲੋੜ ਨਹੀਂ ਸੀ ਹੁੰਦੀ ਤਾਂ ਉਸ ਪਾਸੋਂ ਸਿਰਫ਼ ਪੜ੍ਹਾਈ ਹੀ ਨਹੀਂ ਸੀ ਹੁੰਦੀ। ਉਦੋਂ ਜਦੋਂ ਪੜ੍ਹਨ ਦਾ ਵੇਲਾ ਸੀ, ਉਦੋਂ ਉਹ ਪੜ੍ਹ ਨਹੀਂ ਸਕਿਆ। ਉਦੋਂ ਉਹ ਪੜ੍ਹਾਈ ਲਈ ਐਨਾ ਸੰਜੀਦਾ ਨਹੀਂ ਸੀ। ਕਰਮਵੀਰ ਨੂੰ ਅਸਲ 'ਚ ਪੜ੍ਹਾਈ ਦਾ ਅਹਿਸਾਸ ਹੀ ਉਦੋਂ ਹੋਇਆ, ਜਦੋਂ ਉਸਨੂੰ ਰਾਤ ਦੀ ਡਿਊਟੀ ਤੇ ਕੰਮ ਕਰਨਾ ਪਿਆ। ਜਦੋਂ ਉਸਨੂੰ ਨੌਕਰੀ ਲੱਭਣ 'ਚ ਕਠਿਨਾਈ ਪੇਸ਼ ਆਈ। ਪੜ੍ਹਾਈ ਦੀ ਕਦਰ ਦਾ ਅਹਿਸਾਸ ਉਸਨੂੰ ਐਨੀ ਤੀਖਣਤਾ ਨਾਲ ਹੋਇਆ ਕਿ ਉਸਨੇ ਰਾਤ ਦੀ ਪੱਕੀ ਨੌਕਰੀ ਕਰਨੀ ਸਵੀਕਾਰ ਕਰ ਲਈ। ਭੁੰਜੇ ਸੌਣਾ ਸਵੀਕਾਰ ਕਰ ਲਿਆ। ਕਰਮਵੀਰ ਕਈ ਵਾਰ ਸੋਚਦਾ ਕਿ ਜਦੋਂ ਉਹ ਕਾਲਜ 'ਚ ਪੜ੍ਹਦਾ ਹੁੰਦਾ ਸੀ ਤਾਂ ਉਸਦੀ ਮਾਂ ਨੇ ਉਸਨੂੰ ਕਹਿਣਾ, ਪੁੱਤਰ ਪੜ੍ਹਿਆ ਕਰ ! ਪੜ੍ਹਾਈ ਵੀ ਇਕ ਤਪੱਸਿਆ ਵਾਂਗ ਹੈ, ਰਾਤਾਂ ਝਾਕਣੀਆਂ ਪੈਂਦੀਆਂ ਹਨ, ਪੜ੍ਹਾਈ ਲਈ।" ਪਰ ਕਰਮਵੀਰ ਕਮਰੇ ਦੀ ਬੱਤੀ ਜਗਦੀ ਛਡ ਕੇ, ਕਿਤਾਬ ਖੁੱਲੀ ਛੱਡ ਕੇ ਰਜਾਈ ਦੇ ਨਿੱਘ 'ਚ ਘੂਕ ਘੁਰਾੜੇ ਮਾਰ ਰਿਹਾ ਹੁੰਦਾ। ਉਸਦੇ ਕਮਰੇ ਦੀ ਬੱਤੀ, ਅਨਵੰਤ ਕੌਰ ਹੀ ਉਠ ਕੇ ਬੁਝਾਉਂਦੀ। ਪਰ ਅਜ ਕਰਮਵੀਰ ਨੂੰ ਆਪਣੀ ਮਾਂ ਦੀਆਂ ਗੱਲਾਂ ਚੇਤੇ ਆ ਰਹੀਆਂ ਸਨ। ਸਚਮੁਚ ਪੜ੍ਹਾਈ ਇਕ ਤਪੱਸਿਆ ਵਾਂਗ ਹੈ। ਜੇ ਇਸਨੂੰ ਤਪੱਸਿਆ ਸਮਝ ਕੇ ਨਾ ਕੀਤਾ ਜਾਏ ਤਾਂ ਫਿਰ ਫਲਦੀ ਨਹੀਂ । ਕਰਮਵੀਰ ਦੀ ਪੜ੍ਹਾਈ ਹੁਣ ਤਪੱਸਿਆ ਬਣ ਚੁੱਕੀ ਸੀ, ਘੋਰ ਤਪੱਸਿਆ। ਉਹ ਪੱਕਾ ਮਨ ਬਣਾ ਚੁੱਕਾ ਸੀ ਇਕ ਇਹ ਪੜ੍ਹਾਈ ਹੁਣ ਕਦੇ ਵੀ ਉਸਦੀ ਜ਼ਿੰਦਗੀ 'ਚ ਰੁਕੇਗੀ ਨਹੀਂ। ਜਿੰਨੀ ਦੇਰ ਉਹ ਜੀਵੇਗਾ, ਪੜ੍ਹਦਾ ਹੀ ਰਹੇਗਾ।

ਪਹਿਲਾਂ-ਪਹਿਲਾਂ ਕਰਮਵੀਰ ਨੂੰ ਇਹ ਰੁਟੀਨ ਬੜੀ ਅਜੀਬ ਜਿਹੀ ਲੱਗੀ। ਰਾਤ ਢਾਈ ਵਜੇ ਡਿਊਟੀ ਮੁਕਾ ਕੇ ਜਦੋਂ ਉਹ ਸਟੋਰ ਨੂੰ ਅੰਦਰੋਂ ਕੁੰਡਾ ਮਾਰ ਕੇ ਰੈਕਾਂ ਦੇ ਮਗਰ ਜਾ ਕੇ ਪਾਟੀਆਂ ਪੁਰਾਣੀਆਂ ਲੀਰਾਂ ਉਤੇ ਲੰਮੇ ਪੈ ਜਾਂਦਾ ਤਾਂ ਕਿੰਨੀ ਦੇਰ ਉਸਨੂੰ ਨੀਂਦਰ ਹੀ ਨਾ ਪੈਂਦੀ। ਗਰਮੀਆਂ ਦੀ ਹਾਲਤ ਹੋਰ ਤਰ੍ਹਾਂ ਦੀ ਸੀ। ਗਰਮੀਆਂ ਵਿਚ ਕਿੰਨੀ ਦੇਰ ਉਸਨੂੰ ਮੱਛਰ ਹੀ ਨਾ ਸੌਣ ਦਿੰਦਾ। ਫਿਰ ਜੇ ਕਿਤੇ ਨੀਂਦਰ ਪੈ ਹੀ ਜਾਂਦੀ ਤਾਂ ਕੋਈ ਲੋੜਵੰਦ ਵਰਕਰ ਉਸਦੇ

ਸਟੋਰ ਦੀ ਬਾਰੀ ਖੜਕਾ ਦਿੰਦਾ। ਉਹ ਉਠਦਾ ਅਤੇ ਉਸਦੀ ਲੋੜ ਪੂਰੀ ਕਰਦਾ। ਮਸ਼ੀਨਾਂ ਦੀ ਗੜਗੜਾਹਟ ਦਾ ਉਹ ਆਦੀ ਹੋ ਚੁੱਕਾ ਸੀ। ਮਸ਼ੀਨਾਂ ਦੀ ਆਵਾਜ਼ ਉਸਨੂੰ ਲੋਰੀ ਵਾਂਗ ਜਾਪਦੀ ਅਤੇ ਉਹ ਘੂਕ ਸੌਂ ਜਾਂਦਾ। ਪਰ ਕਈ ਵਾਰ ਉਸਦੀ ਨੀਂਦ ਉਸ ਕੋਲੋਂ ਐਨੀ ਦੂਰ ਚਲੀ ਜਾਂਦੀ ਕਿ ਉਹ ਸਿਰਫ਼ ਅੱਧਾ ਕੁ ਘੰਟਾ ਸੌਂ ਕੇ ਉਠ ਖੜੋਂਦਾ। ਉਸ ਦਿਨ ਉਹ ਆਪਣੀਆਂ ਅੱਖਾਂ 'ਚ ਦਬ ਕੇ ਛਿੱਟੇ ਮਾਰਦਾ, ਪਰ ਉਸਦੀਆਂ ਅੱਖਾਂ 'ਚ ਜਿਵੇਂ ਸੂਈਆਂ ਜਿਹੀਆਂ ਚੁਭੀਆਂ ਹੁੰਦੀਆਂ। ਅੱਖਾਂ 'ਚੋਂ ਸੇਕ ਨਿਕਲਦਾ। ਪਰ ਫਿਰ ਭੀ ਉਹ ਸਮੇਂ ਸਿਰ ਗਿਆਨੀ ਕਾਲਜ 'ਚ ਪੁਜ ਜਾਂਦਾ। ਥੋੜੇ ਦਿਨਾਂ ਪਿਛੋਂ ਉਸਦੀ ਨੀਂਦ ਬਿਲਕੁਲ ਉਡ ਗਈ ਸੀ, ਜਾਂ ਇੰਝ ਕਹਿ ਲਓ ਕਿ ਇਕ ਘੰਟਾ ਜਾਂ ਦੋ ਘੰਟੇ ਸੌਂ ਕੇ ਉਸਦੀ ਨੀਂਦਰ ਪੂਰੀ ਹੋ ਜਾਂਦੀ। ਹੁਣ ਉਹ ਇਸ ਸਾਰੀ ਰੁਟੀਨ ਦਾ ਆਦੀ ਹੋ ਗਿਆ ਸੀ। ਹੌਲੀ-ਹੌਲੀ ਉਹ ਕੰਡਿਆ ਨੂੰ ਫੁੱਲ ਸਮਝਣ ਲੱਗ ਪਿਆ ਸੀ।

ਪੰਜ

ਹੜਤਾਲ ਦੀ ਖ਼ਬਰ ਮਿਲਦਿਆਂ ਹੀ ਕਾਮਰੇਡ ਰਾਮ ਪ੍ਰਕਾਸ਼, ਨੇਤਾ ਜੀ ਇੰਜਨੀਅਰਿੰਗ ਵਰਕਸ ਵਲ ਦੌੜਿਆ। ਕਾਮਰੇਡ ਰਾਮ ਪ੍ਰਕਾਸ਼ ਏਟਕ (ਆਲ ਇੰਡੀਆ ਟਰੇਡ ਯੂਨੀਅਨ ਕਾਂਗਰਸ) ਦੀ ਜਿਲਾ ਇਕਾਈ ਦਾ ਜਨਰਲ ਸਕੱਤਰ ਸੀ। ਕਾਮਰੇਡ ਨੇ ਆਪਣਾ ਸਾਈਕਲ ਬਾਹਰ ਸੜਕ ਦੇ ਇਕ ਪਾਸੇ ਲਾਇਆ ਅਤੇ ਕਾਰਖਾਨੇ ਤੋਂ ਬਾਹਰ ਖੜੇ ਸਾਰੇ ਹੜਤਾਲੀ ਮਜ਼ਦੂਰਾਂ ਵਲ ਦੇਖਿਆ। ਉਸਦੇ ਚਿਹਰੇ ਉਤੇ ਇਕ ਲੁਕੀ ਹੋਈ ਮੁਸਕਾਨ ਸੀ। ਉਸਨੂੰ ਅਜ ਡਾਢੀ ਖ਼ੁਸ਼ੀ ਹੋਈ ਕਿ ਚਿਰਾਂ ਤੋਂ ਨੇਤਾ ਜੀ ਇੰਜਨੀਅਰਿੰਗ 'ਚ ਯੂਨੀਅਨ ਨਹੀਂ ਸੀ ਬਣ ਸਕੀ, ਹੜਤਾਲ ਤਾਂ ਬੜੀ ਦੂਰ ਦੀ ਗੱਲ ਸੀ।

ਕਾਮਰੇਡ ਰਾਮ ਪ੍ਰਕਾਸ਼ ਹਸਪਤਾਲੋਂ ਹੋ ਕੇ ਆਇਆ ਸੀ। ਉਸਨੇ ਜ਼ਖਮੀ ਮਜ਼ਦੂਰਾਂ ਦੀ ਖ਼ਬਰ ਸਾਰ ਲੈ ਲਈ ਸੀ। ਕਾਫ਼ੀ ਸਾਰੀ ਕਹਾਣੀ ਉਹ ਹਸਪਤਾਲੋਂ ਹੀ ਸੁਣ ਆਇਆ ਸੀ। ਐਨੀ ਵੱਡੀ ਫੈਕਟਰੀ 'ਚ ਹੜਤਾਲ ਹੋ ਜਾਣ ਦੀ ਖ਼ਬਰ ਸਾਰੇ ਸ਼ਹਿਰ 'ਚ ਫੈਲ ਚੁਕੀ ਸੀ। ਕਾਮਰੇਡ ਰਾਮ ਪ੍ਰਕਾਸ਼ ਦੇ ਦੁਆਲੇ ਕੁਝ ਮਜ਼ਦੂਰ ਸਾਥੀ ਇਕੱਠੇ ਹੋ ਗਏ। ਕਰਮਵੀਰ ਨੂੰ ਕਾਮਰੇਡ ਇਕ ਪਾਸੇ ਲੈ ਗਿਆ ਤੇ ਕਹਿਣ ਲੱਗਾ, "ਕੀ ਹੜਤਾਲ ਲੜਨ ਦਾ ਮਨ ਬਣਾ ਲਿਆ ਗਿਐ।"

"ਹਾਂ ! ਅਤੇ ਇਹ ਫੈਸਲਾ ਕਾਫ਼ੀ ਦੇਰ ਵਿਚਾਰ ਵਟਾਂਦਰਾ ਕਰਨ ਮਗਰੋਂ ਹੀ ਕੀਤਾ ਗਿਐ।" ਕਰਮਵੀਰ ਨੇ ਦਸਿਆ।

"ਉਂਜ ਤਾਂ ਹੜਤਾਲ ਕਰਨ ਲਈ ਇਸ ਨਾਲੋਂ ਵਧੀਆ ਮੌਕਾ ਹੋਰ ਕੋਈ ਨਹੀਂ ਲਭਣਾ। ਐਨਾ ਵਰਕਰ ਕਦੇ ਇਸ ਤਰ੍ਹਾਂ ਫੈਕਟਰੀ 'ਚੋਂ ਬਾਹਰ ਨਹੀਂ ਨਿਕਲਿਆ।" ਰਾਮ ਪ੍ਰਕਾਸ਼ ਇਕ ਹੰਢਿਆ ਵਰਤਿਆ ਟਰੇਡ ਯੂਨੀਅਨਿਸਟ ਸੀ। ਓਸੇ ਵੇਲੇ ਕਾਮਰੇਡ ਨੇ ਚੰਦਰਨ ਨੂੰ ਬੁਲਾਇਆ ਤੇ ਮਜ਼ਦੂਰਾਂ 'ਚੋਂ ਕੁਝ ਸਾਥੀਆਂ ਨੂੰ ਚੁਣ ਕੇ ਇਕ ਐਕਸ਼ਨ ਕਮੇਟੀ ਦਾ ਗਠਨ ਕੀਤਾ ਗਿਆ।

ਯੂਨੀਅਨ ਤਾਂ ਇਸ ਤੋਂ ਪਹਿਲਾਂ ਹੋਂਦ 'ਚ ਕਦੇ ਆਈ ਹੀ ਨਹੀਂ ਸੀ। ਕਾਮਰੇਡ ਰਾਮ ਪ੍ਰਕਾਸ਼ ਨੇ ਆਖਿਆ ਕਿ ਹੜਤਾਲ ਹੋ ਗਈ ਹੈ, ਯੂਨੀਅਨ ਦੇ ਅਹੁਦੇਦਾਰ ਇਸ ਵੇਲੇ ਚੁਣੇ ਜਾਣੇ ਕਠਿਨ ਹਨ, ਕਿਉਂ ਨਾ ਇਕ ਐਕਸ਼ਨ ਕਮੇਟੀ ਬਣਾ ਦਿੱਤੀ ਜਾਏ। ਚੰਦਰਨ ਨੇ ਐਕਸ਼ਨ ਕਮੇਟੀ ਲਈ ਹਾਂ ਕਰ ਦਿੱਤੀ ਅਤੇ ਇਸ ਐਕਸ਼ਨ ਕਮੇਟੀ ਦਾ ਕਨਵੀਨਰ ਚੁਣਿਆ ਗਿਆ ਕਰਮਵੀਰ ਨੂੰ।

ਕਰਮਵੀਰ ਨਾਲ ਜਿਹੜੇ ਦਸ ਸਾਥੀ ਹੋਰ ਐਕਸ਼ਨ ਕਮੇਟੀ ਲਈ ਚੁਣੇ ਗਏ ਉਹ ਸਨ, ਕਾਮਰੇਡ ਚੰਦਰਨ, ਦੇਸ ਰਾਜ, ਜਗਤਾਰ ਸਿੰਘ, ਸੋਹਣ ਸਿੰਘ, ਰਾਜ ਕੁਮਾਰ, ਜਨਕ ਰਾਜ, ਪ੍ਰੀਤਮ ਸਿੰਘ, ਪਟੇਸਰੀ, ਰਾਮਜੀ ਦਾਸ ਅਤੇ ਸ਼ਿਵ ਕੁਮਾਰ ਬਾਲੀ। ਕਰਮਵੀਰ ਨੂੰ ਕਨਵੀਨਰ ਕਿਉਂ ਚੁਣਿਆ ਗਿਆ, ਇਸਦਾ ਸਿਧਾ ਸਾਦਾ ਇਕੋ ਇਕ ਕਾਰਣ ਇਹ ਸੀ ਕਿ ਕਰਮਵੀਰ ਇਕੱਲਾ ਇਹੋ ਜਿਹਾ ਹੜਤਾਲੀ ਸੀ ਜੋ ਕਾਰਖਾਨੇ ਅੰਦਰ ਇਕ ਸਟੋਰ 'ਚ ਕਲਰਕ ਸੀ। ਕਰਮਵੀਰ ਇਨ੍ਹਾਂ ਸਾਰੇ ਹੜਤਾਲੀ ਮਜ਼ਦੂਰ ਸਾਥੀਆਂ ਨਾਲੋਂ ਵਧ ਪੜ੍ਹਿਆ ਹੋਇਆ ਸੀ। ਗਲਬਾਤ ਵੀ ਉਹ ਚੰਗੀ ਤਰ੍ਹਾਂ ਕਰ ਲੈਂਦਾ ਸੀ ਅਤੇ ਮਜ਼ਦੂਰ ਉਸਦੀ ਗੱਲ ਵੀ ਸੁਣ ਲੈਂਦੇ ਸਨ।

ਕਾਮਰੇਡ ਨੇ ਨੇਤਾ ਜੀ ਇੰਜਨੀਅਰਿੰਗ ਅੱਗੇ ਸਾਰੇ ਮਜ਼ਦੂਰਾਂ ਨੂੰ ਇਕੱਠਿਆਂ ਕੀਤਾ ਅਤੇ ਓਥੇ ਚੁਣੀ ਗਈ ਐਕਸ਼ਨ ਕਮੇਟੀ ਦਾ ਐਲਾਨ ਕੀਤਾ ਗਿਆ। ਇਸ ਤੋਂ ਪਹਿਲਾਂ ਕੁਝ ਸਾਥੀਆਂ ਨੂੰ ਭੇਜ ਕੇ ਟੈਂਟ ਮੰਗਾ ਲਿਆ ਗਿਆ। ਦਰੀਆਂ ਆ ਗਈਆਂ ਤੇ ਇਕ ਲਾਊਡ ਸਪੀਕਰ ਵੀ। ਵਰਕਰਾਂ ਨੇ ਪੂਰਾ ਦੁਪਹਿਰਾ ਓਥੇ ਕਟਿਆ। ਸ਼ਾਮ ਤੋਂ ਪਹਿਲਾਂ ਪਹਿਲਾਂ ਦੋ ਸਾਥੀਆਂ ਨੂੰ ਰਿਕਸ਼ੇ ਉਤੇ ਬਿਠਾ ਕੇ ਪੂਰੇ ਇੰਡਸਟਰੀਅਲ ਏਰੀਆ 'ਚ ਇਹ ਅਨਾਊਂਸਮੈਂਟ ਕਰਵਾਈ ਗਈ ਕਿ ਨੇਤਾ ਜੀ ਇੰਜਨੀਅਰਿੰਗ ਵਰਕਸ ਦੇ ਮਾਲਕਾਂ ਵਲੋਂ ਮਜ਼ਦੂਰਾਂ ਉਤੇ ਕੀਤੇ ਗਏ ਜ਼ੁਲਮ ਵਿਰੁਧ ਸ਼ਾਮ ਨੂੰ ਸਾਢੇ ਪੰਜ ਵਜੇ ਇਕ ਮਜ਼ਦੂਰ ਜਲਸਾ ਨੇਤਾ ਜੀ ਵਰਕਸ ਦੇ ਬਾਹਰ ਰਖਿਆ ਗਿਐ, ਜਿਸ ਵਿਚ ਸੁਲਝੇ ਹੋਏ ਮਜ਼ਦੂਰ ਨੇਤਾ ਆਪੋ ਆਪਣੇ ਵਿਚਾਰ ਰਖਣਗੇ।

ਸ਼ਾਮ ਦਾ ਇਕੱਠ ਵੇਖਣ ਵਾਲਾ ਸੀ। ਮਾਲਕ ਗੇਟ ਦੇ ਅੰਦਰੋਂ ਝਾਕ ਰਹੇ ਸਨ। ਲਾਲਾ ਬਦਰੀ ਪ੍ਰਸਾਦ ਕਿਧਰੇ ਵੀ ਦਿਖਾਈ ਨਹੀਂ ਸੀ ਦੇ ਰਿਹਾ। ਪੁਲਸ ਮਾਲਕਾਂ ਵਲੋਂ ਬੁਲਾ ਲਈ ਗਈ ਸੀ। ਨਾਲ ਹੀ ਇਕ ਨੰਬਰ ਚੌਕੀ ਲਗਦੀ ਸੀ। ਚੌਕੀ ਦਾ ਸਬ ਇੰਸਪੈਕਟਰ ਟਿੱਕਾ, ਹਵਾਲਦਾਰ ਅਤੇ ਕੁਝ ਸਿਪਾਹੀ। ਕਾਮਰੇਡ ਰਾਮ ਪ੍ਰਕਾਸ ਨੇ ਇਸ ਮਜ਼ਦੂਰ ਜਲਸੇ ਦਾ ਸੰਚਾਲਨ ਕੀਤਾ। ਕੁਝ ਕਾਮਰੇਡ ਸਾਥੀਆਂ ਨੂੰ ਉਸਨੇ ਬੁਲਾਇਆ ਹੋਇਆ ਸੀ। ਕਾਮਰੇਡ ਰਾਮ ਪ੍ਰਕਾਸ਼ ਨੇ ਆਪਣੇ ਭਾਸ਼ਨ 'ਚ ਆਖਿਆ, "ਸਾਥੀਓ। ਨੇਤਾ ਜੀ ਇੰਜਨੀਅਰਿੰਗ ਵਰਕਸ ਦੇ ਮਾਲਕ ਵਲੋਂ ਚਿਰਾਂ ਤੋਂ ਮਜ਼ਦੂਰ ਸਾਥੀਆਂ ਨਾਲ ਬੇਇਨਸਾਫੀ ਹੁੰਦੀ ਆਈ ਹੈ। ਮਜ਼ਦੂਰਾਂ ਨੇ ਬਹੁਤ ਵਾਰ ਇਕੱਠੇ ਹੋ ਕੇ ਉਸਦੀਆਂ ਬੇਇਨਸਾਫੀਆਂ ਵਿਰੁੱਧ ਲੜਨਾ ਚਾਹਿਆ ਹੈ। ਪਰ ਸਰਮਾਏਦਾਰ ਮਾਲਕ ਨੇ ਸਰਮਾਏ ਦੇ ਜ਼ੋਰ ਨਾਲ ਆਪਣੇ ਪਾਲੇ ਹੋਏ ਗੁੰਡਿਆਂ ਰਾਹੀਂ ਯੂਨੀਅਨ ਦੇ ਮਜ਼ਦੂਰਾਂ ਉਤੇ ਜ਼ੁਲਮ ਕਰਵਾਇਐ। ਅਜ ਮੌਕਾ ਆ ਗਿਆ ਕਿ ਮਜ਼ਦੂਰ ਇਕੱਠੇ ਹੋ ਕੇ ਇਸ ਜ਼ਾਲਮ

ਮਾਲਕ ਪਾਸੋਂ ਆਪਣੀਆਂ ਮੰਗਾਂ ਮੰਗਵਾ ਸਕਣ। ਸਾਡੀ ਯੂਨੀਅਨ ਨੇ ਇਹ ਫੈਸਲਾ ਕੀਤਾ ਹੈ ਕਿ ਜਿੰਨੀ ਦੇਰ ਸਾਡੇ ਮਜ਼ਦੂਰ ਸਾਥੀਆਂ ਦੀ ਇਕ-ਇਕ ਮੰਗ ਪੂਰੀ ਨਹੀਂ ਹੋ ਜਾਂਦੀ, ਕੋਈ ਵੀ ਵਰਕਰ ਫੈਕਟਰੀ ਦੇ ਅੰਦਰ ਕੰਮ ਕਰਨ ਲਈ ਨਹੀਂ ਜਾਏਗਾ। ਸਭ ਤੋਂ ਪਹਿਲਾਂ ਮੈਂ ਮਾਲਕਾਂ ਨੂੰ ਇਹ ਕਹਿਣਾ ਚਾਹਾਂਗਾ ਕਿ ਵਰਕਰਾਂ ਦਾ ਜਿਹੜਾ ਕੰਜ਼ਿਊਮਰਜ਼ ਕੋਆਪਰੇਟਿਵ ਸਟੋਰ ਚਲਾਇਆ ਜਾ ਰਿਹਾ ਹੈ ਉਹ ਮਾਲਕਾਂ ਦਾ ਨਹੀਂ ਸਗੋਂ ਮਜ਼ਦੂਰਾਂ ਦਾ ਹੈ। ਐਨੀ ਦੇਰ ਤੋਂ ਚਲ ਰਹੇ ਇਸ ਸਟੋਰ ਦਾ ਕੋਈ ਵੀ ਬੈਨੇਫਿਟ ਵਰਕਰਾਂ ਨੂੰ ਨਹੀਂ ਦਿੱਤਾ ਗਿਆ। ਸਾਡੀ ਮੰਗ ਹੈ ਕਿ ਜੇ ਇਸਦਾ ਪਰਾਫਿਟ ਵਰਕਰਾਂ ਨੂੰ ਨਹੀਂ ਦੇਣਾ ਤਾਂ ਉਨ੍ਹਾਂ ਦਾ ਹਿੱਸਾ ਵਰਕਰਾਂ ਨੂੰ ਵਾਪਸ ਕਰ ਦੇਣਾ ਚਾਹੀਦੈ।"

"ਮਜ਼ਦੂਰ ਏਕਤਾ ਜ਼ਿੰਦਾਬਾਦ!

"ਜ਼ਿੰਦਾਬਾਦ, ਜ਼ਿੰਦਾਬਾਦ।"

"ਸਾਡੇ ਹੱਕ, ਇਥੇ ਰੱਖ।"

"ਇਹ ਲੁੱਟ।"

"ਨਹੀਂ ਚਲੇਗੀ, ਨਹੀਂ ਚਲੇਗੀ।"

ਇਸ ਪਿਛੋਂ ਨੇਤਾ ਜੀ ਇੰਜਨੀਅਰਿੰਗ ਦਾ ਵੈਲਫੇਅਰ ਇੰਸਪੈਕਟਰ ਰਾਜ ਕੁਮਾਰ ਸ਼ਰਮਾ ਕਰਮਵੀਰ ਕੋਲ ਆਇਆ ਤੇ ਕਹਿਣ ਲੱਗਾ ਕਿ ਮਾਲਕ ਇਸ ਗੱਲ ਲਈ ਰਜ਼ਾਮੰਦ ਹੋ ਗਏ ਹਨ ਕਿ ਕੋਆਪਰੇਟਿਵ ਸਟੋਰ 'ਚੋਂ ਜਿਹੜਾ ਵੀ ਮਜ਼ਦੂਰ ਆਪਣੀ ਮੈਂਬਰਸ਼ਿਪ ਵਾਪਸ ਲੈਣੀ ਚਾਹੁੰਦਾ ਹੈ, ਲੈ ਸਕਦਾ ਹੈ। ਕਰਮਵੀਰ ਨੇ ਇਹ ਗੱਲ ਕਾਮਰੇਡ ਰਾਮ ਪ੍ਰਕਾਸ਼ ਤਕ ਪੁਹੰਚਾਈ।

ਕਾਮਰੇਡ ਰਾਮ ਪ੍ਰਕਾਸ਼ ਦੀਆਂ ਵਰਾਛਾਂ ਖਿੜ ਗਈਆਂ। ਉਦੋਂ ਹੀ ਕਰਮਵੀਰ ਨੂੰ ਇਹ ਡਿਊਟੀ ਸੰਭਾਲ ਦਿਤੀ ਗਈ। ਹਰ ਵਰਕਰ ਆਪਣਾ ਹਿਸਾ (ਵੀਹ ਰੁਪੈ) ਲੈਣ ਲਈ ਦੌੜਿਆ, ਪਰ ਕਾਮਰੇਡ ਨੇ ਪਹਿਲਾਂ ਹੀ ਮਜ਼ਦੂਰਾਂ ਨੂੰ ਸਮਝਾ ਦਿਤਾ ਕਿ ਇਹ ਪੈਸੇ ਉਨ੍ਹਾਂ ਨੂੰ ਨਹੀਂ ਮਿਲਣਗੇ। ਸਗੋਂ ਇਸ ਨਾਲ ਉਨ੍ਹਾਂ ਨੂੰ ਯੂਨੀਅਨ ਦਾ ਮੈਂਬਰ ਬਣਾਇਆ ਜਾਏਗਾ। ਸਾਰੇ ਵਰਕਰ ਇਸ ਗੱਲ ਨਾਲ ਸਹਿਮਤ ਹੋ ਗਏ। ਕਾਮਰੇਡ ਰਾਮ ਪ੍ਰਕਾਸ਼ ਨੇ ਸਵੇਰ ਤੋਂ ਜਦੋਂ ਦੀ ਇਹ ਖ਼ਬਰ ਸੁਣੀ ਸੀ ਨੇਤਾ ਜੀ ਇੰਜਨੀਅਰਿੰਗ 'ਚ ਹੜਤਾਲ ਹੋ ਗਈ ਹੈ ਉਦੋਂ ਦਾ ਉਸਨੂੰ ਇਹ ਫਿਕਰ ਵਢ-ਵਢ ਖਾ ਰਿਹਾ ਸੀ ਕਿ ਇਹ ਹੜਤਾਲ ਲੜੀ ਕਿਵੇਂ ਜਾਏਗੀ। ਹੜਤਾਲ ਦੇ ਸੌ ਖਰਚੇ ਹੁੰਦੇ ਹਨ। ਇਨ੍ਹਾਂ ਹੜਤਾਲੀ ਮਜ਼ਦੂਰਾਂ ਦੀ ਮੈਂਬਰਸ਼ਿਪ ਵੀ ਯੂਨੀਅਨ ਦੇ ਦਫ਼ਤਰ 'ਚ ਜਮਾਂ ਨਹੀਂ ਹੋਈ। ਇਹ ਖਰਚ ਕਿਵੇਂ ਚਲੇਗਾ। ਪਰ ਮਾਲਕਾਂ ਵਲੋਂ ਇਹ ਪੈਸੇ ਮੋੜਨ ਲਈ ਰਜ਼ਾਮੰਦ ਹੋਣਾ, ਯੂਨੀਅਨ ਲਈ ਇਕ ਵਰਦਾਨ ਸਾਬਤ ਹੋਇਆ ਅਤੇ ਯੂਨੀਅਨ ਕੋਲ ਹਜ਼ਾਰਾਂ ਦੇ ਹਿਸਾਬ ਨਾਲ ਫੰਡ ਇਕਠਾ ਹੋ ਗਿਆ।

ਸ਼ਾਮ ਢਲਣ ਪਿਛੋਂ ਹਨੇਰਾ ਪਸਰਨਾ ਸ਼ੁਰੂ ਹੋ ਗਿਆ। ਟੈਂਟ ਲਾ ਲਿਆ ਗਿਆ ਸੀ। ਕਾਮਰੇਡ ਰਾਮ ਪ੍ਰਕਾਸ਼, ਕਰਮਵੀਰ ਅਤੇ ਐਕਸ਼ਨ ਕਮੇਟੀ ਦੇ ਮੈਂਬਰਾਂ ਤੋਂ ਇਲਾਵਾ ਬਹੁਤ ਸਾਰੇ ਵਰਕਰ ਅਜੇ ਓਥੇ ਹੀ ਸਨ। ਕਾਮਰੇਡ ਰਾਮ ਪ੍ਰਕਾਸ਼ ਦੇ ਕਹਿਣ-ਅਨੁਸਾਰ ਕਿ ਇਸ ਟੈਂਟ

'ਚ ਕੁਝ ਵਰਕਰ ਜ਼ਰੂਰ ਸੌਣ, ਟੈਂਟ ਕਦੇ ਵੀ ਮਜ਼ਦੂਰ ਸਾਥੀਆਂ ਤੋਂ ਸਖਣਾ ਨਹੀਂ ਹੋਣਾ ਚਾਹੀਦਾ। ਉਸ ਰਾਤ ਕਰਮਵੀਰ ਅਤੇ ਬਾਕੀ ਸਾਥੀ ਵਾਰੀ-ਵਾਰੀ ਘਰ ਜਾ ਕੇ ਰੋਟੀ ਖਾ ਕੇ ਪਰਤ ਆਏ। ਨੇਤਾ ਜੀ ਇੰਜਨੀਅਰਿੰਗ ਵਰਕਸ ਦੇ ਮੁਖ ਗੇਟ ਦੇ ਬਾਹਰ ਟੈਂਟ ਲਾਉਣ ਲਈ ਕੋਈ ਵੀ ਥਾਂ ਨਹੀਂ ਸੀ। ਕਿਉਂਕਿ ਉਸਨੇ ਗੇਟ ਦੇ ਲਾਗੇ-ਲਾਗੇ ਫੈਕਟਰੀ 'ਚ ਵਰਤੋਂ 'ਚ ਆਉਣ ਵਾਲਾ ਬਹੁਤ ਸਾਰਾ ਸਮਾਨ ਸੁਟਵਾਇਆ ਹੋਇਆ ਸੀ। ਸਿੱਟੇ ਵਜੋਂ ਹੜਤਾਲੀ ਮਜ਼ਦੂਰਾਂ ਨੂੰ ਆਪਣਾ ਟੈਂਟ ਸਾਹਮਣੇ ਪਾਸੇ, ਕਾਰਖਾਨੇ ਦੇ ਗੇਟ ਤੋਂ ਪਰਲੇ ਪਾਸੇ ਲਾਉਣਾ ਪਿਆ।

ਸੜਕ ਦੇ ਪਰਲੇ ਪਾਸੇ ਟੈਂਟ 'ਚ ਦੀਵੇ ਦੀ ਲੋਅ 'ਚ ਬੈਠੇ ਕਰਮਵੀਰ ਹੁਰਾਂ ਦੀ ਨਿਗਾਹ ਫੈਕਟਰੀ ਦੇ ਗੇਟ ਅੰਦਰ ਸੀ। ਲਾਲਾ ਬਦਰੀ ਪ੍ਰਸਾਦ ਦੇ ਗੁੰਡੇ ਦੋ-ਤਿੰਨ ਵਾਰ ਬਾਹਰ ਗੇਟ ਵਲ ਚਕਰ ਲਾ ਗਏ ਸਨ। ਇਕ ਦੋ ਵਾਰ ਤਾਂ ਉਹਨਾਂ ਨੇ ਹੜਤਾਲੀ ਮਜ਼ਦੂਰਾਂ ਨੂੰ ਗਾਲ੍ਹਾਂ ਵੀ ਕਢੀਆ। ਪਰ ਕਰਮਵੀਰ ਹੁਰੀਂ ਚੁਪ ਕਰਕੇ ਸ਼ਾਂਤੀ ਨਾਲ ਬੈਠੇ ਰਹੇ। ਰਾਤ ਦੇ ਗਿਆਰਾਂ ਵਜੇ ਦੇ ਲਗਭਗ ਪੁਲਿਸ ਦੀ ਇਕ ਜੀਪ ਤੇ ਇਕ ਲਾਲ ਬੱਤੀ ਵਾਲੀ ਕਾਰ ਫੈਕਟਰੀ ਦੇ ਗੇਟ ਅੱਗੇ ਆ ਖੜੋਤੀ। ਇਸ ਲਾਲ ਬੱਤੀ ਵਾਲੀ ਕਾਰ 'ਚੋਂ ਇਕ ਪੁਲਸ ਅਫਸਰ ਨਿਕਲਿਆ ਤੇ ਫੈਕਟਰੀ ਅੰਦਰ ਚਲਾ ਗਿਆ। ਜਦੋਂ ਉਹ ਥੋੜੀ ਦੇਰ ਪਿਛੋਂ ਪਰਤਿਆ ਤਾਂ ਪੂਰੇ ਨਸ਼ੇ 'ਚ ਝੂਮ ਰਿਹਾ ਸੀ। ਉਹ ਸਿਧਾ ਟੈਂਟ ਵੱਲ ਆਇਆ। ਕਰਮਵੀਰ ਤੇ ਉਸਦੇ ਸਾਥੀਆਂ ਦੇ ਕੰਨ ਪਹਿਲਾਂ ਹੀ ਖੜੇ ਸਨ। ਉਹ ਪੂਰੀ ਤਰ੍ਹਾਂ ਚੌਕੰਨੇ ਸਨ।

"ਬਾਹਰ ਆਓ ਬਈ, ਕਿਹੜਾ ਲੀਡਰ ਤੁਹਾਡੇ 'ਚੋਂ ?" ਉਹ ਪੁਲਿਸ ਅਫਸਰ ਬੋਲਿਆ।

ਕਰਮਵੀਰ ਟੈਂਟ 'ਚੋਂ ਬਾਹਰ ਆ ਗਿਆ।

"ਤੂੰ ਏਂ ਬਈ ਲੀਡਰ ?" ਉਹ ਪੁਲਿਸ ਅਫਸਰ ਬੋਲਿਆ, ਜਿਸ ਬਾਰੇ ਪਿਛੋਂ ਪਤਾ ਲਗਾ ਕਿ ਉਹ ਸਿਟੀ ਇੰਸਪੈਕਟਰ ਬਲਵੰਤ ਸਿੰਘ ਸੀ।

"ਨਹੀਂ ਜੀ ਲੀਡਰ ਤਾਂ ਨਹੀਂ, ਪਰ ਮਜ਼ਦੂਰ ਜ਼ਰੂਰ ਹਾਂ।" ਕਰਮਵੀਰ ਬੋਲਿਆ।

"ਖੈਰ ਤੂੰ ਜੋ ਮਰਜ਼ੀ ਏਂ, ਇਹ ਜਿਹੜਾ ਤੁਸੀਂ ਇਥੇ ਤੰਬੂ ਗੱਡਿਆ, ਇਹ ਗੈਰ-ਕਾਨੂੰਨੀ ਹੈ। ਇਸਨੂੰ ਹੁਣੇ ਪੁੱਟ ਦਿਓ।" ਇੰਸਪੈਕਟਰ ਨੇ ਕਿਹਾ।

"ਜਨਾਬ ਹੜਤਾਲ ਕਰਨਾ ਗੈਰ-ਕਾਨੂੰਨੀ ਤਾਂ ਨਹੀਂ । ਅਸੀਂ ਮਾਲਕਾਂ ਵਲੋਂ ਕੀਤੇ ਅਨਿਆਂ ਵਿਰੁਧ ਹੜਤਾਲ ਕੀਤੀ ਹੈ। ਹੜਤਾਲ ਕਰਨਾ ਸਾਡਾ ਬੁਨਿਆਦੀ ਹਕ ਹੈ। ਇਹ ਟੈਂਟ ਹੜਤਾਲੀ ਮਜ਼ਦੂਰਾਂ ਦਾ ਹੈ। ਇਹ ਟੈਂਟ ਤਾਂ ਇਥੇ ਹੀ ਰਹੇਗਾ।" ਕਰਮਵੀਰ ਨੇ ਦ੍ਰਿੜ ਨਿਸ਼ਚੇ ਨਾਲ ਕਿਹਾ। "ਦੇਖੋ! ਤੁਹਾਨੂੰ ਸਾਰਿਆਂ ਨੂੰ ਮੈਂ ਮੁੜ ਕਹਿ ਰਿਹਾ ਹਾਂ ਕਿ ਪੰਜ-ਦਸਾਂ ਮਿੰਟਾਂ 'ਚ ਇਹ ਟੈਂਟ ਟੂੰਟ ਇਥੋਂ ਚੁਕ ਲਓ ਨਹੀਂ ਤਾਂ ਫਿਰ.......।" ਮੋਢੇ ਉਤੇ ਲੱਗੇ ਸਟਾਰ ਫਿਰ ਬੋਲੇ।

ਕਰਮਵੀਰ ਨੇ ਆਪਣੇ ਸਾਥੀਆਂ ਵਲ ਤਕਿਆ ਅਤੇ ਉਨ੍ਹਾਂ ਨੇ ਕਰਮਵੀਰ ਦੇ ਮੂੰਹ ਵਲ। ਇਸ ਵੇਲੇ ਟੈਂਟ ਅੰਦਰ ਬਾਰਾਂ-ਤੇਰਾਂ ਹੜਤਾਲੀ ਮਜ਼ਦੂਰ ਸਨ। ਕਰਮਵੀਰ ਟੈਂਟ ਅੰਦਰ

ਗਿਆ ਤੇ ਸਾਥੀਆਂ ਨੂੰ ਕਹਿਣ ਲਗਾ, "ਸਾਥੀਓ ਲਾਲਾ ਬਦਰੀ ਪ੍ਰਸਾਦ ਨੇ ਆਪਣੀ ਪੁਲਿਸ ਭੇਜੀ ਹੈ ਇਹ ਟੈਂਟ ਚੁਕਾਉਣ ਲਈ, ਪਰ ਕੋਈ ਵੀ ਸਾਥੀ ਘਾਬਰੇ ਨਾ। ਸਾਨੂੰ ਸਾਰਿਆਂ ਨੂੰ ਇਕ ਮੁੱਠ ਹੋ ਕੇ ਇਥੇ ਬੈਠੇ ਰਹਿਣਾ ਚਾਹੀਦੈ, ਜਿੰਨੀ ਦੇਰ ਉਹ ਜ਼ਬਰਦਸਤੀ ਨਹੀਂ ਕਰਦੇ। ਅਸੀਂ ਉਨ੍ਹਾਂ ਦਾ ਹੁਕਮ ਮੰਨ ਕੇ ਆਪਣੇ ਆਪ ਇਹ ਟੈਂਟ ਨਹੀਂ ਚੁਕਾਂਗੇ। ਇਹ ਟੈਂਟ ਤਾਂ ਅਸੀਂ ਆਪਣੀਆਂ ਮੰਗਾਂ ਨੂੰ ਮਨਵਾਉਣ ਖਾਤਰ ਲਾਇਆ ਹੈ। ਇਹ ਟੈਂਟ ਤਾਂ ਅਸੀਂ ਆਪਣੇ ਸੰਘਰਸ਼ ਨੂੰ ਆਰੰਭ ਕਰਨ ਲਈ ਲਾਇਆ ਹੈ। ਇਸ ਲਈ ਇਹ ਟੈਂਟ ਫੈਕਟਰੀ ਦੇ ਗੇਟ ਅਗੋਂ ਨਹੀਂ ਚੁਕਿਆ ਜਾਣਾ ਚਾਹੀਦੈ।" ਕਰਮਵੀਰ ਦੀਆਂ ਇਨ੍ਹਾਂ ਗੱਲਾਂ ਨਾਲ ਸਾਰੇ ਸਾਥੀ ਸਹਿਮਤ ਸਨ, ਪਰ ਉਨ੍ਹਾਂ ਦੇ ਚਿਹਰਿਆਂ ਉਤੇ ਕਿਸੇ ਅਣਕਿਆਸੇ ਹਮਲੇ ਦੇ ਡਰ ਵਜੋਂ ਹਵਾਈਆਂ ਵੀ ਉਡ ਰਹੀਆਂ ਸਨ। ਉਹ ਸਾਰੇ ਕਿਸੇ ਹੋਣੀ ਦੀ ਉਡੀਕ ਕਰਨ ਲੱਗੇ।

"ਤੁਹਾਨੂੰ ਸਾਰਿਆਂ ਨੂੰ ਅੱਧਾ ਘੰਟਾ ਵਿਚਾਰਨ ਲਈ ਦਿਤਾ ਜਾਂਦਾਂ ਹੈ। ਅੱਧੇ ਘੰਟੇ ਦੇ ਅੰਦਰ-ਅੰਦਰ ਜੇ ਤੁਸਾਂ ਇਹ ਟੈਂਟ ਨਾ ਚੁਕਿਆ ਤਾਂ ਕਰਮਚਾਰੀ ਤੁਹਾਡਾ ਟੈਂਟ ਜ਼ਬਰਦਸਤੀ ਚੁਕ ਖੜਨਗੇ।" ਇੰਸਪੈਕਟਰ ਐਨੀ ਗਲ ਆਖ ਕੇ ਫਿਰ ਫੈਕਟਰੀ ਦੇ ਗੇਟ ਅੰਦਰ ਦਾਖਲ ਹੋ ਗਿਆ।

ਨੇਤਾ ਜੀ ਇੰਜਨੀਅਰਿੰਗ ਵਰਕਸ ਦੇ ਅੰਦਰ ਵੜਦਿਆਂ ਖੱਬੇ ਹਥ ਫੈਕਟਰੀ ਦੀ ਕੈਂਟਿਨ ਹੈ, ਜਿਥੇ ਮਜ਼ਦੂਰ ਸਾਥੀ ਰੋਟੀ ਦੀ ਛੁਟੀ ਵੇਲੇ ਰੋਟੀ ਖਾਂਦੇ ਹੁੰਦੇ ਸਨ ਜਾਂ ਚਾਹ ਪਾਣੀ ਪੀਂਦੇ ਹੁੰਦੇ ਸਨ। ਕੈਂਟੀਨ 'ਚ ਹਰ ਚੀਜ਼ ਮਿਲ ਜਾਂਦੀ ਸੀ। ਪਰ ਇਸ ਕੈਂਟੀਨ ਨੂੰ ਅਜ ਸਵੇਰ ਤੋਂ ਹੀ ਗੁੰਡਿਆਂ ਦਾ ਅੱਡਾ ਬਣਾਇਆ ਹੋਇਆ ਸੀ। ਫੈਕਟਰੀ ਅੰਦਰ ਅਜ ਕੋਈ ਮਜ਼ਦੂਰ ਕੰਮ ਨਹੀਂ ਕਰ ਰਿਹਾ। ਪਹਿਲੀ ਵਾਰ ਸਾਰੀਆਂ ਵਰਕਸ਼ਾਪਾਂ ਘੂਕ ਸੁਤੀਆਂ ਪਈਆਂ ਸਨ। ਪਹਿਲੀ ਵਾਰ ਵਰ੍ਹਿਆਂ ਤੋਂ ਚਲ ਰਹੀਆਂ ਮਸ਼ੀਨਾਂ ਸਾਹ ਲੈ ਰਹੀਆਂ ਸਨ। ਕੈਂਟੀਨ ਅੰਦਰ ਫਿਰ ਵੀ ਕਾਫੀ ਹਲਚਲ ਸੀ। ਇਹ ਹਲਚਲ, ਬਾਹਰ ਬੈਠਾ ਕਰਮਵੀਰ ਅਤੇ ਉਸਦੇ ਸਾਥੀ ਲਗਾਤਾਰ ਨੋਟ ਕਰ ਰਹੇ ਸਨ। ਕੈਂਟੀਨ ਦੀ ਰਸੋਈ 'ਚ ਮੁਰਗਿਆਂ ਦੇ ਭੁੱਜਣ ਦੀਆਂ ਖੁਸ਼ਬੋਆਂ ਉਡ ਰਹੀਆਂ ਸਨ। ਲਾਲਾ ਬਦਰੀ ਪ੍ਰਸਾਦ ਦੇ ਪਾਲੇ ਹੋਏ ਗੁੰਡੇ ਅਤੇ ਪੁਲਿਸ ਕਰਮਚਾਰੀ ਐਨੇ ਇਕਮਿਕ ਹੋ ਕੇ ਤੁਰੇ ਫਿਰਦੇ ਸਨ ਕਿ ਉਨ੍ਹਾਂ 'ਚੋਂ ਇਹ ਪਛਾਨਣਾ ਮੁਸ਼ਕਲ ਹੋ ਰਿਆ ਸੀ ਕਿ ਕਿਹੜਾ ਪੁਲਸੀਆ ਹੈ ਅਤੇ ਕਿਹੜਾ ਗੁੰਡਾ। ਉਹ ਢਾਣੀਆਂ ਬਣਾ ਕੇ ਕੈਂਟੀਨ 'ਚੋਂ ਬਾਹਰ ਨਿਕਲਦੇ ਅਤੇ ਗੇਟ ਵਲ ਚੱਕਰ ਮਾਰਦੇ। ਉਹ ਸਾਰੇ ਕਿਸੇ ਵਡੇ ਘਰ ਢੁਕੀ ਬਰਾਤ ਵਾਂਗ ਜਾਪਦੇ। ਚਿਟ ਕਪੜੀਏ ਗੁੰਡੇ ਅਤੇ ਪੁਲਸੀਏ ਅੰਦਰੋਂ ਪੈਗ ਮਾਰ ਕੇ ਹੱਥ 'ਚ ਮੁਰਗੇ ਦੀ ਲੱਤ ਚੂੰਢਦੇ ਬਾਹਰ ਵਲ ਨੂੰ ਆਉਂਦੇ । ਹੜਤਾਲੀ ਮਜ਼ਦੂਰਾਂ ਦੇ ਟੈਂਟ ਵਲ ਤਕਦੇ ਅਤੇ ਇਕ ਮੁਸਕਾਨ ਉਨ੍ਹਾਂ ਦੇ ਚਿਹਰੇ ਉਤੇ ਫੈਲ ਜਾਂਦੀ।

ਸਿਟੀ ਇੰਸਪੈਕਟਰ ਨੂੰ ਕੈਂਟੀਨ ਅੰਦਰ ਵੜਿਆਂ ਲਗਭਗ ਵੀਹ ਮਿੰਟ ਹੋ ਚੁਕੇ ਸਨ। ਉਹ ਅਜੇ ਤਕ ਬਾਹਰ ਨਹੀਂ ਸੀ ਆਇਆ। ਕਰਮਵੀਰ ਅਤੇ ਉਸਦੇ ਸਾਥੀਆਂ ਦੀਆਂ ਨਜ਼ਰਾਂ ਫੈਕਟਰੀ ਦੇ ਲੋਹੇ ਦੇ ਗੇਟ ਦੀਆਂ ਸਲਾਖਾਂ ਨੂੰ ਚੀਰਦੀਆਂ ਹੋਈਆਂ ਕੈਂਟੀਨ ਦੇ ਬੂਹੇ ਉਤੇ ਲਗੀਆਂ ਹੋਈਆਂ ਸਨ। ਸਿਟੀ ਇੰਸਪੈਕਟਰ ਮੁਰਗਿਆਂ ਦੀਆਂ ਖੁਸ਼ਬੋਆਂ ਤੋਂ ਵਾਂਝਿਆਂ

ਕਿਵੇਂ ਰਹਿ ਸਕਦਾ ਸੀ। ਕਰਮਵੀਰ ਅਤੇ ਉਸਦੇ ਸਾਥੀ ਆਪਸ 'ਚ ਗੱਲਾਂਬਾਤਾ ਕਰ ਰਹੇ ਸਨ। ਉਨ੍ਹਾਂ ਨੂੰ ਇਸ ਗੱਲ ਦੀ ਕੋਈ ਬਹੁਤੀ ਖ਼ਬਰ ਨਹੀਂ ਸੀ ਕਿ ਅੱਧੇ ਘੰਟੇ ਪਿਛੋਂ ਜੇ ਉਨ੍ਹਾਂ ਨੂੰ ਜਬਰਦਸਤੀ ਇਥੋਂ ਚੁਕ ਲਿਆ ਗਿਆ ਤਾਂ ਕੀ ਬਣੇਗਾ । ਟੈਂਟ ਪੁਟ ਦੇਣਗੇ ? ਕੀ ਉਹ ਕੁਟਣਗੇ ਵੀ ? ਕੀ ਸਾਨੂੰ ਸਾਰਿਆਂ ਨੂੰ ਗ੍ਰਿਫਤਾਰ ਕਰ ਲਿਆ ਜਾਵੇਗਾ ? ਪਰ ਕਾਹਦੇ ਲਈ ? ਸਾਡਾ ਕੀ ਕਸੂਰ ਹੈ ? ਸਿਰਫ਼ ਇਹੀ ਕਿ ਅਸੀਂ ਆਪਣੇ ਹੱਕਾਂ ਦੀ ਰਾਖੀ ਲਈ ਆਵਾਜ਼ ਉਠਾਈ ਹੈ। ਸਿਰਫ਼ ਇਹੀ ਕਿ ਅਸੀਂ ਮਜ਼ਦੂਰ ਸਾਥੀਆਂ ਨੂੰ ਉਨ੍ਹਾਂ ਦੇ ਹੱਕਾਂ ਤੋਂ ਜਾਣੂ ਕਰਾਉਣ ਲਈ ਉਨ੍ਹਾਂ ਨੂੰ ਜਾਗਰੂਕ ਕੀਤਾ ਹੈ।

ਅੱਧੇ ਘੰਟੇ ਮਗਰੋਂ ਨਹੀਂ, ਸਗੋਂ ਲਗਭਗ ਚਾਲੀਆਂ ਮਿੰਟਾਂ ਪਿਛੋਂ ਸਿਟੀ ਇੰਸਪੈਕਟਰ ਡੋਲਦੇ ਕਦਮਾਂ ਨਾਲ ਟੈਂਟ ਵੱਲ ਆਇਆ। ਉਸਨੇ ਕਰਮਵੀਰ ਨੂੰ ਬਾਹਰ ਸਦਿਆ, ਪਰ ਕਰਮਵੀਰ ਨੇ ਆਪਣੇ ਸਾਥੀਆਂ ਨੂੰ ਕਿਹਾ ਹੋਇਆ ਸੀ ਕਿ ਕਿਸੇ ਵੀ ਕੀਮਤ ਤੇ ਟੈਂਟ ਤੋਂ ਬਾਹਰ ਨਹੀਂ ਨਿਕਲਣਾ। ਇੰਸਪੈਕਟਰ ਨੇ ਇਕ ਵਾਰ ਕਚੀਚੀ ਜਿਹੀ ਵੱਟੀ ਅਤੇ ਮੱਥੇ ਉਤੇ ਤਿਊੜੀਆਂ ਪਾਕੇ ਕਰਮਵੀਰ ਨੂੰ ਕਹਿਣ ਲੱਗਾ, "ਬਾਹਰ ਆ ਓਏ ਲੀਡਰਾ ।"

ਕਰਮਵੀਰ ਨੇ ਟੈਂਟ ਤੋਂ ਬਾਹਰ ਬਿਜਲੀ ਦੇ ਖੰਭੇ ਹੇਠਾਂ ਖੜੇ ਇੰਸਪੈਕਟਰ ਦੇ ਚਮਕਦੇ ਹੋਏ ਸਟਾਰਾਂ ਨੂੰ ਤਕਿਆ, ਪਰ ਅਡੋਲ ਰਿਹਾ। ਪਰ੍ਹਾਂ ਖੜੇ ਪੁਲਸ ਦੇ ਸਿਪਾਹੀਆਂ ਨੂੰ ਉਸਨੇ ਇਸ਼ਾਰੇ ਨਾਲ ਨੇੜੇ ਸਦਿਆ। ਉਹ ਸਾਰੇ ਆਪਣੇ ਦੰਦਾਂ 'ਚ ਫਸੇ ਮੁਰਗੇ ਦੇ ਮਾਸ ਨੂੰ ਕੱਢ ਰਹੇ ਸਨ। ਦੋ ਪਲਾਂ ਦੇ ਅੰਦਰ ਉਹ ਟੈਂਟ ਵੱਲ ਆਏ। ਟੈਂਟ ਦੀਆਂ ਰੱਸੀਆਂ ਉਨ੍ਹਾਂ ਨੇ ਵੱਢ ਦਿੱਤੀਆਂ, ਪਰ ਕਰਮਵੀਰ ਅਤੇ ਉਸਦੇ ਸਾਥੀ ਟੈਂਟ ਅੰਦਰ ਵਿਛੀ ਦਰੀ ਉਤੇ ਬੈਠੇ ਰਹੇ। ਟੈਂਟ ਲਾਹ ਕੇ ਉਨ੍ਹਾਂ ਨੇ ਚੌਂਹਰਾ ਕਰ ਦਿੱਤਾ। ਫਿਰ ਉਹ ਉਨ੍ਹਾਂ ਸਾਰਿਆ ਦੇ ਨੇੜੇ ਆ ਗਏ ਤੇ ਇਕ ਜਣਾ ਕਹਿਣ ਲੱਗਾ, "ਉਠੋ ਬਈ, ਜਾਓ ਘਰਾਂ ਨੂੰ ਸੌਂਵੋਂ ਰਮਾਨ ਨਾਲ ਜਾ ਕੇ, ਕਿਤੇ ਸਾਨੂੰ ਵੀ ਆਰਾਮ ਕਰਨ ਦਿਓ।"

ਪਰ ਉਹ ਚੁਪਚਾਪ ਬੈਠੇ ਰਹੇ। ਸਿਟੀ ਇੰਸਪੈਕਟਰ ਨੇ ਵੇਖਿਆ ਕਿ ਟੈਂਟ ਪੁੱਟਿਆ ਜਾ ਚੁਕਿਆ ਹੈ, ਪਰ ਇਹ ਫਿਰ ਉਵੇਂ ਦੇ ਉਵੇਂ ਹੀ ਬੈਠੇ ਹਨ। ਟੈਂਟ ਪੁੱਟੇ ਜਾਣ ਦਾ ਕੀ ਫਾਇਦਾ ? ਟੈਂਟ ਤਾਂ ਇਸ ਲਈ ਪੁਟਿਆ ਗਿਆ ਕਿ ਹੜਤਾਲੀਆਂ ਨੂੰ ਇਥੋਂ ਪੁਟਿਆ ਜਾ ਸਕੇ, ਇਨ੍ਹਾਂ ਨੂੰ ਇਥੋਂ ਭਜਾਇਆ ਜਾ ਸਕੇ, ਜੋ ਲਾਲਾ ਬਦਰੀ ਪ੍ਰਸਾਦ ਦੀ ਹਿੱਕ ਉਤੇ ਚੜ੍ਹ ਕੇ ਬੈਠੇ ਹੋਏ ਸਨ। ਮਕਸਦ ਤਾਂ ਇਨ੍ਹਾਂ ਨੂੰ ਇਥੋਂ ਹਟਾਉਣ ਦਾ ਹੈ । ਸਿਟੀ ਇੰਸਪੈਕਟਰ ਨੇ 'ਪਿਰਚ' ਕਰਕੇ ਥੁੱਕਿਆ ਅਤੇ ਆਪਣੀ ਫੋਜ ਦੇ ਇਕ ਸਿਪਾਹੀ ਨੂੰ ਕਿਹਾ, "ਜਰਨੈਲ ਸਿੰਘ, ਯਾਰ ਤੁਸੀਂ ਕੀ ਕਰਦੇ ਪਏ ਓ । ਇਨ੍ਹਾਂ ਨੂੰ ਚੁਕੋ ਸਾਰਿਆਂ ਨੂੰ ਦਰੀ ਸਮੇਤ, ਪਾਓ ਗੱਡੀ 'ਚ ਤੇ ਲੈ ਜਾਓ ਕੁਤਵਾਲੀ।"

ਉਸਦੇ ਐਨਾ ਆਖਣ ਦੀ ਦੇਰ ਸੀ ਕਿ ਉਹ ਕਰਮਵੀਰ ਹੁਣਾਂ ਨੂੰ ਲੱਗੇ ਜ਼ਬਰਦਸਤੀ ਚੁੱਕਣ।

"ਮਜ਼ਦੂਰ ਏਕਤਾ, ਜ਼ਿੰਦਾਬਾਦ।"

"ਜ਼ਿੰਦਾਬਾਦ, ਜ਼ਿੰਦਾਬਾਦ।"

"ਗੁੰਡਾ ਗਰਦੀ ।"

"ਨਹੀਂ ਚਲੇਗੀ, ਨਹੀਂ ਚਲੇਗੀ।"

"ਮਜ਼ਦੂਰ ਏਕਤਾ, ਜ਼ਿੰਦਾਬਾਦ ।"

"ਜ਼ਿੰਦਾਬਾਦ, ਜ਼ਿੰਦਾਬਾਦ।"

"ਗੁੰਡਾਗਰਦੀ ।"

"ਨਹੀਂ ਚਲੇਗੀ, ਨਹੀਂ ਚਲੇਗੀ।"

ਕੁਝ ਪਲਾਂ ਦੇ ਅੰਦਰ ਕਰਮਵੀਰ ਅਤੇ ਉਸਦੇ ਸਾਥੀਆਂ ਨੂੰ ਨਸ਼ੇ 'ਚ ਅੰਨ੍ਹੇ ਹੋਏ ਪੁਲਿਸ ਵਾਲਿਆਂ ਨੇ ਗੱਡੀ 'ਚ ਸੁੱਟ ਲਿਆ। ਟੈਂਟ ਦਰੀਆਂ ਤੇ ਹੋਰ ਨਿੱਕੜ-ਸੁੱਕੜ ਸਾਰਾ ਕੁਝ ਉਨ੍ਹਾਂ ਦੇ ਨਾਲ ਹੀ ਧਰ ਲਿਆ।

ਨਾਅਰਿਆਂ ਦੀ ਆਵਾਜ਼ ਹਨੇਰੇ ਨੂੰ ਚੀਰਦੀ ਜਾ ਰਹੀ ਸੀ ਅਤੇ ਪੁਲਸ ਦੀਆਂ ਗੱਡੀਆਂ ਕੁਤਵਾਲੀ ਵੱਲ ਨੂੰ ਦੌੜ ਪਈਆਂ। ਫੈਕਟਰੀ ਦੇ ਗੇਟ ਅੰਦਰ ਖੜੀਆਂ ਅੱਖਾਂ ਖ਼ੁਸ਼ ਸਨ। ਲਾਲਾ ਬਦਰੀ ਪ੍ਰਸਾਦ ਦੀ ਫੈਕਟਰੀ ਨੇਤਾ ਜੀ ਇੰਜਨੀਅਰਿੰਗ ਵਰਕਸ ਦੇ ਗੇਟ ਦਾ ਬਾਹਰਲਾ ਹਿੱਸਾ ਹੁਣ ਇੰਜ ਜਾਪਦਾ ਸੀ, ਜਿਵੇਂ ਇਥੇ ਕਦੇ ਹੜਤਾਲ ਹੋਈ ਹੀ ਨਹੀਂ ਹੁੰਦੀ।

ਛੇ

ਕਾਮਰੇਡ ਚੰਦਰਨ ਵੀ ਕਰਮਵੀਰ ਵਾਲੀ ਸ਼ੈੱਡ (ਵਰਕਸ਼ਾਪ) 'ਚ ਕੰਮ ਕਰਦਾ ਸੀ। ਉਹ ਇਕ ਵਧੀਆਂ ਕਾਰੀਗਰ ਸੀ ਅਤੇ ਛੋਟੀ ਤੋਂ ਛੋਟੀ ਡਾਈ ਬਣਾਉਣ 'ਚ ਮਾਹਿਰ ਸੀ। ਉਹ ਜਿਸ ਕਿਸੇ ਨਾਲ ਵੀ ਗੱਲ ਕਰਦਾ, ਹੱਸ ਕੇ ਕਰਦਾ ਅਤੇ ਬੜੇ ਧੀਰਜ ਨਾਲ ਕਰਦਾ। ਕਰਮਵੀਰ ਕੋਲ ਉਹ ਜਿੰਨੀ ਵਾਰ ਵੀ ਆਉਂਦਾ, ਕਰਮਵੀਰ ਦਾ ਦਿਲ ਕਰਦਾ ਕਿ ਉਸ ਨਾਲ ਗੱਲਾਂ ਕਰਦਾ ਰਹੇ। ਪਰ ਚੰਦਰਨ ਆਪਣੇ ਕੰਮ ਦਾ ਕਰਿੰਦਾ ਸੀ ਅਤੇ ਆਪਣੇ ਕੰਮ ਸਮੇਂ ਬਹੁਤੀਆਂ ਗੱਲਾਂ ਕਰਨ ਅਤੇ ਏਧਰ ਓਧਰ ਫਿਰਨ ਦਾ ਆਦੀ ਨਹੀਂ ਸੀ। ਉਸਦਾ ਬਹੁਤੇ ਵਰਕਰਾਂ ਨਾਲ ਤਾਲਮੇਲ ਵੀ ਨਹੀਂ ਸੀ। ਉਹ ਆਪਣੇ ਕੰਮ ਦਾ ਇਕੋ-ਇਕ ਕਾਰੀਗਰ ਸੀ ਇਸ ਲਈ ਆਪਣੇ ਅੱਡੇ 'ਤੇ ਇਕੱਲਾ ਹੀ ਰੇਤੀ ਤੇ ਹੋਰ ਔਜ਼ਾਰਾਂ ਨਾਲ ਗੁੱਝਿਆ ਰਹਿੰਦਾ।

ਟੂਲ ਸਟੋਰ 'ਚ ਕੰਮ ਕਰਦਿਆਂ ਕਰਮਵੀਰ ਦਾ ਹਰ ਵਰਕਰ ਨਾਲ ਵਾਹ ਪੈਂਦਾ ਸੀ। ਇਸ ਲਈ ਕਾਮਰੇਡ ਚੰਦਰਨ ਦਾ ਵੀ ਉਸ ਨਾਲ ਵਾਹ ਪੈਂਦਾ ਰਹਿੰਦਾ। ਕਾਮਰੇਡ ਚੰਦਰਨ ਕਰਮਵੀਰ ਨੂੰ ਦਸਦਾ ਕਿ ਕਿਵੇਂ ਉਦਯੋਗਪਤੀ ਵਰਕਰਾਂ ਦਾ ਸ਼ੋਸ਼ਣ ਕਰਦੇ ਹਨ, ਉਨ੍ਹਾਂ ਪਾਸੋਂ ਵਧੇਰੇ ਕੰਮ ਲੈਂਦੇ ਹਨ, ਉਨ੍ਹਾਂ ਦੀ ਨੌਕਰੀ ਦੀ ਕੋਈ ਸੁਰੱਖਿਆ ਨਹੀਂ, ਉਨ੍ਹਾਂ ਨੂੰ ਕੋਈ ਸਹੂਲਤਾਂ ਨਹੀਂ ਦਿੰਦੇ। ਕਰਮਵੀਰ ਨੂੰ ਚੰਦਰਨ ਦੀਆਂ ਇਹ ਗੱਲਾਂ ਕਾਫੀ ਚੰਗੀਆਂ ਲੱਗਦੀਆਂ। ਚੰਦਰਨ ਦੀ ਡਿਊਟੀ ਵੀ ਰਾਤ ਢਾਈ ਵਜੇ ਮੁਕਦੀ ਸੀ। ਢਾਈ ਵਜੇ ਡਿਊਟੀ ਮੁਕਾ ਕੇ ਚੰਦਰਨ ਤੇ ਕਰਮਵੀਰ ਕੈਂਟੀਨ 'ਚ ਚਲੇ ਜਾਂਦੇ। ਚੰਦਰਨ, ਕਰਮਵੀਰ ਦੀ ਪੜ੍ਹਾਈ ਲਿਖਾਈ ਦੀਆਂ ਗੱਲਾਂ

ਕਰਦਾ-ਕਰਦਾ, ਮਜ਼ਦੂਰਾਂ ਦੇ ਹੱਕਾਂ ਦੀਆਂ ਗੱਲਾਂ ਵੀ ਕਰੀ ਜਾਂਦਾ। ਕਰਮਵੀਰ ਵੀ ਇਨ੍ਹਾਂ ਗੱਲਾਂ ਬਾਰੇ ਹੁਣ ਬੜੀ ਸਮਝ ਰੱਖਦਾ ਸੀ, ਪਰ ਚੰਦਰਨ ਵਾਂਗ ਉਸ ਕੋਲ ਕਦੇ ਜੋਰਦਾਰ ਦਲੀਲ ਨਹੀਂ ਸੀ ਹੁੰਦੀ, ਕਦੇ ਉਹ ਚੰਦਰਨ ਵਾਂਗ ਸਪੱਸ਼ਟ ਗੱਲ ਨਹੀਂ ਸੀ ਕਰ ਸਕਦਾ। ਚੰਦਰਨ ਦੀਆਂ ਗੱਲਾਂ ਦਾ ਅਸਰ ਉਸ ਉਤੇ ਝੱਟ ਹੋ ਜਾਂਦਾ। ਤਿੰਨ, ਸਾਢੇ ਤਿੰਨ ਵਜੇ ਚੰਦਰਨ ਤੇ ਉਹ ਕੈਂਟੀਨ 'ਚੋਂ ਨਿਕਲਦੇ। ਚੰਦਰਨ ਆਪਣੇ ਘਰ ਚਲਿਆ ਜਾਂਦਾ ਤੇ ਕਰਮਵੀਰ ਆਪਣੀ ਸ਼ੈੱਡ ਦੇ ਟੂਲ ਸਟੋਰ 'ਚ।

ਹਫਤੇ 'ਚ ਇਕ ਵਾਰ ਟੂਲ ਸਟੋਰ ਵਲੋਂ ਵਰਕਰਾਂ ਨੂੰ ਹੱਥ ਧੋਣ ਲਈ ਸਾਬਣ ਦਿੱਤਾ ਜਾਂਦਾ ਸੀ। ਉਸ ਦਿਨ ਸਾਬਣ ਨਾ ਮਿਲਣ ਕਰਕੇ, ਕਰਮਵੀਰ ਅੱਗੋਂ ਵਰਕਰਾਂ ਨੂੰ ਸਾਬਣ ਨਹੀਂ ਸਪਲਾਈ ਕਰ ਸਕਿਆ। ਵਰਕਰਾਂ ਨੇ ਟੂਲ ਸਟੋਰ ਦੇ ਬਾਹਰ ਇਕੱਠਿਆ ਹੋ ਕੇ ਰੌਲਾ ਪਾਉਣਾ ਸ਼ੁਰੂ ਕਰ ਦਿੱਤਾ। ਉਹ ਫੈਕਟਰੀ ਦੇ ਮਾਲਕਾਂ ਦੇ ਨਾਲ-ਨਾਲ ਕਰਮਵੀਰ ਨੂੰ ਵੀ ਬੁਰਾ ਭਲਾ ਆਖ਼ ਰਹੇ ਸਨ। ਕਰਮਵੀਰ ਨੂੰ ਕੁਝ ਪਲ ਲਈ ਗੁੱਸਾ ਵੀ ਆਇਆ ਪਰ ਉਹ ਚੁੱਪ ਕਰ ਗਿਆ। ਉਸਨੇ ਬੜੇ ਧਿਆਨ ਨਾਲ ਸੋਚਿਆ ਕਿ ਵਰਕਰਾਂ ਦਾ ਗੁੱਸਾ ਵਾਜਿਬ ਹੈ, ਪਰ ਘਟੋ-ਘੱਟ ਉਸਨੂੰ ਤਾਂ ਗੁੱਸਾ ਨਹੀਂ ਕਰਨਾ ਚਾਹੀਦਾ। ਕਰਮਵੀਰ ਨੇ ਮਹਿਸੂਸ ਕੀਤਾ ਕਿ ਵਰਕਰਾਂ ਦੀ ਲੋੜ ਪੂਰੀ ਨਾ ਹੋ ਸਕਣ ਕਰਕੇ ਉਨ੍ਹਾਂ ਨੂੰ ਗੁੱਸਾ ਆ ਗਿਆ। ਇਸ ਵਿਚ ਉਂਜ ਕਰਮਵੀਰ ਦਾ ਕੀ ਕਸੂਰ ਸੀ, ਉਸਨੂੰ ਤਾਂ ਜੋ ਮਾਲ ਪਿੱਛੋਂ ਮਿਲਦਾ, ਉਹ ਉਸਨੇ ਅਗਾਂਹ ਵੰਡ ਦੇਣਾ ਹੁੰਦਾ ਹੈ। ਵਰਕਰਾਂ ਨੂੰ ਸ਼ਾਂਤ ਕਰਨ ਲਈ ਕਾਮਰੇਡ ਚੰਦਰਨ ਸਾਹਮਣੇ ਆਇਆ ਤੇ ਉਸ ਆਖਿਆ, "ਸਾਥੀਓ ! ਸ਼ਾਂਤ ਹੋ ਜਾਓ, ਸਾਬਣ ਮਿਲ ਜਾਏਗਾ, ਜੇ ਅੱਜ ਨਹੀਂ ਮਿਲਿਆ ਤਾਂ ਕੱਲ ਮਿਲ ਜਾਏਗਾ।" ਸਾਬਣ ਵਰਕਰਾਂ ਦੇ ਹਿਸਾਬ ਨਾਲ ਪਹਿਲਾਂ ਹੀ ਦੋ ਦਿਨ ਲੇਟ ਹੋ ਚੁੱਕਾ ਸੀ। ਚੰਦਰਨ ਦੀ ਗੱਲ ਸੁਣ ਕੇ ਕੁਝ ਵਰਕਰਾਂ ਨੇ ਹੋਰ ਰੌਲਾ ਪਾਉਣਾ ਸ਼ੁਰੂ ਕਰ ਦਿੱਤਾ। ਪਰ ਚੰਦਰਨ ਨੇ ਆਪਣੀ ਗੱਲ ਮੁੜ ਦੁਹਰਾਈ, "ਯਾਰੋ! ਕਿਹੜੀ ਲੋੜ, ਕਿਹੜਾ ਮਾਲਕ ਸਮਝਦਾ ਹੈ। ਉਹ ਤੁਹਾਨੂੰ ਮੱਝਾਂ, ਗਾਵਾਂ, ਖੋਤਿਆਂ, ਘੋੜਿਆਂ ਨਾਲੋਂ ਵੱਧ ਬਿਲਕੁਲ ਨਹੀਂ ਜੇ ਸਮਝਦੇ। ਤੁਸੀਂ ਸਿਰਫ਼ ਸਾਬਣ ਦੀ ਲੜਾਈ ਲੜ ਰਹੇ ਹੋ, ਆਪਣੇ ਅਸਲੀ ਹੱਕਾਂ ਨੂੰ ਅਣਡਿੱਠ ਕਰਕੇ ਹੋਰ ਪਾਸੇ ਤੁਰ ਪਏ ਹੋ। ਸਿਰਫ਼ ਰੌਲਾ ਪਾਉਣ ਨਾਲ ਕੁਝ ਨਹੀਂ ਬਣਦਾ। ਕਦੇ ਬੈਠ ਕੇ, ਮਿਲ ਕੇ ਇਹ ਵਿਚਾਰਨ ਦੀ ਲੋੜ ਹੈ ਕਿ ਕਿੰਨਾ ਕੁਝ ਤੁਹਾਡਾ, ਮਾਲਕਾਂ ਵਲੋਂ ਖੋਹਿਆ ਜਾ ਰਿਹਾ ਹੈ।" ਚੰਦਰਨ ਦੇ ਮੂੰਹ ਵੱਲ ਵਰਕਰ ਇਵੇਂ ਤਕ ਰਹੇ ਸਨ, ਜਿਵੇਂ ਉਹ ਕੋਈ ਅਲੋਕਾਰ ਮਨੁੱਖ ਹੋਵੇ, ਜੋ ਉਨ੍ਹਾਂ ਨੂੰ ਅਜੀਬ ਗੱਲਾਂ ਦੱਸ ਰਿਹਾ ਹੋਵੇ।

ਉਸ ਰਾਤ ਛੁੱਟੀ ਕਰਨ ਮਗਰੋਂ ਸਾਬਣ ਦੀ ਗੱਲ, ਕਰਮਵੀਰ ਨੇ ਕੈਂਟੀਨ 'ਚ ਜਾਂਦਿਆਂ ਚੰਦਰਨ ਨਾਲ ਤੋਰ ਲਈ। ਚੰਦਰਨ ਉਸ ਰਾਤ, ਕਰਮਵੀਰ ਨੂੰ ਆਪਣੇ ਘਰ ਲੈ ਗਿਆ। ਚੰਦਰਨ ਦਾ ਇਕ ਕਮਰੇ ਵਾਲਾ ਛੋਟਾ ਜਿਹਾ ਘਰ ਸੀ। ਨਾਲ ਇਕ ਨਿੱਕਾ ਜਿੰਨਾ ਵਰਾਂਡਾ, ਜਿਸਦੀ ਇਕ ਨੁੱਕਰ 'ਚ ਚੰਦਰਨ ਨੇ ਰਸੋਈ ਦਾ ਸਮਾਨ, ਸਟੋਵ ਤੇ ਹੋਰ ਨਿਕਸੁਕ ਰਖਿਆ ਹੋਇਆ ਸੀ।

"ਵਰਕਰਾਂ ਦੇ ਜ਼ੁਲਮਾਂ ਦੀ ਗਾਥਾ ਬੜੀ ਲੰਮੀ ਹੈ। ਸਾਡਾ ਦੇਸ਼ ਭਾਵੇਂ ਆਜ਼ਾਦ ਹੋ ਗਿਆ

ਹੈ, ਪਰ ਵਰਕਰਾਂ ਦੀ ਜਮਾਤ ਨੇ ਅਜੇ ਆਜ਼ਾਦੀ ਦਾ ਮੂੰਹ ਪੂਰੀ ਤਰ੍ਹਾਂ ਨਹੀਂ ਦੇਖਿਆ। ਇਹ ਆਜ਼ਾਦੀ ਸਿਰਫ਼ ਕੁਝ ਅਮੀਰ ਲੋਕਾਂ ਦੇ ਹਿੱਸੇ ਆਈ ਹੈ। ਵਰਕਰ ਨੂੰ ਦਿਹਾੜੀ ਦੇ ਵੀਹ ਰੁਪਏ ਦੇ ਕੇ ਉਸ ਪਾਸੋਂ ਦੋ ਸੌ ਰੁਪਏ ਦਾ ਕੰਮ ਕਰਵਾਇਆ ਜਾਂਦਾ ਹੈ, ਪਰ ਮਜ਼ਦੂਰ ਬੜਾ ਭੋਲਾ ਹੈ, ਉਹ ਵੀਹ ਰੁਪਏ ਵੀ ਲੈ ਕੇ ਬੜਾ ਖ਼ੁਸ਼ ਹੈ, ਬੜਾ ਸੰਤੁਸ਼ਟ ਹੈ। ਉਹ ਕੰਮ ਸਿੱਖ ਕੇ ਕਾਰੀਗਰ ਤਾਂ ਬਣ ਜਾਂਦਾ ਹੈ, ਪਰ ਉਸਦਾ ਸਰਬ-ਪੱਖੀ ਵਿਕਾਸ ਨਹੀਂ ਹੋਇਆ ਹੁੰਦਾ। ਹੁਣ ਸਾਡੇ ਇਥੇ ਕਈ ਫੈਕਟਰੀਆਂ ਅਜਿਹੀਆਂ ਵੀ ਹਨ, ਜਿਥੇ ਮਜ਼ਦੂਰਾਂ ਨੂੰ ਬਹੁਤ ਘੱਟ ਦਿਹਾੜੀ ਮਿਲਦੀ ਹੈ, ਬੋਨਸ ਨਹੀਂ ਮਿਲਦਾ, ਛੁੱਟੀਆਂ ਨਹੀਂ ਮਿਲਦੀਆਂ, ਛੁੱਟੀਆਂ ਦੇ ਪੈਸੇ ਵੀ ਨਹੀਂ ਮਿਲਦੇ। ਸਾਲਾਨਾ ਤਰੱਕੀਆਂ ਨਹੀਂ ਮਿਲਦੀਆਂ। ਦਰਅਸਲ ਵਰਕਰ ਹੀ ਵਰਕਰ ਦਾ ਇਥੇ ਦੋਖੀ ਹੈ। ਮਾਲਕ ਆਪਣੀ ਚਲਾਕੀ ਨਾਲ ਵਰਕਰਾਂ 'ਚੋਂ ਕੁਝ ਲਾਲਚੀ ਜਿਹੇ ਬੰਦੇ ਚੁਣਦੇ ਹਨ, ਉਨ੍ਹਾ ਨੂੰ ਤਰੱਕੀਆ ਦਾ ਲਾਲਚ ਦਿੰਦੇ ਹਨ। ਉਹ ਭਾਵੇਂ ਇਸ ਯੋਗ ਵੀ ਨਹੀਂ ਹੁੰਦੇ ਫਿਰ ਵੀ ਉਹ ਇਹ ਲਾਭ ਪ੍ਰਾਪਤ ਕਰਦੇ ਹਨ। ਉਹ ਭਰਮਾ ਲਏ ਜਾਂਦੇ ਹਨ, ਉਹ ਬਿਲਕੁਲ ਨਹੀਂ ਜਾਣਦੇ ਕਿ ਉਹ ਆਪਣੀ ਜਮਾਤ ਦਾ ਕਿੰਨਾ ਨੁਕਸਾਨ ਕਰ ਰਹੇ ਹਨ।

ਇੰਜ ਮਾਲਕ ਆਪਣੀ ਚਾਲ 'ਚ ਸਫਲ ਰਹਿੰਦਾ ਹੈ, ਵਰਕਰਾਂ ਨੂੰ ਆਪਸ 'ਚ ਲੜਾ ਕੇ ਰੱਖਦਾ ਹੈ। ਮਾਲਕ ਦੇ ਕਹੇ ਤੇ ਵਰਕਰ, ਆਮ ਵਰਕਰਾਂ 'ਚ ਹਰ ਵੇਲੇ ਫਿਰਦੇ ਰਹਿੰਦੇ ਹਨ। ਆਮ ਵਰਕਰ ਜਦੋਂ ਆਪਣੇ ਹੱਕ ਦੀ ਗੱਲ ਕਰਦਾ ਹੈ ਤਾਂ ਲਾਭ ਲੈਣ ਵਾਲਾ ਮਾਲਕਾਂ ਦਾ ਚਹੇਤਾ ਵਰਕਰ ਆਪਣੀਆਂ ਫੋਕੀਆਂ ਦਲੀਲਾਂ ਨਾਲ ਉਸਨੂੰ ਚੁੱਪ ਕਰਾ ਦਿੰਦਾ ਹੈ। ਫਿਰ ਕਦੋਂ ਵਰਕਰ ਇਕੱਠੇ ਹੋ ਸਕੇ ਤੇ ਕਦੋਂ ਉਹ ਆਪਣੇ ਹੱਕਾ ਲਈ ਜੂਝ ਸਕੇ। ਇਸ ਲਈ ਇਕ ਚੋਖੇ ਸੰਘਰਸ਼ ਦੀ ਲੋੜ ਹੈ। ਨੌਕਰੀ ਹਥੋਂ ਚਲੇ ਜਾਣ ਦਾ ਹਊਆ, ਮਾਲਕ ਵਰਕਰਾਂ ਅੱਗੇ ਖੜਾ ਰਖਦੇ ਹਨ, ਜਿਸ ਕਰਕੇ ਉਹ ਬੋਲ ਨਹੀਂ ਸਕਦੇ।" ਚੰਦਰਨ ਨੇ ਆਪਣੀ ਗੱਲ ਮੁਕਾਈ।

"ਪਰ ਇਸਦਾ ਇਲਾਜ ਕੀ ਹੈ ?" ਕਰਮਵੀਰ ਨੇ ਪੁਛਿਆ।

"ਨੇਤਾ ਜੀ ਇੰਜਨੀਅਰਿੰਗ ਵਰਕਸ 'ਚ ਅਜੇ ਯੂਨੀਅਨ ਹੋਂਦ 'ਚ ਨਹੀਂ ਆਈ, ਇਥੇ ਵਰਕਰਾਂ ਦਾ ਏਕਾ ਨਹੀਂ ਹੋ ਸਕਿਆ। ਇਹ ਏਕਤਾ, ਮਾਲਕਾਂ ਦੇ ਚਮਚਿਆ ਨੇ ਨਹੀਂ ਹੋਣ ਦਿੱਤੀ। ਇਸ ਲਈ ਇਥੇ ਬੜੀ ਸਾਵਧਾਨੀ ਨਾਲ ਤੁਰਨ ਦੀ ਲੋੜ ਹੈ। ਹਰ ਸ਼ੈੱਡ 'ਚੋਂ ਇਕ-ਇਕ ਬੰਦਾ ਕਾਇਮ ਕਰੋ। ਉਨ੍ਹਾਂ ਬੰਦਿਆਂ ਨਾਲ ਇਕ-ਇਕ ਬੰਦੇ ਦਾ ਹੀ ਤਾਲਮੇਲ ਹੋਵੇ। ਜਿਵੇਂ ਸਾਡੀ ਨਵੀਂ ਸ਼ੈੱਡ 'ਚ ਸਿਰਫ਼ ਮੈਂ ਹੀ ਤੁਹਾਡੇ ਨਾਲ ਇਹ ਗੱਲ ਕੀਤੀ ਹੈ ਤੇ ਤੁਸੀਂ ਮੇਰੇ ਨਾਲ। ਮੈਂ ਇਸ ਸ਼ੈੱਡ 'ਚ ਜੇ ਹੋਰ ਕਿਸੇ ਨਾਲ ਗੱਲ ਕਰਦਾ ਵੀ ਹਾਂ ਤਾਂ ਉਸਨੂੰ ਤੁਹਾਡੇ ਬਾਰੇ ਕੋਈ ਜਾਣਕਾਰੀ ਨਹੀਂ ਹੋਵੇਗੀ, ਇਸੇ ਤਰ੍ਹਾਂ ਜੇ ਤੁਸੀਂ ਕਿਸੇ ਸਾਥੀ ਨੂੰ ਭਰੋਸੇ 'ਚ ਲੈਂਦੇ ਹੋ ਤਾਂ ਉਸਨੂੰ ਮੇਰੇ ਬਾਰੇ ਬਿਲਕੁਲ ਨਾ ਦਸੋ। ਇੰਜ ਇਹ ਇਕ ਅਜਿਹੀ ਲੜੀ ਪਰੋਤੀ ਜਾਏਗੀ ਜਿਸਦਾ ਇਕ ਮਣਕਾ ਨਾਲੋਂ ਪਹਿਲੇ ਤੇ ਬਾਅਦ ਦੇ ਮਣਕੇ ਨੂੰ ਨਹੀਂ ਜਾਣਦਾ, ਪਰ ਉਹ ਇਕ ਹਾਰ 'ਚ ਜ਼ਰੂਰ ਪਰੋਤੇ ਜਾਣਗੇ। ਇੰਜ ਇਥੇ ਸਾਡੀ ਯੂਨੀਅਨ ਦਾ ਜਨਮ ਹੋ ਸਕੇਗਾ। ਉਂਜ ਮੈਂ ਵੀ ਕਾਫੀ ਲੋਕਾਂ ਨੂੰ ਮਿਲ ਚੁੱਕਾ ਹਾਂ। ਤੁਸੀਂ ਪੜ੍ਹੇ ਲਿਖੇ ਹੋ, ਤੁਸੀਂ ਵੀ ਆਪਣੇ ਤੌਰ ਤੇ ਸਮਝਾ ਬੁਝਾ ਕੇ ਵਰਕਰਾਂ ਨੂੰ ਉਨ੍ਹਾਂ ਦੇ ਹੱਕਾਂ ਤੋਂ ਜਾਣੂ ਕਰਾ ਸਕਦੇ ਹੋ।"

ਕਰਮਵੀਰ ਤੇ ਚੰਦਰਨ ਦੀ ਪੂਰੀ ਰਾਤ ਗੱਲਾਂ ਕਰਦਿਆਂ ਨਿਕਲ ਗਈ। ਸਵੇਰ ਦੇ ਛੇ ਵਜੇ ਚੁੱਕੇ ਸਨ। ਚੰਦਰਨ ਨੇ ਚਾਹ ਦਾ ਕੱਪ-ਕੱਪ ਬਣਾਇਆ ਤੇ ਚਾਹ ਪੀ ਕੇ ਉਹ ਫਿਰ ਗੱਲਾਂ 'ਚ ਰੁਝ ਗਏ। ਤੁਰਨ ਲਗਿਆਂ ਕਰਮਵੀਰ ਨੂੰ ਚੰਦਰਨ ਨੇ ਮੈਕਸਿਮ ਗੋਰਕੀ ਦਾ ਨਾਵਲ 'ਮਾਂ' ਲਿਆ ਫੜਾਇਆ।

"ਕੀ ਤੁਸੀ ਗੋਰਕੀ ਦਾ 'ਮਾਂ' ਪੜ੍ਹਿਆ ਹੈ ?" ਚੰਦਰਨ ਨੇ ਪੁਛਿਆ।

ਕਰਮਵੀਰ ਨੇ ਨਾਵਲ ਨੂੰ ਬਾਹਰੋਂ ਤੇ ਫਿਰ ਅੰਦਰੋਂ ਖੋਲ੍ਹ ਕੇ ਦੇਖਿਆ। ਉਸਨੇ ਇਹ ਨਾਵਲ ਨਹੀਂ ਸੀ ਪੜ੍ਹਿਆ ਹੋਇਆ। ਕਰਮਵੀਰ ਨੇ ਸਕੂਲ ਕਾਲਜ ਸਮੇਂ ਨਾਨਕ ਸਿੰਘ ਦੇ ਨਾਵਲਾਂ ਤੋਂ ਬਿਨਾਂ ਹੋਰ ਕੁਝ ਨਹੀਂ ਸੀ ਪੜ੍ਹਿਆ ਹੋਇਆ। ਹਾਂ, ਪ੍ਰੀਤਲੜੀ ਦੇ ਪਾਠਕ ਕਿਉਂਕਿ ਉਸਦੇ ਪਿਤਾ ਪਹਿਲਾਂ ਤੋਂ ਹੀ ਸਨ, ਇਸ ਲਈ ਪ੍ਰੀਤ ਲੜੀ ਘਰ ਆਉਂਦੀ ਹੁੰਦੀ ਸੀ ਅਤੇ ਉਸ ਵਿਚ ਛਪਦੀਆਂ ਕੁਝ ਕਹਾਣੀਆਂ ਉਹ ਪੜ੍ਹ ਲੈਂਦਾ ਸੀ। ਕੁਝ ਸਿੱਖਣ ਦੇ ਮੰਤਵ ਨਾਲ ਨਹੀਂ, ਸਗੋਂ ਟਾਈਮ ਪਾਸ ਕਰਨ ਲਈ। ਜਦੋਂ ਕਰਮਵੀਰ ਨੂੰ ਚੰਦਰਨ ਨੇ ਗੋਰਕੀ ਦੇ ਨਾਵਲ ਬਾਰੇ ਸੰਖੇਪ 'ਚ ਦਸਿਆ ਤਾਂ ਕਰਮਵੀਰ ਨੇ ਚੰਦਰਨ ਨੂੰ ਟੋਕ ਦਿੱਤਾ, "ਬਸ ਬਸ! ਬਾਕੀ ਮੈਂ ਸਾਰਾ ਇਸ 'ਚ ਪੜ੍ਹ ਲਵਾਂਗਾ।"

ਕਰਮਵੀਰ ਨੇ ਘੜੀ ਦੇਖੀ, ਉਸਦੀ ਗਿਆਨੀ ਦੀ ਕਲਾਸ ਪੜ੍ਹਨ ਦਾ ਸਮਾਂ ਹੋ ਚੁਕਾ ਸੀ। ਟੂਟੀ ਤੋਂ ਹੱਥ ਮੂੰਹ ਧੋ ਕੇ ਕਰਮਵੀਰ ਨੇ ਸਾਈਕਲ ਦੇ ਕੈਰੀਅਰ 'ਚ ਆਪਣਾ ਬਸਤਾ ਅੜਾਇਆ ਤੇ ਚੰਦਰਨ ਦੇ ਘਰੋਂ ਨਿਕਲ ਤੁਰਿਆ।

ਗਿਆਨੀ ਕਾਲਜ ਵਲ ਜਾ ਰਿਹਾ ਕਰਮਵੀਰ ਸਿਰਫ਼ ਕਾਮਰੇਡ ਚੰਦਰਨ ਨਾਲ ਹੋਈਆ ਗੱਲਾਂ ਬਾਰੇ ਹੀ ਸੋਚ ਰਿਹਾ ਸੀ। ਕਾਮਰੇਡ ਦੀਆਂ ਗੱਲਾਂ ਉਸਨੂੰ ਕਾਫੀ ਵਧੀਆਂ ਲੱਗੀਆਂ। ਜੇ ਅਜਿਹੀ ਸੋਚ ਵਾਲੇ ਸਾਰੇ ਬੰਦੇ ਹੋ ਜਾਣ ਤਾਂ ਫਿਰ ਮਜ਼ਦੂਰਾਂ ਦੀ ਜਮਾਤ ਲੱਗੀਆਂ। ਜੇ ਅਜਿਹੀ ਸੋਚ ਵਾਲੇ ਸਾਰੇ ਬੰਦੇ ਹੋ ਜਾਣ ਤਾਂ ਫਿਰ ਮਜ਼ਦੂਰਾਂ ਦੀ ਜਮਾਤ ਦਾ ਭਲਾ ਕਿਉਂ ਨਹੀਂ ਹੋ ਸਕਦਾ। ਉਸ ਦਿਨ ਕਲਾਸ 'ਚ ਪੜ੍ਹਦਿਆਂ ਹੋਇਆ ਵੀ ਉਸਨੇ ਆਪਣੇ ਆਪ ਨੂੰ ਓਥੋਂ ਗੈਰ ਹਾਜਰ ਮਹਿਸੂਸ ਕੀਤਾ। ਪੂਰੀ ਰਾਤ ਦੇ ਉਨੀਂਦਰੇ ਨਾਲ ਉਸਦੀਆਂ ਅੱਖਾਂ ਤਪ ਰਹੀਆਂ ਸਨ। ਗਿਆਨੀ ਦੀ ਕਲਾਸ 'ਚ ਜੋ ਕੁਝ ਲਿਖਾਇਆ ਗਿਆ, ਉਸ ਨੋਟ ਕਰ ਲਿਆ ਅਤੇ ਮੁੜ ਉਹ ਸਾਈਕਲ 'ਤੇ ਸਵਾਰ ਹੋ ਕੇ, ਅਲਾਵਲਪੁਰ ਨੂੰ ਜਾਣ ਦੀ ਥਾਂ ਕਾਮਰੇਡ ਚੰਦਰਨ ਦੇ ਘਰ ਚਲਿਆ ਗਿਆ।

ਗਿਆਰਾਂ ਵਜ ਚੁੱਕੇ ਸਨ। ਕਾਮਰੇਡ ਨਹਾ ਧੋ ਕੇ ਸਬਜ਼ੀ ਆਦਿ ਕੱਟਣ ਦੇ ਆਹਰ 'ਚ ਲੱਗਾ ਹੋਇਆ ਸੀ। ਕਰਮਵੀਰ ਨੂੰ ਦੇਖਕੇ ਉਹ ਮੁਸਕਰਾ ਪਿਆ।

'ਕੀ ਗੱਲ! ਅਜ ਘਰ ਨਹੀਂ ਗਏ ?"

"ਉਂਜ ਹੀ, ਇਕ ਤਾਂ ਰਾਤ ਦਾ ਉਨੀਂਦਰਾ ਸੀ, ਥਕਾਵਟ ਜਾਪਦੀ ਹੈ, ਦੂਜਾ ਤੁਹਾਡੀਆਂ ਗੱਲਾਂ ਐਨੀਆਂ ਚੰਗੀਆਂ ਸੀ ਕਿ ਹੋਰ ਸੁਣਨ ਨੂੰ ਜੀ ਕਰ ਆਇਆ।" ਕਰਮਵੀਰ ਜਾਂਦਾ ਈ ਉਸਦੇ ਕਮਰੇ 'ਚ ਪਏ ਮੰਜੇ ਉਤੇ ਲੰਮਾ ਪੈ ਗਿਆ।

ਚੰਦਰਨ ਨੇ ਸਬਜ਼ੀ ਬਣਾਉਣ ਤੋਂ ਪਹਿਲਾਂ ਚਾਹ ਦੇ ਦੋ ਕੱਪ ਬਣਾਏ ਤੇ ਫਿਰ ਗੱਲ ਸ਼ੁਰੂ ਹੋ ਗਈ ਨੇਤਾ ਜੀ ਇੰਜਨੀਅਰਿੰਗ ਵਰਕਸ ਦੀ।

"ਤੁਹਾਡੇ ਹਿਸਾਬ ਨਾਲ ਕਾਮਰੇਡ, 'ਨੇਤਾ ਜੀ' ਅੰਦਰ ਚਲ ਰਹੀ ਮਾਲਕਾਂ ਦੀ ਹੈਂਕੜ ਨੂੰ ਕਿਵੇਂ ਖਤਮ ਕੀਤਾ ਜਾ ਸਕਦਾ ਹੈ ।" ਕਰਮਵੀਰ ਨੇ ਗੱਲ ਤੋਰੀ।

"ਇਥੇ ਮੈਂ ਕਰਮਵੀਰ ਤੇਰੇ ਨਾਲ ਸਹਿਮਤ ਨਹੀਂ ਹਾਂ।" ਕਾਮਰੇਡ ਚੰਦਰਨ ਹੁਣ ਕਰਮਵੀਰ ਨੂੰ ਅਪਣੱਤ ਨਾਲ ਤੂੰ ਜਾਂ ਤੇਰੇ ਕਹਿਣ ਲੱਗ ਪਿਆ ਸੀ।

"ਪਹਿਲੀ ਗੱਲ ਇਹ ਹੈ ਕਿ ਇਹ ਗੱਲ ਨਹੀਂ ਸੋਚਣੀ ਕਿ ਮਾਲਕ ਜੋ ਹੈ, ਉਹ ਮਜ਼ਦੂਰਾਂ ਦਾ ਪੱਕਾ ਦੁਸ਼ਮਣ ਹੈ। ਕਈ ਮਾਲਕ ਚੰਗੇ ਵੀ ਹੋ ਸਕਦੇ ਹਨ। ਮਾਲਕ ਨਾਲ ਦੁਸ਼ਮਣੀ ਮਿਥ ਕੇ ਨਹੀਂ ਤੁਰਨਾ ਚਾਹੀਦਾ, ਸਗੋਂ ਉਸਦੇ ਵਤੀਰੇ ਨਾਲ ਦੁਸ਼ਮਣੀ ਰਖਣੀ ਚਾਹੀਦੀ ਹੈ। ਅਸੀਂ ਮਾਲਕ ਦੀ ਹੈਂਕੜ ਨਹੀਂ ਖਤਮ ਕਰਨੀ। ਮਾਲਕ ਤਾਂ ਮਾਲਕ ਹੈ। ਸਾਡਾ ਮਤਲਬ ਸਪੱਸ਼ਟ ਹੈ, ਅਸੀ ਤਾਂ ਇਹ ਚਾਹੁੰਦੇ ਹਾਂ ਕਿ ਮਾਲਕ ਭਾਵੇਂ ਮਾਲਕ ਹੀ ਰਵ੍ਹੇ, ਪਰ ਉਹ ਮਜ਼ਦੂਰਾਂ ਨੂੰ ਵਰਕਰਾਂ ਨੂੰ ਵੀ ਇਨਸਾਨ ਸਮਝੇ। ਇਨਸਾਨ ਸਮਝੇ ਅਤੇ ਉਨ੍ਹਾਂ ਨੂੰ ਉਨ੍ਹਾਂ ਦੇ ਬਣਦੇ ਹੱਕ ਦਏ। ਕਰਮਵੀਰ ਤੂੰ ਤਾਂ ਕਾਫੀ ਪੜ੍ਹਿਆ ਹੋਇਆਂ ਏਂ। ਕਦੇ ਵੀ ਮਾੜੀ ਭਾਸ਼ਾ ਨਹੀਂ ਬੋਲਣੀ। ਚੰਗੀ ਭਾਸ਼ਾ ਬੋਲ ਕੇ ਤੁਸੀਂ ਹਰ ਕਿਸੇ ਨੂੰ ਜਿੱਤ ਸਕਦੇ ਹੋ। ਅੰਦਰੋਂ ਤੁਹਾਡਾ ਦ੍ਰਿੜ ਇਰਾਦਾ ਹੋਣਾ ਚਾਹੀਦੈ ਹੈ ਕਿ ਤੁਸੀਂ ਆਪਣੇ ਹੱਕਾਂ ਲਈ ਲੜਨਾ ਚਾਹੁੰਦੇ ਹੋ। ਲੜਾਈ ਦਾ ਰੁਖ ਜਿਹੋ ਜਿਹਾ ਵੀ ਹੋਵੇਗਾ, ਉਸਦੇ ਨਾਲ-ਨਾਲ ਤੁਹਾਨੂੰ ਪੈਂਤੜੇ ਵੀ ਬਦਲਣੇ ਪੈਣਗੇ। ਪਰ ਇਹ ਗੱਲ ਵੀ ਪੱਕੀ ਹੈ ਕਿ ਮਜ਼ਦੂਰਾਂ ਦੀ ਲੜਾਈ ਸਮੇਂ ਉਸ ਨਾਲ ਸਾਰੇ ਮਜ਼ਦੂਰ ਨਹੀਂ ਹੁੰਦੇ, ਪਰ ਮਾਲਕਾਂ ਨਾਲ ਉਸਦੇ ਸਾਰੇ ਸਰਮਾਏਦਾਰ ਮਾਲਕ ਮੋਢੇ ਨਾਲ ਮੋਢਾ ਜੋੜ ਕੇ ਖੜੋ ਜਾਂਦੇ ਹਨ। ਇਸ ਲਈ ਮਜ਼ਦੂਰਾਂ ਨੂੰ ਦੂਹਰੀ ਤੀਹਰੀ ਲੜਾਈ ਲੜਨੀ ਪੈਂਦੀ ਹੈ। ਇਕ ਮਾਲਕਾਂ ਨਾਲ, ਦੂਜੀ ਉਨ੍ਹਾਂ ਮਜ਼ਦੂਰਾਂ ਨਾਲ ਜੋ ਮਾਲਕਾਂ ਦੇ ਚਮਚੇ ਹਨ ਤੇ ਤੀਜੀ ਮਾਲਕਾਂ ਦੇ ਹਮਦਰਦ ਮਾਲਕਾਂ ਨਾਲ।

ਤੂੰ ਬਹੁਤੀ ਵੇਰ ਦੇਖਿਆ ਹੋਵੇਗਾ ਕਿ ਹੜਤਾਲ ਕਰਕੇ ਇਸ ਫੈਕਟਰੀ 'ਚੋਂ ਨਿਕਲੇ ਵਰਕਰ ਨੂੰ, ਦੂਜੀ ਫੈਕਟਰੀ ਦਾ ਮਾਲਕ ਰਖਣ ਲਈ ਤਿਆਰ ਨਹੀਂ ਹੁੰਦਾ। ਉਹ ਉਸ ਕੋਲੋਂ ਇੰਝ ਡਰਦਾ ਹੈ ਜਿਵੇਂ ਕਾਂ ਗੁਲੇਲੇ ਕੋਲੋਂ। ਉਹ ਸੋਚਦਾ ਹੈ ਕਿ ਇਹ ਯੂਨੀਅਨਬਾਜ਼ ਵਰਕਰ ਉਸਦੇ ਕਾਰਖਾਨੇ ਅੰਦਰ ਆ ਕੇ ਇਥੋਂ ਦੇ ਸ਼ਾਂਤ ਮਾਹੌਲ 'ਚ ਅਸ਼ਾਂਤੀ ਫੈਲਾ ਦੇਵੇਗਾ। ਇਸ ਲਈ ਇਸਨੂੰ ਨਾ ਹੀ ਰਖਿਆ ਜਾਏ ਤਾਂ ਚੰਗਾ ਹੈ।"

ਕਰਮਵੀਰ ਚੁਪਚਾਪ ਉਸਦੀਆਂ ਗੱਲਾਂ ਸੁਣਦਾ ਰਿਹਾ। ਕਾਮਰੇਡ ਚੰਦਰਨ ਕੋਲ ਕੀਮਤੀ ਗੱਲਾਂ ਦਾ ਖਜ਼ਾਨਾ ਸੀ, ਜਿਨ੍ਹਾਂ ਨੂੰ ਕਰਮਵੀਰ ਸੁਣਦਾ-ਸੁਣਦਾ ਨਾ ਥਕਦਾ। ਕਾਮਰੇਡ ਚੰਦਰਨ ਰੋਟੀ ਪਾਣੀ ਦੇ ਆਹਰ ਤੋਂ ਵਿਹਲਾ ਹੋਇਆ ਤਾਂ ਉਸ ਕਰਮਵੀਰ ਨੂੰ ਆਖਿਆ।

"ਚਲ ਫਿਰ ਅਜ ਤੈਨੂੰ ਏਟਕ ਦੇ ਦਫਤਰ ਲੈ ਚਲਾਂ।" ਚੰਦਰਨ ਅੱਜ ਕਰਮਵੀਰ ਦੇ ਸ਼ਹਿਰ ਰਹਿ ਜਾਣ ਦਾ ਪੂਰਾ-ਪੂਰਾ ਫਾਇਦਾ ਲੈਣਾ ਚਾਹੁੰਦਾ ਸੀ।

"ਏਟਕ ?" ਕਰਮਵੀਰ ਨੇ ਦੁਹਰਾਇਆ।

"ਹਾਂ ਏਟਕ। ਇਹ ਮਜ਼ਦੂਰਾਂ ਲਈ ਇਕ ਅਜਿਹੀ ਜਥੇਬੰਦੀ ਹੈ ਜੋ ਉਨ੍ਹਾਂ ਦੇ ਕਾਜ਼ ਲਈ ਲੜਦੀ ਹੈ। ਏਟਕ ਦਾ ਮਤਲਬ ਹੈ ਆਲ ਇੰਡੀਆ ਟਰੇਡ ਯੂਨੀਅਨ ਕਾਂਗਰਸ। ਮਾਲਕਾਂ ਵਲੋਂ ਜਦੋਂ ਕਿਸੇ ਮਜ਼ਦੂਰ ਨੂੰ ਬਿਨਾਂ ਵਜ੍ਹਾ ਫੈਕਟਰੀ 'ਚੋਂ ਕੱਢ ਦਿੱਤਾ ਜਾਂਦਾ ਹੈ ਜਾਂ ਮਾਲਕਾਂ ਵਲੋਂ ਮਜ਼ਦੂਰਾਂ ਦਾ ਹਿਸਾਬ-ਕਿਤਾਬ ਕਰਨ ਲਗਿਆਂ ਉਸਨੂੰ ਪੂਰੇ ਪੈਸੇ ਨਹੀਂ ਮਿਲਦੇ ਤਾਂ ਉਹ ਏਟਕ ਕੋਲ ਜਾਂਦਾ ਹੈ। ਓਥੇ ਉਹ ਇਸ ਯੂਨੀਅਨ ਦਾ ਮੈਂਬਰ ਬਣਦਾ ਹੈ। ਫਿਰ ਇਹ ਯੂਨੀਅਨ ਉਸਦਾ ਕੇਸ ਲੇਬਰ ਕੋਰਟ 'ਚ ਲੜਦੀ ਹੈ ਅਤੇ ਉਸਨੂੰ ਉਸਦਾ ਹੱਕ ਦੁਆਉਂਦੀ ਹੈ।"

ਕਰਮਵੀਰ ਲਈ ਇਹ ਸਾਰੀਆਂ ਗੱਲਾਂ ਨਵੀਆਂ ਸਨ। ਜਿਨ੍ਹਾਂ ਫੈਕਟਰੀਆਂ 'ਚ ਯੂਨੀਅਨ ਨਹੀਂ ਹੁੰਦੀ ਕੀ ਓਥੋਂ ਦਾ ਵਰਕਰ ਵੀ ਇਸ ਯੂਨੀਅਨ ਦਾ ਮੈਂਬਰ ਬਣ ਸਕਦਾ ਹੈ, ਇਸ ਸੁਆਲ ਦੇ ਉੱਤਰ 'ਚ ਚੰਦਰਨ ਨੇ ਦਸਿਆ, "ਇਸ ਯੂਨੀਅਨ ਦਾ ਦਫਤਰ ਫੈਕਟਰੀਆਂ ਤੋਂ ਬਾਹਰ ਹੁੰਦਾ ਹੈ। ਕਿਸੇ ਵੀ ਫੈਕਟਰੀ ਦੀ ਯੂਨੀਅਨ ਇਸ ਯੂਨੀਅਨ ਨਾਲ ਜੁੜ ਸਕਦੀ ਹੈ। ਜਿਨ੍ਹਾਂ ਫੈਕਟਰੀਆਂ ਅੰਦਰ ਯੂਨੀਅਨ ਨਹੀਂ ਵੀ ਹੁੰਦੀ, ਉਸਦੇ ਵਰਕਰ ਵੀ ਇਸ ਯੂਨੀਅਨ ਦੇ ਮੈਂਬਰ ਬਣ ਸਕਦੇ ਹਨ।"

"ਕੀ ਇਸ ਯੂਨੀਅਨ ਦਾ ਸਬੰਧ ਸਿਆਸੀ ਪਾਰਟੀ ਨਾਲ ਹੈ ?"

'ਏਟਕ' ਭਾਰਤੀ ਕਮਿਊਨਿਸਟ ਪਾਰਟੀ ਦੇ ਝੰਡੇ ਹੇਠ ਮਜ਼ਦੂਰਾਂ ਲਈ ਘੋਲ ਕਰਦੀ ਹੈ। ਮਜ਼ਦੂਰ ਆਪਣੇ ਆਪ ਨੂੰ ਇਕਲਿਆਂ ਮਹਿਸੂਸ ਨਾ ਕਰੇ, ਇਸ ਲਈ ਪਾਰਟੀ ਦਾ ਹੱਥ ਉਸ ਉੱਤੇ ਹੋਣਾ ਜ਼ਰੂਰੀ ਹੈ। ਭਾਰਤੀ ਕਮਿਊਨਿਸਟ ਪਾਰਟੀ, ਫੈਕਟਰੀਆਂ ਅਤੇ ਖੇਤਾਂ 'ਚ ਕੰਮ ਕਰਦੇ ਮਜ਼ਦੂਰਾਂ ਦੇ ਹੱਕਾਂ ਦੀ ਰਾਖੀ ਲਈ ਲੜਦੀ ਹੈ। ਇਸੇ ਤਰ੍ਹਾਂ ਸ਼ਹਿਰ ਵਿਚਲੀਆਂ ਰਿਕਸ਼ਾ ਟਾਂਗਾ ਯੂਨੀਅਨਾਂ, ਰੇਹੜੀ ਯੂਨੀਅਨ ਅਤੇ ਹਰ ਸਰਕਾਰੀ, ਗੈਰ ਸਰਕਾਰੀ ਅਦਾਰੇ 'ਚ ਉਸਦੇ ਮੈਂਬਰ ਹਨ, ਜੋ ਉਨ੍ਹਾਂ ਦੀਆਂ ਯੂਨੀਅਨਾਂ ਨੂੰ ਏਟਕ ਰਾਹੀਂ ਜੋੜ ਕੇ ਪਾਰਟੀ ਨੂੰ ਵੀ ਮਜ਼ਬੂਤ ਕਰਦੇ ਹਨ ਅਤੇ ਪਾਰਟੀ ਇਨ੍ਹਾਂ ਯੂਨੀਅਨਾਂ ਦੀ ਮਜ਼ਬੂਤੀ ਲਈ ਉਨ੍ਹਾਂ ਦੀ ਮਦਦ ਕਰਦੀ ਹੈ।"

"ਫਿਰ ਇਹ ਤਾਂ ਸਭ ਕੁਝ ਸਿਆਸੀ ਹੋ ਗਿਆ ?" ਕਰਮਵੀਰ ਨੂੰ ਅੱਜ ਨਵੀਆਂ ਗੱਲਾਂ ਦਾ ਪਤਾ ਲੱਗ ਰਿਹਾ ਸੀ।

"ਸਿਆਸੀ ਸੂਝ ਅੱਜ ਹਰ ਬੰਦੇ ਨੂੰ ਹੋਣੀ ਚਾਹੀਦੀ ਹੈ। ਇਕ ਰਿਕਸ਼ਾ ਚਾਲਕ ਨੂੰ ਵੀ ਸਿਆਸੀ ਸੂਝ ਹੋਣੀ ਚਾਹੀਦੀ ਹੈ। ਰਿਕਸ਼ਾ ਚਾਲਕ ਨੂੰ ਆਪਣੇ ਹੱਕਾਂ ਦਾ ਅਤੇ ਫੈਕਟਰੀ ਮਜ਼ਦੂਰ ਨੂੰ ਆਪਣੇ ਹੱਕਾਂ ਦਾ ਜੇ ਪਤਾ ਨਹੀਂ ਲਗੇਗਾ, ਉਹ ਇਨ੍ਹਾਂ ਲਈ ਲੜੇਗਾ ਕਿਵੇਂ। ਸਿਆਸੀ ਪਾਰਟੀਆਂ ਦੇ ਲੋਕ ਅਜਿਹੀ ਸੂਝ ਉਨ੍ਹਾਂ ਅੰਦਰ ਇਸ ਲਈ ਪੈਦਾ ਕਰਦੇ ਹਨ ਕਿਉਂਕਿ ਵਰਕਰ ਕਲਾਸ, ਕਾਮਾ ਕਲਾਸ ਇਕ ਬਹੁਤ ਵੱਡੀ ਕਲਾਸ ਹੈ, ਇਨ੍ਹਾਂ ਨੂੰ ਜੇ ਇਨ੍ਹਾਂ ਦੇ ਹੱਕਾਂ ਦੀ ਰਾਖੀ ਦੇ ਨਾਲ-ਨਾਲ ਸਿਆਸੀ ਸੇਧ ਨਹੀਂ ਦਿੱਤੀ ਜਾਏਗੀ ਤਾਂ ਫਿਰ ਕਲ ਨੂੰ ਇਹ ਕਿਸ ਪਾਰਟੀ ਦਾ ਪੱਖ ਪੂਰਨਗੇ। ਓਸੇ ਪਾਰਟੀ ਦੇ ਪੱਖ ਪੂਰਨਗੇ, ਜਿਸ ਪਾਰਟੀ ਨੇ ਉਨ੍ਹਾਂ ਨੂੰ ਉਨ੍ਹਾਂ ਦੇ ਹੱਕਾਂ ਤੋਂ ਜਾਣੂ ਕਰਾਇਆ ਅਤੇ ਉਨ੍ਹਾਂ ਦੇ ਹੱਕ ਦੁਆਏ।" ਚੰਦਰਨ ਨੇ ਆਪਣੀ ਗੱਲ ਕਹਿ ਦਿੱਤੀ।

"ਕੀ ਬਾਕੀ ਸਿਆਸੀ ਪਾਰਟੀਆਂ ਦੀਆਂ ਵੀ ਟਰੇਡ ਯੂਨੀਅਨਾਂ ਹਨ ?"

"ਹਾਂ। ਮਾਰਕਸੀ ਪਾਰਟੀ ਦੀ ਟਰੇਡ ਯੂਨੀਅਨ ਦਾ ਨਾਂ ਸੀਟੂ ਹੈ। ਇੰਟਕ ਕਾਂਗਰਸ ਦੀ ਹੈ ਅਤੇ ਸ਼੍ਰੋਮਣੀ ਅਕਾਲੀ ਦਲ ਨੇ ਵੀ ਦੇਖੋ ਦੇਖੀ ਪੰਜਾਬ ਮਜ਼ਦੂਰ ਦਲ' ਨਾਂ ਦੀ ਇਕ ਯੂਨੀਅਨ ਖੜੀ ਕੀਤੀ ਹੋਈ ਹੈ। ਚਲ ਉਠ ਫਿਰ ਆਪਾਂ ਯੂਨੀਅਨ ਦੇ ਦਫਤਰ ਦਾ ਚੱਕਰ ਕੱਟ ਆਈਏ। ਕਾਮਰੇਡ ਰਾਮ ਪ੍ਰਕਾਸ਼ ਜ਼ਿਲ੍ਹਾ ਇਕਾਈ ਦਾ ਜਨਰਲ ਸਕੱਤਰ ਹੈ। ਉਸ ਨਾਲ ਤੈਨੂੰ ਮਿਲਾ ਦਿੰਦਾ ਹਾਂ। ਨਾਲੇ ਚਾਰ ਗੱਲਾਂ ਉਸ ਨਾਲ ਹੋ ਜਾਣਗੀਆਂ, ਨਾਲੇ ਤੂੰ ਵੀ ਮੈਂਬਰ ਬਣ ਜਾਈਂ। ਤੇਰੇ ਵਰਗੇ ਸਾਥੀਆਂ ਨਾਲ ਮਿਲ ਕੇ ਕਾਮਰੇਡ ਰਾਮ ਪ੍ਰਕਾਸ਼ ਖ਼ੁਸ਼ ਹੋਵੇਗਾ।"

ਸੱਤ

ਹੜਤਾਲੀ ਮਜ਼ਦੂਰਾਂ ਦਾ ਟੈਂਟ ਚੁੱਕੇ ਜਾਣ ਪਿਛੋਂ ਜਿਹੜੇ ਹੜਤਾਲੀ ਬਚੇ ਸਨ, ਉਹ ਕਾਮਰੇਡ ਰਾਮ ਪ੍ਰਕਾਸ਼ ਦੇ ਘਰ ਰਾਤ ਬਾਰਾਂ ਵਜੇ ਪੁੱਜੇ।

ਕਾਮਰੇਡ ਰਾਮ ਪ੍ਰਕਾਸ਼ ਉਸ ਵੇਲੇ ਸੁੱਤਾ ਪਿਆ ਸੀ। ਮਨਸਾ ਰਾਮ ਤੇ ਜਨਕ ਰਾਜ ਨੇ ਸਾਰੀ ਵਿਥਿਆ ਆਖ ਸੁਣਾਈ। ਕਾਮਰੇਡ ਰਾਮ ਪ੍ਰਕਾਸ਼ ਦਾ ਚਿਹਰਾ ਪਹਿਲਾਂ ਵਾਂਗ ਸ਼ਾਂਤ ਸੀ, ਜਿਵੇਂ ਸਭ ਕੁਝ ਜਾਣਦਾ ਸੀ।

"ਇਹ ਗੱਲ ਤਾਂ ਹੋਣੀ ਸੀ, ਲਾਲਾ ਕਿਵੇਂ ਬਰਦਾਸ਼ਤ ਕਰ ਸਕਦੈ ਕਿ ਉਸਦੀ ਹਿੱਕ ਉਤੇ ਹੜਤਾਲੀ ਮਜ਼ੂਦਰਾਂ ਦਾ ਟੈਂਟ ਲੱਗੇ। ਉਸਨੇ ਤਾਂ ਪਿਛਲੇ ਕਈ ਸਾਲਾਂ ਤੋਂ ਫੈਕਟਰੀ 'ਚ ਮਜ਼ਦੂਰਾਂ ਦੀ ਯੂਨੀਅਨ ਨਹੀਂ ਬਣਨ ਦਿੱਤੀ। ਪੁਲਸ ਵਾਲੇ ਕਿੰਨੇ ਕੁ ਸਾਥੀਆਂ ਨੂੰ ਲੈ ਗਏ ਨੇ?"

"ਦਸਾਂ ਬੰਦਿਆਂ ਨੂੰ ਉਨ੍ਹਾਂ ਨੇ ਗੱਡੀ 'ਚ ਤੁੰਨ ਲਿਆ ਸੀ, ਸਾਡੇ ਲਈ ਥਾਂ ਹੁੰਦੀ ਤਾਂ ਸਾਨੂੰ ਵੀ ਬਿਠਾ ਲੈਂਦੇ।" ਜਨਕ ਰਾਜ ਨੇ ਕਿਹਾ।

"ਹੁਣ ਵਿਚਾਰਨ ਵਾਲੀ ਗੱਲ ਇਹ ਹੈ ਕਿ ਰਾਤ ਬੀਤਣ ਮਗਰੋਂ ਦਿਨ ਚੜ੍ਹਨ ਸਮੇਂ ਜੇ ਉਥੇ ਹੜਤਾਲੀਆਂ ਦਾ ਤੰਬੂ ਨਾ ਹੋਇਆ ਤਾਂ ਵਰਕਰ ਅੰਦਰ ਕੰਮ ਤੇ ਜਾਣੇ ਸ਼ੁਰੂ ਹੋ ਜਾਣਗੇ। ਅਸਲ 'ਚ ਸਰਮਾਏਦਾਰ ਦੀ ਇਹ ਚਾਲ ਹੁੰਦੀ ਹੈ ਕਿ ਗੇਟ ਉੱਤੇ ਤੰਬੂ ਨਾ ਲਾਉਣ ਦਿੱਤਾ ਜਾਏ। ਜਨਕ ਰਾਜ ਤੇ ਮਨਸਾ ਰਾਮ ਤੁਸੀਂ ਜਾਓ ਸਭ ਸਾਥੀਆਂ ਨੂੰ ਇਕੱਠਿਆਂ ਕਰੋ ਤੇ ਫੈਕਟਰੀ ਦੇ ਨਾਲ ਲਗਦੇ ਮੰਦਰ 'ਚ ਸਵੇਰੇ ਸਾਢੇ ਪੰਜ ਵਜੇ ਮੀਟਿੰਗ ਲਈ ਇਕੱਠੇ ਹੋਵੋ। ਫਿਰ ਅਗਲਾ ਪ੍ਰੋਗਰਾਮ ਬਣਾਵਾਂਗੇ।"

ਜਨਕ ਰਾਜ ਤੇ ਮਨਸਾ ਰਾਮ ਸਾਈਕਲ ਚੁਕ ਕੇ ਜਿਨ੍ਹਾਂ ਲੋਕਾਂ ਦਾ ਘਰ ਉਹ ਜਾਣਦੇ ਸਨ, ਉਨ੍ਹਾਂ ਦੇ ਘਰ ਗਏ ਅਤੇ ਕਾਮਰੇਡ ਰਾਮ ਪ੍ਰਕਾਸ਼ ਦਾ ਸੁਨੇਹਾ ਦਿੱਤਾ। ਹਰ ਕੋਈ ਪੁਲਿਸ ਵੱਲੋਂ ਕੀਤੀ ਜਬਰਦਸਤੀ ਦੀ ਕਹਾਣੀ ਸੁਣਦਾ। ਚਿਹਰੇ ਉੱਤੇ ਸਹਿਮ ਪਸਰਦਾ, ਪਰ ਫਿਰ ਇਕੱਠੇ ਹੋ ਕੇ ਲੜਨ ਦਾ ਜੋਸ਼ ਉਨ੍ਹਾਂ ਅੰਦਰ ਆ ਜਾਂਦਾ। ਜਨਕ ਰਾਜ ਤੇ ਮਨਸਾ ਰਾਮ

ਤਕਰੀਬਨ ਵੀਹ ਪੰਝੀ ਘਰਾਂ 'ਚ ਗਏ ਅਤੇ ਸਾਰੀ ਗੱਲ ਦਸੀ। ਜਦੋਂ ਇਹ ਦੋਵੇਂ ਆਪਣੇ ਆਪਣੇ ਘਰ ਪੁੱਜੇ ਤਾਂ ਰਾਤ ਦੇ ਦੋ ਵਜ ਚੁਕੇ ਸਨ।

ਸਵੇਰੇ ਪੰਜ ਸਾਢੇ ਪੰਜ ਵਜੇ ਤਕ ਤਕਰੀਬਨ ਵੀਹ ਕੁ ਸਾਥੀ ਮੰਦਰ 'ਚ ਇਕੱਠੇ ਹੋ ਗਏ ਸਨ। ਨੇਤਾ ਜੀ ਇੰਜਨੀਅਰਿੰਗ ਵਰਕਸ ਦੀ ਪਹਿਲੀ ਸ਼ਿਫਟ ਸਵੇਰੇ ਛੇ ਵਜੇ ਸ਼ੁਰੂ ਹੁੰਦੀ ਸੀ। ਉਸ ਵੇਲੇ ਪ੍ਰੋਗਰਾਮ ਬਣਾਇਆ ਗਿਆ ਕਿ ਜਿਹੜੀਆਂ ਸੜਕਾਂ ਨੇਤਾ ਜੀ ਇੰਜਨੀਅਰਿੰਗ ਵੱਲ ਜਾਂਦੀਆਂ ਹਨ ਉਨ੍ਹਾਂ ਉੱਤੇ ਤਿੰਨ ਤਿੰਨ ਚਾਰ ਚਾਰ ਵਰਕਰ ਖੜੇ ਕਰ ਦਿੱਤੇ ਜਾਣ ਤਾਂ ਜੋ ਉਹ ਕੰਮ 'ਤੇ ਜਾਣ ਵਾਲੇ ਵਰਕਰਾਂ ਨੂੰ ਰੋਕ ਸਕਣ। ਕਾਮਰੇਡ ਰਾਮ ਪ੍ਰਕਾਸ਼ ਨੇ ਗਰੁਪ ਬਣਾਏ। ਹਰ ਗਰੁਪ ਦਾ ਇਕ ਲੀਡਰ ਬਣਾ ਦਿੱਤਾ। ਉਸਨੇ ਉਨ੍ਹਾਂ ਨੂੰ ਸਮਝਾਇਆ, "ਸਾਥੀਓ! ਜੇ ਕੋਈ ਵਰਕਰ ਫੈਕਟਰੀ ਅੰਦਰ ਜ਼ਰੂਰ ਹੀ ਜਾਣਾ ਚਾਹੇ ਤਾਂ ਉਸ ਨਾਲ ਨਰਮੀ ਨਾਲ ਪੇਸ਼ ਆਉਣਾ। ਤੁਸੀਂ ਉਨ੍ਹਾਂ ਨੂੰ ਸਮਝਾਓ ਕਿ ਤੁਹਾਡੇ ਸਾਥੀ ਹਵਾਲਾਤਾਂ 'ਚ ਬੰਦ ਹਨ, ਤੁਹਾਡੇ ਸਾਥੀ ਜ਼ਖ਼ਮੀ ਹੋਏ ਹਸਪਤਾਲਾਂ 'ਚ ਪਏ ਸਨ। ਇਸ ਲਈ ਤੁਹਾਡਾ ਨੈਤਿਕ ਫਰਜ਼ ਹੈ ਕਿ ਤੁਸੀਂ ਆਪਣੇ ਸਾਥੀਆਂ ਦੀ ਮਦਦ ਤੇ ਖੜੇ ਹੋਵੋ।"

"ਪਰ ਜੇ ਕੋਈ ਨਾ ਮੰਨਿਆ ਤਾਂ ਹਾਕੀ ਨਾਲ ਲੱਤਾਂ ਤੋੜ ਦਿਆਂਗੇ।" ਸ਼ਿਵ ਕੁਮਾਰ ਬਾਲੀ ਨੇ ਆਪਣੀ ਹਾਕੀ ਘੁਮਾਈ।

"ਇਹੋ ਜਿਹਾ ਕੰਮ ਨਹੀਂ ਕਰਨਾ ਸਾਥੀਓ। ਬਾਲੀ ਨੂੰ ਮੈਂ ਕਹਿਣਾ ਚਾਹਾਂਗਾ ਕਿ ਜੇ ਆਪਾਂ ਹੀ ਆਪਣੇ ਸਾਥੀਆਂ ਨੂੰ ਕੁੱਟਣ ਲੱਗ ਪਏ ਤਾਂ ਸਾਡੇ ਨਾਲ ਤੁਰੇਗਾ ਕੌਣ? ਸਾਨੂੰ ਸਾਰਿਆਂ ਨੂੰ ਇਕ ਮੁੱਠ ਹੋਣ ਦੀ ਲੋੜ ਹੈ।" ਕਾਮਰੇਡ ਨੇ ਸਮਝਾਇਆ।

"ਕੀ ਉਨ੍ਹਾਂ ਨੂੰ ਨਹੀਂ ਪਤਾ ਕਿ ਜੇ ਉਨ੍ਹਾਂ ਦੇ ਸਾਥੀ ਇਸ ਸਮੇਂ ਮੁਸੀਬਤ 'ਚ ਹਨ ਤਾਂ ਉਹ ਕੰਮ ਉੱਤੇ ਕਿਉਂ ਜਾਂਦੇ ਹਨ।" ਬਾਲੀ ਦੀਆਂ ਅੱਖਾਂ ਗੁੱਸੇ ਨਾਲ ਲਾਲ ਸਨ।

ਐਨੀ ਦੇਰ ਨੂੰ ਕਰਮਵੀਰ ਤੇ ਚੰਦਰਨ ਆ ਗਏ। ਸਾਰੇ ਹੈਰਾਨ ਸਨ ਕਿ ਰਾਤ ਉਨ੍ਹਾਂ ਨੂੰ ਪੁਲਿਸ ਫੜ ਕੇ ਲੈ ਗਈ, ਇਹ ਕਿਵੇਂ ਆ ਗਏ। ਸਾਰੇ ਉਨ੍ਹਾਂ ਵਲ ਪ੍ਰਸ਼ਨ ਚਿੰਨ੍ਹ ਬਣੇ ਤੱਕ ਰਹੇ ਸਨ।

"ਆ ਜਾਓ ਬਈ ਸਾਥੀਓ।" ਕਾਮਰੇਡ ਰਾਮ ਪ੍ਰਕਾਸ਼ ਨੇ ਕਿਹਾ।

"ਕੀ ਪ੍ਰੋਗਰਾਮ ਬਣਾਇਆ ਫਿਰ?" ਕਰਮਵੀਰ ਨੇ ਪੁਛਿਆ।

"ਤੁਹਾਡੇ ਨਾਲ ਕਿਵੇਂ ਹੋਈ ਬੀਤੀ, ਤੁਹਾਨੂੰ ਗ੍ਰਿਫਤਾਰ ਨਹੀਂ ਕੀਤਾ ਉਨ੍ਹਾਂ?" ਕਾਮਰੇਡ ਨੇ ਪੁਛਿਆ।

"ਨਹੀਂ, ਉਹ ਸਾਨੂੰ ਦੋ ਦੋ ਨੂੰ ਦੂਰ ਕਿਧਰੇ ਰਾਤ ਨੂੰ ਜਾ ਕੇ ਸੁਟ ਗਏ ਸਨ ਅਸੀਂ ਨਕੋਦਰ ਵਾਲੀ ਸੜਕ ਦੇ ਮੰਡ ਤੋਂ ਪਰਤੇ ਹਾਂ। ਬਾਕੀ ਸਾਥੀਆਂ ਨੂੰ ਪਤਾ ਨਹੀਂ ਉਨ੍ਹਾਂ ਨੇ ਕਿਥੇ ਕਿਥੇ ਲਾਹਿਆ ਹੈ। ਪੁਲਿਸ ਕੋਲ ਸਾਡੇ ਟੈਂਟ ਵਗੈਰਾ ਪਏ ਹਨ। ਪਰ ਅਜ ਸਵੇਰੇ ਗੇਟ ਅੱਗੇ ਮੁੜ ਟੈਂਟ ਲਾਉਣ ਬਾਰੇ ਵਿਚਾਰ ਕੀਤਾ ਜਾਣਾ ਚਾਹੀਦਾ ਹੈ।"

"ਅਜੇ ਤਾਂ ਸ਼ਿਫਟ ਸ਼ੁਰੂ ਹੋਣੀ ਏ ਸਵੇਰੇ ਛੇ ਵਜੇ, ਪਹਿਲਾਂ ਤਾਂ ਕੰਮ ਉੱਤੇ ਜਾਣ ਵਾਲੇ

ਵਰਕਰਾਂ ਨੂੰ ਮਿਲਣਾ ਪਏਗਾ।" ਕਾਮਰੇਡ ਚੰਦਰਨ ਨੇ ਆਖਿਆ।

"ਉਹ ਡਿਊਟੀਆਂ ਲਾ ਦਿੱਤੀਆਂ ਗਈਆਂ ਹਨ। ਕਾਮਰੇਡ ਚੰਦਰਨ ਤੇ ਕਰਮਵੀਰ ਤੁਸੀਂ ਮੇਰੇ ਨਾਲ ਚਲੋ। ਸਾਥੀ ਕਰਮ ਸਿੰਘ ਵੱਲ ਚਲਦੇ ਹਾਂ। ਬਾਬਾ ਜੀ ਵੀ ਰਾਤ ਦੇ ਚੰਡੀਗੜ੍ਹੋਂ ਆਏ ਹੋਏ ਹਨ। ਉਨ੍ਹਾਂ ਨਾਲ ਸਾਰਾ ਵਿਚਾਰ ਵਟਾਂਦਰਾ ਕਰਦੇ ਹਾਂ।" ਸਾਰੇ ਸਾਥੀ ਆਪਣੀਆਂ ਆਪਣੀਆਂ ਡਿਊਟੀਆਂ ਸਮਝ ਕੇ ਉਠ ਪਏ।

ਅੱਠ

ਲਾਲਾ ਬਦਰੀ ਪ੍ਰਸਾਦ ਕੋਈ ਕੱਚੀਆਂ ਗੋਲੀਆਂ ਨਹੀਂ ਸੀ ਖੇਡਿਆ ਹੋਇਆ। ਰਾਤ ਜੇ ਹੜਤਾਲੀ ਵਰਕਰ ਜਾਗਦੇ ਰਹੇ ਸਨ ਤਾਂ ਸੁੱਤਾ ਉਹ ਵੀ ਨਹੀਂ ਸੀ। ਇੰਸਪੈਕਟਰ ਬਲਵੰਤ ਸਿੰਘ ਨੂੰ ਰਾਤ ਉਸਨੇ ਖੁਸ਼ ਕਰਕੇ ਭੇਜਿਆ ਸੀ ਅਤੇ ਸਿੱਟੇ ਵਜੋਂ ਬਲਵੰਤ ਸਿੰਘ ਨੇ ਉਸਨੂੰ ਖੁਸ਼ ਕਰ ਦਿੱਤਾ ਸੀ। ਹੜਤਾਲੀਆਂ ਦਾ ਕੈਂਪ ਪੁੱਟ ਕੇ ਵਗਾਹ ਮਾਰਿਆ ਸੀ। ਉਨ੍ਹਾਂ ਦੇ ਇਕੱਠ ਨੂੰ ਤੀਲਾ ਤੀਲਾ ਕਰ ਦਿੱਤਾ ਸੀ। ਲਾਲਾ ਬਦਰੀ ਪ੍ਰਸਾਦ ਨੂੰ ਇਸ ਗੱਲ ਦਾ ਪੂਰਾ ਅਹਿਸਾਸ ਸੀ ਕਿ ਹੜਤਾਲੀ ਮਜ਼ਦੂਰ ਥੋੜ੍ਹੇ ਨਹੀਂ ਹਨ ਇਸ ਲਈ ਉਹ ਫੈਕਟਰੀ ਦੇ ਗੇਟ ਤੱਕ ਪੁੱਜਣ ਲਈ ਜ਼ਰੂਰ ਹੰਭਲਾ ਮਾਰਨਗੇ। ਦੂਜਾ ਸਵੇਰੇ ਪਹਿਲੀ ਸ਼ਿਫਟ ਤੇ ਕੰਮ ਕਰਨ ਆਉਣ ਵਾਲੇ ਇਕਾ ਦੁਕਾ ਮਜ਼ਦੂਰਾਂ ਨੂੰ ਵੀ ਉਹ ਰੋਕਣ ਦੀ ਕੋਸ਼ਿਸ਼ ਕਰਨਗੇ।

ਇਸ ਦਾ ਪ੍ਰਬੰਧ ਉਸਨੇ ਪਹਿਲਾਂ ਹੀ ਸੋਚ ਲਿਆ ਸੀ। ਆਪਣੇ ਵਫਾਦਾਰ ਵਰਕਰਾਂ (ਗੁੰਡੇ) ਦੀ ਮੀਟਿੰਗ ਉਸਨੇ ਬੁਲਾਈ। ਉਨ੍ਹਾਂ ਨੂੰ ਆਖਿਆ ਗਿਆ ਕਿ ਉਹ ਕੰਮ ਉੱਤੇ ਆਉਣ ਵਾਲੇ ਵਰਕਰਾਂ ਦਾ ਰਾਹ ਰੋਕਣ ਵਾਲੇ ਹੜਤਾਲੀਆਂ ਨਾਲ ਪੂਰੀ ਤਰ੍ਹਾਂ ਸਿਝਣ। ਉਨ੍ਹਾਂ ਦੀ ਮਦਦ ਲਈ ਫੈਕਟਰੀ ਦੇ ਨਾਲ ਲਗਦੀ ਪੁਲਿਸ ਚੌਕੀ ਦੇ ਕੁਝ ਕਰਮਚਾਰੀ ਵੀ ਮੌਜੂਦ ਹੋਣਗੇ। ਗੁੰਡੇ ਤੇ ਪੁਲਿਸ ਵਾਲੇ ਪਹਿਲਾਂ ਹੀ ਰਲੇ ਹੋਏ ਸਨ। ਕੱਲ ਸ਼ਾਮ ਦਾ ਦਾਰੂ ਸਿੱਕਾ ਉਹਨਾਂ ਇਕੱਠਿਆਂ ਦਾ ਚਲ ਰਿਹਾ ਸੀ। ਬਦਰੀ ਪ੍ਰਸਾਦ ਨੇ ਉਨ੍ਹਾਂ ਨੂੰ ਆਖਿਆ ਕਿ ਹੜਤਾਲ ਆਪਣੇ ਆਪ ਮੁੱਕ ਜਾਵੇਗੀ, ਜੇ ਸਵੇਰੇ ਸੌ ਪੰਜਾਹ ਵਰਕਰ ਫੈਕਟਰੀ ਦੇ ਅੰਦਰ ਕੰਮ ਕਰਨ ਆ ਗਏ ਤਾਂ। ਵਰਕਰਾਂ ਕੋਲ ਆਪਣੀ ਕੋਈ ਸੋਚ ਸਮਝ ਨਹੀਂ ਹੁੰਦੀ। ਚਾਰ ਬੰਦੇ ਹੜਤਾਲ ਕਰ ਲੈਣ ਤਾਂ ਇਹ ਉਹਨਾਂ ਦੇ ਮਗਰ ਲਗ ਜਾਂਦੇ ਹਨ। ਦਸ ਬੰਦੇ ਕੰਮ ਉੱਤੇ ਪਰਤ ਆਉਣ ਤਾਂ ਦੇਖੋ ਦੇਖੀ ਬਾਕੀ ਵੀ ਸਾਰੇ ਕੰਮ ਉੱਤੇ ਪਰਤ ਆਉਂਦੇ ਹਨ। ਤੁਸੀਂ ਵੀ ਜਿਹੜਾ ਪਿਆਰ ਨਾਲ ਸਮਝ ਜਾਵੇ ਉਸਨੂੰ ਪਿਆਰ ਨਾਲ ਸਮਝਾਉਣਾ। ਜਿਹੜਾ ਜਬਰਦਸਤੀ ਦੀ ਬੋਲੀ ਸਮਝਦਾ ਹੋਵੇ, ਉਸਨੂੰ ਜਬਰਦਸਤੀ ਦੀ ਬੋਲੀ ਵੀ ਸਮਝਾ ਦੇਣਾ। ਜੋ ਪੈਸੇ ਦਾ ਲਾਲਚ ਮੰਨਦਾ ਹੋਵੇ, ਉਹ ਵੀ ਦੇ ਦੇਣਾ।

ਬਦਰੀ ਪ੍ਰਸਾਦ ਨੇ ਇਹ ਭਾਸ਼ਣ ਆਪਣੇ 'ਗੁੰਡਾ ਸਟਾਫ' ਉੱਤੇ ਝਾੜਿਆ ਅਤੇ ਨਿਸ਼ਚਿੰਤ ਹੋ ਗਿਆ।

ਹੜਤਾਲੀ ਵਰਕਰਾਂ ਦੇ ਜਥੇ, ਮਿਥੇ ਹੋਏ ਰਾਹਾਂ ਉੱਤੇ ਆ ਖੜੋਤੇ। ਆਪਣੇ ਉਨ੍ਹਾਂ ਸਾਥੀਆਂ ਨੂੰ ਰੋਕਣ ਸਮਝਾਉਣ ਲਈ ਜੋ ਉਨ੍ਹਾਂ ਵੱਲੋਂ ਬੇਮੁਖ ਹੋ ਕੇ ਫੈਕਟਰੀ ਦੇ ਅੰਦਰ ਕੰਮ ਕਰਨ ਜਾਣੇ ਸਨ। ਬਹੁਤ ਸਾਰੇ ਵਰਕਰ ਹੜਤਾਲੀ ਮਜ਼ਦੂਰਾਂ ਨੂੰ ਦੇਖ ਕੇ ਵਾਪਸ ਪਰਤ ਗਏ। ਕੁਝ ਕੁ ਨਾਲ ਬਹਿਸ ਕਰਨੀ ਪਈ। ਸ਼ਿਵ ਕੁਮਾਰ ਬਾਲੀ ਨੇ ਹਾਕੀ ਆਪਣੇ ਮੋਢੇ ਉੱਤੇ ਰਖੀ ਹੋਈ ਸੀ, ਪਹਿਲਾਂ ਵੀ ਕਾਰਖਾਨੇ ਅੰਦਰ ਬਾਲੀ ਕੋਲੋਂ ਹਰ ਕੋਈ ਡਰਦਾ ਸੀ। ਉਹ ਦਿਲ ਦਾ ਮਾੜਾ ਨਹੀਂ ਸੀ, ਹਰ ਲੋੜਵੰਦ ਦਾ ਕੰਮ ਭੱਜ ਕੇ ਕਰਦਾ ਸੀ, ਪਰ ਜਿਹੜਾ ਉਸ ਅੱਗੇ ਰੋਹਬ ਦਿਖਾਵੇ ਜਾਂ ਚੂੰ ਚਰਾਂ ਕਰੇ, ਉਸਨੂੰ ਉਹ ਘੂਰੀਆਂ ਵੱਟ ਕੇ ਪੈਂਦਾ। ਉਸ ਦਿਨ ਤਾਂ ਉਹ ਕਈਆਂ ਅੱਗੇ ਹੱਥ ਜੋੜ ਕੇ ਵੀ ਬੇਨਤੀਆਂ ਕਰ ਰਿਹਾ ਸੀ। ਇਕਾ ਦੁਕਾ ਵਰਕਰ ਭਾਵੇਂ ਅੱਖਾਂ ਬਚਾ ਕੇ ਕਿਸੇ ਪਾਸਿਉਂ ਨਿਕਲ ਗਏ ਹੋਣ ਨਹੀਂ ਤਾਂ ਹੜਤਾਲੀ ਮਜ਼ਦੂਰਾਂ ਦਾ ਛਾਨਣਾ ਬੜਾ ਬਰੀਕ ਸੀ।

ਉਨ੍ਹਾਂ ਮਜ਼ਦੂਰਾਂ ਨੂੰ ਹੜਤਾਲੀ ਮਜ਼ਦੂਰ, ਫੈਕਟਰੀ ਅਗੋਂ ਨਾ ਰੋਕ ਸਕੇ, ਜੋ ਮਾਲਕਾਂ ਦੀਆਂ ਕਾਰਾਂ ਰਾਹੀਂ ਢੋਏ ਜਾ ਰਹੇ ਸਨ। ਵਰਕਰ ਨੂੰ ਉਂਝ ਭਾਵੇਂ ਕੋਈ ਕਾਰ ਉੱਤੇ ਕਦੇ ਨਾ ਚੜ੍ਹਾਏ, ਪਰ ਅੱਜ ਉਨ੍ਹਾਂ ਨੂੰ ਘਰੋਂ ਲਿਆਂਦਾ ਜਾ ਰਿਹਾ ਸੀ। ਅਜੇ ਕਲ ਦੀ ਗੱਲ ਹੈ ਜਦੋਂ ਹੜਤਾਲ ਤੋਂ ਪਹਿਲਾਂ ਇਸੇ ਫੈਕਟਰੀ ਦੇ ਚਾਰ ਮਜ਼ਦੂਰ, ਹਿੰਸਾ ਦੌਰਾਨ ਜ਼ਖ਼ਮੀ ਹੋ ਗਏ ਸਨ ਤਾਂ ਉਨ੍ਹਾਂ ਨੂੰ ਹਸਪਤਾਲ ਪਹੁੰਚਾਉਣ ਲਈ ਮਾਲਕਾਂ ਨੇ ਕੋਈ ਕਾਰ ਮੁਹਈਆ ਨਹੀਂ ਕਰਵਾਈ। ਕਾਫੀ ਦੇਰ ਉਹ ਵਰਕਰ ਜ਼ਖ਼ਮੀ ਹਾਲਤ ਵਿਚ ਭੁੰਜੇ ਪਏ ਰਹੇ ਸਨ। ਫਿਰ ਉਸਨੂੰ ਫੈਕਟਰੀ ਤੋਂ ਬਾਹਰ ਲਿਆ ਕੇ ਵਰਕਰਾਂ ਨੇ ਹੀ ਆਟੋ ਰਿਕਸ਼ਿਆਂ 'ਚ ਪਾ ਕੇ ਖੜਿਆ। ਕਾਰ ਕਿਨ੍ਹਾਂ ਵਰਕਰਾਂ ਲਈ ਜ਼ਰੂਰੀ ਸੀ, ਕਿਨ੍ਹਾਂ ਲਈ ਨਹੀਂ, ਇਹ ਗੱਲ ਬਦਰੀ ਪ੍ਰਸਾਦ ਭਲੀ ਭਾਂਤ ਜਾਣਦਾ ਹੈ।

ਜਦੋਂ ਬਾਲੀ ਨੇ ਕਾਰ 'ਚ ਜਾਂਦਿਆਂ ਕੁਝ ਵਰਕਰਾਂ ਨੂੰ ਪਛਾਣ ਲਿਆ ਤਾਂ ਉਸ ਮੋਟੀਆਂ-ਮੋਟੀਆਂ ਗਾਲ੍ਹਾਂ ਉਨ੍ਹਾਂ ਨੂੰ ਕੱਢੀਆਂ ਅਤੇ ਉਨ੍ਹਾਂ ਦੀ ਕਾਰ ਦੇਖ ਕੇ ਹਾਕੀ ਵੀ ਉਨ੍ਹਾਂ ਵੱਲ ਉਲਾਰੀ। ਹੜਤਾਲੀ ਵਰਕਰਾਂ ਵੱਲੋਂ, ਕੰਮ ਉੱਤੇ ਜਾਣ ਵਾਲੇ ਵਰਕਰਾਂ ਨੂੰ ਰੋਕਣ ਦਾ ਕੰਮ ਜਾਰੀ ਸੀ। ਕੁਝ ਦੇਰ ਪਿਛੋਂ ਦਗੜ-ਦਗੜ ਕਰਦੇ ਮੋਟਰ ਸਾਈਕਲਾਂ ਦੀ ਆਵਾਜ਼ ਸੁੰਨੀਆਂ ਸੜਕਾਂ ਉੱਤੇ ਗੂੰਝ ਪਈ। ਤੜਕੇ ਤੜਕੇ ਇੰਡਸਟਰੀਅਲ ਏਰੀਆ ਦੀਆਂ ਸੜਕਾਂ ਸੁੰਨ-ਮਸਾਨ ਹੁੰਦੀਆਂ ਹਨ। ਟਾਵਾਂ ਟਾਵਾਂ ਕੋਈ ਸਾਈਕਲ ਓਧਰੋਂ ਗੁਜ਼ਰਦਾ ਹੈ। ਮੋਟਰ ਸਾਈਕਲਾਂ ਉੱਤੇ ਦਸ ਕਰਮਚਾਰੀ ਅਤੇ ਬਦਰੀ ਪ੍ਰਸਾਦ ਦੇ ਗੁੰਡੇ ਸਵਾਰ ਸਨ। ਹੜਤਾਲੀ ਵਰਕਰਾਂ ਦੇ ਜਥਿਆਂ ਨੂੰ ਉਹ ਘੇਰ ਲੈਂਦੇ ਅਤੇ ਉਨ੍ਹਾਂ ਨਾਲ ਕੁੱਟ ਮਾਰ ਕਰਦੇ। ਕਈਆਂ ਦੀ ਉਨ੍ਹਾਂ ਨੇ ਚੰਗੀ ਧੂਹ ਘਸੀਟ ਕੀਤੀ। ਇਸ ਕਾਰਵਾਈ 'ਚ ਪੁਲਿਸ ਚੌਕੀ ਦਾ ਇਕ ਸਬ ਇੰਸਪੈਕਟਰ ਦੀ ਸ਼ਾਮਲ ਸੀ। ਉਨ੍ਹਾਂ ਦਾ ਦੋਸ਼ ਸੀ, "ਓਏ ਤੁਸੀਂ ਕੰਮ ਉੱਤੇ ਜਾਣ ਵਾਲਿਆਂ ਨੂੰ ਕਿਉਂ ਰੋਕਦੇ ਹੋ?"

"..............."

"ਸਾਲਿਓ! ਆਪ ਤਾਂ ਭੁੱਖੇ ਮਰਨਾ ਹੀ ਹੈ, ਬਾਕੀਆਂ ਨੂੰ ਕਿਉਂ ਭੁੱਖੇ ਮਾਰਦੇ ਹੋ।"

"ਅਸੀਂ ਕਿਸੇ ਨੂੰ ਕੰਮ 'ਤੇ ਜਾਣੋਂ ਨਹੀਂ ਰੋਕਦੇ। ਕਿਸੇ ਨੂੰ ਸਮਝਾਉਣਾ ਜਾਂ ਕਿਸੇ ਨਾਲ

ਵਿਚਾਰ ਵਟਾਂਦਰਾ ਕਰਨਾ ਸਾਡਾ ਬੁਨਿਆਦੀ ਹੱਕ ਹੈ। ਅਸੀਂ ਉਨ੍ਹਾਂ ਨੂੰ ਜ਼ਬਰਦਸਤੀ ਨਹੀਂ ਰੋਕ ਰਹੇ।" ਜਨਕ ਰਾਜ ਨੇ ਕਿਹਾ।

"ਇਹਨੂੰ ਬਿਠਾ ਓਏ ਮੋਟਰ ਸਾਈਕਲ ਪਿੱਛੇ, ਵੱਡੇ ਲੀਡਰ ਨੂੰ।" ਇਕ ਪੁਲਸੀਆ ਕੂਕਿਆ।

ਉਨ੍ਹਾਂ ਦੇ ਭਾਅ ਦਾ ਲੀਡਰ ਉਹੀ ਹੁੰਦਾ ਹੈ, ਜੋ ਉਨ੍ਹਾਂ ਦੇ ਸਾਹਮਣੇ ਜ਼ਬਾਨ ਹਿਲਾਏ। ਜਿਹੜਾ ਚੁੱਪ ਰਹੇ ਉਸਨੂੰ ਉਹ ਕਾਫੀ ਅਕਲਮੰਦ ਸਮਝਦੇ ਹਨ।

ਅਚਾਨਕ ਉਧਰੋਂ ਬਾਲੀ ਅਤੇ ਉਸਦੇ ਦੂਜੇ ਸਾਥੀ ਵੀ ਆ ਨਿਕਲੇ। ਬਾਲੀ ਦੇ ਹੱਥ ਵਿਚ ਅਜੇ ਵੀ ਹਾਕੀ ਫੜੀ ਹੋਈ ਸੀ।

"ਓਏ ਐਧਰ ਆ ਓਏ ਬਦਮਾਸ਼ਾ।" ਸਬ ਇੰਸਪੈਕਟਰ ਟਿੱਕਾ ਬੋਲਿਆ।

"ਦਸੋ ਜਨਾਬ!" ਬਾਲੀ ਮੀਸਣਾ ਵੀ ਬਣ ਜਾਂਦਾ ਸੀ।

"ਓਏ ਤੂੰ ਈ ਕਾਰ ਅੱਗੇ ਹਾਕੀ ਘੁੰਮਾਈ ਸੀ ਨਾ ?" ਟਿੱਕੇ ਨੇ ਜਿਵੇਂ ਬਾਲੀ ਦਾ ਗੀਮਾਂਡ ਲੈ ਲਿਆ ਹੋਵੇ। ਬਾਲੀ ਨੂੰ ਨਹੀਂ ਸੀ ਪਤਾ ਕਿ ਇਹ ਬੀਮਾਰੀ ਵੀ ਕਾਰ 'ਚ ਬੈਠੀ ਹੋਈ ਸੀ।

"ਨਹੀਂ ਜਨਾਬ, ਮੈਂ ਭਲਾ ਇੰਝ ਕਿਵੇਂ ਕਰ ਸਕਦਾ ਹਾਂ।" ਬਾਲੀ ਬੜਾ ਨਿਮਰ ਹੋ ਕੇ ਬੋਲਿਆ।

"ਦੇਖ, ਤੇਰੇ ਬਾਰੇ ਕਈ ਸ਼ਿਕਾਇਤਾਂ ਮੇਰੇ ਕੋਲ ਹਨ, ਅੱਜ ਸਵੇਰੇ ਸਵੇਰੇ ਤੂੰ ਬਹੁਤ ਸਾਰੇ ਵਰਕਰਾਂ ਨੂੰ ਧਮਕੀਆਂ ਦਿੱਤੀਆਂ ਹਨ। ਤੇਰੀ ਗ੍ਰਿਫਤਾਰੀ ਮੈਨੂੰ ਸਭ ਤੋਂ ਪਹਿਲਾਂ ਪਾਉਣੀ ਪਊ।" ਟਿੱਕਾ ਨੇ ਧਮਕੀ ਦਿੱਤੀ।

ਬਾਲੀ ਫਿਰ ਵੀ ਚੁੱਪ ਰਿਹਾ।

"ਦੇਖੋ ਬਈ, ਹੁਣ ਤੁਸੀਂ ਸਾਰੇ ਇੱਥੇ ਖੜੇ ਹੋ। ਤੁਸੀਂ ਸਾਰੇ ਹੜਤਾਲ ਉੱਤੇ ਹੋ। ਗੱਲ ਸਿਰਫ ਐਨੀ ਹੈ ਕਿ ਵਰਕਰਾਂ ਦੀ ਆਪਸੀ ਲੜਾਈ 'ਚ ਯੂਨੀਅਨ ਦੇ ਬੰਦੇ ਜ਼ਖ਼ਮੀ ਹੋ ਗਏ। ਤੁਸੀਂ ਲੀਡਰਾਂ ਦੀਆਂ ਗੱਲਾਂ 'ਚ ਆ ਕੇ ਸਾਰਿਆਂ ਨੇ ਕੰਮ ਛੱਡ ਦਿੱਤਾ, ਤੁਸੀਂ ਹੁਣ ਸਾਰੇ ਵਿਹਲੇ ਹੋ ਕੇ ਬਹਿ ਗਏ। ਕਿੰਨੇ ਕੁ ਵਰਕਰਾਂ ਨੂੰ ਤੁਸੀਂ ਕੰਮ ਉੱਤੇ ਜਾਣੋ ਰੋਕ ਲਓਗੇ। ਜ਼ਬਰਦਸਤੀ ਤੁਸੀਂ ਕਿਸੇ ਨਾਲ ਕਰ ਨਹੀਂ ਸਕਦੇ, ਕੁੱਟਮਾਰ ਨਹੀਂ ਕਰ ਸਕਦੇ।" ਟਿੱਕਾ ਨੇ ਸਾਰੀ ਗੱਲ ਕਰ ਦਿੱਤੀ, ਜੋ ਉਸਨੂੰ ਸਮਝਾਉਣ ਲਈ, ਸਮਝਾਈ ਗਈ ਸੀ।

"ਪਰ ਅਸੀਂ ਕੁੱਟਮਾਰ ਕਿਸ ਨਾਲ ਕਰ ਰਹੇ ਹਾਂ। ਅਸੀਂ ਤਾਂ ਉਹਨਾਂ ਨੂੰ ਇਹ ਸਮਝਾ ਰਹੇ ਹਾਂ ਕਿ ਅਸੀਂ ਵੀ ਤੁਹਾਡੇ ਭਰਾ ਹਾਂ, ਜੇ ਅਸੀਂ ਹੜਤਾਲ ਕੀਤੀ ਹੈ ਤਾਂ ਸਿਰਫ ਆਪਣੇ ਲਈ ਨਹੀਂ, ਸਾਰਿਆਂ ਲਈ ਕੀਤੀ ਹੈ। ਹੜਤਾਲ ਕਰਨ ਨਾਲ ਜੇ ਕੋਈ ਹੱਕ ਮਿਲਦਾ ਹੈ ਤਾਂ ਉਸਦਾ ਲਾਭ ਸਾਰੇ ਸਾਥੀਆਂ ਨੂੰ ਪੁੱਜੇਗਾ, ਇਕੱਲੇ ਹੜਤਾਲੀ ਮਜ਼ਦੂਰਾਂ ਨੂੰ ਨਹੀਂ।" ਬਾਲੀ ਨੇ ਸਿਆਣੀ ਗੱਲ ਕੀਤੀ।

"ਪਰ ਮੈਂ ਇਕ ਗੱਲ ਤੁਹਾਨੂੰ ਸਾਰਿਆਂ ਨੂੰ ਫੇਰ ਸਮਝਾ ਦਿੰਦਾ ਹਾਂ ਕਿ ਜੇ ਕਿਸੇ ਨੇ ਤੁਹਾਡੇ 'ਚੋਂ ਕਿਸੇ ਵਰਕਰ ਨਾਲ ਕੁੱਟਮਾਰ ਕੀਤੀ ਤਾਂ ਮੈਂ ਫੜ ਕੇ ਅੰਦਰ ਡੱਕ ਦੇਣਾ ਆ।" ਸਬ

ਇੰਸਪੈਕਟਰ ਦੇ ਸਟਾਰ ਬੋਲ ਰਹੇ ਸਨ।

ਤਕਰੀਬਨ ਸੱਤ ਕੁ ਵਜੇ ਸਾਰੇ ਸਾਥੀ ਫਿਰ ਮੰਦਰ 'ਚ ਇਕੱਠੇ ਹੋਣੇ ਸ਼ੁਰੂ ਹੋ ਗਏ। ਜਿਹੜੇ ਜਥੇ ਵਰਕਰਾਂ ਨੂੰ ਕੰਮ 'ਤੇ ਜਾਣੋਂ ਰੋਕਣ ਲਈ ਗਏ ਸਨ, ਉਹ ਮੰਦਰ ਵੱਲ ਜਾਣ ਲੱਗੇ। ਇਸ ਗੱਲ ਦੀ ਉਨ੍ਹਾਂ ਨੂੰ ਚਿੰਤਾ ਸੀ ਕਿ ਕੁਝ ਵਰਕਰ ਰੋਕਣ ਦੇ ਬਾਵਜੂਦ ਵੀ ਫੈਕਟਰੀ ਅੰਦਰ ਕੰਮ ਕਰਨ ਲਈ ਚਲੇ ਗਏ ਹਨ, ਪਰ ਕਾਫੀ ਵਰਕਰ ਉਨ੍ਹਾਂ ਦਾ ਕਹਿਣਾ ਮੰਨ ਕੇ ਵਾਪਸ ਵੀ ਚਲੇ ਗਏ। ਉਨ੍ਹਾਂ ਨੂੰ ਤਸੱਲੀ ਸੀ ਕਿ ਕੁਝ ਵਰਕਰ ਤਾਂ ਉਨ੍ਹਾਂ ਦੇ ਨਾਲ ਹੀ ਮੰਦਰ 'ਚ ਆ ਗਏ ਸਨ। ਰੋਟੀਆਂ ਵਾਲੇ ਡੱਬੇ ਉਨ੍ਹਾਂ ਦੇ ਸਾਈਕਲਾਂ ਦੇ ਪਿੱਛੇ ਸਨ। ਘਰੋਂ ਇਹ ਵਰਕਰ ਇਸ ਲਈ ਨਿਕਲ ਆਏ ਸਨ ਕਿ ਘਰ ਬੈਠ ਕੇ ਉਹ ਸਾਰਾ ਦਿਨ ਕੀ ਕਰਨਗੇ। ਹੜਤਾਲੀ ਵਰਕਰਾਂ ਨੇ ਜੇ ਉਨ੍ਹਾਂ ਨੂੰ ਜ਼ੋਰ ਲਾਇਆ ਤਾਂ ਉਹ ਕੰਮ ਤੇ ਨਹੀਂ ਜਾਣਗੇ ਅਤੇ ਉਨ੍ਹਾਂ ਨਾਲ ਰਲ ਕੇ ਹਾਲਾਤ ਦਾ ਜਾਇਜ਼ਾ ਲੈਣਗੇ।

ਵਰਕਰਾਂ ਅੰਦਰ ਜਦੋਂ ਹੜਤਾਲ ਦੀ ਸਥਿਤੀ ਪੈਦਾ ਹੁੰਦੀ ਹੈ ਤਾਂ ਉਨ੍ਹਾਂ 'ਚ ਤਿੰਨ ਤਰ੍ਹਾਂ ਦੇ ਵਰਕਰ ਸ਼ਾਮਲ ਹੁੰਦੇ ਹਨ। ਉਹ ਵਰਕਰ ਜੋ ਹੜਤਾਲ ਦੇ ਪੂਰੀ ਤਰ੍ਹਾਂ ਵਿਰੁੱਧ ਹੁੰਦੇ ਹਨ। ਦੂਜੇ ਉਹ ਜੋ ਪੂਰੀ ਤਰ੍ਹਾਂ ਹੜਤਾਲ ਦੇ ਹੱਕ 'ਚ ਹੁੰਦੇ ਹਨ। ਤੀਜੀ ਤਰ੍ਹਾਂ ਦੇ ਵਰਕਰ ਉਹ ਹੁੰਦੇ ਹਨ ਜੋ ਹਾਲਾਤ ਦੇਖ ਕੇ ਪਹਿਲੀਆਂ ਦੋਵੇਂ ਧਿਰਾਂ 'ਚੋਂ ਇਕ ਧਿਰ ਨਾਲ ਜੁੜਦੇ ਹਨ। ਜਿਵੇਂ ਅੱਜ ਸਵੇਰ ਦੀ ਗੱਲ ਹੀ ਲੈ ਲਓ। ਕੰਮ ਉੱਤੇ ਉਹ ਵਰਕਰ ਹੀ ਜਾ ਰਹੇ ਸਨ, ਜੋ ਤੀਜੀ ਤਰ੍ਹਾਂ ਦੇ ਸਨ। ਉਹ ਘਰੋਂ ਹੀ ਇਹ ਗੱਲ ਸੋਚ ਕੇ ਤੁਰੇ ਸਨ ਕਿ ਜਿਹੜੀ ਧਿਰ ਉਨ੍ਹਾਂ ਨੂੰ ਪਹਿਲਾਂ ਮਿਲ ਪਈ, ਉਹ ਉਸੇ ਨਾਲ ਤੁਰ ਪੈਣਗੇ। ਮਸਲਨ ਜਿਹੜੇ ਵਰਕਰ, ਹੁਣ ਹੜਤਾਲੀ ਮਜ਼ਦੂਰਾਂ ਦੇ ਕਹਿਣ ਤੇ ਉਨ੍ਹਾਂ ਨਾਲ ਆ ਰਲੇ ਸਨ ਅਤੇ ਕੰਮ ਉੱਤੇ ਨਹੀਂ ਗਏ ਸਨ, ਜੇ ਉਨ੍ਹਾਂ ਨੂੰ ਹੜਤਾਲੀਆਂ ਤੋਂ ਪਹਿਲਾਂ ਬਦਰੀ ਪ੍ਰਸਾਦ ਦੇ ਵਫ਼ਾਦਾਰ ਵਰਕਰ ਮਿਲ ਪੈਂਦੇ ਤਾਂ ਉਹ ਉਨ੍ਹਾਂ ਦੀ ਗੱਲ ਮੰਨ ਕੇ ਕੰਮ 'ਤੇ ਜ਼ਰੂਰ ਚਲੇ ਜਾਂਦੇ। ਇਵੇਂ ਹੀ ਕੁਝ ਵਰਕਰ, ਵਫ਼ਾਦਾਰ ਵਰਕਰਾਂ ਨਾਲ, ਉਨ੍ਹਾਂ ਦੀ ਗੱਲ ਮੰਨ ਕੇ ਅੰਦਰ ਚਲੇ ਗਏ, ਜੇ ਉਨ੍ਹਾਂ ਨੂੰ ਹੜਤਾਲੀ ਵਰਕਰ ਪਹਿਲਾਂ ਮਿਲ ਜਾਂਦੇ ਤਾਂ ਉਹ ਹੜਤਾਲੀ ਵਰਕਰਾਂ ਨਾਲ ਜ਼ਰੂਰ ਆ ਰਲਦੇ।

ਦਰਅਸਲ ਮਜ਼ਦੂਰ ਜਮਾਤ ਦੀ ਸੋਚ ਆਪਣੀ ਨਹੀਂ ਹੈ। ਜੇ ਉਸਦੀ ਸੋਚ ਆਪਣੀ ਹੈ ਤਾਂ ਉਹ ਦੋਚਿੱਤੀ 'ਚ ਹੈ। ਚੰਗੇ ਮਾੜੇ ਦੀ ਉਸਨੂੰ ਪਰਖ ਨਹੀਂ। ਜੇ ਕਿਸੇ ਨੂੰ ਚੰਗੇ ਮਾੜੇ ਦੀ ਪਰਖ ਹੋ ਵੀ ਗਈ ਤਾਂ ਸਰਮਾਏਦਾਰ ਦਾ ਸਭ ਤੋਂ ਵੱਡਾ ਹਥਿਆਰ ਉਸਨੂੰ ਕੋਹ ਸੁਟਦਾ ਹੈ। ਇਹ ਹਥਿਆਰ ਹੈ, ਉਸ ਵਰਕਰ ਨੂੰ ਬਿਨਾਂ ਕਾਰਣੋਂ ਕੱਢ ਦੇਣਾ। ਇਸ ਤਰ੍ਹਾਂ ਕੁਝ ਹੋਰ ਗੱਲਾਂ ਹਨ, ਜਿਸ ਤੋਂ ਵਰਕਰ ਡਰਦਾ, ਕੋਈ ਇਕ ਸੋਚ ਦਾ ਧਾਰਨੀ ਨਹੀਂ ਬਣਦਾ।

ਬਦਰੀ ਪ੍ਰਸਾਦ ਦੀ ਫੈਕਟਰੀ 'ਚ ਤਕਰੀਬਨ ਹਰ ਬੰਦੇ ਦਾ ਓਵਰ ਟਾਈਮ ਲੱਗਦਾ ਸੀ। ਕੋਆਪਰੇਟਿਵ ਸਟੋਰ ਤੋਂ ਹਰ ਕਿਸੇ ਨੂੰ ਉਧਾਰ ਦਾ ਰਾਸ਼ਨ ਮਿਲ ਜਾਂਦਾ ਸੀ। ਹੁਣ ਇਹਨਾਂ ਸਹੂਲਤਾਂ ਦੇ ਵਰਕਰ ਆਦੀ ਹੋ ਗਏ ਸਨ। ਲਾਲਾ ਬਦਰੀ ਪ੍ਰਸਾਦ ਨੇ ਜਦੋਂ ਵੀ ਕਿਸੇ ਵਰਕਰ ਦੀ ਲਗਾਮ ਕਸਣੀ ਹੁੰਦੀ ਤਾਂ ਉਹ ਉਸਦਾ ਸਟੋਰ ਤੋਂ ਉਧਾਰ ਦਾ ਰਾਸ਼ਨ ਬੰਦ ਕਰ ਦਿੰਦਾ। ਜੇ ਲਗਾਮ ਹੋਰ ਪੀਡੀ ਕਰਨੀ ਹੁੰਦੀ ਤਾਂ ਓਵਰ ਟਾਈਮ ਬੰਦ ਕਰਾ ਦਿੰਦਾ। ਫਿਰ ਵਰਕਰ ਨੂੰ

ਜਦੋਂ ਘਰ ਰਾਸ਼ਨ ਦੀ ਲੋੜ ਪੈਂਦੀ ਤਾਂ ਉਹ ਲਾਲਾ ਜੀ ਦੇ ਦਰਬਾਰ 'ਚ ਪੇਸ਼ ਹੁੰਦਾ, ਉਸ ਅਗੇ ਤਰਲੇ ਮਿੰਨਤਾਂ ਕਰਦਾ, ਲੇਲ੍ਹੜੀਆਂ ਕੱਢਦਾ, ਲਾਲਾ ਅੱਗੋਂ ਘੂਰਦਾ ਤੇ ਫਿਰ ਇਕ ਦੋ ਫੇਰੇ ਪੁਆ ਕੇ ਇਕ ਕਾਗਜ਼ ਦੇ ਨਿੱਕੇ ਜਿਹੇ ਪੁਰਜ਼ੇ ਉੱਤੇ ਆਪਣੇ ਦਸਖਤਾਂ ਨਾਲ ਰਾਸ਼ਨ ਖੋਲ੍ਹਣ ਦੀ ਆਗਿਆ ਦੇ ਦਿੰਦਾ।

ਮਜ਼ਦੂਰ ਜਮਾਤ ਜੋ ਆਪਣੇ ਘਰ ਦੀ ਹਾਲਤ ਅਜੇ ਸੁਧਾਰ ਨਹੀਂ ਸਕੀ, ਉਹ ਆਪਣੀ ਘੱਟ ਸੂਝ ਦੇ ਸਦਕਾ ਹੈ। ਫੈਕਟਰੀਆਂ ਦੇ ਮਾਲਕ ਆਪਣੇ ਵਰਕਰਾਂ ਨੂੰ ਸਹੂਲਤਾਂ ਇਸ ਲਈ ਪ੍ਰਦਾਨ ਕਰਦੇ ਹਨ ਤਾਂ ਕਿ ਲੋੜ ਸਮੇਂ ਇਨ੍ਹਾਂ ਸਹੂਲਤਾਂ ਨੂੰ ਬੰਦ ਕਰਕੇ ਉਨ੍ਹਾਂ ਦੀਆਂ ਲਗਾਮਾਂ ਖਿੱਚੀਆਂ ਜਾਣ। ਓਵਰ ਟਾਈਮ, ਡਬਲ ਮਿਲਣਾ ਚਾਹੀਦਾ ਹੈ, ਦੂਗਣਾ ਮਿਲਣਾ ਚਾਹੀਦਾ ਹੈ, ਇਸ ਬਾਰੇ ਮਜ਼ਦੂਰ ਨੇ ਕਦੇ ਨਹੀਂ ਸੋਚਿਆ ਹੋਵੇਗਾ। ਉਨ੍ਹਾਂ ਨੂੰ ਤਾਂ ਸਿਰਫ ਕੱਲ ਦੀ ਰੋਟੀ ਦਾ ਨਹੀਂ, ਸਗੋਂ ਅੱਜ ਦੁਪਹਿਰ ਦੀ ਅਤੇ ਰਾਤ ਦੀ ਰੋਟੀ ਦਾ ਫਿਕਰ ਹੈ। ਇਸ ਦਾਲ ਰੋਟੀ ਦੇ ਫਿਕਰ 'ਚ ਉਹ ਓਵਰ ਟਾਈਮ ਸਿੰਗਲ ਹੀ ਵਸੂਲ ਕਰੀ ਜਾ ਰਿਹਾ ਹੈ। ਉਹ ਐਨੀ ਗੱਲ 'ਤੇ ਹੀ ਖੁਸ਼ ਹੈ ਕਿ ਉਸਦਾ ਓਵਰ ਟਾਈਮ ਤਾਂ ਲੱਗ ਰਿਹਾ ਏ ਨਾ। ਉਹ ਆਪਣੇ ਆਪ ਨੂੰ ਉਦੋਂ ਖੁਸ਼ ਕਿਸਮਤ ਸਮਝਦਾ ਹੈ, ਜਦੋਂ ਉਸਦਾ ਬੰਦ ਹੋਇਆ ਓਵਰ ਟਾਈਮ ਦੁਬਾਰਾ ਸ਼ੁਰੂ ਹੋ ਜਾਂਦਾ ਹੈ।

ਤਕਰੀਬਨ ਪੰਜਾਹ ਕੁ ਵਰਕਰ ਅੱਠ ਵਜਦੇ ਨੂੰ ਓਸੇ ਮੰਦਰ 'ਚ ਇਕੱਠੇ ਹੋ ਚੁੱਕੇ ਸਨ। ਹੁਣ ਤੱਕ ਸਾਰਿਆਂ ਵਰਕਰਾਂ ਨੂੰ ਰਾਤ ਟੈਂਟ ਚੁਕੇ ਜਾਣ ਵਾਲੀ ਘਟਨਾ ਬਾਰੇ ਪਤਾ ਲੱਗ ਚੁੱਕਾ ਸੀ। ਹਰ ਚਿਹਰਾ ਫਿਕਰਮੰਦ ਸੀ, ਉਤਸੁਕ ਸੀ ਇਹ ਜਾਨਣ ਲਈ ਕਿ ਅੱਗੋਂ ਕੀ ਪ੍ਰੋਗਰਾਮ ਹੈ। ਕਿਹੜੀ ਲਾਈਨ ਉਨ੍ਹਾਂ ਨੂੰ ਦਿੱਤੀ ਜਾਏਗੀ। ਵਰਕਰ ਉਤਸੁਕਤਾ ਨਾਲ ਲੀਡਰਾਂ ਦੀ ਉਡੀਕ ਕਰ ਰਹੇ ਸਨ। ਕਾਮਰੇਡ ਰਾਮ ਪ੍ਰਕਾਸ਼, ਕਾਮਰੇਡ ਚੰਦਰਨ ਤੇ ਕਰਮਵੀਰ 'ਚੋਂ ਉਨ੍ਹਾਂ ਨੂੰ ਕੋਈ ਵੀ ਨਜ਼ਰ ਨਹੀਂ ਸੀ ਆ ਰਿਹਾ। ਹਰ ਕੋਈ ਕਾਮਰੇਡ ਰਾਮ ਪ੍ਰਕਾਸ਼ ਬਾਰੇ ਪੁਛਦਾ। ਖਾਸ ਕਰਕੇ ਇਸ ਗੱਲ ਦਾ ਚਰਚਾ ਖਾਸਾ ਸੀ ਕਿ ਅੱਜ ਕਿੰਨੇ ਕੁ ਵਰਕਰ ਕੰਮ ਉੱਤੇ ਗਏ ਹਨ। ਕੋਈ ਕਹਿੰਦਾ ਸੌ ਵਰਕਰ ਅੰਦਰ ਜਾ ਵੜਿਆ ਹੈ। ਹੜਤਾਲੀ ਮਜ਼ਦੂਰਾਂ ਦੇ ਚਿਹਰੇ ਹੋਰ ਬਦਰੰਗ ਹੋ ਜਾਂਦੇ। ਪਰ ਜਦੋਂ ਕੋਈ ਕਹਿਦਾ ਮੁਸ਼ਕਲ ਨਾਲ ਚਾਲੀ ਪੰਜਾਹ ਵਰਕਰ ਅੰਦਰ ਗਏ ਹੋਣਗੇ। ਗਿਆਰਾਂ ਬਾਰਾਂ ਸੌ ਮਜ਼ਦੂਰਾਂ 'ਚੋਂ ਜੇ ਪੰਜਾਹ ਵਰਕਰ ਕੰਮ 'ਤੇ ਚਲੇ ਵੀ ਗਏ ਤਾਂ ਹੜਤਾਲ ਨੂੰ ਕੋਈ ਬਹੁਤ ਫ਼ਰਕ ਨਹੀਂ ਪੈਂਦਾ। ਪਰ ਜੇ ਪੰਜਾਹ ਪੰਜਾਹ ਕਰਕੇ, ਸੌ ਸੌ ਕਰਕੇ ਅੰਦਰ ਜਾਣ ਦਾ ਇਹ ਸਿਲਸਿਲਾ ਇੰਜ ਹੀ ਜਾਰੀ ਰਿਹਾ ਤਾਂ ਫਿਰ ਹੜਤਾਲ ਦਾ ਕੀ ਬਣੇਗਾ। ਇਹ ਸੋਚ ਕੇ ਹਰ ਚਿਹਰਾ ਫਿਕਰਮੰਦ ਸੀ।

ਓਧਰ ਟਰੇਡ ਯੂਨੀਅਨ ਦੇ ਦਫਤਰ 'ਚ ਕੁਝ ਵੱਡੇ ਲੀਡਰਾਂ ਦੀ ਮੀਟਿੰਗ ਅਗਲਾ ਪ੍ਰੋਗਰਾਮ ਉਲੀਕਣ ਲਈ ਜਾਰੀ ਸੀ।

ਨੌਂ

ਗਿਆਨੀ ਪਾਸ ਕਰਨ ਪਿਛੋਂ ਕਰਮਵੀਰ ਬੀ.ਏ. ਕਰ ਗਿਆ। ਉਸਦੇ ਘਰ ਦੀ ਹਾਲਤ ਅਜੇ ਪਹਿਲਾਂ ਵਾਂਗ ਹੀ ਸੀ। ਉਸ ਦੇ ਪਿਤਾ ਦੇ ਮੁਕਦਮੇ ਦੀ ਸੁਣਵਾਈ ਸ਼ੁਰੂ ਹੋ ਚੁੱਕੀ ਸੀ। ਕੇਸ ਕਾਫੀ ਲੰਮਾ ਚੌੜਾ ਸੀ। ਪਰ ਗੁੱਡੀ ਨੂੰ ਨੌਕਰੀ ਮਿਲ ਗਈ। ਸਰਕਾਰੀ ਹਾਈ ਸਕੂਲ ਕਰਤਾਰਪੁਰ 'ਚ ਜਦੋਂ ਉਸਦੀ ਨਿਯੁਕਤੀ ਹੋ ਗਈ ਤਾਂ ਕਰਮਵੀਰ ਪਹਿਲਾਂ ਉਹ ਸਕੂਲ ਦੇਖਣ ਲਈ ਖੁਦ ਗਿਆ।

ਉਸ ਦਿਨ ਬਹੁਤ ਜ਼ਿਆਦਾ ਮੀਂਹ ਪੈ ਰਿਹਾ ਸੀ। ਸ਼ਹਿਰੋਂ ਬੱਸ ਫੜ ਕੇ ਕਰਤਾਰਪੁਰ ਪੁਜਾ ਤੇ ਫਿਰ ਓਥੋਂ ਅੱਡੇ ਤੋਂ ਪੁੱਛਦਾ ਹੋਇਆ ਸਕੂਲ 'ਚ ਚਲਿਆ ਗਿਆ। ਸਕੂਲ ਕੁੜੀਆਂ ਮੁੰਡਿਆਂ ਦਾ ਸਾਂਝਾ ਸੀ। ਹੈਡਮਿਸਟਰੈਸ ਦੇ ਕਮਰੇ ਵੱਲ ਜਦੋਂ ਉਹ ਗਿਆ ਤਾਂ ਬਾਹਰ ਖੜੇ ਚਪੜਾਸੀ ਨੇ ਉਸਨੂੰ ਅੰਦਰ ਬੈਠਣ ਲਈ ਕਿਹਾ ਅਤੇ ਇਹ ਵੀ ਆਖਿਆ ਕਿ ਹੈਡਮਿਸਟਰੈਸ ਜ਼ਰਾ ਰਾਊਂਡ ਤੇ ਹਨ।

ਭਿੱਜੇ ਕਪੜਿਆਂ ਨਾਲ ਕਰਮਵੀਰ ਦਫਤਰ ਅੰਦਰ ਦਾਖਲ ਹੋਇਆ ਤਾਂ ਇਕ ਪਾਸੇ ਪਈਆਂ ਕੁਰਸੀਆਂ 'ਚੋਂ ਇਕ 'ਤੇ ਇਕ ਸਾਉਲੀ ਜਿਹੀ ਤਿੱਖੇ ਨੈਣ ਨਕਸ਼ਾਂ ਵਾਲੀ ਕੁੜੀ ਬੈਠੀ ਸੀ ਉਸਨੇ ਕਰਮਵੀਰ ਵੱਲ ਤਕਿਆ ਤਾਂ ਕਰਮਵੀਰ ਨੇ ਮਾੜਾ ਜਿਹਾ ਸਿਰ ਹਿਲਾਇਆ। ਉਹ ਸ਼ਾਇਦ ਕੋਈ ਅਧਿਆਪਕਾ ਸੀ ਤੇ ਕਿਸੇ ਹਿਸਾਬ ਕਿਤਾਬ ਦੀ ਲਿਸਟ ਉੱਤੇ ਝੁਕੀ ਹੋਈ ਸੀ। ਕਰਮਵੀਰ ਨੂੰ ਉਸਨੇ ਨਾ ਬੈਠਣ ਲਈ ਹੀ ਆਖਿਆ ਤੇ ਨਾ ਹੀ ਉਸਨੂੰ ਓਥੇ ਆਉਣ ਦਾ ਕਾਰਨ ਪੁਛਿਆ। ਉਹ ਆਪਣੇ ਗਿੱਲੇ ਕਪੜਿਆਂ ਕਰਕੇ ਖੁਦ ਵੀ ਪਰੇਸ਼ਾਨ ਸੀ। ਪਰ ਇਹ ਸਾਉਲੀ ਕੁੜੀ ਨੇ ਤਾਂ ਉਸ ਵੱਲ ਦੁਬਾਰਾ ਤੱਕਣ ਦੀ ਤਕਲੀਫ ਵੀ ਨਾ ਕੀਤੀ।

"ਮੈਂ ਜ਼ਰਾ ਹੈਡਮਿਸਟਰੈਸ ਨੂੰ.......।" ਕਰਮਵੀਰ ਨੇ ਥੋੜ੍ਹਾ ਜ਼ੋਰ ਲਾਇਆ।

"ਬੈਠੋ, ਹੁਣੇ ਆਉਂਦੇ ਹਨ।" ਉਹ ਕੁੜੀ ਬਿਨਾਂ ਸਿਰ ਉੱਤੇ ਚੁਕਿਆਂ ਹੀ ਬੋਲੀ।

"ਕਿਥੇ ਬੈਠਾਂ........" ਕਰਮਵੀਰ ਥੋੜ੍ਹਾ ਘਬਰਾ ਗਿਆ।

ਸਾਉਲੀ ਕੁੜੀ ਹੁਣ ਮੁਸਕਰਾਈ, "ਕੀ ਮਤਲਬ.........ਐਨੀਆਂ ਕੁਰਸੀਆਂ ਪਈਆਂ ਨੇ......"

"ਨਹੀਂ ਜੀ, ਦਰਅਸਲ ਕਪੜੇ ਭਿੱਜੇ ਹੋਏ ਨੇ....." ਕਰਮਵੀਰ ਨੇ ਗੱਲ ਸਾਫ ਕੀਤੀ।

"ਕੋਈ ਗੱਲ ਨਹੀਂ ਤੁਸੀਂ ਬੈਠ ਜਾਓ।" ਸਾਉਲੀ ਕੁੜੀ ਨੇ ਨਜ਼ਰਾਂ ਭਾਵੇਂ ਸਾਹਮਣੇ ਪਏ ਕਾਗਜ਼ ਉੱਤੇ ਹੀ ਗੱਡੀਆਂ ਹੋਈਆਂ ਸਨ, ਪਰ ਉਸਦਾ ਧਿਆਨ ਕਰਮਵੀਰ ਵੱਲ ਹੀ ਸੀ।

"ਕੀ ਕੰਮ ਏਂ...... ?" ਉਸ ਕੁੜੀ ਨੇ ਗੱਲ ਤੋਰੀ।

"ਜੀ ਮੇਰੀ ਸਿਸਟਰ ਦੀ ਅਪਵਾਇੰਟਮੈਂਟ ਇਸ ਸਕੂਲ ਦੀ ਹੈ। ਉਸ ਬਾਰੇ ਪੁੱਛਣ ਆਇਆ ਸੀ ਕਿ ਉਹ ਕਦੋਂ ਜੁਆਇਨ ਕਰ ਲਏ।" ਕਰਮਵੀਰ ਨੇ ਦਸਿਆ।

"ਹੁਣੇ ਮੈਡਮ ਆ ਜਾਂਦੇ ਨੇ, ਕਿਥੋਂ ਆਇਆ ਕਰੇਗੀ ਉਹ ?" ਇਹ ਸੁਆਲ ਉਸਨੇ ਕਰਮਵੀਰ ਨੂੰ ਪੁਛਿਆ।

"ਸ਼ਹਿਰੋਂ।" ਕਰਮਵੀਰ ਐਨਾ ਆਖ ਕੇ ਚੁਪ ਕਰ ਗਿਆ।

ਉਹ ਕੁੜੀ ਫਿਰ ਆਪਣੇ ਕੰਮ 'ਚ ਖੁਭ ਗਈ ਅਤੇ ਕਰਮਵੀਰ ਆਪਣੇ ਗਿੱਲੇ ਕਪੜਿਆਂ ਉੱਤੇ ਹੱਥ ਫੇਰਦਾ ਰਿਹਾ। ਐਨੀ ਦੇਰ ਨੂੰ ਹੈਡਮਿਸਟਰੈਸ ਆ ਪੁੱਜੀ।

"ਸਤਿ ਸ੍ਰੀ ਅਕਾਲ।" ਕਹਿ ਕੇ ਕਰਮਵੀਰ ਖੜ੍ਹਾ ਹੋ ਗਿਆ। ਸਾਉਲੇ ਰੰਗ ਵਾਲੀ ਕੁੜੀ ਵੀ ਉੱਠ ਕੇ ਫਿਰ ਬਹਿ ਗਈ।

ਕਰਮਵੀਰ ਨੇ ਆਪਣੀ ਜੇਬ 'ਚ ਸਾਂਭ ਕੇ ਰਖਿਆ ਨਿਯੁਕਤੀ ਪੱਤਰ ਹੈਡਮਿਸਟਰੈਸ ਨੂੰ ਦਿਖਾਇਆ। ਉਸਨੂੰ ਦੇਖਦਿਆਂ ਹੀ ਉਹ ਬੋਲੀ।

"ਸਾਨੂੰ ਟੀਚਰ ਦੀ ਬੜੀ ਸਖ਼ਤ ਲੋੜ ਹੈ, ਬੱਚਿਆਂ ਦੀ ਪੜ੍ਹਾਈ ਦਾ ਨੁਕਸਾਨ ਹੋ ਰਿਹਾ ਹੈ, ਤੁਸੀਂ ਉਸਨੂੰ ਆਖੋ ਕਿ ਉਹ ਕਲ ਹੀ ਜੁਆਇਨ ਕਰ ਲਏ।"

"ਠੀਕ ਏ ਜੀ।" ਕਰਮਵੀਰ ਬੋਲਿਆ।

"ਤੇਰੀਆਂ ਲਿਸਟਾਂ ਬਣ ਗਈਆਂ ਨੇ ਆਸ਼ਾ ?" ਹੁਣ ਹੈਡਮਿਸਟਰੈਸ ਉਸ ਸਾਉਲੀ ਕੁੜੀ ਵੱਲ ਮੁਖਾਤਬ ਸੀ। ਆਸ਼ਾ ਨੇ ਲਿਸਟ ਉਸ ਦੇ ਅੱਗੇ ਰੱਖ ਦਿੱਤੀ।

"ਮੈਡਮ ਇਹ ਲਿਸਟ ਹੁਣ ਮੁਕੰਮਲ ਏ। ਤੁਸੀਂ ਇਕ ਵਾਰ ਚੈਕ ਕਰ ਲਓ।" ਆਸ਼ਾ ਨੇ ਆਖਿਆ।

ਬਾਹਰ ਮੀਂਹ ਕੁਝ ਰੁਕ ਗਿਆ ਸੀ। ਕਰਮਵੀਰ ਉਠ ਕੇ ਖੜ੍ਹਾ ਹੋ ਗਿਆ। ਉਸਨੂੰ ਜਾਪਿਆ ਕਿ ਉਸਨੂੰ ਐਨੀ ਗੱਲ ਕਰਕੇ ਹੀ ਚਲੇ ਜਾਣਾ ਚਾਹੀਦਾ ਸੀ, ਪਰ ਪਤਾ ਨਹੀਂ ਕਿਉਂ ਉਹ ਓਥੇ ਬੈਠਾ ਰਿਹਾ ਸੀ।

"ਚੰਗਾ ਜੀ ਫਿਰ।" ਉਸਨੇ ਹੈਡਮਿਸਟਰੈਸ ਨੂੰ ਹੱਥ ਜੋੜ ਕੇ ਨਮਸਤੇ ਆਖੀ। ਆਸ਼ਾ ਨੇ ਸਿਰਫ ਕਰਮਵੀਰ ਵੱਲ ਦੇਖਿਆ ਤੇ ਨਜ਼ਰਾਂ ਨੀਵੀਆਂ ਕਰ ਲਈਆਂ।

ਕਰਮਵੀਰ ਸਕੂਲ ਦੇ ਵਿਹੜੇ 'ਚ ਉਤਰਿਆ ਤਾਂ ਛੁੱਟੀ ਦੀ ਘੰਟੀ ਵੱਜ ਗਈ। ਉਹ ਸਕੂਲ 'ਚੋਂ ਬਾਹਰ ਆਇਆ, ਕਪੜੇ ਉਸਦੇ ਅਜੇ ਵੀ ਗਿੱਲੇ ਸਨ। ਸਾਹਮਣੀ ਦੁਕਾਨ ਅੰਦਰ ਉਹ ਵੜ ਗਿਆ ਤਾਂ ਕਿ ਗਰਮਾ ਗਰਮ ਚਾਹ ਦਾ ਇਕ ਕੱਪ ਪੀਤਾ ਜਾ ਸਕੇ। ਚਾਹ ਦਾ ਆਰਡਰ ਦੇ ਕੇ ਉਹ ਦੁਕਾਨ ਦੇ ਅੰਦਰ, ਬਾਹਰ ਬਾਜ਼ਾਰ ਵੱਲ ਮੂੰਹ ਕਰਕੇ ਬੈਠ ਗਿਆ। ਚਾਹ ਦਾ ਘੁੱਟ ਭਰਦਿਆਂ ਉਸ ਆਸ਼ਾ ਨੂੰ ਸਕੂਲ ਦੇ ਗੇਟ 'ਚੋਂ ਨਿਕਲਦਿਆਂ ਦੇਖਿਆ। ਫਿਰ ਉਹ ਬਾਜ਼ਾਰ ਦੀ ਭੀੜ 'ਚ ਗੁੰਮ ਹੋ ਗਈ।

ਆਸ਼ਾ ਦਾ ਰੰਗ ਭਾਵੇਂ ਸਾਉਲਾ ਸੀ, ਪਰ ਉਸਦੇ ਨੈਣ ਨਕਸ਼ ਬਹੁਤ ਤਿੱਖੇ ਸਨ। ਅੱਖਾਂ ਤੇ ਠੋਡੀ ਉਸਨੂੰ ਦੇਖਣ ਵਾਲਿਆਂ ਨੂੰ ਬਹੁਤ ਪ੍ਰਭਾਵਿਤ ਕਰਦੇ ਸਨ। ਕੀ ਉਹ ਕੋਈ ਟੀਚਰ ਹੈ ਜਾਂ ਉਸ ਸਕੂਲ ਦੀ ਕਲਰਕ ? ਅਜਿਹੀਆਂ ਗੱਲਾਂ ਉਹ ਇਕ ਬਿਗਾਨੀ ਕੁੜੀ ਬਾਰੇ ਕਿਉਂ ਸੋਚ ਰਿਹਾ ਹੈ। ਪਹਿਲੀ ਵਾਰ ਉਸਦਾ ਧਿਆਨ ਕਿਸੇ ਕੁੜੀ ਨੇ ਖਿਚਿਆ ਸੀ। ਉਸਨੂੰ ਚੰਗੀ ਤਰ੍ਹਾਂ

ਯਾਦ ਹੈ ਕਿ ਗਿਆਨੀ ਕਰਦਿਆਂ ਉਸਦੀ ਕਲਾਸ 'ਚ ਬਹੁਤ ਸਾਰੀਆਂ ਕੁੜੀਆਂ ਹੁੰਦੀਆਂ ਸਨ। ਉਨ੍ਹਾਂ ਕੁੜੀਆਂ ਵੱਲ ਉਸਦਾ ਕਦੇ ਧਿਆਨ ਨਹੀਂ ਸੀ ਗਿਆ। ਇਕ ਵਾਰ ਇਕ ਕੁੜੀ ਨੇ ਉਸ ਕੋਲੋਂ ਕਾਪੀ ਮੰਗੀ ਸੀ। ਪਰ ਉਸਨੇ ਆਖਿਆ ਸੀ ਕਿ ਉਹ ਕਾਪੀ ਨਾਲ ਲੈ ਕੇ ਅਕੈਡਮੀ ਨਹੀਂ ਆਉਂਦਾ। ਇਸ ਪਿਛੋਂ ਉਸ ਕੁੜੀ ਨੂੰ ਗੱਲ ਕਰਨ ਦਾ ਕੋਈ ਬਹਾਨਾ ਨਹੀਂ ਸੀ ਲੱਭਾ। ਉਹ ਗਿਆਨੀ ਦੀ ਸਾਰੀ ਕਲਾਸ ਦੇ ਪਿਛਲੇ ਡੈਸਕ ਉੱਤੇ ਇਕੱਲਾ ਬੈਠਦਾ ਬਾਕੀ ਮੁੰਡੇ ਕੁੜੀਆਂ ਉਸਨੂੰ ਰੁੱਖਾ ਜਿਹਾ ਇਨਸਾਨ ਸਮਝਦੇ। ਪਰ ਜਦੋਂ ਉਹ 'ਸਰ' ਨੂੰ ਕੋਈ ਵਧੀਆ ਸੁਆਲ ਪੁਛਦਾ ਤਾਂ ਸਾਰੇ ਵਿਦਿਆਰਥੀ ਉਸ ਵੱਲ ਤਕਦੇ ਰਹਿ ਜਾਂਦੇ। ਉਂਝ ਵੀ ਗਿਆਨੀ 'ਚੋਂ ਕਾਫੀ ਨੰਬਰਾਂ 'ਤੇ ਪਾਸ ਹੋਇਆ ਸੀ। ਕੁੜੀਆਂ ਨੇ ਉਸਨੂੰ ਇਕ ਦੋ ਵਾਰ ਬੁਲਾਉਣ ਦੀ ਕੋਸ਼ਿਸ਼ ਕੀਤੀ ਸੀ, ਪਰ ਜਦੋਂ ਕਰਮਵੀਰ ਨੇ ਉਨ੍ਹਾਂ 'ਚ ਕੋਈ ਬਹੁਤੀ ਦਿਲਚਸਪੀ ਨਾ ਵਿਖਾਈ ਤਾਂ ਉਹ ਪਿੱਛੇ ਹੱਟ ਗਈਆਂ ।

ਉਂਜ ਵੀ ਕੁੜੀਆਂ ਉਸਨੂੰ ਬਹੁਤ ਛੇਤੀ ਪ੍ਰਭਾਵਿਤ ਨਹੀਂ ਕਰਦੀਆਂ ਸਨ। ਕੁੜੀਆਂ ਦੀਆਂ ਸੂਝ ਤੋਂ ਖਾਲੀ ਗੱਲਾਂ ਉਹ ਸੁਣ ਨਹੀਂ ਸੀ ਸਕਦਾ। ਉਨ੍ਹਾਂ ਦਾ ਚਿਹਰੇ ਨੂੰ ਬਣਾਉਟੀ ਜਿਹਾ ਬਣਾ ਕੇ ਰਖਣਾ, ਬੱਚਿਆਂ ਵਰਗੀਆਂ ਗੱਲਾਂ ਕਰਨਾ ਪਸੰਦ ਨਹੀਂ ਸੀ । ਇਸੇ ਕਾਰਕੇ ਕਿਸੇ ਵੀ ਕੁੜੀ ਦਾ ਉਹ ਅਸਰ ਨਾ ਕਬੂਲ ਸਕਿਆ। ਪਰ ਇਹ ਆਸ਼ਾ ਕੌਣ ਹੈ ? ਇਹ ਸਾਧਾਰਨ ਕਪੜਿਆਂ ਵਾਲੀ ਸਾਉਲੇ ਰੰਗ ਦੀ ਕੁੜੀ ਨੇ ਉਸਨੂੰ ਐਨਾ ਪ੍ਰਭਾਵਿਤ ਕਿਉਂ ਕੀਤਾ ਹੈ ? ਕਰਮਵੀਰ ਸੋਚਣ ਲਈ ਮਜ਼ਬੂਰ ਸੀ।

ਚਾਹ ਦਾ ਕਪ ਮੁਕਾ ਕੇ ਉਹ ਪੈਸੇ ਦੇ ਕੇ ਵਾਹੋ ਦਾਹੀ ਬੱਸ ਅੱਡੇ ਵਲ ਦੌੜਿਆ। ਬੱਸ ਅੱਡੇ ਉਤੇ ਪਹੁੰਚਿਆ ਤਾਂ ਉਥੇ ਬਹੁਤ ਸਾਰੇ ਲੋਕ ਬੱਸਾਂ ਦੀ ਉਡੀਕ 'ਚ ਖੜੇ ਸਨ। ਇਨ੍ਹਾਂ ਚੋਂ ਬਹੁਤੇ, ਸਕੂਲ ਮਾਸਟਰ ਤੇ ਮਾਸਟਰਾਣੀਆਂ ਹੀ ਸਨ। ਇਕ ਨੁਕਰ 'ਚ ਖੜੀ ਆਸ਼ਾ ਉਤੇ ਉਸਦੀ ਨਜ਼ਰ ਪੈ ਗਈ। ਉਹ ਪਹਿਲਾਂ ਹੀ ਉਸ ਵੱਲ ਤਕ ਰਹੀ ਸੀ। ਕਰਮਵੀਰ ਨੇ ਸੋਚਿਆ ਕਿ ਇਹ ਵੀ ਪਤਾ ਨਹੀਂ ਸ਼ਹਿਰੋਂ ਹੀ ਆਉਂਦੀ ਹੈ ਇਥੇ। ਪਰ ਉਹ ਸ਼ਾਇਦ ਕਹਿ ਕੇ ਚੁਪ ਕਰ ਗਿਆ। ਜਿਥੋਂ ਮਰਜ਼ੀ ਆਉਂਦੀ ਹੋਵੇ, ਮੈਨੂੰ ਕੀ । ਮੇਰਾ ਕੰਮ ਤਾਂ ਐਨਾ ਹੀ ਸੀ ਕਿ ਗੁੱਡੀ ਦਾ ਕੰਮ ਹੋ ਜਾਂਦਾ, ਉਹ ਹੋ ਗਿਆ, ਹੁਣ ਆਪੇ ਸਵੇਰੇ ਸਕੂਲੇ ਆ ਜਾਵੇਗੀ ।

ਐਨੀ ਦੇਰ ਨੂੰ ਬੱਸ ਆ ਗਈ। ਸਾਰੀਆਂ ਸਵਾਰੀਆਂ ਕੋਈ ਬੱਸ ਦੀ ਅਗਲੀ ਬਾਰੀ ਰਾਹੀਂ ਤੇ ਕੋਈ ਪਿਛਲੀ ਬਾਰੀ ਰਾਹੀਂ ਅੰਦਰ ਦਾਖਲ ਹੋ ਰਹੀਆਂ ਸਨ। ਕਰਮਵੀਰ ਵੀ ਅਗਲੇ ਦਰਵਾਜ਼ੇ ਰਾਹੀਂ ਅੰਦਰ ਦਾਖਲ ਹੋ ਗਿਆ। ਬੱਸ 'ਚ ਭੀੜ ਐਨੀ ਸੀ ਕਿ ਤਿੱਲ ਸੁਟਣ ਲਈ ਥਾਂ ਨਹੀਂ ਸੀ। ਬੱਸ ਚਲ ਪਈ। ਪਤਾ ਨਹੀਂ ਕਿਉਂ ਉਸਨੂੰ ਅਚਵੀ ਜਿਹੀ ਲੱਗ ਗਈ। ਇਕ ਵਾਰ ਤਾਂ ਉਸ ਦਾ ਦਿਲ, ਉਸ ਚਿਹਰੇ ਨੂੰ ਦੇਖਣ ਲਈ ਬੜਾ ਹੀ ਕਾਹਲਾ ਪੈ ਗਿਆ। ਉਸਨੇ ਭੀੜ 'ਚੋਂ ਸਿਰ ਕੱਢ ਕੇ ਪਿਛਲੇ ਪਾਸੇ ਝਾਤੀ ਮਾਰੀ, ਪਰ ਉਸਨੂੰ ਆਸ਼ਾ ਕਿਧਰੇ ਵੀ ਨਾ ਦਿਖਾਈ ਦਿੱਤੀ। ਉਸਨੂੰ ਜਾਪਿਆ ਜਿਵੇਂ ਉਸਦਾ ਕਰਤਾਰਪੁਰ 'ਚ ਕੁਝ ਰਹਿ ਗਿਆ ਹੋਵੇ।

ਸ਼ਹਿਰ ਆ ਕੇ ਜਦੋਂ ਬੱਸ 'ਚੋਂ ਉਹ ਉਤਰਿਆ ਤਾਂ ਪਿਛਲੇ ਦਰਵਾਜੇ ਵਲ ਉਸਦੀ ਨਿਗਾਹ ਗਈ। ਇਹ ਕੀ, ਆਸ਼ਾ ਉੱਤਰ ਰਹੀ ਸੀ। ਸੁਆਰੀਆਂ ਉਤਰਦੀਆਂ ਹੀ ਖਿੰਡ ਪੁੰਡ

ਗਈਆਂ। ਆਸ਼ਾ ਵੀ ਰਸ ਦੇ ਵੇਲਣੇ ਅਗੇ ਆ ਖੜੀ ਹੋਈ।

ਉਸਨੇ ਕਰਮਵੀਰ ਵਲ ਦੇਖਿਆ, ਪਹਿਲਾਂ ਹੀ ਉਸ ਵਲ ਤਕ ਰਿਹਾ ਸੀ। ਉਹ ਮੁਸਕਰਾਈ। ਹੁਣ ਕਰਮਵੀਰ ਉਸ ਦੇ ਨੇੜੇ ਚਲਿਆ ਗਿਆ।

"ਤੁਸੀਂ ਵੀ ਸ਼ਹਿਰ 'ਚ ਹੀ ਰਹਿੰਦੇ ਹੋ ?" ਕਰਮਵੀਰ ਨੇ ਪੁਛਿਆ ।

"ਨਹੀਂ ਮੈਂ ਇਥੋਂ ਟੈਂਪੂ ਤੇ ਅਗੇ ਜਾਣਾ ਹੈ ।" ਆਸ਼ਾ ਨੇ ਉੱਤਰ ਦਿੱਤਾ ।.

"ਕਿਥੇ ?" ਕਰਮਵੀਰ ਨੇ ਪੁਛਿਆ।

ਇਸ ਵਾਰ ਆਸ਼ਾ ਨੇ ਕਰਮਵੀਰ ਵਲ ਨਿਗਾਹ ਲਾਕੇ ਤਕਿਆ ਤੇ ਕਹਿਣ ਲੱਗੀ "ਇਥੇ ਪੰਜ ਕਿਲੋਮੀਟਰ ਜੰਡ।"

"ਫਿਰ ਤਾਂ ਤੁਹਾਨੂੰ ਰੋਜ਼ ਕਾਫੀ ਸਫਰ ਕਰਨਾ ਪੈਂਦਾ ਹੈ।" ਕਰਮਵੀਰ ਨੇ ਕਿਹਾ। "ਜੀ ?" ਆਸ਼ਾ ਚੁਪ ਕਰ ਗਈ।

"ਤੁਸੀਂ ਉਥੇ ਅਧਿਆਪਕਾ ਹੋ ?" ਕਰਮਵੀਰ ਨੇ ਪੁਛਿਆ।

"ਜੀ, ਮੈਂ ਸਿਲਾਈ ਦੀ ਅਧਿਆਪਕਾ ਹਾਂ। ਅਜੇ ਇਸੇ ਸਾਲ ਜੁਆਇਨ ਕੀਤਾ ਹੈ। ਤੁਹਾਡੀ ਸਿਸਟਰ ਨੇ ਕੀ ਕੀਤਾ ਹੋਇਆ ਏ ?" ਆਸ਼ਾ ਨੇ ਪੁਛਿਆ ।

"ਜੇ.ਬੀ.ਟੀ. ਕੀਤੀ ਨੂੰ ਵੀ ਤਿੰਨ ਸਾਲ ਹੋ ਚਲੇ ਨੇ।" ਕਰਮਵੀਰ ਨੇ ਕਿਹਾ। "ਨੌਕਰੀਆਂ ਦਾ ਬੁਰਾ ਹਾਲ ਹੈ। ਮੈਟਰਿਕ ਕਰ ਲਉ, ਬੀ.ਏ. ਕਰ ਲਉ ਤੇ ਭਾਵੇਂ ਐਮ.ਏ.। ਸਰਕਾਰ ਦੀ ਸਿਖਿਆ-ਨੀਤੀ ਐਨੀ ਨਖਿਧ ਹੈ ਕਿ ਸਾਰਿਆਂ ਨੂੰ ਕਲਰਕ ਬਣਾ-ਬਣਾ ਕੇ ਰੱਖੀ ਜਾਂਦੀ ਹੈ। ਪਰ ਬਾਹਰਲੇ ਦੇਸ਼ਾਂ 'ਚ ਇਸ ਤਰ੍ਹਾਂ ਨਹੀਂ ਹੈ। ਉਥੇ ਉਹ ਵਿਦਿਆਰਥੀਆਂ ਨੂੰ ਤੇਕਨੀਕੀ ਸਿਖਿਆ ਵੀ ਨਾਲ-ਨਾਲ ਦਿੰਦੇ ਹਨ। ਇਥੇ ਤਾਂ ਬਹੁਤੇ ਕਲਰਕ ਹੀ ਪੈਦਾ ਕੀਤੇ ਜਾਂਦੇ ਹਨ ਅਤੇ ਕਲਰਕਾਂ ਦੀਆਂ ਆਸਾਮੀਆਂ ਵੀ ਕਿੰਨੀਆਂ ਕੁ ਹੁੰਦੀਆਂ ਹਨ।" ਕਰਮਵੀਰ ਦਾ ਭਾਸ਼ਨ ਸ਼ੁਰੂ ਹੋ ਚੁਕਾ ਸੀ। ਆਸ਼ਾ ਚੁਪ ਚਾਪ ਖੜੀ ਰਹੀ।

ਹੁਣ ਕਰਮਵੀਰ ਵੀ ਚੁਪ ਹੋ ਗਿਆ। ਉਹ ਆਸ਼ਾ ਦੇ ਬੋਲਣ ਦੀ ਉਡੀਕ ਕਰਨ ਲਗਾ ਪਰ ਉਹ ਉਂਝ ਹੀ ਖੜੀ ਰਹੀ। ਕਰਮਵੀਰ ਨੂੰ ਜਾਪਿਆ ਕਿ ਕਿਧਰੇ ਉਹ ਉਸ ਕੋਲੋਂ ਪਿੱਛਾਂ ਤਾਂ ਨਹੀਂ ਛੁਡਾਉਣਾ ਚਾਹੁੰਦੀ। ਉਸਨੇ ਆਲੇ ਦੁਆਲੇ ਤੱਕਿਆ ਤੇ ਆਸ਼ਾ ਨੂੰ ਕਹਿਣ ਲੱਗਾ,

"ਚੰਗਾ ਜੀ ਮੈਂ ਤਾਂ ਫਿਰ ਚਲਦਾਂ। ਤੁਹਾਨੂੰ ਤਾਂ ਆਉਣ ਜਾਣ ਦੀ ਤਕਲੀਫ ਹੁੰਦੀ ਹੋਵੇਗੀ।"

"ਜੀ, ਨੌਕਰੀ ਲਈ ਤਾਂ ਫਿਰ ਕਰਨਾ ਹੀ ਪੈਂਦਾ ਹੈ। ਉਂਝ ਐਨੀ ਤਕਲੀਫ ਨਹੀਂ। ਬਹੁਤ ਸਾਰੀਆਂ ਭੈਣਜੀਆਂ ਤੇ ਮਾਸਟਰ ਲਾਗੇ ਵਾਲੇ ਪਾਸਿਉਂ ਆਉਂਦੇ ਜਾਂਦੇ ਹਨ। ਹੁਣੇ ਸਾਰੇ ਇਥੇ ਇਕੱਠੇ ਹੋ ਜਾਣੇ ਹਨ ਫਿਰ ਟੈਂਪੂ ਤੇ ਚਲੇ ਜਾਈਦਾ। ਇੰਝ ਈ ਸਵੇਰੇ ਵੀ ਉਧਰੋਂ ਟੈਂਪੂ ਤੇ," ਗੱਲਾਂ ਕਰਦੀ ਕਰਦੀ ਆਸ਼ਾ ਅਚਾਨਕ ਚੁਪ ਹੋ ਗਈ।

ਕਰਮਵੀਰ ਨੇ ਦੇਖਿਆ ਕਿ ਇਕ ਹੋਰ ਕੁੜੀ ਉਥੇ ਆ ਕੇ ਖੜੀ ਹੋ ਗਈ ਸੀ ਤੇ ਆਸ਼ਾ ਨਾਲ ਗੱਲਾਂ ਕਰਨ ਲੱਗ ਪਈ ਸੀ। ਸ਼ਾਇਦ ਉਹ ਵੀ ਕੋਈ ਅਧਿਆਪਕਾ ਸੀ। ਕਰਮਵੀਰ ਨੇ

ਇਕ ਵਾਰ ਫਿਰ 'ਚੰਗਾ' ਕਿਹਾ ਤਾਂ ਆਸ਼ਾ ਇਸ ਵਾਰ ਸਿਰਫ਼ ਉਸ ਵਲ ਦੇਖ ਕੇ ਖਮੋਸ਼ ਰਹੀ ਤੇ ਉਹ ਕਾਹਲੇ-ਕਾਹਲੇ ਪੈਰੀਂ ਸਾਈਕਲ ਸਟੈਂਡ ਵਲ ਤੁਰ ਪਿਆ।

ਦਸ

ਕਰਮਵੀਰ ਪਿਛਲੇ ਦੋ ਕੁ ਸਾਲਾਂ ਤੋਂ ਅਲਾਵਲਪੁਰ ਤੋਂ ਆਪਣੇ ਪਰਿਵਾਰ ਸਮੇਤ ਸ਼ਹਿਰ ਸ਼ਿਫਟ ਕਰ ਗਿਆ ਸੀ। ਕਰਮਵੀਰ ਤੋਂ ਛੋਟੇ ਭੈਣ ਭਰਾਵਾਂ ਦੀ ਪੜ੍ਹਾਈ ਅਤੇ ਆਪਣੀ ਸਹੂਲਤ ਲਈ ਉਸਨੂੰ ਸ਼ਹਿਰ ਵਧੇਰੇ ਸੂਟ ਕਰਦਾ ਸੀ। ਘਰ ਦੀ ਹਾਲਤ ਹੋਰ ਨਿੱਘਰ ਗਈ ਸੀ। ਸ਼ਹਿਰ 'ਚ ਖਰਚੇ ਵਧੇਰੇ ਸਨ। ਕਿਰਾਏ ਦਾ ਮਕਾਨ, ਦੁੱਧ ਸਬਜ਼ੀਆਂ ਆਦਿ ਮਹਿੰਗੇ ਭਾਅ। ਪਰ ਕਰਮਵੀਰ ਰਾਤ ਦੀਆਂ ਡਿਊਟੀਆਂ ਕਰਦਾ ਅਤੇ ਦਿਨੇ ਆਪਣੀ ਪੜ੍ਹਾਈ 'ਚ ਜੁਟ ਜਾਂਦਾ। ਉਸਨੂੰ ਪਤਾ ਸੀ ਕਿ ਇਹ ਨੌਕਰੀ ਉਸਦੀ ਮੰਜ਼ਲ ਨਹੀਂ, ਇਕ ਪੜਾਓ ਹੈ। ਫੈਕਟਰੀ ਅੰਦਰ ਵੀ ਉਹ ਸਭਦਾ ਪਿਆਰਾ ਸੀ। ਸਾਰੇ ਉਸਨੂੰ ਪਸੰਦ ਕਰਦੇ ਸਨ। ਹਰ ਵਰਕਰ ਨਾਲ ਉਹ ਹੱਸ ਕੇ ਗੱਲ ਕਰਦਾ। ਸ਼ਾਮ ਛੇ ਵਜੇ ਤੋਂ ਅੱਧੀ ਰਾਤ ਤੋਂ ਬਾਅਦ ਢਾਈ ਵਜੇ ਤਕ ਉਹ ਡਿਊਟੀ ਉਤੇ ਰਹਿੰਦਾ। ਹੁਣ ਉਸਨੂੰ ਰਾਤ ਫੈਕਟਰੀ 'ਚ ਕੱਟਣ ਦੀ ਲੋੜ ਨਹੀਂ ਸੀ, ਉਹ ਸਾਈਕਲ ਚੁੱਕਦਾ ਅਤੇ ਘਰ ਜਾ ਵੜਦਾ।

ਕਾਮਰੇਡ ਚੰਦਰਨ ਨੇ ਉਸਦੀ ਮੁਲਾਕਾਤ ਕਾਮਰੇਡ ਰਾਮ ਪ੍ਰਕਾਸ਼ ਨਾਲ ਕਰਵਾ ਦਿੱਤੀ ਸੀ। ਅੰਦਰੋ ਅੰਦਰੀ ਨੇਤਾ ਜੀ ਇੰਜਨੀਅਰਿੰਗ ਵਰਕਸ ਅੰਦਰ ਯੂਨੀਅਨ ਬਣਾਉਣ ਦੀ ਤਿਆਰੀ ਸ਼ੁਰੂ ਹੋ ਚੁੱਕੀ ਸੀ। ਪਰ ਇਹ ਤਿਆਰੀ ਬੜੇ ਗੁਪਤ ਢੰਗ ਨਾਲ ਕੀਤੀ ਜਾ ਰਹੀ ਸੀ। ਏਟਕ ਦੇ ਦਫ਼ਤਰ 'ਚ ਜਦੋਂ ਵੀ ਕਰਮਵੀਰ ਜਾਂਦਾ, ਉਥੇ ਪਾਰਟੀ ਦਾ ਕੋਈ ਨਾ ਕੋਈ ਨੇਤਾ ਜ਼ਰੂਰ ਆਇਆ ਹੁੰਦਾ। ਕਾਮਰੇਡ ਰਾਮ ਪ੍ਰਕਾਸ਼ ਕਰਮਵੀਰ ਦਾ ਤੁਆਰਫ ਉਸ ਨਾਲ ਕਰਵਾਂਦਾ ਅਤੇ ਕਰਮਵੀਰ ਦੀਆਂ ਕਾਫੀ ਤਰੀਫਾਂ ਉਹ ਕਰਦਾ। ਕਾਮਰੇਡ ਰਾਮ ਪ੍ਰਕਾਸ਼ ਕੋਲ ਰਿਕਸ਼ਾ ਟਾਂਗਾ ਯੂਨੀਅਨ ਦਾ ਪ੍ਰਧਾਨ, ਜਨਰਲ ਸਕੱਤਰ ਅਤੇ ਹੋਰ ਅਹੁਦੇਦਾਰ ਬੈਠੇ ਹੁੰਦੇ। ਇਥੇ ਕਾਮਾ-ਜਮਾਤ ਨੂੰ ਜਾਗ੍ਰਤ ਕਰਨ ਬਾਰੇ ਵਿਚਾਰ ਵਟਾਂਦਰਾ ਹੁੰਦਾ ਰਹਿੰਦਾ। ਇਨ੍ਹਾਂ ਲੋਕਾਂ ਦਾ ਕਹਿਣਾ ਸੀ ਕਿ ਕਾਮਾ ਜਮਾਤ ਉਦੋਂ ਤਕ ਉਠ ਕੇ ਖੜੀ ਨਹੀਂ ਹੋ ਸਕਦੀ, ਜਿੰਨੀ ਦੇਰ ਉਹ ਖੁਦ ਹਿੰਮਤ ਨਹੀਂ ਕਰਦੀ। ਸਭ ਤੋਂ ਵੱਡੀ ਗੱਲ ਹੈ ਕਿ ਕਾਮਿਆਂ ਅੰਦਰ ਬੜੀ ਤਾਕਤ ਹੈ, ਪਰ ਉਨ੍ਹਾਂ ਨੂੰ ਖੁਦ ਇਸ ਤਾਕਤ ਦੀ ਪਛਾਣ ਨਹੀਂ, ਜਿੰਨੀ ਦੇਰ ਉਹ ਆਪਣੀ ਅੰਦਰਲੀ ਤਾਕਤ ਨੂੰ ਨਹੀਂ ਪਛਾਣਦੇ ਓਨੀ ਦੇਰ ਉਨ੍ਹਾਂ ਨੂੰ ਆਪਣੀ ਤਾਕਤ ਦਾ ਅਹਿਸਾਸ ਨਹੀਂ ਹੋ ਸਕਦਾ।

ਕਾਮਾ-ਜਮਾਤ ਵਿਚ ਬਹੁਤੇ ਲੋਕ ਉਹ ਸ਼ਾਮਲ ਹਨ ਜੋ ਦਿਹਾੜੀਦਾਰ ਹਨ। ਦਿਹਾੜੀਦਾਰ ਮਤਲਬ ਦਿਹਾੜੀ ਕਰਨ ਵਾਲੇ। ਖੂਹ ਪੁੱਟ ਕੇ ਪਾਣੀ ਪੀਣ ਵਾਲੇ, ਸੰਘਰਸ਼ ਵਲੋਂ ਉਹ ਹਮੇਸ਼ਾ ਪਾਸਾ ਵਟੱਦੇ ਹਨ। ਉਨ੍ਹਾਂ ਦਾ ਕਹਿਣਾ ਹੈ ਕਿ ਸੰਘਰਸ਼ ਦੇ ਰਾਹ ਤੁਰੇ ਤਾਂ ਦਿਹਾੜੀ ਟੁਟੇਗੀ। ਰਾਤ ਨੂੰ ਚੁੱਲ੍ਹਾ ਕਿਵੇਂ ਬਲੇਗਾ। ਟੱਬਰ ਦੇ ਪੇਟ 'ਚ ਰੋਟੀਆਂ ਕਿਥੋਂ ਪੈਣਗੀਆਂ। ਪੰਜਾਹ ਜਾਂ ਪੱਝਤਰ ਰੁਪਏ ਦਿਹਾੜੀ ਲੈਣ ਵਾਲੇ ਕਾਮੇ ਕੋਲ ਕੋਈ ਬੱਚਤ ਦੇ ਪੈਸੇ ਤਾਂ ਹੁੰਦੇ ਨਹੀਂ ਕਿ ਜੇ

ਦਿਹਾੜੀ ਟੁੱਟ ਗਈ ਤਾਂ ਕੋਈ ਫਰਕ ਨਹੀਂ ਪੈਣ ਲੱਗਾ। ਇਸੇ ਕਰਕੇ ਉਹ ਸੰਘਰਸ਼ ਦੇ ਰਾਹ ਨਾ ਪੈਂਦੇ ਸਗੋਂ ਸਿਰ ਸੁਟ ਕੇ ਸਾਰਾ ਦਿਨ ਕੰਮ ਕਰਦੇ ਅਤੇ ਰਾਤ ਨੂੰ 50-100 ਲੈ ਕੇ ਘਰ ਪਰਤ ਜਾਂਦੇ।

ਹੁਣ ਸਿਰਫ਼ ਕਾਮਰੇਡ ਚੰਦਰਨ ਅਤੇ ਕਰਮਵੀਰ ਹੀ ਯੂਨੀਅਨ ਦੇ ਮੈਂਬਰ ਨਹੀਂ ਸਨ ਸਗੋਂ ਹੌਲੀ-ਹੌਲੀ ਜਨਕ ਰਾਜ, ਇੰਦਰਜੀਤ, ਸੋਹਣ ਸਿੰਘ, ਦੇਸ ਰਾਜ, ਰਾਮ ਮੂਰਤੀ, ਰਾਮ ਲੁਭਾਇਆ, ਪਟੇਸਰੀ ਅਤੇ ਹੋਰ ਬਹੁਤ ਸਾਰੇ ਨੇਤਾ ਜੀ ਇੰਜਨੀਅਰਿੰਗ ਵਰਕਸ ਦੀ ਵਰਕਰ ਯੂਨੀਅਨ ਦੇ ਮੈਂਬਰ ਬਣ ਚੁੱਕੇ ਸਨ। ਕਰਮਵੀਰ ਤੇ ਕਾਮਰੇਡ ਚੰਦਰਨ ਆਪਣੇ ਆਪ ਨੂੰ ਪਿੱਛੇ ਰੱਖ ਕੇ ਫੈਕਟਰੀ ਦੀ ਹਰ ਸ਼ਾਪ 'ਚ ਆਪਣੇ ਬੰਦਿਆਂ ਨੂੰ ਸਰਗਰਮ ਕਰ ਰਹੇ ਸਨ। ਹੌਲੀ-ਹੌਲੀ ਮੈਂਬਰਸ਼ਿਪ ਵਧਦੀ ਗਈ। ਯੂਨੀਅਨ ਦੇ ਕਾਰਜ 'ਚ ਹਿੱਸਾ ਪਾਉਣ ਲਈ ਕਰਮਵੀਰ ਨੂੰ ਰਾਤ ਦੀਆਂ ਡਿਊਟੀਆਂ ਬੜੀਆਂ ਸੂਟ ਕਰਦੀਆਂ ਸਨ। ਦਿਨ ਨਾਲੋਂ ਰਾਤ ਨੂੰ ਸਾਰੇ ਪਾਸੇ ਅਮਨ ਚੈਨ ਹੁੰਦਾ ਸੀ। ਕਰਮਵੀਰ ਆਰਾਮ ਨਾਲ ਹਰ ਸ਼ਾਪ 'ਚ ਤੁਰ ਫਿਰ ਲੈਂਦਾ ਸੀ। ਵਰਕਰਾਂ ਨਾਲ ਗਲਬਾਤ ਕਰਕੇ ਉਨ੍ਹਾਂ ਨੂੰ ਟੋਂਹਦਾ ਕਿ ਉਹ ਕਿੰਨੇ ਕੁ ਯੂਨੀਅਨ ਦੇ ਹਕ 'ਚ ਹਨ। ਕਰਮਵੀਰ ਬਹੁਤਾ ਕਰਕੇ ਯੂਨੀਅਨ ਦੇ ਹੱਕ 'ਚ ਗੱਲ ਨਾ ਕਰਦਾ, ਸਗੋਂ ਯੂਨੀਅਨ ਦੇ ਉਲਟ ਬੋਲਦਾ। ਇੰਝ ਜਿਹੜਾ ਦਿਲੋਂ ਯੂਨੀਅਨ ਦੇ ਹੱਕ 'ਚ ਹੁੰਦਾ, ਉਹ ਡਟ ਕੇ ਉਸਦਾ ਵਿਰੋਧ ਕਰਦਾ। ਕਰਮਵੀਰ ਉਸਨੂੰ ਅਗਲੀ ਰਾਤ ਇਕੱਲੇ ਨੂੰ ਮਿਲਦਾ, ਜਦੋਂ ਉਸਨੂੰ ਭਰੋਸਾ ਹੋ ਜਾਂਦਾ ਕਿ ਇਹ ਬੰਦਾ ਵਿਸ਼ਵਾਸ ਯੋਗ ਹੈ, ਉਸਨੂੰ ਉਹ ਆਪਣਾ ਮੈਂਬਰ ਬਣਾ ਲੈਂਦਾ ਤੇ ਅਗਲੀ ਸਵੇਰ ਉਸਨੂੰ ਯੂਨੀਅਨ ਦੇ ਦਫ਼ਤਰ ਬੁਲਾ ਲੈਂਦਾ। ਇਸ ਤਰ੍ਹਾਂ ਕਰਮਵੀਰ, ਯੂਨੀਅਨ ਵਾਲਿਆਂ ਦੇ ਜਥੇਬੰਦਕ ਕਾਰਜਾਂ ਲਈ ਬੜਾ ਲਾਹੇਵੰਦ ਸਿੱਧ ਹੋਇਆ, ਉਂਜ ਵੀ ਉਹ ਕਾਮਰੇਡ ਚੰਦਰਨ ਦਾ ਚੰਡਿਆ ਹੋਇਆ ਸੀ।

ਕਰਮਵੀਰ ਦੀਆਂ ਕਾਮਰੇਡ ਚੰਦਰਨ ਨਾਲ ਬੇਸ਼ਕ ਬਹੁਤ ਸਾਰੀਆਂ ਮੁਲਾਕਾਤਾਂ ਹੋ ਚੁਕੀਆਂ ਸਨ, ਪਰ ਉਹ ਕਾਮਰੇਡ ਦੇ ਪਰਿਵਾਰ ਬਾਰੇ ਉਸ ਪਾਸੋਂ ਕਦੇ ਕੁਝ ਨਹੀਂ ਸੀ ਪੁਛ ਸਕਿਆ। ਕਾਮਰੇਡ ਚੰਦਰਨ ਦੀ ਉਮਰ ਚਾਲੀ ਤੇ ਪੰਜਤਾਲੀ ਸਾਲ ਦੇ ਵਿਚਕਾਰ ਹੋਵੇਗੀ। ਉਸਦੇ ਬੁਲ੍ਹਾਂ 'ਚੋਂ ਥੋੜ੍ਹੀ-ਥੋੜ੍ਹੀ ਸਫੈਦੀ ਝਾਕਦੀ ਸੀ। ਚਿਹਰਾ ਉਸਦਾ ਪ੍ਰਸੰਨ ਰਹਿੰਦਾ ਸੀ। ਆਪ ਉਹ ਕੇਰਲਾ ਪ੍ਰਾਂਤ ਦਾ ਰਹਿਣ ਵਾਲਾ ਸੀ।

ਪਰ ਉਸਦਾ ਵਿਆਹ ਮੰਡੀ ਡੱਬਵਾਲੀ 'ਚ ਹੋਇਆ ਸੀ। ਇਸ ਪਿੱਛੇ ਵੀ ਇਕ ਕਹਾਣੀ ਸੀ ਕਿ ਉਸਦਾ ਹੋਣ ਵਾਲਾ ਸਹੁਰਾ ਕੇਰਲਾ 'ਚ ਹੁੰਦਾ ਸੀ। ਓਥੇ ਇਕ ਫੈਕਟਰੀ 'ਚ ਕਾਮਰੇਡ ਚੰਦਰਨ ਦਾ ਪਿਓ ਅਤੇ ਉਸਦਾ ਸਹੁਰਾ ਕੰਮ ਕਰਦੇ ਸਨ। ਉਨ੍ਹਾਂ ਦਾ ਆਪਸ 'ਚ ਐਨਾ ਪਿਆਰ ਵਧ ਗਿਆ ਕਿ ਦੋਵਾਂ ਕੁੜਮ ਬਣਨ ਦਾ ਇਰਾਦਾ ਧਾਰ ਲਿਆ। ਵਿਆਹ ਪਿੱਛੋਂ ਪਹਿਲਾਂ ਚੰਦਰਨ ਦਾ ਪਿਤਾ ਤੇ ਫਿਰ ਉਸਦੀ ਮਾਤਾ ਚਲ ਵੱਸੇ। ਉਥੇ ਉਸਦਾ ਕੋਈ ਹੋਰ ਨਹੀਂ ਸੀ, ਚੰਦਰਨ ਆਪਣੇ ਪਰਿਵਾਰ ਨੂੰ ਲੈ ਕੇ ਮੰਡੀ ਡਬਵਾਲੀ ਆ ਗਿਆ, ਪਰ ਓਥੇ ਉਹ ਬਹੁਤੀ ਦੇਰ ਨਾ ਟਿਕ ਸਕਿਆ। ਜਿਸ ਕੰਮ ਦਾ ਉਹ ਕਾਰੀਗਰ ਸੀ, ਉਹ ਕੰਮ ਉਸਨੂੰ ਨੇਤਾ ਜੀ ਇੰਜਨੀਅਰਿੰਗ 'ਚ ਲੈ ਆਇਆ। ਪਰਿਵਾਰ ਉਸਦਾ ਬੇਸ਼ਕ ਅਜੇ ਮੰਡੀ ਡਬਵਾਲੀ 'ਚ ਹੀ ਰਹਿੰਦਾ ਸੀ।

ਕਰਮਵੀਰ ਨੂੰ ਜਦੋਂ ਇਸ ਸਾਰੀ ਕਹਾਣੀ ਦਾ ਪਤਾ ਲੱਗਾ ਤਾਂ ਉਹ ਇਸ ਤੋਂ ਡਾਢਾ ਪ੍ਰਭਾਵਿਤ ਹੋਇਆ। ਕਾਮਰੇਡ ਜਦੋਂ ਪੰਜਾਬੀ 'ਚ ਗੱਲ ਕਰਦਾ ਤਾਂ ਕਦੇ ਨਾ ਜਾਪਦਾ ਕਿ ਉਹ ਕਿਸੇ ਬਾਹਰਲੇ ਪ੍ਰਾਂਤ 'ਚੋਂ ਆ ਕੇ ਪੰਜਾਬ 'ਚ ਰਹਿ ਰਿਹਾ ਹੈ। ਕਾਮਰੇਡ ਚੰਦਰਨ ਉਂਜ ਕਾਫੀ ਪੜ੍ਹਿਆ ਲਿਖਿਆ ਸੀ। ਉਸਨੂੰ ਪੜ੍ਹਨ ਦਾ ਵੀ ਸ਼ੌਂਕ ਸੀ। ਇਹੀ ਕਾਰਣ ਹੈ ਕਿ ਕਮਰਵੀਰ ਜਦੋਂ ਪਹਿਲੀ ਵਾਰ ਉਸਦੇ ਘਰ ਗਿਆ ਸੀ ਤਾਂ ਓਥੇ ਇਕ ਅਲਮਾਰੀ ਕਿਤਾਬਾਂ ਨਾਲ ਭਰੀ ਹੋਈ ਸੀ। ਉਸ ਸਾਰੀਆਂ ਕਿਤਾਬਾਂ ਨੂੰ ਉਸ ਦਿਨ ਕਰਮਵੀਰ ਨੇ ਨਹੀਂ ਸੀ ਦੇਖਿਆ ਕਿਉਂਕਿ ਉਦੋਂ ਉਸਨੂੰ ਅਜਿਹੀਆਂ ਕਿਤਾਬਾਂ ਪੜ੍ਹਨ ਦਾ ਸ਼ੌਂਕ ਨਹੀਂ ਸੀ। ਉਹ ਸਿਰਫ਼ ਨਾਨਕ ਸਿੰਘ, ਸ਼ਿਵ ਕੁਮਾਰ ਅਤੇ ਮੋਹਨ ਕਾਹਲੋਂ ਤੋਂ ਅਗਾਂਹ ਨਹੀਂ ਸੀ ਵਧ ਸਕਿਆ। ਉਸ ਦਿਨ ਇਨ੍ਹਾਂ ਕਿਤਾਬਾਂ 'ਚੋਂ ਹੀ ਕਾਮਰੇਡ ਚੰਦਰਨ ਨੇ ਕਰਮਵੀਰ ਨੂੰ ਰੂਸੀ ਲੇਖਕ ਮੈਕਸਿਮ ਗੋਰਕੀ ਦਾ ਸੰਸਾਰ ਪ੍ਰਸਿੱਧ ਨਾਵਲ 'ਮਾਂ' ਦਿੱਤਾ ਸੀ। ਪਰ ਇਸ ਪਿੱਛੋਂ ਜਦੋਂ ਵੀ ਕਰਮਵੀਰ ਚੰਦਰਨ ਦੀ ਬੈਠਕ 'ਚ ਜਾਂਦਾ ਤਾਂ ਪਹਿਲੀ ਕਿਤਾਬ ਓਥੇ ਛੱਡ ਆਉਂਦਾ ਦੂਜੀ ਲੈ ਆਉਂਦਾ। ਰੂਸ ਨੂੰ ਜਾਰਾਂ ਤੋਂ ਕਿਵੇਂ ਆਜ਼ਾਦ ਕਰਵਾਇਆ ਗਿਆ। ਲੈਨਿਨ ਅਤੇ ਸਟਾਲਿਨ ਕੌਣ ਸਨ। ਕਿਵੇਂ ਇਨ੍ਹਾਂ ਨੇ ਬੁਰਜੁਆਜ਼ੀ ਗਲਬੇ ਤੋਂ ਮਜ਼ਦੂਰਾਂ ਨੂੰ ਆਜ਼ਾਦ ਕਰਵਾਇਆ।

ਕਰਮਵੀਰ ਜਦੋਂ 'ਮਾਂ' ਨਾਵਲ ਲੈ ਕੇ ਘਰ ਆਇਆ ਤਾਂ ਇਹ ਨਾਵਲ ਉਸਨੇ ਇਕੱਲੇ ਨੇ ਨਹੀਂ ਪੜ੍ਹਿਆਂ, ਸਗੋਂ ਉਸਦੇ ਪਰਿਵਾਰ ਦੇ ਹਰ ਮੈਂਬਰ ਨੇ ਪੜ੍ਹਿਆ। ਨਾਵਲ ਨੂੰ ਪੜ੍ਹਨਾ ਅਤੇ ਸਮਝਣਾ ਦੋ ਅੱਡ-ਅੱਡ ਗੱਲਾਂ ਹਨ। ਕਰਮਵੀਰ ਤਾਂ ਜਿਵੇਂ ਨਾਵਲ ਦੀ ਹਰ ਗੱਲ, ਹਰ ਘਟਨਾ ਨੂੰ ਪੀ ਰਿਹਾ ਸੀ 'ਮਾਂ' ਨਾਵਲ ਉਸਨੇ ਇਕ ਮਹੀਨੇ ਅੰਦਰ ਥੋੜ੍ਹਾ-ਥੋੜ੍ਹਾ ਕਰਕੇ ਪੜ੍ਹਿਆ ਤੇ ਇਸ ਪਿੱਛੋਂ ਉਹ ਹੋਰ ਕਿਤਾਬਾਂ ਕਾਮਰੇਡ ਚੰਦਰਨ ਕੋਲੋਂ ਲੈ ਕੇ ਆਉਂਦਾ ਰਿਹਾ ਅਤੇ ਪੜ੍ਹ-ਪੜ੍ਹ ਕੇ ਉਸਨੂੰ ਵਾਪਸ ਕਰਦਾ ਰਿਹਾ। ਕਰਮਵੀਰ ਨੂੰ ਕੁਝ ਸਮਾਂ ਪਹਿਲਾਂ ਇਹ ਅਹਿਸਾਸ ਹੁੰਦਾ ਸੀ ਕਿ ਜ਼ਿੰਦਗੀ ਫ਼ਜ਼ੂਲ ਹੈ, ਅਰਥਹੀਣ ਹੈ ਪਰ ਕਿਤਾਬਾਂ ਪੜ੍ਹ ਕੇ ਉਸਦੇ ਦਿਲੋਂ ਦਿਮਾਗ ਦੇ ਹਨੇਰੇ ਖੂੰਝੇ ਰੋਸ਼ਨ ਹੋ ਗਏ। ਉਸਨੂੰ ਜ਼ਿੰਦਗੀ ਦੇ ਅਰਥਾਂ ਦਾ ਪਤਾ ਲਗ ਗਿਆ। ਉਸਨੂੰ ਮਹਿਸੂਸ ਹੋਇਆ ਕਿ ਜ਼ਿੰਦਗੀ ਤਾਂ ਬੜੇ ਕੰਮ ਦੀ ਚੀਜ਼ ਹੈ। ਜ਼ਿੰਦਗੀ ਨੂੰ ਸਿਰਫ਼ ਆਪਣੇ ਲਈ ਹੀ ਨਹੀਂ ਜੀਊਣਾ ਚਾਹੀਦਾ, ਇਸਨੂੰ ਤਾਂ ਲੋਕਾਂ ਦੇ ਲੇਖੇ ਲਾਉਣਾ ਚਾਹੀਦਾ ਹੈ। ਇਸਨੂੰ ਵਧੇਰੇ ਸੁੰਦਰ ਤੇ ਕੁਹਜਹੀਣ ਬਣਾਉਣ ਦਾ ਯਤਨ ਕਰਨ ਚਾਹੀਦਾ ਹੈ। ਇਕ ਉਤਸ਼ਾਹ ਉਸ ਅੰਦਰ ਭਰ ਗਿਆ। ਇਕ ਚਾਅ ਉਸ ਅੰਦਰ ਭਰ ਗਿਆ, ਆਪਣੇ ਸਾਥੀਆਂ ਦੀ ਬੇਹਤਰੀ ਲਈ ਕੰਮ ਕਰਨ ਦਾ। ਉਹ ਕਾਮਰੇਡ ਚੰਦਰਨ ਦਾ ਡਾਢਾ ਸ਼ੁਕਰਗੁਜਾਰ ਸੀ, ਜਿਸਨੇ ਉਸਨੂੰ ਇਨ੍ਹਾਂ ਰੋਸ਼ਨ ਰਾਹਾਂ ਤੇ ਤੋਰਿਆ ਸੀ।

ਗਿਆਰਾਂ

ਹੜਤਾਲੀ ਮਜ਼ਦੂਰਾਂ ਦਾ ਟੈਂਟ ਚੁਕੇ ਜਾਣ ਪਿੱਛੋਂ, ਪਾਰਟੀ ਦੇ ਲੀਡਰਾਂ ਦੀ ਇਕ ਹੰਗਾਮੀ ਮੀਟਿੰਗ ਏਟਕ ਦੇ ਦਫ਼ਤਰ 'ਚ ਹੋ ਰਹੀ ਸੀ। ਕਾਮਰੇਡ ਸਰਵਣ ਸਿੰਘ ਵੀ ਦਿੱਲੀਓਂ ਆਏ ਹੋਏ

ਸਨ। ਚੰਡੀਗੜ੍ਹ ਤੋਂ ਬਾਬਾ ਜੀ ਅਤੇ ਇਕ ਹੋਰ ਮਜ਼ਦੂਰ ਨੇਤਾ। ਨੇਤਾ ਜੀ ਇੰਜਨੀਅਰਿੰਗ ਵਰਕਸ ਦੇ ਹੜਤਾਲੀਆਂ 'ਚੋਂ ਐਕਸ਼ਨ ਕਮੇਟੀ ਦਾ ਕਨਵੀਨਰ ਕਰਮਵੀਰ, ਕਾਮਰੇਡ ਚੰਦਰਨ, ਰਾਮ ਲੁਭਾਇਆ, ਸੋਹਣ ਸਿੰਘ ਅਤੇ ਜਨਕ ਰਾਜ ਇਸ ਮੀਟਿੰਗ 'ਚ ਸ਼ਾਮਲ ਸਨ।

ਪੁਲਸੀਆਂ ਵਲੋਂ ਹੜਤਾਲੀਆਂ ਦਾ ਟੈਂਟ ਚੁਕਿਆ ਜਾਣਾ ਮਜ਼ਦੂਰਾਂ ਲਈ ਸਭ ਤੋਂ ਵਧ ਹੌਂਸਲਾ ਢਾਹੂ ਘਟਨਾ ਸੀ। ਹੜਤਾਲੀਆਂ ਦਾ ਕਹਿਣਾ ਸੀ ਲਾਲਾ ਬਦਰੀ ਪ੍ਰਸਾਦ ਬੜਾ ਹੈਂਕੜਬਾਜ਼ ਹੈ ਤੇ ਪਹੁੰਚ ਵਾਲਾ ਹੈ, ਉਹ ਹੜਤਾਲੀਆਂ ਦਾ ਟੈਂਟ ਲੁਆ ਕੇ ਕਦੇ ਵੀ ਆਪਣੀ ਹਿੱਕ ਉਤੇ ਦੀਵਾ ਨਹੀਂ ਬਲਣ ਦੇਵੇਗਾ। ਹੜਤਾਲੀ ਮਜ਼ਦੂਰ ਸੋਚਦੇ ਸਨ ਕਿ ਅਜ ਜੇ ਇਹ ਟੈਂਟ ਓਥੇ ਦੁਬਾਰਾ ਨਾ ਲਾਇਆ ਗਿਆ ਤਾਂ ਇਹ ਹੜਤਾਲ ਫੇਲ੍ਹ ਹੋ ਜਾਏਗੀ। ਹੜਤਾਲੀਆਂ ਦਾ ਟੈਂਟ ਲੱਗਾ ਹੋਵੇ ਤਾਂ ਲੋਕਾਂ ਨੂੰ ਪਤਾ ਲਗਦਾ ਰਹਿੰਦਾ ਹੈ ਕਿ ਇਥੇ ਕੋਈ ਹੜਤਾਲ ਚਲ ਰਹੀ ਹੈ। ਲੋਕਾਂ ਦੀ ਆਵਾਜਾਈ ਓਥੇ ਲੱਗੀ ਰਹਿੰਦੀ ਹੈ। ਦੂਜੀਆਂ ਫੈਕਟਰੀਆਂ ਦੇ ਮਜ਼ਦੂਰ ਵੀ ਓਥੇ ਆਉਂਦੇ ਹਨ। ਜੇ ਦੂਜਿਆਂ ਮਜ਼ਦੂਰਾਂ ਦੀ ਹਮਦਰਦੀ ਲੈਣੀ ਹੈ, ਜੇ ਲਾਲਾ ਬਦਰੀ ਪ੍ਰਸਾਦ ਨੂੰ ਆਪਣੀ ਏਕਤਾ ਦੀ ਮਜ਼ਬੂਤੀ ਦਾ ਸਬੂਤ ਦੇਣਾ ਹੈ ਤਾਂ ਇਹ ਟੈਂਟ ਦੁਬਾਰਾ ਲਗਣਾ ਬੜਾ ਹੀ ਜ਼ਰੂਰੀ ਹੈ।

ਏਟਕ ਦੇ ਦਫ਼ਤਰ 'ਚ ਚਲ ਰਹੀ ਇਹ ਮੀਟਿੰਗ ਵੀ ਇਹੀ ਵਿਚਾਰ ਕਰ ਰਹੀ ਸੀ। ਕਮਾਰੇਡ ਚੰਦਰਨ ਨੇ ਮੰਗ ਕੀਤੀ ਕਿ ਟੈਂਟ ਹਰ ਹਾਲਤ 'ਚ ਅਜ ਹੀ ਦਿਨ ਦਾ ਕੋਈ ਸਮਾਂ ਮੁੱਕਰਰ ਕਰਕੇ ਮੁੜ ਲਾਇਆ ਜਾਣਾ ਚਾਹੀਦਾ ਹੈ। ਕਾਮਰੇਡ ਸਰਵਣ ਸਿੰਘ ਨੇ ਆਪਣੀ ਸ਼ਾਨਦਾਰ ਤੇ ਠੇਠ ਮੁਹਾਵਰੇ ਵਾਲੀ ਪੰਜਾਬੀ 'ਚ ਆਖਿਆ ਕਿ ਫੈਕਟਰੀ ਦੇ ਨੇੜੇ ਪੈਂਦੇ ਇਕ ਮੰਦਰ 'ਚ ਸਾਰੇ ਮਜ਼ਦੂਰਾਂ ਨੂੰ ਇਕੱਠਿਆਂ ਹੋਣ ਦਾ ਸੱਦਾ ਦਿੱਤਾ ਜਾਏ, ਜਿਥੋਂ ਉਹ ਸਾਰੇ ਇਕੱਠੇ ਹੋ ਕੇ ਜਲੂਸ ਦੀ ਸ਼ਕਲ 'ਚ ਫੈਕਟਰੀ ਵੱਲ ਮਾਰਚ ਕਰਨਗੇ। ਪੂਰੀ ਮੀਟਿੰਗ ਨੇ ਇਸ ਫੈਸਲੇ ਨੂੰ ਪਾਸ ਕੀਤਾ। ਦੁਪਹਿਰ ਤਿੰਨ ਵਜੇ ਦਾ ਸਮਾਂ ਮਿਥਿਆ ਗਿਆ। ਕੰਨੋ-ਕੰਨੀਂ ਸਾਰੇ ਮਜ਼ਦੂਰਾਂ ਨੂੰ ਖਬਰ ਕਰ ਦਿੱਤੀ ਗਈ ਕਿ ਤਿੰਨ ਵਜੇ ਤੱਕ ਮੰਦਰ 'ਚ ਇਕੱਠੇ ਹੋ ਜਾਣ।

ਕਰਮਵੀਰ ਤੇ ਕਾਮਰੇਡ ਚੰਦਰਨ ਨੇ ਮੀਟਿੰਗ ਤੋਂ ਵਿਹਲੇ ਹੁੰਦਿਆਂ ਹੀ, ਦਫ਼ਤਰ 'ਚ ਆਈਆਂ ਅਖਬਾਰਾਂ ਉੱਤੇ ਸਰਸਰੀ ਨਿਗਾਹ ਮਾਰੀ। ਪਰ ਕਿਸੇ ਵੀ ਅਖਬਾਰ 'ਚ ਨੇਤਾ ਜੀ ਇੰਜਨੀਅਰਿੰਗ ਵਰਕਸ ਵਿਚ ਹੋਏ ਹੰਗਾਮੇ ਅਤੇ ਹੜਤਾਲ ਬਾਰੇ ਕੋਈ ਖ਼ਬਰ ਨਹੀਂ ਸੀ ਛਪੀ। ਸਿਰਫ਼ ਪਾਰਟੀ ਦੀ ਇਕ ਅਖਬਾਰ ਨੇ ਦੋ ਕਾਲਮੀ ਖ਼ਬਰ ਇਸ ਹੜਤਾਲ ਬਾਰੇ ਛਾਪੀ ਸੀ, ਪਰ ਬਾਕੀ ਦੀਆਂ ਛੇ-ਸੱਤ ਅਖਬਾਰਾਂ ਇਸ ਬਾਰੇ ਬਿਲਕੁਲ ਚੁਪ ਸਨ। ਫਿਰ ਵੀ ਕਰਮਵੀਰ ਨੇ ਸਾਰੀਆਂ ਅਖਬਾਰਾਂ ਨੂੰ ਬੜੇ ਗਹੁ ਨਾਲ ਵਾਚਿਆ ਸੀ, ਪਰ ਉਸਨੂੰ ਕਿਧਰੇ ਵੀ ਖ਼ਬਰ ਨਾ ਲੱਭੀ। ਕਲ ਜਦੋਂ ਹੰਗਾਮਾ ਹੋਇਆ ਸੀ ਤਾਂ ਕਾਮਰੇਡ ਰਾਮ ਪ੍ਰਕਾਸ਼ ਨੇ ਸਾਰੀਆਂ ਅਖਬਾਰਾਂ ਦੇ ਨੁਮਾਇੰਦਿਆਂ ਨੂੰ ਫੋਨ ਕੀਤਾ ਸੀ। ਉਦੋਂ ਹੀ ਅਖਬਾਰਾਂ ਵਾਲੇ ਸਾਰੇ ਨੁਮਾਇੰਦੇ ਉਥੇ ਆ ਗਏ ਸਨ।

"ਕਰਮਵੀਰ ਕੀ ਲਭਦਾ ਪਿਆ ਏਂ।" ਕਾਮਰੇਡ ਚੰਦਰਨ ਨੇ ਉਸਨੂੰ ਪੁਛਿਆ।

"ਯਾਰ ਖ਼ਬਰ ਕਿਸੇ ਅਖਬਾਰ 'ਚ ਨਹੀਂ ਛਪੀ, ਸਿਰਫ਼ ਐਹ ਆਪਣੀ ਪਾਰਟੀ ਦੀ

ਅਖਬਾਰ ਨੇ ਹੀ ਛਾਪੀ ਹੈ ।"

"ਮਾਰਾਜ, ਇਹੋ ਜਿਹੀ ਖ਼ਬਰ ਸਿਰਫ਼ ਪਾਰਟੀ ਦੀ ਅਖਬਾਰ ਹੀ ਛਾਪੇਗੀ, ਜੋ ਮਜ਼ਦੂਰਾਂ ਦੀ ਹਮਦਰਦ ਹੈ। ਸਰਮਾਏਦਾਰਾਂ ਦੀਆਂ ਅਖਬਾਰਾਂ ਨੂੰ ਇਨ੍ਹਾਂ ਕਾਰਖਾਨੇਦਾਰਾਂ ਕੋਲੋਂ ਇਸ਼ਤਿਹਾਰ ਮਿਲਦੇ ਹਨ, ਇਹ ਕਿਵੇਂ ਉਨ੍ਹਾਂ ਦੇ ਵਿਰੁੱਧ ਜਾਂ ਉਨ੍ਹਾਂ ਦੀ ਫੈਕਟਰੀ ਵਿਰੁੱਧ ਖ਼ਬਰ ਛਾਪ ਸਕਦੇ ਹਨ ?"

"ਪਰ ਕੀ ਇਹੀ ਅਖਬਾਰ-ਨਵੀਸੀ ਏ ?" ਕਰਮਵੀਰ ਨੂੰ ਗੁੱਸਾ ਆਇਆ। ਉਹ ਤਾਂ ਇਸ ਗੱਲ ਤੇ ਹੈਰਾਨ ਸੀ ਕਿ ਇਹ ਅਖਬਾਰਾਂ ਹਜ਼ਾਰ ਬਾਰਾਂ ਸੌ ਮਜ਼ਦੂਰਾਂ ਨੂੰ ਇਕ ਪਾਸੇ ਸੁੱਟ ਕੇ ਇਕ ਸਰਮਾਏਦਾਰ ਦਾ ਸਾਥ ਪੂਰ ਰਹੀਆਂ ਹਨ।

"ਇਹੀ ਤਾਂ ਅਖਬਾਰ-ਨਵੀਸੀ ਏ। ਅਖਬਾਰਾਂ ਦੇ ਮਾਲਕ ਹੋਣ ਜਾਂ ਫੈਕਟਰੀਆਂ ਦੇ, ਮਾਲਕਾਂ ਦੀ ਜਮਾਤ ਜੁ ਹੋਈ। ਉਨ੍ਹਾਂ ਨੇ ਹਮੇਸ਼ਾ ਇਕ ਦੂਜੇ ਦਾ ਪੱਖ ਪੂਰਨਾ ਹੈ । ਫੈਕਟਰੀ ਦਾ ਮਾਲਕ ਅਖਬਾਰਾਂ ਨੂੰ ਇਸ਼ਤਿਹਾਰ ਦਿੰਦਾ ਹੈ ਅਤੇ ਇਸ ਇਸ਼ਤਿਹਾਰ ਨੂੰ ਛਪਵਾਉਣ ਲਈ ਪੈਸੇ ਦਿੰਦਾ ਹੈ। ਲਾਲਾ ਬਦਰੀ ਪ੍ਰਸਾਦ ਵੀ ਇਨ੍ਹਾਂ ਅਖਬਾਰਾਂ ਨੂੰ ਇਸ਼ਤਿਹਾਰ ਦਿੰਦਾ ਹੈ, ਇਨ੍ਹਾਂ ਅਖਬਾਰਾਂ 'ਚ ਹੜਤਾਲ ਦੀ ਖ਼ਬਰ ਨਹੀਂ ਛਪੀ।" ਕਾਮਰੇਡ ਚੰਦਰਨ ਨੇ ਦਸਿਆ।

ਕਰਮਵੀਰ ਨੂੰ ਕਾਫ਼ੀ ਗੱਲਾਂ ਦਾ ਪਤਾ ਲਗ ਚੁੱਕਾ ਸੀ। ਉਸ ਅੰਦਰ ਸੂਝ ਬੂਝ ਪੈਦਾ ਹੋ ਗਈ ਸੀ ਕਿ ਸਰਮਾਏਦਾਰ ਕਿਵੇਂ ਸਰਮਾਏਦਾਰ ਨਾਲ ਲੋੜ ਪੈਣ ਤੇ ਖੜਾ ਹੋ ਜਾਂਦਾ ਹੈ। ਮਜ਼ਦੂਰ ਨੂੰ ਤਾਂ ਹਮੇਸ਼ਾ ਇਕੱਲੇ ਨੂੰ ਲੜਨਾ ਪੈਂਦਾ ਹੈ। ਮਜ਼ਦੂਰਾਂ ਨੇ ਹੜਤਾਲ ਕੀਤੀ ਹੈ, ਚਾਰ ਮਜ਼ਦੂਰ ਵੀ ਜ਼ਖਮੀ ਹੋ ਗਏ, ਪਰ ਅਖਬਾਰਾਂ ਨੇ ਇਹ ਖ਼ਬਰ ਇਸ ਕਰਕੇ ਨਾ ਛਾਪੀ ਕਿਉਂਕਿ ਇਹ ਸਾਰਾ ਕੁਝ ਲਾਲਾ ਬਦਰੀ ਪ੍ਰਸਾਦ ਦੀ ਫੈਕਟਰੀ 'ਚ ਵਾਪਰਿਆ ਸੀ। ਪਾਰਟੀ ਦੀ ਅਖਬਾਰ ਨੇ ਇਹ ਖ਼ਬਰ ਲਾ ਦਿੱਤੀ। ਉਸਨੂੰ ਲਾਲਾ ਬਦਰੀ ਪ੍ਰਸਾਦ ਵਲੋਂ ਇਸ਼ਤਿਹਾਰ ਨਹੀਂ ਮਿਲਦਾ। ਇਸ਼ਤਿਹਾਰ ਮਿਲਦਾ ਵੀ ਹੁੰਦਾ ਤਾਂ ਇਸ ਅਖਬਾਰ ਦੀ ਛਪਣ ਗਿਣਤੀ ਕਾਫੀ ਘੱਟ ਸੀ। ਇਸ਼ਤਿਹਾਰ ਦੇਣ ਵਾਲੇ ਵੀ ਉਸ ਅਖਬਾਰ ਨੂੰ ਇਸ਼ਤਿਹਾਰ ਦਿੰਦੇ ਹਨ, ਜਿਨ੍ਹਾਂ ਦੀ ਛਪਣ ਗਿਣਤੀ ਵਧੇਰੇ ਹੁੰਦੀ ਹੈ। ਉਨ੍ਹਾਂ ਵਲੋਂ ਦਿੱਤੇ ਗਏ ਇਸ਼ਤਿਹਾਰ ਦਾ ਕੋਈ ਫਾਇਦਾ ਵੀ ਹੋਵੇ।

ਖੈਰ! ਕਾਮਰੇਡ ਰਾਮ ਪ੍ਰਕਾਸ਼ ਨੇ ਆਖਿਆ ਕਿ ਹੜਤਾਲੀ ਮਜ਼ਦੂਰਾਂ ਦਾ ਇਕ ਡੈਪੂਟੇਸ਼ਨ ਕਰਮਵੀਰ ਦੀ ਅਗਵਾਈ ਹੇਠ ਅਖਬਾਰਾਂ ਦੇ ਦਫ਼ਤਰਾਂ 'ਚ ਜਾਏ ਅਤੇ ਹੜਤਾਲ ਬਾਰੇ ਗੱਲ ਕਰਕੇ ਉਨ੍ਹਾਂ ਨੂੰ ਪ੍ਰੈਸ ਨੋਟ ਦੇ ਕੇ ਆਏ। ਕਰਮਵੀਰ ਨੇ ਦਸ ਬਾਰਾਂ ਸਾਥੀਆਂ ਨੂੰ ਨਾਲ ਲਿਆ ਤੇ ਉਹ ਅਖਬਾਰਾਂ ਦੇ ਦਫ਼ਤਰਾਂ 'ਚ ਗਿਆ। ਨਿਜੀ ਮਾਲਕਾਂ ਵਲੋਂ ਚਲਾਈਆਂ ਜਾ ਰਹੀਆਂ ਇਨ੍ਹਾਂ ਅਖਬਾਰਾਂ ਦੇ ਮਾਲਕਾਂ ਨੇ ਇਸ ਡੈਪੂਟੇਸ਼ਨ ਨੂੰ ਕੋਈ ਬਹੁਤੀ ਅਹਿਮੀਅਤ ਨਹੀਂ ਦਿੱਤੀ, ਸਰਸਰੀ ਤੌਰ ਤੇ ਉਨ੍ਹਾਂ ਨੇ ਇਕ ਕੰਨੋਂ ਗੱਲ ਸੁਣੀ ਅਤੇ ਦੂਜੇ ਕੰਨੋਂ ਇੰਝ ਕੱਢ ਦਿੱਤੀ, ਜਿਵੇਂ ਸੁਣੀ ਹੀ ਨਾ ਹੋਵੇ। ਇਕ ਅਖਬਾਰ ਦੇ ਮਾਲਕ ਨੇ ਤਾਂ ਇਹ ਵੀ ਕਹਿ ਦਿੱਤਾ ਕਿ ਉਸਨੂੰ ਪਤਾ ਲੱਗਾ ਕਿ ਉਥੇ ਹੜਤਾਲ ਤਾਂ ਹੈ ਹੀ ਨਹੀਂ, ਜਦੋਂ ਕਿ ਇਸੇ ਅਖਬਾਰ ਦਾ ਇਕ ਨੁਮਾਇੰਦਾ ਪਹਿਲੇ ਦਿਨ ਸਾਰੀ ਪੁਜੀਸ਼ਨ ਦੇਖ ਕੇ ਆਇਆ ਸੀ। ਪ੍ਰੈਸ ਨੋਟ ਸਾਰੀਆਂ ਅਖਬਾਰਾਂ ਨੇ ਰੱਖ

ਲਏ। ਡੈਪੂਟੇਸ਼ਨ ਅਖਬਾਰਾਂ 'ਚੋਂ ਘੁੰਮ-ਘੁੰਮਾ ਕੇ ਫਿਰ ਏਟਕ ਦੇ ਦਫ਼ਤਰ 'ਚ ਪੁਜ ਗਿਆ। ਦੁਪਹਿਰ ਦੇ ਦੋ ਵਜ ਚੁੱਕੇ ਸਨ। ਤਿੰਨ ਵਜੇ ਫਿਰ ਸਾਰਿਆਂ ਨੇ ਮੰਦਰ ਦੇ ਲਾਗੇ ਇਕੱਠਿਆਂ ਹੋਣਾ ਸੀ।

ਨੇਤਾ ਜੀ ਇੰਜਨੀਅਰਿੰਗ ਵਰਕਸ ਦੇ ਨੇੜੇ ਲਗਦੇ ਮੰਦਰ 'ਚ ਸਾਰੇ ਮਜ਼ਦੂਰ ਇਕੱਠੇ ਹੋ ਗਏ ਸਨ। ਪਾਰਟੀ ਦੇ ਉਨ੍ਹਾਂ ਲੀਡਰਾਂ ਦੀ ਉਡੀਕ ਹੋ ਰਹੀ ਸੀ ਜੋ ਚੰਡੀਗੜ੍ਹ ਤੋਂ ਆਏ ਹੋਏ ਸਨ। ਕਾਮਰੇਡ ਸਰਵਣ ਸਿੰਘ ਵੀ ਉਨ੍ਹਾਂ ਨਾਲ ਹੀ ਸੀ। ਕਾਮਰੇਡ ਸਰਵਣ ਸਿੰਘ ਦੀ ਇਕ ਲੱਤ ਦਿਲੀ ਹੁੰਦੀ ਤੇ ਦੂਜੀ ਜਲੰਧਰ । ਜਲੰਧਰ 'ਚ ਉਹ ਕਾਫੀ ਦੇਰ ਤੋਂ ਸੀ। ਪਾਰਟੀ 'ਚ ਉਸਦੀ ਪੁਜੀਸ਼ਨ ਕਾਫੀ ਮਜ਼ਬੂਤ ਸੀ। ਹੜਤਾਲੀ ਮਜ਼ਦੂਰਾਂ ਅੰਦਰ ਕਾਫੀ ਜੋਸ਼ ਸੀ। ਮੰਦਰ ਵਿਚ ਕਾਫੀ ਭੀੜ-ਭੜੱਕਾ ਸੀ। ਜੂਨ ਦਾ ਮਹੀਨਾ ਹੋਣ ਕਰਕੇ ਗਰਮੀ ਸਿਖਰਾਂ 'ਤੇ ਸੀ। ਨਲਕੇ ਉਤੇ ਮਜ਼ਦੂਰ ਵਾਰ-ਵਾਰ ਜਾਂਦੇ, ਪਾਣੀ ਪੀਂਦੇ ਅਤੇ ਫਿਰ ਉਥੇ ਭੀੜ 'ਚ ਬੈਠ ਜਾਂਦੇ। ਇਸ ਹੜਤਾਲ 'ਚ ਪ੍ਰਵਾਸੀ ਮਜ਼ਦੂਰ ਕਾਫੀ ਸਨ। ਪ੍ਰਵਾਸੀ ਦਾ ਲਫਜ਼ ਤਾਂ ਇਥੇ ਵਰਤਿਆ ਗਿਆ ਹੈ ਭਾਵੇਂ ਇਹ ਲੋਕ ਆਜ਼ਾਦ ਹਿੰਦੁਸਤਾਨ ਦੇ ਵਸਨੀਕ ਸਨ, ਪਰ ਯੂ.ਪੀ. ਵਰਗੀ ਵਿਸ਼ਾਲ ਸਟੇਟ 'ਚੋਂ ਘਰ ਘਾਟ ਛਡ ਕੇ ਆਏ ਇਹ ਮਜ਼ਦੂਰ ਪੰਜਾਬ 'ਚ ਪ੍ਰਵਾਸੀ ਹੀ ਸਨ। ਇਥੇ ਆ ਕੇ ਉਹ ਆਪਣੇ ਆਪ ਨੂੰ ਇਵੇਂ ਹੀ ਦੂਜੇ ਦਰਜੇ ਦੇ ਸ਼ਹਿਰੀ ਸਮਝਦੇ ਸਨ ਜਿਵੇਂ ਇਧਰੋਂ ਕੋਈ ਇੰਗਲੈਂਡ ਜਾਂ ਹੋਰ ਕਿਸੇ ਯੂਰਪੀਨ ਮੁਲਕ 'ਚ ਜਾ ਕੇ ਕੋਈ ਭਾਰਤੀ ਆਪਣੇ ਆਪ ਨੂੰ ਸਮਝਦਾ ਹੈ। ਯੂ.ਪੀ. 'ਚੋਂ ਆਏ ਇਨ੍ਹਾਂ ਮਜ਼ਦੂਰਾਂ ਦੀ ਹੜਤਾਲ 'ਚ ਗਿਣਤੀ ਵਧੇਰੇ ਸੀ।

ਪੰਜਾਬ 'ਚ ਇਕ ਰਿਵਾਜ ਕਾਫੀ ਦੇਰ ਤੋਂ ਤੁਰਿਆ ਆ ਰਿਹਾ ਹੈ, ਉਹ ਹੈ ਯੂ.ਪੀ. ਤੇ ਭਈਆਂ ਦੀ ਲੇਬਰ ਨੂੰ ਸਸਤੀ ਲੇਬਰ ਸਮਝਣਾ। ਖੇਤਾਂ ਤੇ ਫੈਕਟਰੀਆਂ ਅੰਦਰ ਇਨ੍ਹਾਂ ਦੀ ਲੇਬਰ ਨੂੰ ਵਧੇਰੇ ਰਖਿਆ ਜਾਂਦਾ ਹੈ। ਇਨ੍ਹਾਂ ਬਾਰੇ ਇਹ ਸਮਝਿਆ ਜਾਂਦਾ ਹੈ ਕਿ ਇਹਨਾਂ ਦੀ ਲੇਬਰ ਸਸਤੀ ਪੈਂਦੀ ਹੈ। ਇਹ ਦੱਬੇ ਕੁਚਲੇ ਲੋਕ ਹਨ, ਪੰਜਬੀ ਮਜ਼ਦੂਰ ਜਿੰਨੀ ਸੂਝ ਅਜੇ ਇਨ੍ਹਾਂ ਅੰਦਰ ਪੈਦਾ ਨਹੀਂ ਹੋਈ। ਇਨ੍ਹਾਂ ਨੂੰ ਘੱਟ ਦਿਹਾੜੀ ਦੇ ਕੇ ਵੀ ਇਨ੍ਹਾਂ ਪਾਸੋਂ ਕੰਮ ਕਰਵਾਇਆ ਜਾਂਦਾ ਹੈ। ਜਦੋਂ ਦਾ ਇਨ੍ਹਾਂ ਮਜ਼ਦੂਰਾਂ ਦਾ ਪੰਜਾਬ ਵਲ ਆਉਣ ਦਾ ਸਿਲਸਿਲਾ ਸ਼ੁਰੂ ਹੋਇਆ ਹੈ, ਪੰਜਾਬੀਆਂ ਦੀ ਲੇਬਰ 'ਚ ਗਿਣਤੀ ਘਟਦੀ ਜਾ ਰਹੀ ਹੈ। ਪੰਜਾਬੀਆਂ ਦੀ ਲੇਬਰ ਵਧੇਰੇ ਪੈਸੇ ਮੰਗਦੀ ਹੈ। ਕੰਮ ਕਰਾਉਣ ਵਾਲਾ ਠੇਕੇਦਾਰ, ਕਾਰਖਾਨੇਦਾਰ, ਜ਼ਿਮੀਦਾਰ ਐਨੇ ਜ਼ਿਆਦਾ ਪੈਸੇ ਦੇਣ ਲਈ ਤਿਆਰ ਨਹੀਂ। ਇਹ ਲੋਕ ਤਾਂ ਅਜਿਹੇ ਲੋਕਾਂ ਪਾਸੋਂ ਮਜ਼ਦੂਰੀ ਕਰਾਉਂਦੇ ਹਨ, ਜੋ ਘੱਟ ਪੈਸੇ ਲੈਣ ਅਤੇ ਕੰਮ ਜ਼ਿਆਦਾ ਕਰਨ।

ਇਹੀ ਵਜ੍ਹਾ ਹੈ ਕਿ ਅਜ ਖੇਤਾਂ 'ਚ ਵੀ ਪੰਜਾਬੀ ਕਾਮਿਆਂ ਦੀ ਥਾਂ ਭਈਆਂ ਪਾਸੋਂ ਕੰਮ ਲਿਆ ਜਾਂਦਾ ਹੈ। ਹਰ ਵਰ੍ਹੇ ਵਾਢੀਆਂ ਦੇ ਦਿਨਾਂ 'ਚ ਹਜ਼ਾਰਾਂ ਦੇ ਹਿਸਾਬ ਨਾਲ ਯੂ.ਪੀ. ਤੇ ਬਿਹਾਰ ਤੋਂ ਲੇਬਰ ਪੰਜਾਬ 'ਚ ਆਉਂਦੀ ਹੈ ਇਹ ਲੋਕ ਘਰ ਘਾਟ ਛਡ ਕੇ ਪੇਟ ਦੀ ਮਜਬੂਰੀ ਖਾਤਰ ਪੰਜਾਬ ਦੇ ਰੇਲਵੇ ਸਟੇਸ਼ਨਾਂ ਉੱਤੇ ਉਤਰਦੇ ਹਨ, ਪਲੇਟ ਫਾਰਮਾਂ ਤੋਂ ਹੀ ਜ਼ਿਮੀਦਾਰ ਅਤੇ ਠੇਕੇਦਾਰ ਇਨ੍ਹਾਂ ਮਜ਼ਦੂਰਾਂ ਨੂੰ ਟਰਾਲੀਆਂ ਵਿਚ ਭਰ ਕੇ ਲੈ ਜਾਂਦੇ ਹਨ। ਇਨ੍ਹਾਂ ਪਾਸੋਂ

ਖੇਤਾਂ 'ਚ ਵਾਢੀ ਕਰਾਈ ਜਾਂਦੀ ਹੈ। ਕੰਬਾਈਨਰਾਂ ਉਤੇ ਇਨ੍ਹਾਂ ਕੋਲੋਂ ਕੰਮ ਕਰਵਾਇਆ ਜਾਂਦਾ ਹੈ। ਮਿਹਨਤਾਨੇ ਵਜੋਂ ਦਿੱਤੀਆਂ ਗਈਆਂ ਕਣਕ ਦੀਆਂ ਬੋਰੀਆਂ ਵੀ ਉਨ੍ਹਾਂ ਪਾਸੋਂ ਮੁੜ ਕੇ ਸਸਤੇ ਭਾਅ ਖਰੀਦ ਲਈਆਂ ਜਾਂਦੀਆਂ ਹਨ।

ਇਹ ਤਾਂ ਮੌਸਮੀ ਲੇਬਰ ਦੀ ਗੱਲ ਹੈ ਜੋ ਹਾੜ੍ਹੀ ਵੇਲੇ ਪੰਜਾਬ 'ਚ ਆਉਂਦੀ ਹੈ। ਪਰ ਕੁਝ ਲੇਬਰ ਯੂ.ਪੀ. ਦੀ ਇਥੇ ਪੱਕੇ ਤੌਰ 'ਤੇ ਵੱਸੀ ਹੋਈ ਹੈ। ਉਹ ਪੰਜਾਬ 'ਚ ਹੀ ਟਿਕ ਗਏ ਹਨ, ਜਿਥੇ ਕਾਰੋਬਾਰ ਓਥੇ ਹੀ ਰੋਜ਼ਗਾਰ। ਇਹ ਲੋਕ ਪਰਿਵਾਰ ਸਮੇਤ ਏਥੇ ਆ ਵੱਸੇ ਹਨ। ਇਹ ਲੋਕ ਮਾਲਕਾਂ ਕੋਲੋਂ ਵਧੇਰੇ ਡਰਦੇ ਹਨ। ਇਨ੍ਹਾਂ ਨੂੰ ਹਮੇਸ਼ਾ ਇਹੀ ਚਿੰਤਾ ਰਹਿੰਦੀ ਹੈ ਕਿ ਜੇ ਇਸ ਮਾਲਕ ਨੇ ਉਨ੍ਹਾਂ ਨੂੰ ਕਢ ਦਿੱਤਾ ਤਾਂ ਉਹ ਕਿਥੋਂ ਦੂਜੀ ਨੌਕਰੀ ਲਭਣਗੇ। ਖੇਤਾਂ ਦੇ ਮਜ਼ਦੂਰਾਂ ਦੇ ਨਾਲ-ਨਾਲ ਮਕਾਨਾਂ ਦੀ ਉਸਾਰੀ ਕਰਦੇ ਠੇਕੇਦਾਰਾਂ ਨਾਲ ਬਹੁਤੀ ਲੇਬਰ ਅਜਕਲ ਭਈਆਂ ਦੀ ਹੁੰਦੀ ਹੈ ਕਿਉਂਕਿ ਪੰਜਾਬੀਆਂ ਦੀ ਲੇਬਰ ਉਨ੍ਹਾਂ ਨੂੰ ਮਹਿੰਗੀ ਪੈਂਦੀ ਹੈ। ਕਾਰਖਾਨਿਆਂ 'ਚ ਵੀ ਮਾਲਕ, ਇਨ੍ਹਾਂ ਭਈਆਂ ਨੂੰ ਭਰਤੀ ਕਰਨ ਲਗ ਪਏ। ਭਈਆਂ ਦੀ ਲੇਬਰ ਤੋਂ ਕਾਰਖਾਨੇ ਦਾ ਮਾਲਕ ਦੋ ਤਰ੍ਹਾਂ ਦੇ ਫਾਇਦੇ ਸਮਝਦਾ ਹੈ। ਇਕ ਤਾਂ ਅਪਣੀ ਮਰਜ਼ੀ ਅਨੁਸਾਰ ਉਨ੍ਹਾਂ ਉਤੇ ਦਬਾਅ ਪਾ ਕੇ ਉਹ ਪੂਰਾ ਕੰਮ ਲੈਂਦਾ ਹੈ, ਦੂਜਾ ਉਹ ਮਜ਼ਦੂਰ-ਹੱਕਾਂ ਬਾਰੇ ਐਨਾ ਸੁਚੇਤ ਨਹੀਂ ਹੁੰਦਾ, ਉਹ ਸਿਰ ਸੁਟ ਕੇ ਕੰਮ 'ਚ ਲੱਗਾ ਰਹਿੰਦਾ ਹੈ। ਮਾਲਕ ਸੁਖੀ ਰਹਿੰਦੇ ਹਨ ਅਤੇ ਉਹ ਇਨ੍ਹਾਂ ਦੀ ਮੁਸ਼ਕੱਤ ਨੂੰ ਸਿਕਿਆਂ 'ਚ ਢਾਲਦੇ ਹਨ। ਇਹੀ ਕਾਰਣ ਹੈ ਕਿ ਪੰਜਾਬ 'ਚ ਹਰ ਕਾਰਖਾਨੇ 'ਚ ਅਧਿਓਂ ਵਧ ਲੇਬਰ ਭਈਆਂ ਦੀ ਹੈ।

ਨੇਤਾ ਜੀ ਇੰਜਨੀਅਰਿੰਗ ਵਰਕਸ ਵਿਚ ਵੀ ਅਧਿਓਂ ਬਹੁਤੀ ਲੇਬਰ ਭਈਆਂ ਦੀ ਸੀ। ਹੜਤਾਲੀਆਂ ਦੀ ਗਿਣਤੀ ਜੇ ਬਾਰਾਂ ਤੇਰਾਂ ਸੌ ਸੀ ਤਾਂ ਉਸ ਵਿਚ ਲਗਭਗ ਪੰਜ ਸੌ ਭਈਏ ਜ਼ਰੂਰ ਹੋਣਗੇ। ਇਨ੍ਹਾਂ ਭਈਆਂ ਅੰਦਰ ਮਜ਼ਦੂਰ ਹੱਕਾਂ ਦੀ ਸੋਝੀ ਕਿਸ ਨੇ ਭਰੀ। ਇਹ ਸੋਝੀ ਉਨ੍ਹਾਂ ਨੂੰ ਆਪਣੇ ਸਾਥੀਆਂ ਕੋਲੋਂ ਹੀ ਮਿਲੀ। ਅਜ ਜਦੋਂ ਇਹ ਜਲੂਸ ਮੰਦਰ 'ਚੋਂ ਤੁਰਨ ਦੀ ਤਿਆਰੀ 'ਚ ਸੀ ਤਾਂ ਇਨ੍ਹਾਂ ਭਈਆਂ ਦੇ ਚਿਹਰੇ ਬਾਕੀ ਮਜ਼ਦੂਰਾਂ ਨਾਲੋਂ ਕੁਝ ਵਧੇਰੇ ਬੁਝੇ ਹੋਏ ਸਨ। ਉਹ ਸੋਚਦੇ ਸਨ ਕਿ ਉਨ੍ਹਾਂ ਨੇ ਆਪਣੇ ਪੰਜਾਬੀ ਸਾਥੀਆਂ ਦੇ ਕਹਿਣ 'ਤੇ ਇਸ ਹੜਤਾਲ 'ਚ ਸ਼ਾਮਲ ਹੋਣਾ ਤਾਂ ਸਵੀਕਾਰ ਕਰ ਲਿਆ ਹੈ ਪਰ ਆਪਣੇ ਘਰਾਂ ਤੋਂ ਐਨੀ ਦੂਰ ਉਹਨਾਂ ਨੂੰ ਕਿਸ ਦਾ ਸਹਾਰਾ ਮਿਲੇਗਾ ਉਨ੍ਹਾਂ ਦੀ ਸਥਿਤੀ ਪੰਜਾਬੀ ਮਜ਼ਦੂਰ ਸਾਥੀਆਂ ਨਾਲੋਂ ਭਿੰਨ ਸੀ। ਫਿਰ ਭੀ ਭਈਆਂ ਦੀ ਨੁਮਾਇੰਦਗੀ ਕਰਦੇ ਪਟੇਸਰੀ ਉਤੇ ਉਨ੍ਹਾਂ ਨੂੰ ਬੜਾ ਯਕੀਨ ਸੀ। ਲਾਲਾ ਬਦਰੀ ਪ੍ਰਸਾਦ ਇਸ ਹੜਤਾਲ ਨੂੰ ਕਮਜ਼ੋਰ ਵੀ ਇਸੇ ਕਰਕੇ ਸਮਝਦਾ ਸੀ ਕਿ ਯੂ.ਪੀ. ਦੇ ਭਈਆਂ ਦੀ ਲੇਬਰ ਇਸ ਹੜਤਾਲ 'ਚ ਸ਼ਾਮਿਲ ਹੈ, ਉਹ ਬਹੁਤੀ ਦੇਰ ਹੜਤਾਲ 'ਤੇ ਨਹੀਂ ਰਹਿ ਸਕਦੀ, ਛੇਤੀ ਹੀ ਇਹ ਭਈਏ ਕੰਮ ਉਤੇ ਪਰਤ ਆਉਣਗੇ।

ਪਟੇਸਰੀ ਇਨ੍ਹਾਂ ਸਾਰਿਆਂ 'ਭਈਆਂ' ਦਾ ਲੀਡਰ ਸੀ, ਉਹ ਇਕ ਸੁਲਝਿਆ ਹੋਇਆ ਮਜ਼ਦੂਰ ਸੀ । ਮਧਰੇ ਜਿਹੇ ਕਦ ਵਾਲਾ ਪੰਜਤਾਲੀਆਂ ਦੀ ਉਮਰ ਨੂੰ ਢੁੱਕਿਆ ਪਟੇਸਰੀ ਜਿਹੜੀ ਵੀ ਗੱਲ ਕਰਦਾ ਗਿਣੇ ਮਿਥੇ ਲਫਜ਼ਾਂ 'ਚ ਕਰਦਾ। ਕੋਈ ਵੀ ਫੈਸਲਾ ਲੈਣਾ ਹੁੰਦਾ ਬੜੀ ਸੋਚ ਸਮਝ ਕੇ ਲੈਂਦਾ। ਨੇਤਾ ਜੀ ਇੰਜਨੀਅਰਿੰਗ ਦੇ 'ਭਈਆਂ' ਨੂੰ ਉਸੇ ਨੇ ਇਕ ਮੁਠ

ਰਖਿਆ ਹੋਇਆ ਸੀ, ਹੜਤਾਲ ਲਈ ਓਸੇ ਨੇ ਉਨ੍ਹਾਂ ਨੂੰ ਤਿਆਰ ਕੀਤਾ ਸੀ। ਪਟੇਸਰੀ, ਟਰੇਡ ਯੂਨੀਅਨ ਦਾ ਮੈਂਬਰ ਕਾਫੀ ਸਮਾਂ ਪਹਿਲਾਂ ਹੀ ਬਣ ਗਿਆ ਸੀ। ਢਲਾਈ ਵਾਲੀ ਸ਼ਾਪ 'ਚ ਉਹ ਕੰਮ ਕਰਦਾ ਸੀ। ਕਰਮਵੀਰ ਦੀ ਡਿਊਟੀ ਇਕ ਵਾਰ ਢਲਾਈ ਦੇ ਨਾਲ ਲਗਦੇ ਵਡੇ ਸਟੋਰ 'ਚ ਲਗ ਗਈ। ਇਸ ਸਟੋਰ ਦਾ ਇਕ ਸਟੋਰ ਕੀਪਰ ਕੁਝ ਸਮੇਂ ਲਈ ਛੁੱਟੀ ਉਤੇ ਗਿਆ ਹੋਇਆ ਸੀ। ਕਰਮਵੀਰ ਨੂੰ ਕੁਝ ਦਿਨਾਂ ਲਈ ਓਧਰ ਭੇਜ ਦਿੱਤਾ ਗਿਆ। ਪਟੇਸਰੀ ਨਾਲ ਉਸਦੀ ਮੁਲਾਕਾਤ ਓਸੇ ਸਟੋਰ 'ਚ ਕੰਮ ਕਰਦਿਆਂ ਹੋਈ। ਕਰਮਵੀਰ ਦੇ ਕੋਲ ਆ ਕੇ ਪਟੇਸਰੀ ਕਿੰਨੀ ਦੇਰ ਏਧਰ ਓਧਰ ਦੀਆਂ ਗੱਲਾਂ ਮਾਰਦਾ ਰਹਿੰਦਾ। ਫਿਰ ਅਚਾਨਕ ਕਰਮਵੀਰ ਨੂੰ ਅਹਿਸਾਸ ਹੋਇਆ ਕਿ ਪਟੇਸਰੀ, ਆਪਣੇ ਸਾਥੀਆਂ 'ਚ ਕਿੰਨਾ ਹਰਮਨ ਪਿਆਰਾ ਹੈ। ਉਹ ਉਸਨੂੰ ਮਜ਼ਦੂਰ ਏਕੇ ਦੀਆਂ ਗੱਲਾਂ ਰੋਜ਼ ਸੁਣਾਉਂਦਾ, ਫਿਰ ਉਹ ਪਟੇਸਰੀ ਨੂੰ ਇਕ ਦਿਨ ਟਰੇਡ ਯੂਨੀਅਨ ਦੇ ਦਫ਼ਤਰ ਲੈ ਗਿਆ। ਪਟੇਸਰੀ ਟਰੇਡ ਯੂਨੀਅਨ ਦਾ ਮੈਂਬਰ ਬਣ ਗਿਆ।

ਪਰ ਅਜ ਜਦੋਂ ਇਹ ਹੜਤਾਲ ਹੋ ਗਈ ਤੇ ਫਿਰ ਰਾਤ ਨੂੰ ਪੁਲਸ ਵਲੋਂ ਹੜਤਾਲੀਆਂ ਦਾ ਡੰਡਾ ਡੇਰਾ ਚੁਕ ਦਿੱਤਾ ਗਿਆ ਤਾਂ ਪਟੇਸਰੀ ਦੇ ਸਾਥੀ ਘਬਰਾਏ ਹੋਏ ਸਨ। ਅਸਲ 'ਚ ਮਜ਼ਦੂਰਾਂ ਦੀ ਜ਼ਿੰਦਗੀ ਹੀ ਕੀ ਹੈ। ਪਲ 'ਚ ਉਹ ਬਹੁਤ ਖੁਸ਼ ਹੈ ਤੇ ਪਲ 'ਚ ਹੀ ਬਹੁਤ ਉਦਾਸ। ਛੋਟੀ ਪ੍ਰਾਪਤੀ ਉਸਨੂੰ ਬੜੀ ਵਡੀ ਖ਼ੁਸ਼ੀ ਬਖਸ਼ਦੀ ਹੈ ਅਤੇ ਛੋਟੀ ਜਿਹੀ ਹਾਰ ਉਸ ਲਈ ਘੋਰ ਉਦਾਸੀ ਦਾ ਕਾਰਣ ਬਣ ਜਾਂਦੀ ਹੈ। ਭਈਏ ਜਾਣਦੇ ਸਨ ਕਿ ਫੈਕਟਰੀ ਅੰਦਰ ਉਨ੍ਹਾਂ ਨੂੰ ਪੂਰੀਆਂ ਸਹੂਲਤਾਂ ਨਹੀਂ ਮਿਲਦੀਆਂ, ਮਾਲਕ ਜਦੋਂ ਉਸ ਦਾ ਦਿਲ ਕਰੇ ਇਨ੍ਹਾਂ ਮਜ਼ਦੂਰਾਂ ਨੂੰ ਜੁਆਬ ਦੇ ਦਿੰਦਾ ਸੀ, ਓਵਰ ਟਾਈਮ ਦੇ ਪੈਸੇ ਦੁਗਣੇ ਨਹੀਂ ਸਨ ਮਿਲਦੇ। ਪਰ ਜੋ ਕਲ ਵਾਪਰਿਆਂ, ਉਹ ਤਾਂ ਡਾਢਾ ਹੀ ਮਾੜਾ ਸੀ, ਹਿੰਸਾ 'ਚ ਜ਼ਖਮੀ ਹੋਣ ਵਾਲੇ ਚਾਰੇ ਭਈਏ ਹੀ ਸਨ। ਉਨ੍ਹਾਂ ਦੇ ਆਪਣੇ ਭਰਾ, ਹਮ ਵਤਨੀ, ਫਿਰ ਉਹ ਕਿਵੇਂ ਨਾ ਇਸ ਵਧੀਕੀ ਵਿਰੁਧ ਖੜੇ ਹੁੰਦੇ। ਅਜ ਉਨ੍ਹਾਂ ਚੂੰਹਾਂ ਉਤੇ ਵਾਰ ਕੀਤਾ ਗਿਆ ਹੈ, ਕਲ ਨੂੰ ਉਨ੍ਹਾਂ ਦੀ ਵੀ ਵਾਰੀ ਆ ਸਕਦੀ ਹੈ। ਇਸੇ ਲਈ ਤਾਂ ਉਹ ਹੜਤਾਲ 'ਚ ਸ਼ਾਮਲ ਹੋਏ ਹਨ। ਉਨ੍ਹਾਂ ਨੂੰ ਇਸ ਗੱਲ ਦਾ ਭਲੀ ਭਾਂਤ ਅਹਿਸਾਸ ਸੀ ਕਿ ਹੜਤਾਲ 'ਚ ਸ਼ਾਮਲ ਹੋਣ ਵਾਲਿਆਂ ਦੀ ਗਿਣਤੀ ਕਿਤੇ ਵਧ ਸੀ, ਇਸ ਲਈ ਉਨ੍ਹਾਂ ਨੂੰ ਬੇਫਿਕਰੀ ਸੀ ਕਿ ਬਹੁਤੇ ਵਰਕਰਾਂ ਦੇ ਏਕੇ ਨੂੰ ਕੋਈ ਨਹੀਂ ਤੋੜ ਸਕਦਾ। ਐਨੀ ਵੱਡੀ ਹੜਤਾਲ 'ਚ ਉਹ ਵੀ ਸ਼ਾਮਲ ਹਨ, ਇਹ ਇਕ ਚੰਗੀ ਗੱਲ ਹੈ। ਸਾਰੇ ਮਿਲਕੇ ਲੜਨਗੇ ਤਾਂ 'ਨੇਤਾ ਜੀ' ਦੇ ਮਾਲਕ ਦੀ ਹੈਂਕੜ ਆਪਣੇ ਆਪ ਟੁੱਟ ਜਾਏਗੀ।

ਗਰਮੀ ਪਲ-ਪਲ ਵਧਦੀ ਜਾ ਰਹੀ ਸੀ, ਸਗੋਂ ਜੂਨ ਦੇ ਮਹੀਨੇ 'ਚ ਦੁਪਹਿਰ ਤਿੰਨ ਵਜੇ ਦਾ ਸਮਾਂ, ਜਦੋਂ ਕਾਂ ਅੱਖ ਬਾਹਰ ਨਹੀਂ ਨਿਕਲਦੀ ਅੱਗ ਵਾਂਗ ਸੜ ਰਹੀ ਹੁੰਦੀ ਹੈ। ਜਦੋਂ ਸੜਕਾਂ ਬਲਦੀਆਂ ਹਨ ਅਤੇ ਰਾਹਗੀਰ ਆਪਣਾ-ਆਪਣਾ ਸਫ਼ਰ ਕੁਝ ਦੇਰ ਲਈ ਮੁਲਤਵੀ ਕਰ ਦਿੰਦੇ ਹਨ, ਜਦੋਂ ਲੋਕ ਠੰਡੀਆਂ ਛਾਵਾਂ ਹੇਠ ਠੌਂਕਾਂ ਲਾਉਣ ਲਈ ਪੈ ਜਾਂਦੇ ਹਨ। ਜਦੋਂ ਦੁਕਾਨਦਾਰ ਅੱਧਾ ਸ਼ਟਰ ਸੁੱਟ ਕੇ ਜਾਂ ਅੱਧੀ ਦੁਕਾਨ ਢੋਅ ਕੇ ਗੱਲੇ ਉਤੇ ਸਿਰ ਧਰ ਲੰਮੇ ਪੈ ਜਾਂਦੇ ਹਨ, ਜਦੋਂ ਕਾਰਖਾਨੇਦਾਰ ਆਪਣੇ ਏਅਰ ਕੰਡੀਸ਼ੰਡ ਕਮਰਿਆਂ 'ਚ ਬੈਠੇ ਦੁਪਹਿਰ ਦਾ ਭੋਜਨ ਛਕਣ ਪਿਛੋਂ ਘੁਰਾੜੇ ਮਾਰ ਰਹੇ ਹੁੰਦੇ ਹਨ, ਉਦੋਂ ਬਿਲਕੁਲ ਉਦੋਂ ਹੀ ਇਹ ਹੜਤਾਲੀ

ਵਰਕਰ ਮੰਦਰ 'ਚ ਖੜੇ ਦਰਖਤਾਂ ਦੀ ਛਾਂ ਦੇ ਪਿੱਛੇ-ਪਿੱਛੇ ਤੁਰ ਰਹੇ ਸਨ। ਗਰਮੀ ਨਾਲ ਪਿਆਸੇ ਇਹ ਮਜ਼ਦੂਰ ਇਕ-ਇਕ ਕਰਕੇ ਉਠਦੇ ਅਤੇ ਪਾਣੀ ਪੀ ਕੇ ਆ ਕੇ ਬੈਠ ਜਾਂਦੇ। ਗਰਮੀ ਨਾਲੋਂ ਵਧ ਉਨ੍ਹਾਂ ਨੂੰ ਇਸ ਗੱਲ ਦੀ ਚਿੰਤਾ ਸੀ ਕਿ ਨੇਤਾ ਜੀ ਇੰਜਨੀਅਰਿੰਗ ਵਰਕਸ ਅੱਗੇ, ਅੱਜ ਮੁੜ ਯੂਨੀਅਨ ਦਾ ਝੰਡਾ ਗੱਡ ਦਿੱਤਾ ਜਾਏਗਾ, ਟੈਂਟ ਲਾ ਦਿੱਤਾ ਜਾਏਗਾ ਅਤੇ ਹੜਤਾਲੀਆਂ ਨੂੰ ਉਸ ਟੈਂਟ 'ਚ ਬਿਠਾ ਦਿੱਤਾ ਜਾਏਗਾ।

ਸਾਡੇ ਮਜ਼ਦੂਰਾਂ ਦੀ ਸੱਥਿਤੀ ਕੁਝ ਅਜਿਹੀ ਹੀ ਹੁੰਦੀ ਹੈ। ਉਨ੍ਹਾਂ ਦਾ ਮਨ ਡੋਲਦਾ ਹੈ, ਵਿਸ਼ਵਾਸ ਡੋਲਦਾ ਹੈ। ਅਜੇ ਕਲ ਹੜਤਾਲ ਹੋਈ ਹੈ, ਪਹਿਲਾ ਹੀ ਝਟਕਾ ਸਰਮਾਏਦਾਰ ਵਲੋਂ ਮਜ਼ਦੂਰਾਂ ਨੂੰ ਮਿਲ ਚੁਕਾ ਹੈ। ਉਨ੍ਹਾਂ 'ਚੋਂ ਬਹੁਤ ਸਾਰੇ ਡੋਲ ਗਏ ਹਨ। ਜਿਹੋ ਜਿਹਾ ਉਤਸ਼ਾਹ, ਹੌਸਲਾ ਅਤੇ ਰੋਹ ਉਨ੍ਹਾਂ ਨੇ ਕਲ ਸਾਰੇ ਹੜਤਾਲੀ ਮਜ਼ਦੂਰਾਂ ਦੇ ਮੂੰਹ ਤੇ ਦੇਖਿਆ ਸੀ, ਅਜ ਬਹੁਤਿਆਂ ਦੇ ਚਿਹਰਿਆਂ ਤੋਂ ਉਤਰਿਆ ਸੀ। ਫਿਰ ਵੀ ਉਨ੍ਹਾਂ ਅੰਦਰ ਲੜਨ ਦੀ ਚਿਣਗ ਅਜੇ ਕਾਇਮ ਸੀ। ਹਰ ਕੋਈ ਇਸ ਯਤਨ 'ਚ ਸੀ ਕਿ ਇਕ ਵਾਰ ਫਿਰ ਫੈਕਟਰੀ ਦੇ ਗੇਟ ਅਗੇ ਇਕਠੇ ਹੋਇਆ ਜਾਏ।

ਤਿੰਨ ਵਜਦੇ ਨੂੰ ਕਾਮਰੇਡ ਰਾਮ ਪ੍ਰਕਾਸ਼, ਕਰਮਵੀਰ, ਕਾਮਰੇਡ ਚੰਦਰਨ, ਜਗਤਾਰ ਸਿੰਘ, ਸੋਹਣ ਸਿੰਘ, ਦੇਸ ਰਾਜ, ਜਨਕ ਰਾਜ, ਪਟੇਸਰੀ, ਬਾਲੀ ਤੇ ਐਕਸ਼ਨ ਕਮੇਟੀ ਦੇ ਦੂਜੇ ਮੈਂਬਰ ਪੁੱਜ ਚੁੱਕੇ ਸਨ। ਬੈਨਰ ਲਿਖ ਲਏ ਗਏ ਸਨ। ਟੈਂਟਾਂ ਤੇ ਦਰੀਆਂ ਨੂੰ ਇਕ ਰਿਕਸ਼ੇ ਉਤੇ ਲੱਦ ਲਿਆ ਗਿਆ ਸੀ। ਇਕ ਰਿਕਸ਼ੇ ਉਤੇ ਲਾਊਡ ਸਪੀਕਰ ਫਿਟ ਕਰ ਲਿਆ ਗਿਆ ਸੀ। ਕਾਮਰੇਡ ਸਰਵਣ ਸਿੰਘ, ਬਾਬਾ ਜੀ ਤੇ ਚੰਡੀਗੜ੍ਹ ਤੋਂ ਆਏ ਕਾਮਰੇਡ ਮੇਦਨ ਲਾਲ ਜੀ ਵੀ ਇਥੇ ਪੁਜ ਚੁੱਕੇ ਸਨ। ਜਲੂਸ ਦੀਆਂ ਪੂਰੀਆਂ ਤਿਆਰੀਆਂ ਹੋ ਚੁਕੀਆਂ ਸਨ। ਕਾਮਰੇਡ ਰਾਮ ਪ੍ਰਕਾਸ਼ ਇਕ ਸਟੂਲ ਉਤੇ ਖੜਾ ਹੋਇਆ ਤੇ ਕਹਿਣ ਲੱਗਾ, "ਸਾਥਿਓ! ਜਲੂਸ ਕੁਝ ਕੁ ਪਲਾਂ 'ਚ ਇਥੋਂ ਰਵਾਨਾ ਹੋ ਜਾਏਗਾ, ਮੇਰੀ ਸਾਰਿਆਂ ਸਾਥੀਆਂ ਅੱਗੇ ਅਪੀਲ ਹੈ ਕਿ ਉਹ ਪੂਰੇ ਅਮਨ 'ਚ ਰਹਿੰਦਿਆਂ ਹੋਇਆਂ ਮਜ਼ਦੂਰ ਏਕਤਾ ਦੇ ਨਾਅਰੇ ਲਾਉਂਦੇ ਹੋਏ ਅੱਗੇ ਵਧਣ। ਕੋਈ ਵੀ ਗ਼ਲਤ ਨਾਅਰੇ ਬਾਜ਼ੀ, ਇਸ ਲੜਾਈ 'ਚ ਘਾਤਕ ਸਿੱਧ ਹੋ ਸਕਦੀ ਹੈ। ਪੂਰੀ ਤਰ੍ਹਾਂ ਸ਼ਾਂਤ ਰਹਿੰਦਿਆਂ ਹੋਇਆਂ ਸਿਰਫ਼ ਮਜ਼ਦੂਰ ਏਕਤਾ ਦੇ ਤਿੰਨ ਨਾਅਰੇ ਹੀ ਲਾਏ ਜਾਣ।

ਮਜ਼ਦੂਰ ਏਕਤਾ-ਜ਼ਿੰਦਾਬਾਦ।

ਦੁਨੀਆ ਭਰ ਕੇ ਮਿਹਨਤ ਕਸ਼ੋ—ਏਕ ਹੋ ਜਾਓ।

ਹਮਾਰੀ ਮਾਂਗੇ—ਪੂਰੀ ਕਰੋ।

ਇਨ੍ਹਾਂ ਨਾਅਰਿਆਂ ਤੋਂ ਬਿਨਾਂ ਕੋਈ ਹੋਰ ਨਾਅਰਾ ਨਾ ਲਾਇਆ ਜਾਏ। ਐਨੀ ਗੱਲ ਕਹਿ ਕੇ ਕਾਮਰੇਡ ਰਾਮ ਪ੍ਰਕਾਸ਼ ਨੇ ਸਾਰੇ ਮਜ਼ਦੂਰਾਂ ਨੂੰ ਤਿੰਨ-ਤਿੰਨ ਦੇ ਗਰੁਪਾਂ 'ਚ ਜਲੂਸ ਦੀ ਸ਼ਕਲ ਦੇ ਦਿੱਤੀ। ਸਭ ਤੋਂ ਅੱਗੇ ਸਨ ਸਰਵਣ ਸਿੰਘ, ਬਾਬਾ ਜੀ, ਮੇਦਨ ਲਾਲ ਜੀ, ਉਨ੍ਹਾਂ ਤੋਂ ਪਿਛੋਂ ਐਕਸ਼ਨ ਕਮੇਟੀ ਦੇ ਮੈਂਬਰ ਨਾਲ-ਨਾਲ ਸਪੀਕਰ ਉਤੇ ਨਾਅਰੇਬਾਜ਼ੀ। ਜਲੂਸ ਰਵਾਨਾ ਹੋ ਗਿਆ। ਦਸਾਂ ਮਿੰਟਾਂ ਦੇ ਅੰਦਰ-ਅੰਦਰ ਜਲੂਸ ਨੇ ਨੇਤਾ ਜੀ ਇੰਜਨੀਅਰਿੰਗ ਵਰਕਸ ਅੱਗੇ ਪੁੱਜ ਜਾਣਾ ਸੀ। ਕਾਫ਼ੀ ਲੰਮਾ ਜਲੂਸ ਸੀ ਇਹ। ਤਕਰੀਬਨ ਹਰ ਹੜਤਾਲੀ ਇਸ ਜਲੂਸ 'ਚ

ਸ਼ਾਮਲ ਸੀ। ਸੀ.ਆਈ.ਡੀ. ਅਤੇ ਪੁਲਸ ਕਰਮਚਾਰੀ ਵੀ ਇਸ ਜਲੂਸ ਦੇ ਨਾਲ-ਨਾਲ ਤੁਰ ਰਹੇ ਸਨ।

ਹੜਤਾਲੀ ਮਜ਼ਦੂਰਾਂ ਨੂੰ ਜਿਹੜੇ ਨਾਅਰੇ ਲਾਉਣ ਲਈ ਕਿਹਾ ਗਿਆ ਸੀ, ਉਹੀ ਵਰਕਰਾਂ ਵਲੋਂ ਲਗਾਏ ਜਾ ਰਹੇ ਸਨ। ਜਲੂਸ ਬੜੇ ਡਿਸਪਲਿਨ 'ਚ ਤੁਰ ਰਿਹਾ ਸੀ। ਪੁਲਸ ਕਰਮਚਾਰੀਆਂ ਦੇ ਚਿਹਰੇ 'ਤੇ ਵੀ ਤਿਖੜ ਦੁਪਹਿਰੇ ਅਤੇ ਇਸ ਜਲੂਸ ਦੀ ਪ੍ਰੇਸ਼ਾਨੀ ਝਲਕਦੀ ਸੀ। ਉਹ ਵਾਰ-ਵਾਰ ਰੁਮਾਲ ਨਾਲ ਆਪਣਾ ਮੂੰਹ ਮੱਥਾ ਪੂੰਝਦੇ ਅਤੇ ਤੁਰ ਰਹੇ ਜਲੂਸ ਵਲ ਘੋਖਵੀਆਂ ਨਜ਼ਰਾਂ ਨਾਲ ਦੇਖਦੇ। ਜਲੂਸ ਦੀ ਅਗਵਾਈ ਕਰ ਰਹੇ ਨੇਤਾ ਪ੍ਰਭਾਵਸ਼ਾਲੀ ਹੋਣ ਕਰਕੇ ਪੁਲਸ ਵਾਲੇ ਪੂਰੀ ਚੇਤੰਨਤਾ ਦਾ ਸਬੂਤ ਦੇ ਰਹੇ ਸਨ। ਅੰਦਰ ਖਾਤੇ ਪੁਲਸ ਕਰਮਚਾਰੀਆਂ ਨੂੰ ਇਹ ਹਦਾਇਤਾਂ ਵੀ ਮਿਲੀਆਂ ਹੋਈਆਂ ਸਨ ਜੋ ਹੋ ਸਕੇ ਤਾਂ ਇਨ੍ਹਾਂ ਹੜਤਾਲੀਆਂ ਨੂੰ ਫੈਕਟਰੀ ਦੇ ਗੇਟ ਅੱਗੇ ਤਾਂ ਕੀ, ਫੈਕਟਰੀ ਦੇ ਨੇੜੇ ਤੇੜੇ ਵੀ ਇਕੱਠਿਆਂ ਨਾ ਹੋਣ ਦਿੱਤਾ ਜਾਏ। ਇਹ ਖ਼ਬਰ ਯੂਨੀਅਨ ਦੇ ਲੀਡਰਾਂ ਨੂੰ ਅੰਦਰਖਾਤੇ ਖੁਫੀਆਂ ਵਿਭਾਗ ਦੇ ਲੋਕਾਂ ਵਲੋਂ ਮਿਲੀ ਹੋਈ ਸੀ। ਇਸੇ ਕਰਕੇ ਦੁਪਹਿਰ ਤੋਂ ਹੀ ਤਣਾਓ ਵਾਲੀ ਸਥਿਤੀ ਬਣੀ ਹੋਈ ਸੀ। ਸਭ ਤੋਂ ਔਖਾ ਕੰਮ ਸੀ ਕਿ ਮਜ਼ਦੂਰਾਂ ਦੇ ਖਿੰਡਰੇ ਹੋਏ ਕੈਂਪ ਨੂੰ, ਉਨ੍ਹਾਂ ਦੀ ਖਿੰਡਰੀ ਹੋਈ ਸ਼ਕਤੀ ਨੂੰ ਮੁੜ ਇਕੱਠਿਆਂ ਕਰਕੇ, ਫੈਕਟਰੀ ਦੇ ਅਗੇ ਇਕ ਜਥੇਬੰਦਕ ਸਮੂਹ ਦੇ ਰੂਪ ਵਿਚ ਲਿਜਾਣਾ।

ਜਲੂਸ ਦੇ ਫੈਕਟਰੀ ਦੇ ਗੇਟ ਤਕ ਪੁਜਦਿਆਂ-ਪੁਜਦਿਆਂ ਟੈਂਟ ਤੇ ਦਰੀਆਂ ਵਾਲੇ ਪਹਿਲਾਂ ਹੀ ਓਥੇ ਪੁੱਜ ਚੁੱਕੇ ਸਨ। ਗੇਟ ਉਤੇ ਪੂਰੀ ਤਰ੍ਹਾਂ ਖਮੋਸ਼ੀ ਛਾਈ ਹੋਈ ਸੀ। ਦਰੀਆਂ ਵਿਛਾ ਦਿੱਤੀਆਂ ਗਈਆਂ ਅਤੇ ਟੈਂਟ ਲਾ ਦਿੱਤਾ ਗਿਆ। ਭਾਵੇਂ ਅਜੇ ਕਾਫੀ ਧੁੱਪ ਸੀ, ਪਰ ਫਿਰ ਭੀ ਮਜ਼ਦੂਰ ਧੁੱਪ 'ਚੇ ਹੀ ਬੈਠ ਗਏ। ਨਾਅਰੇਬਾਜ਼ੀ ਨੇ ਗੇਟ ਉਤੇ ਜ਼ੋਰ ਫੜ ਲਿਆ। ਅਕਾਸ਼ ਗੂੰਜਾਊ ਨਾਅਰਿਆਂ ਨੂੰ ਇਹ ਮਜ਼ਦੂਰ, ਫੈਕਟਰੀ ਦੇ ਮਾਲਕ ਦੇ ਬੋਲੇ ਕੰਨਾਂ ਤਕ ਪਹੁੰਚਾਉਣਾ ਚਾਹੁੰਦੇ ਸਨ। ਮਜ਼ਦੂਰਾਂ ਦੇ ਚਿਹਰੇ ਉਤੇ ਇਕ ਅਨੋਖਾ ਜਲਾਲ ਸੀ, ਇਕ ਅਨੋਖੀ ਖ਼ੁਸ਼ੀ ਸੀ। ਉਹ ਖ਼ੁਸ਼ੀ ਜੋ ਕਿਸੇ ਜੇਤੂ ਦੇ ਚਿਹਰੇ ਦੇ ਮੂੰਹ ਉਤੇ ਉਦੋਂ ਆਉਂਦੀ ਹੈ, ਜਦੋਂ ਉਹ ਆਪਣੀ ਖ਼ੁਸੀ ਹੋਈ ਚੀਜ਼ ਨੂੰ ਮੁੜ ਪ੍ਰਾਪਤ ਕਰ ਲੈਂਦਾ ਹੈ। ਪਿਛਲੀ ਰਾਤ ਹੜਤਾਲੀਆਂ ਦਾ ਟੈਂਟ ਪੁਟ ਕੇ ਉਨ੍ਹਾਂ ਦਾ ਬਿਸਤਰਾ ਗੋਲ ਕਰ ਦਿੱਤਾ ਗਿਆ ਸੀ। ਇਹ ਕਰਤੂਤ ਫੈਕਟਰੀ ਦੇ ਮਾਲਕ ਅਤੇ ਪੁਲਸ ਦੀ ਮਿਲੀ-ਭਗਤ ਨਾਲ ਹੋਂਦ 'ਚ ਆਈ ਸੀ, ਪਰ ਅਜ ਮਜ਼ਦੂਰਾਂ ਨੇ ਇਕ ਵਾਰ ਫਿਰ ਆਪਣੀ ਏਕਤਾ ਦਾ ਪ੍ਰਦਰਸ਼ਨ ਕਰਕੇ ਆਪਣੀ ਹੜਤਾਲ ਤੇ ਧਰਨੇ ਦਾ ਹੱਕ ਮੁੜ ਪ੍ਰਾਪਤ ਕਰ ਲਿਆ ਸੀ।

ਲੀਡਰਾਂ ਦੇ ਭਾਸ਼ਨ ਜਾਰੀ ਸਨ।

ਬਾਰ੍ਹਾਂ

ਗੁੱਡੀ ਨੂੰ ਨੌਕਰੀ ਮਿਲਣ ਪਿੱਛੋਂ ਕਰਮਵੀਰ ਦੇ ਪਰਿਵਾਰ ਦੀ ਹਾਲਤ 'ਚ ਕੁਝ ਸੁਧਾਰ ਆ ਗਿਆ ਸੀ। ਪਰ ਖਰਚੇ ਪਹਿਲਾਂ ਨਾਲੋਂ ਕੁਝ ਜ਼ਿਆਦਾ ਵਧ ਗਏ ਸਨ। ਛੋਟੀਆਂ ਦੋਵੇਂ

ਦਸਵੀਂ ਤੇ ਗਿਆਰਵੀਂ ਜਮਾਤ 'ਚ ਪੜ੍ਹਦੀਆਂ ਸਨ। ਅਤਿੰਦਰ ਦੀ ਪੜ੍ਹਾਈ ਵੀ ਜਾਰੀ ਸੀ। ਕਰਮਵੀਰ ਦੇ ਪਿਤਾ ਮੁਕਦਮਾ ਲੜ ਰਹੇ ਸਨ, ਮੁਕਦਮੇ ਉਤੇ ਵੀ ਕਾਫੀ ਪੈਸੇ ਖਰਚ ਹੋ ਰਹੇ ਸਨ। ਕਰਮਵੀਰ ਗੁੱਡੀ ਨੂੰ ਕਿਉਂਕਿ ਰੋਜ਼ ਬੱਸ ਉਤੇ ਚੜ੍ਹਾਉਣ ਜਾਂਦਾ ਹੁੰਦਾ ਸੀ, ਇਸ ਲਈ ਉਸਨੂੰ ਗਰਮੀਆਂ 'ਚ ਤੜਕੇ ਹੀ ਉਠਣਾ ਪੈਂਦਾ। ਰਾਤ ਨੂੰ ਉਹ ਕਾਰਖਾਨੇ ਤੋਂ ਛੁੱਟੀ ਕਰਕੇ ਤਿੰਨ ਪੌਣੇ ਤਿੰਨ ਵਜੇ ਘਰ ਪੁਜਦਾ ਸੀ। ਛੇ ਵਜੇ ਉਸਨੂੰ ਫਿਰ ਗੁੱਡੀ ਉਠਾ ਦਿੰਦੀ। ਸਾਈਕਲ ਪਿਛੇ ਉਸਨੂੰ ਬਿਠਾ ਕੇ ਉਹ ਬੱਸ ਅੱਡੇ ਉਸਨੂੰ ਛਡ ਆਉਂਦਾ। ਪਹਿਲੋਂ ਪਹਿਲ ਜਦੋਂ ਉਸਨੂੰ ਸਵੇਰੇ-ਸਵੇਰੇ ਉਠਣਾ ਪਿਆ ਤਾਂ ਬੜਾ ਅਜੀਬ ਜਿਹਾ ਜਾਪਿਆ। ਰਾਤ ਵਾਲੇ ਕਪੜਿਆਂ 'ਚ ਹੀ ਉਹ ਬਿਨਾ ਮੂੰਹ ਧੋਤਿਆਂ ਗੁੱਡੀ ਨੂੰ ਸਾਈਕਲ ਪਿਛੇ ਬਿਠਾ ਕੇ ਸਾਈਕਲ ਵਾਹੋਦਾਰੀ ਭਜਾ ਲੈਂਦਾ।

ਆਸ਼ਾ ਦੀ ਸ਼ਕਲ ਉਸਨੂੰ ਉਦੋਂ ਦੀ ਨਹੀਂ ਸੀ ਭੁੱਲੀ ਜਦੋਂ ਦਾ ਉਹ ਗੁੱਡੀ ਦੀ ਨੌਕਰੀ ਲਗਣ ਤੋਂ ਪਹਿਲਾਂ ਉਸਦੇ ਸਕੂਲੋਂ ਹੋ ਕੇ ਆਇਆ ਸੀ। ਬਹੁਤੀ ਗੱਲ ਕਰਨ ਦਾ ਉਸਦਾ ਸੁਭਾਅ ਵੀ ਨਹੀਂ ਸੀ, ਨਹੀਂ ਤਾਂ ਉਹ ਗੁੱਡੀ ਕੋਲੋਂ ਹੀ ਉਸ ਬਾਰੇ ਪੁਛ ਲੈਂਦਾ। ਉਸਨੂੰ ਤਕਰੀਬਨ ਇਕ ਹਫਤਾ ਹੋ ਗਿਆ ਸੀ ਗੁੱਡੀ ਨੂੰ ਬੱਸ ਚੜ੍ਹਾਉਣ ਆਉਂਦਿਆ। ਉਹ ਹਰ ਰੋਜ਼ ਸੋਚ ਕੇ ਜਾਂਦਾ ਕਿ ਆਸ਼ਾ ਜ਼ਰੂਰ ਉਸਨੂੰ ਅਜ ਬੱਸ ਅੱਡੇ ਉਤੇ ਮਿਲ ਪਏਗੀ, ਪਰ ਕਦੇ ਵੀ ਇੰਝ ਨਹੀਂ ਸੀ ਹੋਇਆ। ਪਰ ਇਕ ਦਿਨ ਜਦੋਂ ਉਹ ਗੁੱਡੀ ਨੂੰ ਕਰਤਾਰਪੁਰ ਦੇ ਬੱਸ ਅੱਡੇ ਉਤੇ ਲਾਹ ਕੇ ਮੁੜਿਆ ਤਾਂ ਸਾਹਮਣਿਓਂ ਆਸ਼ਾ ਕਾਹਲੇ-ਕਾਹਲੇ ਕਦਮੀ ਤੁਰੀ ਆਉਂਦੀ ਉਸਦੀ ਨਜ਼ਰੀਂ ਪਈ। ਉਸਨੇ ਸੋਚਿਆ ਕਿ ਉਹ ਨੇੜੇ ਆਉਣ ਤੇ ਉਸਨੂੰ ਬੁਲਾਏਗਾ, ਪਰ ਉਹ ਤਾਂ ਆਪਣੇ ਧਿਆਨ ਤੁਰੀ ਆ ਰਹੀ ਸੀ। ਕਰਮਵੀਰ ਨੇ ਬਰੇਕ ਲਾ ਕੇ ਸਾਈਕਲ ਖੜਾ ਕਰ ਲਿਆ। ਇਕ ਪਲ ਆਸ਼ਾ ਨੇ ਕਰਮਵੀਰ ਵਲ ਇੰਝ ਤਕਿਆ ਜਿਵੇਂ ਉਸਨੂੰ ਪਛਾਣਿਆ ਹੀ ਨਾ ਹੋਵੇ। ਫਿਰ ਝਟ ਕੁ ਮਗਰੋਂ ਉਹ ਮੁਸਕਰਾ ਪਈ।

"ਤੁਸੀਂ ?" ਆਸ਼ਾ ਹੈਰਾਨ ਸੀ।

"ਮੈਂ ਤਾਂ ਰੋਜ਼ ਆਉਂਦਾ ਹਾਂ, ਗੁੱਡੀ ਨੂੰ ਬੱਸ ਚੜ੍ਹਾਉਣ ਲਈ।"

"ਮੈਂ ਤਾਂ ਕਦੇ ਨਹੀਂ ਦੇਖਿਆ ਤੁਹਾਨੂੰ ?"

"ਬਸ ਮੈਂ ਕਾਹਲੀ-ਕਾਹਲੀ.........." ਕਰਮਵੀਰ ਨੇ ਗਲ ਅੱਧੀ ਛਡ ਦਿਤੀ। ਆਸ਼ਾ ਦੇ ਮੂੰਹ ਵਲ ਉਹ ਤਕਣ ਲਗ ਪਿਆ। ਆਸ਼ਾ ਦੀਆਂ ਡੂੰਘੀ ਝੀਲ ਵਰਗੀਆਂ ਅੱਖਾਂ ਤੇ ਤਿੱਖਾ ਨੱਕ ਉਸ ਨੂੰ ਡਾਢਾ ਚੰਗਾ ਲਗਦਾ ਸੀ। ਕਰਮਵੀਰ ਸਾਈਕਲ ਤੋਂ ਹੇਠਾਂ ਨਹੀਂ ਉਤਰਿਆ, ਸਗੋਂ ਇਕ ਪਾਸੇ ਪੈਰ ਲਾ ਕੇ ਖੜਾ ਰਿਹਾ।

"ਤੁਸੀਂ ਸੁੱਤੇ ਉਠ ਕੇ ਸਿੱਧੇ ਈ ਆ ਜਾਂਦੇ ਹੋ ?" ਆਸ਼ਾ ਨੇ ਪੁਛਿਆ।

"ਦਰਅਸਲ ਤਿੰਨ ਕੁ ਵਜੇ ਤਾਂ ਸੌਂਈਂ ਦਾ ਏ, ਛੇ ਵਜੇ ਫਿਰ ਉਠ ਕੇ ਗੁੱਡੀ ਨੂੰ ਚੜ੍ਹਾਉਣ ਆਉਂਦਾ ਹਾਂ।" ਕਰਮਵੀਰ ਨੇ ਦਸਿਆ।

ਉਸਨੂੰ ਜਾਪਿਆ ਕਿ ਕਰਮਵੀਰ ਨੂੰ ਹੁਣ ਉਹ ਕੀ ਪੁਛੇ ਕਿ ਉਹ ਅੱਧੀ ਰਾਤ ਤੋਂ ਬਾਅਦ

ਤਿੰਨ ਵਜੇ ਕਿਉਂ ਸੌਂਦਾ ਹੈ। ਮੱਧ ਵਰਗੀ ਪਰਿਵਾਰ 'ਚੋਂ ਹੋਣ ਕਰਕੇ ਆਸ਼ਾ ਨੂੰ ਇਸ ਗੱਲ ਦੀ ਭਲੀ-ਭਾਂਤੀ ਸਮਝ ਸੀ ਕਿ ਕਮਰਵੀਰ ਜ਼ਰੂਰ ਕਿਧਰੇ ਕੋਈ ਅਜਿਹੀ ਨੌਕਰੀ ਕਰਦਾ ਹੈ, ਜਿਸ 'ਚ ਉਸਦੀ ਡਿਊਟੀ ਅੱਧੀ ਰਾਤ ਤੋਂ ਬਾਅਦ ਮੁਕਦੀ ਹੈ। ਇਸ ਵੇਲੇ ਉਹ ਆਪ ਵੀ ਕਾਹਲੀ ਵਿਚ ਸੀ ਨਹੀਂ ਤਾਂ ਉਹ ਕਰਮਵੀਰ ਨੂੰ ਉਸਦੀ ਨੌਕਰੀ ਬਾਬਤ ਜ਼ਰੂਰ ਵਿਸਥਾਰ ਨਾਲ ਪੁੱਛਦੀ।

ਆਸ਼ਾ ਦਾ ਚਿਹਰਾ ਉਦਾਸ ਹੋ ਗਿਆ ਸੀ। ਸ਼ਾਇਦ ਉਸ ਨੂੰ ਕਰਮਵੀਰ ਨਾਲ ਹਮਦਰਦੀ ਹੋ ਗਈ ਸੀ। ਅੱਧੀ ਰਾਤ ਤੋਂ ਬਾਅਦ ਤੜਕੇ ਤਿੰਨ ਵਜੇ ਸੌਂ ਕੇ ਫਿਰ ਉਸਨੂੰ ਛੇ ਵਜੇ ਜਾਗਣਾ ਪੈਂਦਾ ਹੈ। ਆਸ਼ਾ ਨੇ ਇਕ ਵਾਰ ਕਰਮਵੀਰ ਵਲ ਤਕਿਆ ਤੇ 'ਹੱਛਾ' ਕਹਿ ਕੇ ਬੱਸਾਂ ਵਲ ਤੁਰ ਪਈ।

ਕਰਮਵੀਰ ਨਾਲ ਆਸ਼ਾ ਦੀ ਇਹ ਦੂਜੀ ਮੁਲਾਕਾਤ ਸੀ। ਇਸ ਮੁਲਾਕਾਤ ਪਿਛੋਂ ਕਰਮਵੀਰ ਡਾਢਾ ਬੇਚੈਨ ਹੋ ਗਿਆ ਸੀ। ਉਸਨੂੰ ਤਾਂ ਅਜ ਤਕ ਕਿਸੇ ਕੁੜੀ ਨੇ ਪ੍ਰਭਾਵਿਤ ਨਹੀਂ ਸੀ ਕੀਤਾ, ਪਰ ਇਹ ਕੁੜੀ......ਇਹ ਕੁੜੀ ਤਾਂ ਜਿਵੇਂ ਉਸਦੇ ਧੁਰ ਅੰਦਰ ਲਹਿ ਗਈ ਹੋਵੇ। ਕਰਮਵੀਰ ਅਜੇ ਉਸ ਨਾਲ ਹੋਰ ਗੱਲਾਂ ਕਰਨੀਆਂ ਚਾਹੁੰਦਾ ਸੀ, ਪਰ ਉਹ ਤਾਂ ਚਲੀ ਗਈ ਸੀ। ਕੁਝ ਪਲ ਉਹ ਉਵੇਂ ਹੀ ਜਾਂਦੀ ਹੋਈ ਆਸ਼ਾ ਵੱਲ ਤਕ ਰਿਹਾ ਸੀ। ਉਸਦੀ ਸਾਦਗੀ, ਉਸਨੂੰ ਉਸ ਦੀ ਜਿਸਮਾਨੀ ਸੁੰਦਰਤਾ ਨਾਲੋਂ ਵਧੇਰੇ ਚੰਗੀ ਲਗਦੀ ਸੀ।

ਘਰ ਆਉਂਦਾ ਆਉਂਦਾ ਉਹ ਕਿੰਨਾ ਕੁਝ ਸੋਚ ਰਿਹਾ ਸੀ। ਆਖਰ ਇਹ ਉਸਨੂੰ ਐਨੀ ਚੰਗੀ ਕਿਉਂ ਲਗਦੀ ਹੈ। ਉਸਨੂੰ ਜਾਪਦਾ ਜਿਵੇਂ ਇਹ ਕੁੜੀ ਉਸਦੇ ਆਪਣੇ ਹੀ ਵਰਗੀ ਹੋਵੇ। ਜਿਵੇਂ ਉਹ ਆਪਣੇ ਪਰਿਵਾਰ ਦੀ ਪਰਿਵਰਸ਼ ਲਈ ਰਾਤ ਦੀ ਨੌਕਰੀ ਕਰਦਾ ਹੈ, ਇਸੇ ਤਰ੍ਹਾਂ ਆਸ਼ਾ ਦੀ ਵੀ ਤਾਂ ਕੋਈ ਮਜਬੂਰੀ ਹੋ ਸਕਦੀ ਹੈ ਜੋ ਪਹਿਲਾਂ ਇਕ ਟੈਂਪੂ 'ਤੇ ਆਉਂਦੀ ਹੈ ਅਤੇ ਫਿਰ ਬੱਸ ਫੜ ਕੇ ਕਰਤਾਰਪੁਰ ਪਹੁੰਚਦੀ ਹੈ। ਆਸ਼ਾ ਦਾ ਵੀ ਨੌਕਰੀ ਕਰਨਾ, ਉਸਨੂੰ ਕੋਈ ਸੌਖਾ ਕੰਮ ਨਹੀਂ ਜਾਪਿਆ। ਉਸਨੂੰ ਵੀ ਉਸ ਨਾਲ ਹਮਦਰਦੀ ਤਾਂ ਹੋਈ ਪਰ ਉਹ ਕੀ ਕਰ ਸਕਦਾ ਸੀ। ਉਸਨੂੰ ਉਹ ਚੰਗੀ ਲਗਦੀ ਸੀ। ਪਰ ਕੀ ਪਤਾ ਆਸ਼ਾ ਵੀ ਉਸਨੂੰ ਪਸੰਦ ਕਰਦੀ ਹੈ ਜਾਂ ਨਹੀਂ। ਆਸ਼ਾ ਦੀ ਉਸ ਨਾਲ ਭਾਵੇਂ ਇਹ ਦੂਜੀ ਮੁਲਾਕਾਤ ਸੀ, ਪਰ ਕਰਮਵੀਰ ਉਸ ਬਾਰੇ ਜਿਵੇਂ ਸਭ ਜਾਣ ਗਿਆ ਸੀ। ਅਜ ਆਸ਼ਾ ਉਸਨੂੰ ਪਛਾਣ ਨਹੀਂ ਸੀ ਸਕੀ, ਸ਼ਾਇਦ ਇਸ ਕਰਕੇ ਕਿਉਂਕਿ ਉਸਨੇ ਪੱਗ ਦੀ ਥਾਂ ਸਿਰ ਉਤੇ ਸਿਰਫ ਪਟਕਾ ਲਪੇਟਿਆ ਹੋਇਆ ਸੀ। ਪੈਂਟ ਕਮੀਜ਼ ਦੀ ਥਾਂ ਤੇ ਕੁੜਤਾ ਪਜਾਮਾ ਪਾਇਆ ਹੋਇਆ ਸੀ। ਉਸਨੂੰ ਉਸ ਦਿਨ ਅਹਿਸਾਸ ਹੋਇਆ ਕਿ ਬੱਸ ਸਟੈਂਡ ਉਤੇ ਉਹ ਇਸ ਤਰ੍ਹਾਂ ਨਾ ਆਇਆ ਕਰੇ। ਘੱਟੋ ਘੱਟ ਸਿਰ 'ਤੇ ਬੰਦਾ ਪੱਗ ਤਾਂ ਬੰਨ੍ਹ ਕੇ ਆਵੇ। ਪਰ ਕਿਉਂ ? ਇਹ ਵਿਚਾਰ ਅਜ ਤਕ ਕਰਮਵੀਰ ਨੂੰ ਕਿਉਂ ਨਹੀਂ ਆਇਆ ਕੀ ਸਿਰਫ ਇਹ ਖਿਆਲ ਅਜ ਆਸ਼ਾ ਕਰਕੇ ਤਾਂ ਨਹੀਂ ਆ ਗਿਆ ? ਆਸ਼ਾ ਦੇ ਸਾਹਮਣੇ ਉਸਨੂੰ ਇਨ੍ਹਾਂ ਕਪੜਿਆਂ 'ਚ ਜਾਣੋਂ ਝਿਜਕ ਤਾਂ ਨਹੀਂ ਮਹਿਸੂਸ ਹੋਣ ਲਗੀ ?

ਦਰਅਸਲ ਕਰਮਵੀਰ ਦੀ ਉਮਰ ਵੀ ਤਾਂ ਅਜਿਹੀ ਸੀ। ਉਂਜ ਹਰ ਜਵਾਨ ਹੋ ਰਿਹਾ ਕੁੜੀ ਮੁੰਡਾ, ਕਦੇ ਆਪਣੀ ਉਸ ਅਲ੍ਹੜ ਉਮਰ 'ਚੋਂ ਵੀ ਲੰਘਦਾ ਹੈ ਜਦੋਂ ਉਨ੍ਹਾਂ ਦਾ ਦਿਲ

ਉੱਚੀ-ਉੱਚੀ ਹੱਸਣ, ਗਾਉਣ ਤੇ ਨੱਚਣ ਨੂੰ ਕਰਦਾ ਹੈ। ਸੋਹਣੇ ਲਗਣ ਦੀ ਇੱਛਾ ਵੀ ਇਸੇ ਉਮਰ 'ਚ ਜਨਮ ਲੈਂਦੀ ਹੈ। ਚੰਗੇ ਕਪੜੇ ਪਾ ਕੇ ਰਖਣੇ ਅਤੇ ਆਪਣੇ ਆਪ ਨੂੰ ਸਭ ਨਾਲੋਂ ਸੋਹਣਾ ਸਮਝਣ ਦੀ ਉਮਰ ਵੀ ਇਹੀ ਹੁੰਦੀ ਹੈ। ਪਰ ਕਰਮਵੀਰ ਦੀ ਤਾਂ ਉਹ ਉਮਰ, ਬਹੁਤ ਸਮਾਂ ਪਹਿਲਾਂ ਲੰਘ ਗਈ ਸੀ। ਸ਼ਾਇਦ ਉਸਨੂੰ ਇਸ ਬਾਰੇ ਪਤਾ ਨਹੀਂ ਲੱਗਾ ਕਿ ਇਹ ਹਾਸਿਆਂ ਭਰੇ ਮਨ 'ਚੋਂ ਲੱਡੂ ਭੁਰਨ ਦੇ ਦਿਨ ਕਦੋਂ ਦੇ ਤੁਰ ਗਏ ਸਨ। ਉਹ ਦਿਨ ਜਦੋਂ ਉਸਨੇ ਸੋਹਣੇ-ਸੋਹਣੇ ਕਪੜੇ ਪਾ ਕੇ ਉਡਣਾ ਸੀ, ਲੋਕਾਂ ਦੀਆਂ ਨਜ਼ਰਾਂ 'ਚ ਉਸ ਚੜ੍ਹਨਾ ਸੀ, ਉਹ ਦਿਨ ਉਸਦੇ ਰਾਤ ਦੀਆਂ ਡਿਊਟੀਆਂ ਕਰਦਿਆਂ-ਕਰਦਿਆਂ ਅਤੇ ਦਿਨੇ ਕਿਤਾਬਾਂ ਨਾਲ ਮੱਥਾ ਮਾਰਦਿਆਂ ਬੀਤ ਗਏ ਸਨ।

ਕਰਮਵੀਰ ਨੂੰ ਯਾਦ ਹੈ ਕਿ ਜਿਹੜੇ ਮੁਹੱਲੇ 'ਚ ਉਹ ਰਹਿੰਦੇ ਸਨ ਤੇ ਅਜੇ ਨਵੇਂ-ਨਵੇਂ ਆਏ ਸਨ ਤਾਂ ਸ਼ਾਮ ਨੂੰ ਜਦੋਂ ਕਰਮਵੀਰ ਨੌਕਰੀ ਜਾਣ ਲਗਦਾ ਤਾਂ ਗਲੀ ਦੇ ਦੂਜੇ ਮੋੜ 'ਤੇ ਨੁਕਰ ਵਾਲੇ ਘਰ ਦੀਆਂ ਦਹਿਲੀਜ਼ਾਂ 'ਚ ਇਕ ਸੁੰਦਰ ਮੁਖੜਾ ਖੜੋਤਾ ਹੁੰਦਾ ਇਹ ਸੁੰਦਰ ਮੁਖੜਾ ਕਰਮਵੀਰ ਹਰ ਸ਼ਾਮ ਡਿਊਟੀ 'ਤੇ ਜਾਣ ਲੱਗਾ ਤਕਦਾ। ਉਹ ਕੁੜੀ ਹਮੇਸ਼ਾਂ ਉਸ ਨੂੰ ਲੰਘਦਿਆਂ ਤਕਦੀ, ਪਰ ਕਰਮਵੀਰ ਆਪਣੇ ਧਿਆਨ ਉਸਨੂੰ ਅਣਡਿਠ ਕਰਕੇ ਲੰਘ ਜਾਂਦਾ। ਅਣਡਿੱਠ ਤਾਂ ਸ਼ਾਇਦ ਉਹ ਨਹੀਂ ਸੀ ਕਰਦਾ। ਦੂਰੋਂ ਉਹ ਉਸਨੂੰ ਦੇਖਦਾ ਰਹਿੰਦਾ, ਉਹ ਵੀ ਦੂਰੋਂ ਉਸਨੂੰ ਤਕਦੀ ਰਹਿੰਦੀ, ਬਰਾਬਰ ਤੇ ਜਦੋਂ ਕਰਮਵੀਰ ਆਉਂਦਾ ਤਾਂ ਉਹ ਮੂੰਹ ਨੀਵਾਂ ਕਰ ਲੈਂਦੀ। ਕੁਝ ਰਾਤਾਂ ਇਸ ਮੁਖੜੇ ਨੇ ਕਰਮਵੀਰ ਨੂੰ ਕਾਫੀ ਤੰਗ ਕੀਤਾ। ਉਹ ਸੋਚਦਾ ਕਿ ਇਹ ਕੁੜੀ ਦੀ ਉਮਰ, ਹਰ ਹਮਉਮਰ ਦੇ ਇਨਸਾਨ ਨੂੰ ਤਕਣ ਵਾਲੀ ਉਮਰ ਸੀ। ਉਹ ਉਮਰ ਜਦੋਂ ਹਰ ਜੁਆਨ ਦਿਲ ਬਹੁਤ ਉੱਚੀ-ਉੱਚੀ ਧੜਕਦਾ ਹੈ, ਜਿਵੇਂ ਉਹ ਹੁਣੇ ਬਾਹਰ ਆ ਜਾਵੇਗਾ। ਕਰਮਵੀਰ ਦੀ ਇਹ ਉਮਰ ਕਦੋਂ ਲੰਘ ਗਈ ! ਉਹ ਕਿੰਨੀ ਦੇਰ ਇਹ ਪਲ ਯਾਦ ਕਰਦਾ ਰਿਹਾ।

ਫਿਰ ਇਕ ਸ਼ਾਮ ਜਦੋਂ ਉਹ ਸਾਈਕਲ ਲੈ ਕੇ ਫੈਕਟਰੀ ਜਾਣ ਲੱਗਾ ਤਾਂ ਦੇਖਿਆ ਸਾਈਕਲ ਪੰਕਚਰ ਹੈ। ਉਹ ਸਾਈਕਲ ਰੇੜਦਾ ਹੋਇਆ ਗਲੀ 'ਚ ਤੁਰ ਪਿਆ। ਅਜ ਉਹ ਸੁੰਦਰ ਮੁਖੜਾ ਓਸੇ ਤਰ੍ਹਾਂ ਫਿਰ ਦਰਵਾਜ਼ੇ 'ਚ ਖੜੋਤਾ ਸੀ। ਕਰਮਵੀਰ ਨੇ ਉਸਨੂੰ ਦੂਰੋਂ ਹੀ ਤਕ ਲਿਆ ਸੀ। ਅਜ ਉਸਦਾ ਇਰਾਦਾ ਸੀ ਕਿ ਉਹ ਉਸਨੂੰ ਲਾਗੇ ਜਾ ਕੇ ਜ਼ਰੂਰ ਤਕੇਗਾ। ਪਰ ਕਰਮਵੀਰ ਜਦੋਂ ਉਸਦੇ ਬੂਹੇ ਦੇ ਨੇੜੇ ਪੁੱਜਾ ਤਾਂ ਉਹ ਬੂਹੇ ਦੇ ਅੰਦਰ ਹੋ ਗਈ। ਕਰਮਵੀਰ ਨੇ ਥੋੜਾ ਅਗਾਂਹ ਜਾ ਕੇ ਪਿਛੇ ਮੁੜ ਕੇ ਦੇਖਿਆ, ਉਹ ਫਿਰ ਬੂਹੇ 'ਚ ਖੜੋਤੀ ਸੀ।

ਕਰਮਵੀਰ ਨਾਲ ਲੁਕਣ ਮੀਟੀ ਦਾ ਇਹ ਸਿਲਸਿਲਾ ਇਸ ਕੁੜੀ ਦਾ ਕੋਈ ਛੇ ਕੁ ਮਹੀਨੇ ਚਲਦਾ ਰਿਹਾ। ਇਕ ਦਿਨ ਸਬਜ਼ੀ ਦੀ ਦੁਕਾਨ 'ਤੇ ਖੜੋਤੀ ਉਹ ਕੁੜੀ ਉਸਦੀ ਨਜ਼ਰੀਂ ਪਈ। ਉਹ ਵੀ ਬਹਾਨੇ ਨਾਲ ਸਬਜ਼ੀ ਦੀ ਦੁਕਾਨ 'ਤੇ ਗਿਆ। ਉਹ ਉਸ ਵੱਲ ਤਕੀ ਅਤੇ ਮੁਸਕਰਾ ਪਈ, ਫਿਰ ਸਬਜ਼ੀ ਲੈ ਕੇ ਕਾਹਲੀ-ਕਾਹਲੀ ਚਲੀ ਗਈ। ਕਰਮਵੀਰ ਕੁਝ ਪਲਾਂ ਲਈ ਬੇਚੈਨ ਹੋ ਗਿਆ ਸੀ। ਫਿਰ ਇਕ ਦਿਨ ਓਸੇ ਕੁੜੀ ਦਾ ਵਿਆਹ ਹੋ ਗਿਆ, ਉਸ ਦੇ ਦੇਖਦਿਆਂ-ਦੇਖਦਿਆਂ ਉਹ ਕੁੜੀ ਸਹੁਰੇ ਚਲੀ ਗਈ।

ਇਸ ਤੋਂ ਪਿਛੋ ਵੀ ਜਦੋਂ ਉਹ ਆਪਣੀ ਉਸ ਉਮਰ ਨੂੰ ਯਾਦ ਕਰਦਾ ਹੈ ਜਦੋਂ ਕਿਸੇ ਹਮਉਮਰ ਮੁਟਿਆਰ ਨੂੰ ਦੇਖ ਕੇ ਉਸਦਾ ਦਿਲ ਧੜਕ ਪੈਂਦਾ ਸੀ। ਕਰਮਵੀਰ ਨੂੰ ਆਪਣੇ ਸਕੂਲ ਦੇ ਦਿਨ ਚੇਤੇ ਆ ਗਏ, ਜਦੋਂ ਉਹ ਫਗਵਾੜੇ ਦੇ ਇਕ ਸਕੂਲ ਵਿਚ ਗਿਆਰਵੀਂ ਜਮਾਤ ਵਿਚ ਪੜ੍ਹਦਾ ਸੀ। ਉਸ ਕੋਲ ਨਾਨਮੈਡੀਕਲ ਸਬਜੈਕਟਸ ਹੁੰਦੇ ਸਨ। ਇਹ ਸਕੂਲ ਭਾਵੇਂ ਕੋ ਐਜੂਕੇਸ਼ਨਲ ਨਹੀਂ ਸੀ ਪਰ ਇਸ ਸਕੂਲ ਦੇ ਸਾਹਮਣੇ ਹੀ ਕੁੜੀਆਂ ਦਾ ਵੀ ਸਕੂਲ ਸੀ। ਰਾਹ 'ਚ ਸਕੂਲ ਦੇ ਟਾਈਮ ਸਮੇਂ ਮੁੰਡੇ ਕੁੜੀਆਂ ਨੇੜਿਓ ਲੰਘਦੇ ਹੋਏ ਇਕ ਦੂਜੇ ਨੂੰ ਦੇਖ ਕੇ ਮੁਸਕਰਾਉਂਦੇ, ਫਬਤੀਆਂ ਕਸੱਦੇ । ਕਰਮਵੀਰ ਦਾ ਸੁਭਾਅ ਉਦੋਂ ਵੀ ਚੁਪ-ਚਪੀਤਾ ਹੁੰਦਾ ਸੀ। ਉਸਦੇ ਨਾਲ ਤੁਰੇ ਜਾਂਦੇ ਮੁੰਡੇ ਰਾਹ 'ਚ ਜਾਂਦੀਆਂ ਕੁੜੀਆਂ 'ਤੇ ਫਿਕਰੇ ਕਸਦੇ, ਪਰ ਉਹ ਚੁਪ ਰਹਿੰਦਾ ਕਰਮਵੀਰ ਦੀ ਕਲਾਸ 'ਚ ਦੋ ਕੁੜੀਆਂ ਮੈਡੀਕਲ ਵਾਲੀਆਂ ਪੜ੍ਹਦੀਆਂ ਸਨ। ਕਲਾਸ ਮੋਨੀਟਰ ਦੀ ਚੋਣ ਵੋਟਾਂ ਨਾਲ ਹੁੰਦੀ ਸੀ। ਹਾਸੇ ਭਾਣੇ 'ਚ ਕਰਮਵੀਰ ਨੇ ਆਪਣੇ ਦੋਸਤ ਮੋਨੀਟਰ ਰਾਜਪਾਲ ਨੂੰ ਕਿਹਾ ਕਿ ਉਹ ਇਸ ਵਾਰ ਉਸਨੂੰ ਬਿਨਾਂ ਮੁਕਾਬਲਾ ਮੋਨੀਟਰ ਨਹੀਂ ਬਣਨ ਦੇਵੇਗਾ। ਚੋਣਾਂ ਆਈਆਂ ਤਾਂ ਦੋਵੇਂ ਦੋਸਤ ਇਕ ਦੂਜੇ ਵਿਰੁਧ ਮੋਨੀਟਰ ਦੀ ਚੋਣ ਲਈ ਕਈ ਖੜੇ ਹੋ ਗਏ। ਹੁਣ ਮਸਲਾ ਸੀ ਕਿ ਕਲਾਸ ਵਿਚ ਪੜ੍ਹਦੀਆਂ ਇਨ੍ਹਾਂ ਦੋ ਕੁੜੀਆਂ ਨੂੰ ਕਿਵੇਂ ਕਿਹਾ ਜਾਏ।

ਕਰਮਵੀਰ ਇਕ ਦਿਨ ਸਵੇਰੇ ਸਮੇਂ ਤੋਂ ਪਹਿਲਾਂ ਸਕੂਲ ਪੁੱਜ ਗਿਆ। ਉਸਨੂੰ ਪਤਾ ਸੀ ਕਿ ਹਰਜਿੰਦਰ ਪਹਿਲਾਂ ਆ ਜਾਂਦੀ ਹੈ ਤੇ ਸੁਸ਼ਮਾ ਉਸ ਤੋਂ ਬਾਅਦ। ਹਰਜਿੰਦਰ, ਕਰਮਵੀਰ ਨੂੰ ਉਂਝ ਵੀ ਚੰਗੀ ਲਗਦੀ ਸੀ ਅਤੇ ਦੇਖਣ ਨੂੰ ਕਾਫੀ ਨਰਮ ਸੁਭਾਅ ਦੀ ਸੀ। ਕਰਮਵੀਰ ਨੇ ਫੈਸਲਾ ਕੀਤਾ ਕਿ ਉਹ ਹਰਜਿੰਦਰ ਨੂੰ ਹੀ ਵੋਟ ਲਈ ਆਖੇਗਾ ਤੇ ਫਿਰ ਉਹ ਆਪੇ ਹੀ ਸੁਸ਼ਮਾ ਨਾਲ ਗੱਲ ਕਰ ਦਵੇਗੀ। ਖੈਰ ! ਹਰਜਿੰਦਰ ਆ ਗਈ ਤੇ ਕਲਾਸ ਵਿਚ ਪਹਿਲਾਂ ਹੀ ਬੈਠੇ ਕਰਮਵੀਰ ਨੂੰ ਦੇਖ ਕੇ ਹੈਰਾਨ ਹੋਈ। ਕਰਮਵੀਰ ਨੇ ਸਿਰ ਹਿਲਾ ਕੇ ਵਿਸ਼ ਕੀਤੀ ਅਤੇ ਫਿਰ ਕਹਿਣ ਲਗਾ,"ਤੁਹਾਨੂੰ ਪਤਾ ਏ ਨਾ ਕਿ ਮੈਂ ਵੀ ਚੋਣ ਲੜ ਰਿਹਾਂ।"

"ਤੁਸੀਂ ਕਾਹਨੂੰ ਚੋਣ ਲੜਨੀ ਸੀ, ਫਿਰ ਆਪਣੇ ਹੀ ਮਿਤਰ ਦੇ ਵਿਰੁੱਧ ?" ਹਰਜਿੰਦਰ ਨੇ ਪੁੱਛਿਆ।

"ਦੋਸਤ ਤਾਂ ਅਸੀਂ ਹੁਣ ਵੀ ਹਾਂ, ਸਿਰਫ਼ ਮਨ ਵਿਚ ਆਇਆ ਕਿ ਕੋਈ ਬਿਨਾਂ ਮੁਕਾਬਲਾ ਕਿਉਂ ਚੁਣਿਆ ਜਾਏ।"ਕਰਮਵੀਰ ਨੇ ਦਿਲ ਦੀ ਗੱਲ ਆਖੀ।

"ਤੁਹਾਡੀ ਦੋਸਤੀ ਵਿਚ ਫ਼ਰਕ ਪੈ ਸਕਦਾ।"

"ਚਲੋ ਹੁਣ ਤਾਂ ਜੋ ਹੋ ਗਿਆ ਸੋ ਹੋ ਗਿਆ। ਤੁਸੀਂ ਹੁਣ ਆਪਣੀ ਵੋਟ ਮੈਨੂੰ ਦਿਓ ਅਤੇ ਸੁਸ਼ਮਾ ਨੂੰ ਵੀ ਕਹਿ ਦਿਓ ।"

"ਸੁਸ਼ਮਾ ਦੀ ਵੋਟ ਤਾਂ ਰਾਜਪਾਲ ਨੂੰ ਪੱਕੀ ਆ। ਹਾਂ ਮੇਰੀ ਵੋਟ ਤੁਹਾਨੂੰ ਹੀ ਪਏਗੀ।" ਹਰਜਿੰਦਰ ਨੇ ਇੰਝ ਮੁਸਕਰਾ ਕੇ ਤੇ ਮੋਟੀਆਂ ਅੱਖਾਂ ਘੁੰਮਾ ਕੇ ਕਿਹਾ ਕਿ ਕਰਮਵੀਰ ਦਾ ਦਿਲ ਠਾਹ-ਠਾਹ ਵਜਣ ਲੱਗਾ। ਉਸਨੂੰ ਉਦੋਂ ਜਾਪਿਆ ਕਿ ਕੋਈ ਮੁਟਿਆਰ ਕਿਵੇਂ ਕਿਸੇ ਦੇ ਦਿਲ ਅੰਦਰ ਜਾ ਵੜਦੀ ਏ। ਇਹ ਅਲ੍ਹੜ ਉਮਰ ਦੇ ਪਿਆਰ ਭਰੇ ਪਲ ਸਨ।

ਬੇਸ਼ਕ ਪੂਰਾ ਸਾਲ ਹਰਜਿੰਦਰ ਤੇ ਕਰਮਵੀਰ ਇਕੱਠੇ ਪੜ੍ਹਦੇ ਰਹੇ, ਪਰ ਕਦੇ-ਕਦੇ ਹਰਜਿੰਦਰ ਕਰਮਵੀਰ ਨੂੰ ਅੱਖਾਂ ਰਾਹੀਂ ਹੀ ਇਹ ਸੁਨੇਹਾ ਦੇ ਜਾਂਦੀ ਕਿ ਉਹ ਉਸਨੂੰ ਚੰਗਾ ਲੱਗਦਾ ਹੈ।

ਪਰ ਉਸ ਕੁੜੀ ਪਿਛੋਂ, ਆਸ਼ਾ ਨੂੰ ਦੇਖ ਕੇ ਉਹ ਡਾਢਾ ਬੇਚੈਨ ਹੋ ਗਿਆ ਸੀ। ਪਰ ਹਰਜਿੰਦਰ ਪਿਛੋਂ ਆਸ਼ਾ ਨੂੰ ਦੇਖਕੇ ਤਾਂ ਉਹ ਡਾਢਾ ਬੇਚੈਨ ਹੋ ਗਿਆ ਸੀ। ਉਸ ਕੁੜੀ ਵਿਚ ਤੇ ਆਸ਼ਾ ਵਿਚ ਬਹੁਤ ਫਰਕ ਸੀ, ਦਿੱਖ 'ਚ ਵੀ ਤੇ ਲਿਆਕਤ 'ਚ ਵੀ। ਲਿਆਕਤ ਭਾਵੇਂ ਉਸਨੇ ਨਾ ਮੁਹੱਲੇ ਵਾਲੀ ਕੁੜੀ ਦੀ ਪਰਖੀ ਸੀ ਨਾ ਹੀ ਹਰਜਿੰਦਰ ਅਤੇ ਨਾ ਹੀ ਅਜੇ ਆਸ਼ਾ ਦੀ। ਪਰ ਫਿਰ ਭੀ ਵਿਵਹਾਰ ਤੋਂ ਆਸ਼ਾ ਵਧੇਰੇ ਸਮਝਦਾਰ ਜਾਪੀ ਸੀ। ਉਂਜ ਉਹ ਮੁਹੱਲੇ ਵਾਲੀ ਕੁੜੀ ਅਤੇ ਸਕੂਲ ਵਾਲੀ ਹਰਜਿੰਦਰ ਦੋਵੇਂ ਹੀ ਆਸ਼ਾ ਨਾਲੋਂ ਕਿਤੇ ਵਧ ਖ਼ੂਬਸੂਰਤ ਸਨ। ਮੋਟੀਆਂ-ਮੋਟੀਆਂ ਅੱਖਾਂ ਤੇ ਗੋਰਾ ਰੰਗ ਤੇ ਰਸ ਭਰੀਆਂ ਵਰਗੇ ਬੁੱਲ। ਇਹ ਗੱਲ ਨਹੀਂ ਕਿ ਆਸ਼ਾ ਕੋਲ ਇਨ੍ਹਾਂ 'ਚੋਂ ਕੋਈ ਵੀ ਚੀਜ਼ ਨਹੀਂ ਸੀ, ਪਰ ਸ਼ੋਰ ਪਾਉਂਦੀ ਜੁਆਨੀ ਆਸ਼ਾ ਦੀ ਨਹੀਂ ਸੀ, ਉਹ ਇਕ ਸਹਿਜ ਜਿਹੀ ਕੁੜੀ ਸੀ, ਛਮਕ ਜਿਹੀ, ਚੁਸਤ ਤੇ ਹਾਜ਼ਰ ਜੁਆਬ। ਆਸ਼ਾ ਨੂੰ ਦੇਖਦਿਆਂ ਤਾਂ ਉਸਨੂੰ ਜਾਪਿਆ ਸੀ ਕਿ ਇਹੀ ਉਸਦੀ ਮੁਹਬਤ ਦਾ ਪੜਾਅ ਹੈ ਤੇ ਇਹੀ ਉਸਦੀ ਜੀਵਨ ਸਾਥਣ ਬਣਨ ਦੇ ਲਾਇਕ ।ਅਜੇ ਆਸ਼ਾ ਦਾ ਪਤਾ ਨਹੀਂ ਕੀ ਇਰਾਦਾ ਹੈ, ਪਰ ਕਰਮਵੀਰ ਤਾਂ ਇਕ ਦਮ ਲੰਮੀ ਸੋਚ ਗਿਆ ਸੀ।

ਬੱਸ ਅੱਡੇ ਤੇ ਜਦੋਂ ਆਸ਼ਾ ਕਰਮਵੀਰ ਨੂੰ ਮਿਲੀ ਤਾਂ ਉਸ ਪਿਛੋਂ ਇਕ ਮਹੀਨੇ ਤਕ ਕਰਮਵੀਰ ਨੇ ਉਸਨੂੰ ਕਦੇ ਨਾ ਦੇਖਿਆ। ਬੇਸ਼ੱਕ ਉਹ ਗੁੱਡੀ ਨਾਲ ਪੜ੍ਹਾਉਂਦੀ ਸੀ, ਇਕੋ ਸਕੂਲ 'ਚ ਦੋਵੇਂ ਨਿੱਤ ਜਾਂਦੀਆਂ ਤੇ ਆਉਂਦੀਆਂ ।ਕਰਮਵੀਰ ਗੁੱਡੀ ਨਾਲ ਕਦੇ ਵੀ ਆਸ਼ਾ ਬਾਰੇ ਗੱਲ ਨਾ ਕਰਦਾ। ਪਰ ਕਰਮਵੀਰ ਨੂੰ ਤੋਖਲਾ ਇਹ ਸੀ ਕਿ ਕੀ ਆਸ਼ਾ ਨੇ ਵੀ ਕਦੇ ਗੁੱਡੀ ਨਾਲ ਮੇਰੇ ਬਾਰੇ ਗੱਲ ਨਹੀਂ ਕੀਤੀ।

ਇਕ ਦਿਨ ਦੁਪਹਿਰੇ ਜਦੋਂ ਉਹ ਪਿਛਲੇ ਕਮਰੇ 'ਚ ਸੁੱਤਾ ਪਿਆ ਸੀ ਤਾਂ ਅਗਲੀ ਬੈਠਕ 'ਚ ਉੱਚੀ-ਉੱਚੀ ਗੱਲਾਂ ਕਰਨ ਅਤੇ ਹੱਸਣ ਦੀਆਂ ਅਵਾਜ਼ਾਂ ਆ ਰਹੀਆਂ ਸਨ। ਸਵੇਰੇ ਉਹ ਬੀ.-ਏ. ਦੀ ਕਲਾਸ ਪੜ੍ਹਕੇ ਦੁਪਹਿਰੇ ਬਾਰਾਂ ਵਜੇਂ ਸੌਂ ਜਾਂਦਾ ਸੀ ਤੇ ਫਿਰ ਤਿੰਨ ਵਜੇ ਜਾਗਦਾ ਸੀ। ਉਸਨੇ ਘੜੀ ਵੇਖੀ ਤਾਂ ਤਿੰਨ ਵੱਜਣ 'ਚ ਅਜੇ ਕੁਝ ਮਿੰਟ ਬਾਕੀ ਸਨ। ਉਹ ਉਠਿਆ ਤੇ ਨਲਕੇ ਉਤੇ ਜਾ ਕੇ ਮੂੰਹ ਹੱਥ ਧੋਤਾ। ਬੈਠਕ 'ਚ ਗਿਆ ਤਾਂ ਉਹ ਹੈਰਾਨ ਰਹਿ ਗਿਆ, ਓਥੇ ਤਾਂ ਆਸ਼ਾ ਬੈਠੀ ਸੀ। ਗੁੱਡੀ ਦੇ ਨਾਲ ਹੀ ਉਹ ਸਕੂਲੋਂ ਛੁੱਟੀ ਮਗਰੋਂ ਆ ਗਈ ਸੀ। ਰੋਟੀ ਪਾਣੀ ਉਹ ਖਾ ਚੁਕੀਆਂ ਸਨ।

"ਸਤਿ ਸ੍ਰੀ ਅਕਾਲ।" ਆਸ਼ਾ ਨੇ ਮੁਸਕਰਾ ਕੇ ਕਿਹਾ।

ਮੁਸਕਰਾ ਕੇ ਇਕ ਪਾਸੇ ਕਰਮਵੀਰ ਬੈਠ ਗਿਆ। ਗੁੱਡੀ ਕਹਿਣ ਲੱਗੀ, "ਬੜੇ ਦਿਨਾਂ ਦੀ ਮਗਰ ਪਈ ਸੀ ਆਸ਼ਾ ਕਿ ਤੂੰ ਮੈਨੂੰ ਆਪਣੇ ਘਰ ਨਹੀਂ ਲੈ ਕੇ ਜਾਂਦੀ, ਅਜ ਮੈਂ ਇਸਨੂੰ ਲੈ ਕੇ ਆਈ ਹਾਂ। ਆਸ਼ਾ ਇਹ ਕਰਮਵੀਰ ਏ, ਮੇਰਾ ਭਰਾ ।"

"ਪਰ ਗੁੱਡੀ ਮੈਂ ਤਾਂ ਇਨ੍ਹਾਂ ਨੂੰ ਪਹਿਲਾਂ ਹੀ ਮਿਲ ਚੁਕਾ ਹਾਂ। ਪਹਿਲੇ ਦਿਨ ਜਦੋਂ ਮੈਂ ਤੇਰੀ ਅਪਾਇੰਟਮੈਂਟ ਦਾ ਪਤਾ ਕਰਨ ਗਿਆ ਸਾਂ।" ਕਰਮਵੀਰ ਨੇ ਆਖਿਆ ।

"ਆਸ਼ਾ ਨੇ ਮੈਨੂੰ ਸਭ ਦਸ ਦਿੱਤਾ ਸੀ ਤੇ ਤੂੰ ਹਰ ਥਾਂ ਐਵੇਂ ਲੈਕਚਰ ਨਾ ਝਾੜਨ ਲੱਗ ਪਿਆ ਕਰ। ਆਸ਼ਾ ਨੇ ਦਸਿਆ ਸੀ ਕਿ ਤੇਰੇ ਵੀਰ ਨੂੰ ਗੱਲਾਂ ਬੜੀਆਂ ਆਉਂਦੀਆਂ ਨੇ।" ਗੁੱਡੀ ਦੀ ਗੱਲ ਤੇ ਆਸ਼ਾ ਨੇ ਕੋਈ ਹਾਵ ਭਾਵ ਪ੍ਰਗਟ ਨਹੀਂ ਕੀਤਾ, ਸਗੋਂ ਕਰਮਵੀਰ ਵਲ ਉਂਜ ਹੀ ਤਕਦੀ ਰਹੀ।

"ਮੈਂ ਰੋਟੀ ਲਿਆਵਾ ਕਰਮਵੀਰ।" ਗੁੱਡੀ ਉਠ ਕੇ ਰਸੋਈ 'ਚ ਚਲੀ ਗਈ।

"ਕੀ ਹਾਲ ਏ ਤੁਹਾਡਾ ?" ਕਰਮਵੀਰ ਨੇ ਆਸ਼ਾ ਨੂੰ ਪੁੱਛਿਆ।

"ਤੁਸੀਂ ਵਡੇ ਹੋ ਮੇਰੇ ਨਾਲੋਂ ਮੈਨੂੰ ਤੂੰ ਆਖ ਲਿਆ ਕਰੋ।" ਆਸ਼ਾ ਨੇ ਕਰਮਵੀਰ ਦੀ ਗਲ ਦਾ ਉਤਰ ਹੋਰ ਤਰ੍ਹਾਂ ਮੋੜਿਆ।

"ਤੂੰ ਮੈਨੂੰ ਕਹਿਣ ਦੀ ਆਦਤ ਨਹੀਂ। ਕਿਸੇ ਨਾਲ ਬਹੁਤਾ ਮਿਲਣ ਗਿਲਣ ਹੋ ਜਾਏ ਤਾਂ 'ਤੂੰ' ਕਿਹਾ ਜਾ ਸਕਦਾ ।" ਕਰਮਵੀਰ ਬੋਲਿਆ।

ਆਸ਼ਾ ਚੁਪ ਹੋ ਗਈ। ਕੁਝ ਪਲਾਂ ਪਿਛੋਂ ਬੋਲੀ,

"ਤੁਸੀਂ ਹੁਣ ਨਹੀਂ ਜਾਂਦੇ ਗੁੱਡੀ ਨੂੰ ਬੱਸ ਅੱਡੇ ਉਤੇ ਛੱਡਣ ?"

"ਮੈਂ ਰੋਜ਼ ਜਾਂਦਾ ਹਾਂ।"

"ਪਰ ਕਦੇ...।" ਆਸ਼ਾ ਚੁਪ ਹੋ ਗਈ। ਗੁੱਡੀ ਰੋਟੀ ਪਾ ਲਿਆਈ ਸੀ।

ਕਰਮਵੀਰ ਨੇ ਵਾਰੋ ਵਾਰੀ ਦੋਵਾਂ ਨੂੰ ਰੋਟੀ ਬਾਰੇ ਪੁੱਛਿਆ ਅਤੇ ਫਿਰ ਖਾਣ ਲੱਗ ਪਿਆ।

"ਵੀਰ ਰੋਟੀ ਖਾ ਕੇ ਆਸ਼ਾ ਨੂੰ ਚੜ੍ਹਾ ਆਈ ਟੈਂਪੂ ਤੇ ਇਸਨੇ ਚਲੇ ਜਾਣਾ ਹੈ।" ਗੁੱਡੀ ਉਸਨੂੰ ਕਰਮਵੀਰ ਵੀ ਤੇ ਵੀਰ ਵੀ ਕਹਿੰਦੀ ਹੁੰਦੀ ਸੀ। ਉਂਜ ਉਸ ਨਾਲੋਂ ਛੋਟੀਆਂ ਦੋਵੇਂ ਅਤੇ ਅਤਿੰਦਰ ਵੀ ਉਸਨੂੰ 'ਵੀਰ' ਹੀ ਕਹਿੰਦੇ ਸਨ।

"ਰਹਿਣਾ ਕਿਉਂ ਨਹੀਂ ਇਨ੍ਹਾਂ ਨੇ ?" ਕਰਮਵੀਰ ਨੇ ਆਸ਼ਾ ਵਲ ਤਕਿਆ।

"ਮੈਂ ਘਰ ਦੱਸ ਕੇ ਨਹੀਂ ਆਈ, ਬੀਜੀ ਉਡੀਕ ਕਰਨਗੇ।" ਆਸ਼ਾ ਨੇ ਕਿਹਾ।

ਰੋਟੀ ਖਾਣ ਪਿਛੋਂ ਕਰਮਵੀਰ ਹੱਥ ਮੂੰਹ ਧੋ ਕੇ ਪੱਗ ਆਦਿ ਬੰਨਣ ਲਗ ਪਿਆ। ਕਰਮਵੀਰ ਤਿਆਰ ਹੁੰਦਾ-ਹੁੰਦਾ ਸੋਚ ਰਿਹਾ ਸੀ ਕਿ ਅਜ ਆਸ਼ਾ ਨਾਲ ਇਕਾਂਤ 'ਚ ਗੱਲਾਂ ਕਰਨ ਦਾ ਉਸਨੂੰ ਮੌਕਾ ਮਿਲੇਗਾ। ਤਿਆਰ ਹੋਣ ਪਿਛੋਂ ਉਹ ਬੈਠਕ 'ਚ ਆਇਆ। ਚਾਹ 'ਚੋਂ ਭਾਫ ਨਿਕਲ ਰਹੀ ਸੀ ਅਤੇ ਆਸ਼ਾ, ਕਰਮਵੀਰ ਵਲ ਤਕ ਰਹੀ ਸੀ।

"ਆਸ਼ਾ ਹੁਣ ਤੂੰ ਆਪੇ ਆ ਜਾਇਆ ਕਰ।" ਕਰਮਵੀਰ ਦੇ ਬੀਜੀ ਨੇ ਤੁਰਨ ਲੱਗੀ ਆਸ਼ਾ ਨੂੰ ਕਿਹਾ।

"ਚੰਗਾ ਬੀਜੀ।" ਆਸ਼ਾ ਨੇ ਕਿਹਾ।

ਕਰਮਵੀਰ ਪਹਿਲਾਂ ਹੀ ਡਿਓੜੀ 'ਚੋਂ ਸਾਈਕਲ ਬਾਹਰ ਕਢ ਕੇ ਖੜਾ ਸੀ। ਜਦੋਂ ਅੰਦਰੋਂ ਆਸ਼ਾ ਬਾਹਰ ਆਈ ਤਾਂ ਹੌਲੀ-ਹੌਲੀ ਉਹ ਆਸ਼ਾ ਦੇ ਅੱਗੇ-ਅੱਗੇ ਤੁਰ ਪਿਆ। ਗਲੀ ਦਾ ਪਹਿਲਾ ਮੋੜ ਮੁੜਨ ਤਕ ਉਹ ਦੋਵੇਂ ਚੁਪ ਰਹੇ, ਆਸ਼ਾ ਸਗੋਂ ਪਿਛੇ-ਪਿਛੇ ਤੁਰ ਰਹੀ ਸੀ।

"ਤੁਸੀਂ ਹੌਲੀ ਤੁਰੋ ਜਰਾ।" ਆਸ਼ਾ ਨੇ ਕਰਮਵੀਰ ਨੂੰ ਕਿਹਾ।

"ਮੈਂ ਹੌਲੀ ਨਹੀਂ ਤੁਰ ਸਕਦਾ।" ਕਰਮਵੀਰ ਨੇ ਕਿਹਾ।

"ਕਿਉਂ, ਮੇਰੇ ਲਈ ਨਹੀਂ ?"

"............."

"ਦੇਖੋ, ਤੁਹਾਡਾ ਦਿਲ ਨਹੀਂ ਕਰਦਾ ਮੈਨੂੰ ਮਿਲਣ ਲਈ, ਮੈਂ ਇਕ ਕੁੜੀ ਹੋ ਕੇ ਤੁਹਾਨੂੰ ਮਿਲਣ ਆਈ ਹਾਂ, ਗੁੱਡੀ ਤਾਂ ਮੈਨੂੰ ਰੋਜ਼ ਸਕੂਲੇ ਮਿਲਦੀ ਹੈ।"

"..........." ਕਰਮਵੀਰ ਅਜੇ ਵੀ ਚੁਪ ਸੀ, ਜਿਵੇਂ ਸਾਰੀਆਂ ਗੱਲਾਂ, ਸਾਰਾ ਫ਼ਲਸਫ਼ਾ ਉਸਨੂੰ ਭੁੱਲ ਗਿਆ ਹੋਵੇ। ਉਸਨੇ ਤਾਂ ਬਹੁਤ ਸਾਰੀਆਂ ਗੱਲਾਂ ਕਰਨੀਆਂ ਸੀ ਇਸ ਆਸ਼ਾ ਨਾਲ। ਉਸਨੂੰ ਐਨੀ ਆਸ ਨਹੀਂ ਸੀ ਕਿ ਸੰਜੀਦਾ ਜਿਹੀ ਕੁੜੀ ਐਨੀ ਨਿਝੱਕ ਹੋ ਸਕਦੀ ਹੈ।

ਸੜਕ ਉਤੇ ਆ ਕੇ ਕਰਮਵੀਰ ਜਦੋਂ ਸਾਈਕਲ ਤੇ ਚੜ੍ਹਨ ਲਗਾ ਤਾਂ ਆਸ਼ਾ ਬੋਲੀ, "ਨਹੀਂ ਤੁਰ ਕੇ ਚਲਦੇ ਹਾਂ। ਸਾਈਕਲ 'ਤੇ ਚੜ੍ਹ ਕੇ ਤਾਂ ਮੈਂ ਤੁਹਾਡਾ ਮੂੰਹ ਵੀ ਨਹੀਂ ਦੇਖ ਸਕਾਂਗੀ।"

ਕਰਮਵੀਰ ਨੂੰ ਜਾਪਿਆ ਕਿ ਉਹ ਹੁਣੇ ਹੇਠਾਂ ਡਿੱਗ ਪਏਗਾ।

"ਮੇਰਾ ਮੂੰਹ ਤੂੰ ਪਹਿਲਾਂ ਨਹੀਂ ਦੇਖਿਆ ?"

"ਦੇਖਿਆ ਸੀ, ਉਸ ਦਿਨ ਜਿਸ ਦਿਨ ਸਾਰਾ ਮੂੰਹ ਮੀਂਹ ਨਾਲ ਭਿੱਜਿਆ ਪਿਆ ਸੀ, ਘੁੰਗਰਾਲੀ ਦਾੜ੍ਹੀ 'ਚ ਮੀਂਹ ਦੀਆਂ ਬੂੰਦਾਂ ਮੋਤੀਆਂ ਵਾਂਗ ਲਿਸ਼ਕ ਰਹੀਆਂ ਸਨ।"

"ਕਵਿਤਾ ਵੀ ਲਿਖਦੀ ਏ ਤੂੰ ?" ਕਰਮਵੀਰ ਦੇ ਮੂੰਹੋਂ ਆਪਣੇ ਆਪ ਹੀ ਨਿਕਲ ਗਿਆ।

"ਤੁਸੀਂ ਸਿਖਾ ਰਹੇ ਹੋ ਲਿਖਣੀ।"

"ਮੈਂ ?"

"ਹੋਰ ਕੌਣ, ਉਸ ਦਿਨ ਸਕੂਲੋਂ ਨਿਕਲ ਕੇ ਤੁਸੀਂ ਬਾਹਰ ਚਾਹ ਵਾਲੀ ਦੁਕਾਨ ਤੇ ਬੈਠ ਕੇ ਚਾਹ ਦੇ ਬਹਾਨੇ ਮੇਰੀ ਉਡੀਕ ਕਰ ਰਹੇ ਸੀ ਨਾ ?"

"ਨਹੀਂ ਬਿਲਕੁਲ ਨਹੀਂ। ਤੂੰ ਤਾਂ ਚਾਹ ਪੁਛੀ ਨਹੀਂ, ਮੈਂ ਸੋਚਿਆ ਠੰਢ ਦੂਰ ਕਰਨ ਲਈ ਪੀ ਲੈਣੀ ਚਾਹੀਦੀ ਹੈ।"

ਕਰਮਵੀਰ ਹੁਣ ਕਾਫ਼ੀ ਨਾਰਮਲ ਹੋ ਗਿਆ ਸੀ, ਪਰ ਆਸ਼ਾ ਜਿੰਨੇ ਚੁਸਤ ਜੁਆਬ ਉਸ ਕੋਲ ਨਹੀਂ ਸਨ।

"ਤੁਸੀਂ ਕਦੇ ਮੈਨੂੰ ਯਾਦ ਵੀ ਕੀਤੈ ?" ਆਸ਼ਾ ਨੇ ਪੁਛ ਲਿਆ।

"ਹਾਂ, ਕਈ ਵਾਰ ਕੀਤੈ, ਪਰ ਹਰ ਵਾਰ ਸੋਚਿਆ ਤੇਰੇ ਬਾਰੇ।"

"ਕੀ ਸੋਚਿਆ ?"

"ਮੈਂ ਸੋਚਿਆ ਕਿ ਸ਼ਾਇਦ ਇਸ ਕੁੜੀ ਨੂੰ ਕੋਈ ਗੱਲ ਹੀ ਨਹੀਂ ਆਉਂਦੀ। ਹੂੰ ਹਾਂ ਤੋਂ

ਬਿਨਾਂ ਕੁਝ ਬੋਲਦੀ ਹੀ ਨਹੀਂ।"

"ਪਰ ਮੈਂ ਤੁਹਾਡੇ ਜਿੰਨਾ ਵੀ ਤਾਂ ਨਹੀਂ ਬੋਲ ਸਕਦੀ ਤੁਸੀਂ ਤਾਂ ਅਗਲੇ ਦੇ ਹੁੰਗਾਰੇ ਦੀ ਵੀ ਉਡੀਕ ਨਹੀਂ ਕਰਦੇ। ਪਹਿਲੇ ਦਿਨ ਹੀ ਮੇਰੇ ਨਾਲ ਬੇਰੁਜ਼ਗਾਰੀ ਦਾ ਮਸਲਾ ਲੈ ਕੇ ਬਹਿ ਗਏ।"

"ਕੀ ਮੇਰੀਆਂ ਗੱਲਾਂ ਮਾੜੀਆਂ ਲੱਗੀਆਂ ?"

"ਗੱਲਾਂ ਚੰਗੀਆਂ ਸਨ ਤੁਹਾਡੀਆਂ, ਪਰ ਕਿਸੇ ਜਲਸੇ 'ਚ ਬੋਲੀਆਂ ਜਾਂਦੀਆਂ ਤਾਂ ਚੰਗਾ ਸੀ।"

ਕਮਰਵੀਰ ਚੁਪ ਕਰ ਗਿਆ। ਉਸਨੂੰ ਅਹਿਸਾਸ ਹੋਇਆ ਕਿ ਉਹ ਵੀ ਹਰ ਥਾਂ ਸਮੱਸਿਆ ਨੂੰ ਲੈ ਕੇ ਬੈਠ ਜਾਂਦਾ ਹੈ। ਉਸਨੂੰ ਘਟੋ-ਘਟ ਥਾਂ, ਮੌਕੇ ਤੇ ਸਾਹਮਣਲੇ ਇਨਸਾਨ ਦਾ ਧਿਆਨ ਰੱਖਣਾ ਚਾਹੀਦਾ ਹੈ।

"ਕੀ ਗੱਲ ਚੁਪ ਹੋ ਗਏ ?"

"ਉਂਜ ਹੀ" ਕਰਮਵੀਰ ਸੋਚਣ ਲਗ ਪਿਆ ਕਿ ਉਹ ਆਸ਼ਾ ਨਾਲ ਕਿਹੜੀ ਗੱਲ ਕਰੇ।

ਉਸਨੂੰ ਲਗ ਰਿਹਾ ਸੀ ਕਿ ਆਸ਼ਾ ਤਾਂ ਬਹੁਤ ਸਿਆਣੀ ਹੈ। ਆਮ ਕੁੜੀਆਂ ਦੇ ਪੱਧਰ ਤੋਂ ਉਸਦਾ ਗਿਆਨ ਉੱਚਾ ਹੈ। ਜ਼ਿੰਦਗੀ ਨੂੰ ਉਸਨੇ ਬਹੁਤ ਨੇੜਿਓਂ ਹੋ ਕੇ ਦੇਖਿਆ ਲਗਦਾ। ਇਸੇ ਕਰਕੇ ਬੜੀਆਂ ਚੰਗੀਆਂ ਗੱਲਾਂ ਕਰਦੀ ਹੈ। ਕੁੜੀਆਂ ਬਾਰੇ ਕਰਮਵੀਰ ਕਦੇ ਵੀ ਐਨਾ ਜ਼ਿਆਦਾ ਭਾਵੁਕ ਨਹੀਂ ਰਿਹਾ। ਉਂਝ ਵੀ ਉਸਦੀ ਜ਼ਿੰਦਗੀ ਰੁਝੇਂਵਿਆ ਨਾਲ ਭਰਪੂਰ ਸੀ। ਰੁਝੇਂਵੇ ਵੀ ਅਜਿਹੇ ਜਿਸ ਵਿਚ ਬੇਰੋਜ਼ਗਾਰੀ ਨਾਲ ਜੂਝਣ ਦੀ ਸਮੱਸਿਆ ਅਤੇ ਪਰਿਵਾਰਕ ਸਮੱਸਿਆਵਾਂ ਮੂੰਹ ਅੱਡੀ ਖੜੋਤੀਆਂ ਰਹਿੰਦੀਆਂ ਸਨ। ਕਿਸੇ ਕੁੜੀ ਦੇ ਦਿਲ ਅੰਦਰ ਝਾਕਣ ਦਾ ਮੌਕਾ ਹੀ ਨਹੀਂ ਮਿਲਿਆ ਕਦੇ। ਆਸ਼ਾ ਅੰਦਰ ਉਸਦੀ ਝਾਤੀ ਪੈਣ ਲਗੀ ਸੀ।

"ਦੇਖੋ ! ਕੋਈ ਤਾਂ ਗੱਲ ਕਰੋ, ਮੇਰੀਆਂ ਗੱਲਾਂ ਦਾ ਗੁੱਸਾ ਨਾ ਕਰਨਾ, ਬਹੁਤਾ ਬੋਲਣ ਦੀ ਆਦਤ ਈ ਏ। ਉਂਜ ਦਿਲ ਦੀ ਮਾੜੀ ਨਹੀਂ ਹਾਂ।" ਕਰਮਵੀਰ ਦੀਆਂ ਅੱਖਾਂ ਵਿਚ ਤਕਣ ਲੱਗੀ ਆਸ਼ਾ। ਆਸ਼ਾ ਦੀ ਇਸ ਤਕਣੀ ਤੋਂ ਡਾਢਾ ਘਬਰਾ ਗਿਆ ਸੀ ਕਰਮਵੀਰ।

"ਆਸ਼ਾ ! ਤੁਸੀਂ ਕਿੰਨੇ ਭੈਣ ਭਰਾ ਹੋ ?" ਕਰਮਵੀਰ ਨੂੰ ਜਦੋਂ ਕੋਈ ਗੱਲ ਨਾ ਸੁੱਝੀ ਤਾਂ ਉਸ ਪੁਛ ਲਿਆ।

"ਛੇ ।"

"ਕੀ ਮਤਲਬ ?"

"ਪੰਜ ਭੈਣਾਂ ਤੇ ਇਕ ਭਰਾ ।" ਆਸ਼ਾ ਉਦਾਸ ਹੋ ਗਈ।

"ਕੋਈ ਵੱਡਾ ਤੇਰੇ ਨਾਲੋਂ ?"

"ਨਹੀਂ, ਸਾਰੇ ਛੋਟੇ, ਭਰਾ ਸਭ ਨਾਲੋਂ ਛੋਟਾ।

"ਪਿਤਾ ਜੀ ਕੀ ਕਰਦੇ ਹਨ ?"

"ਇਕ ਵੇਅਰ ਹਾਊਸ ਦੀ ਚੌਕੀਦਾਰੀ।" ਆਸ਼ਾ ਹੋਰ ਉਦਾਸ ਹੋ ਗਈ।

ਕਰਮਵੀਰ ਨੇ ਆਸ਼ਾ ਵਲ ਤਕਿਆ। ਆਸ਼ਾ ਦੀਆਂ ਅੱਖਾਂ ਭਰੀਆਂ ਹੋਈਆਂ ਸਨ। ਕਰਮਵੀਰ ਖੜਾ ਹੋ ਗਿਆ। ਆਸ਼ਾ ਨੂੰ ਪਤਾ ਨਹੀਂ ਕੀ ਹੋ ਗਿਆ ਸੀ।

"ਕੀ ਗੱਲ ਆਸ਼ਾ ?"

"ਕੁਝ ਨਹੀਂ, ਐਵੇਂ ਈਂ ।"

"ਫਿਰ ਵੀ ਕੁਝ ਤਾਂ ਦੱਸ ।"

"ਕੁਝ ਨਹੀਂ, ਚੰਗਾ ਫਿਰ ਤੁਸੀਂ ਚਲੋ। ਮੈਂ ਵੀ ਚਲੀ ਜਾਵਾਂਗੀ। ਤੁਹਾਡਾ ਸ਼ੁਕਰੀਆਂ ਤੁਸੀਂ ਐਨੀ ਦੂਰ ਮੇਰੇ ਨਾਲ ਤੁਰ ਕੇ ਆਏ ਹੋ ।"

ਕਰਮਵੀਰ ਕਹਿਣਾ ਚਾਹੁੰਦਾ ਸੀ ਕਿ ਮੈਂ ਤਾਂ ਤੇਰੇ ਨਾਲ ਸਾਰੀ ਉਮਰ ਤੁਰਨ ਲਈ ਤਿਆਰ ਹਾਂ, ਜੇ ਤੂੰ ਹਾਂ ਕਰੇ ਤਾਂ, ਪਰ ਉਹ ਖਾਮੋਸ਼ ਰਿਹਾ। ਇਸ ਕਰਕੇ ਕਿਉਂਕਿ ਉਸ ਸਮੇਂ ਸਥਿਤੀ ਕਾਫ਼ੀ ਤਣਾਅ ਵਾਲੀ ਹੋ ਗਈ ਸੀ, ਆਸ਼ਾ ਦਾ ਚਿਹਰਾ ਮੁਰਝਾ ਗਿਆ ਸੀ। ਸਾਹਮਣੇ ਬੱਸ ਅੱਡਾ ਸੀ, ਜਿਥੋਂ ਆਸ਼ਾ ਨੂੰ ਟੈਂਪੂ ਮਿਲਣਾ ਸੀ, 'ਹੱਛਾ' ਕਹਿ ਕੇ ਕਰਮਵੀਰ ਨੇ ਸਾਈਕਲ ਉਤੇ ਲੱਤ ਦਿੱਤੀ।

ਆਸ਼ਾ ਦੇ ਘਰ ਦੀਆਂ ਗੱਲਾਂ ਤੁਰੀਆਂ ਤਾਂ ਆਸ਼ਾ ਉਦਾਸ ਕਿਉਂ ਹੋ ਗਈ ? ਇਹ ਸਵਾਲ ਮੁੜ-ਮੁੜ ਕਰਮਵੀਰ ਦੇ ਅੱਗੇ ਉਭਰ ਰਿਹਾ ਸੀ। ਜ਼ਰੂਰ ਕੋਈ ਗੜਬੜ ਹੈ ਆਸ਼ਾ ਦੇ ਪਰਿਵਾਰ 'ਚ।

ਤੇਰ੍ਹਾਂ

ਨੇਤਾ ਜੀ ਇੰਜਨੀਅਰਰਿੰਗ ਵਰਕਸ ਅੱਗੇ ਹੜਤਾਲੀਆਂ ਨੂੰ ਬੈਠਿਆਂ ਪੂਰਾ ਹਫਤਾ ਹੋ ਗਿਆ ਸੀ। ਇਸ ਦੌਰਾਨ ਬਹੁਤ ਸਾਰੇ ਹੜਤਾਲੀਆਂ ਉਤੇ ਪੁਲਸ ਵਲੋਂ ਮੁਕੱਦਮੇ ਦਰਜ ਕੀਤੇ ਗਏ। ਐਕਸ਼ਨ ਕਮੇਟੀ ਦੇ ਕਨਵੀਨਰ ਕਰਮਵੀਰ ਤੋਂ ਲੈ ਕੇ ਪੂਰੀ ਕਮੇਟੀ ਦੇ ਮੈਂਬਰਾਂ ਉਤੇ ਮੁਕਦਮੇ ਦਰਜ ਕੀਤੇ ਗਏ ਸਨ।

ਮਾਲਕਾਂ ਦੇ ਗੁੰਡਿਆਂ ਵਲੋਂ ਬਹੁਤ ਸਾਰੇ ਹੜਤਾਲੀ ਵਰਕਰਾਂ ਉਤੇ ਤਸ਼ੱਦਦ ਕੀਤਾ ਗਿਆ, ਉਨ੍ਹਾਂ ਨੂੰ ਘਰੋਂ ਚੁਕ ਕੇ ਫੈਕਟਰੀ ਲਿਆਂਦਾ ਗਿਆ। ਬਦਰੀ ਪ੍ਰਸਾਦ ਹਰ ਹਾਲਤ 'ਚ ਇਸ ਹੜਤਾਲ ਨੂੰ ਫੇਲ੍ਹ ਕਰਨਾ ਚਾਹੁੰਦਾ ਸੀ। ਉਹ ਡਾਢਾ ਪ੍ਰੇਸ਼ਾਨ ਸੀ ਕਿ ਉਸਦੇ ਜੀਊਂਦਿਆ ਜੀ ਨੇਤਾ ਜੀ ਇੰਜਨੀਅਰਿੰਗ 'ਚ ਹੜਤਾਲ ਕਿਵੇਂ ਹੋ ਸਕਦੀ ਹੈ।

ਇਸ ਹਫਤੇ ਦੌਰਾਨ ਟਰੇਡ ਯੂਨੀਅਨ ਦੇ ਬਹੁਤ ਸਾਰੇ ਲੀਡਰ ਹਰ ਸ਼ਾਮ ਜਲਸੇ 'ਚ ਬੋਲ ਕੇ ਜਾਂਦੇ । ਬਾਬਾ ਅਵਤਾਰ ਸਿੰਘ, ਮਦਨ ਲਾਲ ਅਤੇ ਕਾਮਰੇਡ ਸਰਵਣ ਸਿੰਘ। ਪਾਰਟੀ ਦੀ ਮੀਟਿੰਗ, ਪਾਰਟੀ ਦੀ ਰੋਜ਼ਾਨਾ ਅਖਬਾਰ ਦੇ ਦਫਤਰ 'ਚ ਹੁੰਦੀ ਅਤੇ ਨੇਤਾ ਜੀ ਇੰਜਨੀਅਰਿੰਗ ਵਰਕਸ ਦਾ ਕੇਸ ਲੈ ਕੇ ਕਾਮਰੇਡ ਰਾਮ ਪ੍ਰਕਾਸ਼ ਓਥੇ ਹਾਜ਼ਰ ਹੋ ਜਾਂਦਾ। ਹੜਤਾਲ ਦਾ ਕੋਈ

ਹੱਦ ਬੰਨਾ ਨਜ਼ਰ ਨਹੀਂ ਆ ਰਿਹਾ ਸੀ। ਦੋ ਢਾਈ ਸੌ ਵਰਕਰ ਅੰਦਰ ਕੰਮ ਤੇ ਜਾਣ ਲੱਗਾ ਸੀ। ਪਰ ਇਸ ਇਕ ਹਫਤੇ ਪਿਛੋਂ ਹੋਰ ਕੋਈ ਵਰਕਰ ਹੜਤਾਲ ਛਡ ਕੇ ਅੰਦਰ ਕੰਮ ਤੇ ਨਹੀਂ ਗਿਆ।

ਕਰਮਵੀਰ ਤੇ ਕਾਮਰੇਡ ਚੰਦਰਨ ਨੇ ਹੜਤਾਲੀ ਕੈਂਪ 'ਚ ਬੈਠਿਆਂ ਸਲਾਹ ਕੀਤੀ ਕਿ ਕਾਮਰੇਡ ਰਾਮ ਪ੍ਰਕਾਸ਼ ਨੂੰ ਮਿਲ ਕੇ ਅਗਲਾ ਪ੍ਰੋਗਰਾਮ ਬਣਾਇਆ ਜਾਣਾ ਚਾਹੀਦਾ ਹੈ। ਹਰ ਸ਼ਾਮ ਓਥੇ ਗੇਟ ਮੀਟਿੰਗ ਹੁੰਦੀ। ਇਹ ਗੇਟ ਮੀਟਿੰਗ ਕਈ ਵਾਰ ਤਾਂ ਬਹੁਤ ਵੱਡੇ ਜਲਸੇ ਦਾ ਰੂਪ ਧਾਰਨ ਕਰ ਜਾਂਦੀ। ਜਦੋਂ ਕੋਈ ਬਾਹਰੋਂ ਨਵਾ ਲੀਡਰ ਜਲਸੇ 'ਚ ਬੋਲਣ ਲਈ ਆਉਂਦਾ। ਸੀ.ਪੀ. ਆਈ. ਦੇ ਵਿਧਾਇਕ ਰਾਮ ਪਾਲ ਜੀ, ਦਮਨਜੀਤ, ਟਰੇਡ ਯੂਨੀਅਨ ਲੀਡਰ ਵਾਰੋ ਵਾਰੀ ਇਨ੍ਹਾਂ ਜਲਸਿਆਂ 'ਚ ਸ਼ਾਮਲ ਹੋਣ ਲਈ ਆਉਂਦੇ। ਸ਼ਾਮ ਨੂੰ ਪੰਜ ਵਜੇ ਜਲਸਾ ਆਰੰਭ ਹੁੰਦਾ। ਉਦੋਂ ਇੰਡਸਟਰੀਅਲ ਏਰੀਆਂ ਦੇ ਬਾਕੀ ਕਾਰਖਾਨਿਆਂ 'ਚ ਛੁੱਟੀ ਹੋਣੀ ਸ਼ੁਰੂ ਹੋ ਜਾਂਦੀ, ਵਰਕਰ ਇਸ ਜਲਸੇ ਦੁਆਲੇ ਜੁੜਦੇ ਜਾਂਦੇ। ਰੋਜ਼ ਹੜਤਾਲੀ ਮਜ਼ਦੂਰਾਂ ਦੇ ਹੱਕ 'ਚ ਅਤੇ ਲਾਲਾ ਬਦਰੀ ਪ੍ਰਸਾਦ ਦੀਆਂ ਵਧੀਕੀਆਂ ਬਾਰੇ ਭਾਸ਼ਨ ਕੀਤੇ ਜਾਂਦੇ। ਇਕੋ ਤਰ੍ਹਾਂ ਦੀਆਂ ਮੰਗਾਂ ਦੇ ਚਾਰਟਰ ਨੂੰ ਹਰ ਰੋਜ਼ ਦੁਹਰਾਇਆ ਜਾਂਦਾ। ਮਜ਼ਦੂਰ ਏਕਤਾ ਦੀਆਂ ਗੱਲਾਂ ਕੀਤੀਆਂ ਜਾਂਦੀਆਂ । ਜਲਸਾ ਖ਼ਤਮ ਹੋਣ ਪਿਛੋਂ ਓਥੋਂ ਦੀ ਭੀੜ ਖਿੰਡ ਜਾਂਦੀ, ਫਿਰ ਪਿਛੇ ਰਹਿ ਜਾਂਦਾ ਇਕ ਟੈਂਟ ਅਤੇ ਉਸ ਅੰਦਰ ਪੰਜ-ਦਸ ਵਰਕਰ।

ਲਾਲਾ ਬਦਰੀ ਪ੍ਰਸਾਦ ਬਹੁਤ ਘੈਂਟ ਵਿਅਕਤੀ ਸੀ। ਕਾਰਖਾਨੇਦਾਰਾਂ ਦੀ ਐਸੋਸੀਏਸ਼ਨ ਦਾ ਉਹ ਪ੍ਰਧਾਨ ਸੀ। ਵੱਡਾ ਕਾਰਖਾਨੇਦਾਰ ਹੋਣ ਕਰਕੇ ਛੋਟੇ ਕਾਰਖਾਨਿਆਂ ਦੇ ਮਾਲਕ ਉਸ ਨਾਲ ਬਣਾ ਕੇ ਰੱਖਦੇ ਸਨ। ਇੰਡਸਟਰੀਅਲ ਏਰੀਏ 'ਚ ਤਕਰੀਬਨ ਤਿੰਨ-ਚਾਰ ਸੌ ਫੈਕਟਰੀਆਂ ਸਨ। ਇਨ੍ਹਾਂ 'ਚ ਕੰਮ ਕਰਨ ਵਾਲੇ ਵਰਕਰਾਂ ਦੀ ਗਿਣਤੀ ਤੇਰਾਂ-ਚੌਦਾਂ ਹਜ਼ਾਰ ਸੀ। ਇਸ ਇਲਾਕੇ ਦਾ ਐਮ. ਐਲ. ਏ. ਜੋ ਕਾਂਗਰਸ ਨਾਲ ਸੰਬੰਧ ਰਖਦਾ ਸੀ, ਲਾਲਾ ਬਦਰੀ ਪ੍ਰਸਾਦ ਦਾ ਮਿੱਤਰ ਸੀ। ਵਰਕਰਾਂ ਦਾ ਇਕ ਡੈਪੂਟੇਸ਼ਨ ਜਦੋਂ ਇਸ ਵਿਧਾਇਕ ਨੂੰ ਮਿਲਣ ਗਿਆ ਤਾਂ ਉਸਨੇ ਵਰਕਰਾਂ ਨਾਲ ਡਾਢੀ ਹਮਦਰਦੀ ਜਤਾਈ। ਉਹ ਕਹਿਣ ਲੱਗਾ ਕਿ ਤੁਸੀਂ ਬੜੀ ਦੇਰ ਨਾਲ ਮੇਰੇ ਕੋਲ ਆਏ ਹੋ, ਅਜਿਹਾ ਕੰਮ ਕਰਨ ਤੋਂ ਪਹਿਲਾਂ ਮੇਰੇ ਨਾਲ ਗੱਲ ਕਰਨੀ ਚਾਹੀਦੀ ਸੀ, ਬਦਰੀ ਪ੍ਰਸਾਦ ਮੇਰੇ ਬਹੁਤ ਨਜ਼ਦੀਕੀ ਹਨ, ਮੈਂ ਉਨ੍ਹਾਂ ਨੂੰ ਤੁਹਾਡੀਆਂ ਮੰਗਾਂ ਮੰਨਣ ਲਈ ਰਾਜ਼ੀ ਕਰ ਲੈਣਾ ਸੀ। ਖੈਰ, ਹੁਣ ਜੇ ਤੁਸੀਂ ਮੇਰੇ ਕੋਲ ਆਏ ਹੋ ਤਾਂ ਮੈਂ ਜ਼ਰੂਰ ਉਸਨੂੰ ਮਿਲਾਂਗਾ। ਤੁਹਾਡਾ ਫੈਸਲਾ ਮੁਕਾ ਦੇਵਾਂਗਾ।

ਕਾਂਗਰਸੀ ਵਿਧਾਇਕ ਨੂੰ ਮਿਲਣ ਗਏ ਡੈਪੂਟੇਸ਼ਨ ਦੀ ਅਗਵਾਈ ਬਾਲੀ ਕਰ ਰਿਹਾ ਸੀ। ਬਾਲੀ ਜਿਹੜਾ ਉਸ ਕਾਂਗਰਸੀ ਵਿਧਾਇਕ ਦੀਆਂ ਚੋਣਾਂ 'ਚ ਕੰਮ ਕਰਦਾ ਰਿਹਾ ਸੀ ਅਤੇ ਉਹ ਉਸਦੇ ਕਾਫ਼ੀ ਨੇੜੇ ਸੀ। ਇਸ ਲਈ ਉਸਨੇ ਐਕਸ਼ਨ ਕਮੇਟੀ ਦੇ ਕੁਝ ਮੈਂਬਰਾਂ ਨੂੰ ਲੈ ਕੇ ਉਸ ਵਿਧਾਇਕ ਨਾਲ ਮੁਲਾਕਾਤ ਕਰਨ ਦਾ ਪ੍ਰੋਗਰਾਮ ਬਣਾਇਆ ਸੀ ਪਰ ਇਹ ਗੱਲ-ਕਾਮਰੇਡ ਰਾਮ ਪ੍ਰਕਾਸ਼, ਚੰਦਰਨ ਅਤੇ ਕਰਮਵੀਰ ਨੂੰ ਚੰਗੀ ਨਹੀਂ ਸੀ ਲੱਗੀ। ਨਾ ਹੀ ਇਸ ਗੱਲ ਨੂੰ ਕਾਮਰੇਡ ਸਰਵਣ ਸਿੰਘ, ਬਾਬਾ ਅਵਤਾਰ ਸਿੰਘ ਆਦਿ ਨੂੰ ਚੰਗੀ ਲੱਗੀ ਸੀ। ਉਨ੍ਹਾਂ

ਦਾ ਕਹਿਣਾ ਸੀ ਕਿ ਸਰਮਾਏਦਾਰ ਪਾਰਟੀ ਦੇ ਵਿਧਾਇਕ ਨੇ ਕਦੇ ਵੀ ਵਰਕਰਾਂ ਦੀ ਹਮਾਇਤ ਨਹੀਂ ਕਰਨੀ। ਇਹ ਕਾਂਗਰਸੀ ਵਿਧਾਇਕ, ਕਾਰਖਾਨੇਦਾਰਾਂ ਦੇ ਪੈਸਿਆਂ ਨਾਲ ਚੌਣ ਲੜਦੇ ਅਤੇ ਜਿੱਤਦੇ ਹਨ। ਉਹ ਇਨ੍ਹਾਂ ਦੀ ਵਿਰੋਧਤਾ ਕਿਵੇਂ ਕਰ ਸਕਦੇ ਹਨ। ਇਸ ਲਈ ਉਨ੍ਹਾਂ ਦੇ ਵਿਚਾਰਾਂ ਮੁਤਾਬਕ, ਵਰਕਰਾਂ ਨੇ ਕਾਂਗਰਸੀ ਵਿਧਾਇਕ ਨੂੰ ਮਿਲ ਕੇ ਬਹੁਤ ਵੱਡੀ ਗਲਤੀ ਕੀਤੀ ਸੀ, ਕਿਉਂਕਿ ਇਸ ਨਾਲ ਲਾਲਾ ਬਦਰੀ ਪ੍ਰਸਾਦ ਕੋਲ, ਵਰਕਰਾਂ ਦੀ ਕਮਜ਼ੋਰੀ ਜ਼ਾਹਿਰ ਹੋਣ ਦਾ ਡਰ ਬਣ ਗਿਆ ਸੀ। ਕਾਂਗਰਸੀ ਵਿਧਾਇਕ ਪਤਾ ਨਹੀਂ ਕਿਸ ਖ਼ੁਸ਼ਾਮਦੀ ਲਹਿਜ਼ੇ 'ਚ ਲਾਲਾ ਬਦਰੀ ਪ੍ਰਸਾਦ ਨਾਲ ਗੱਲ ਕਰੇ ਕਿ ਉਹ ਸਮਝੇ ਕਿ ਵਰਕਰ ਹੁਣ ਸ਼ਾਇਦ ਸਮਝੌਤੇ ਦੇ ਮੂਡ 'ਚ ਤੁਰੇ ਫਿਰਦੇ ਹਨ।

ਕਾਮਰੇਡ ਚੰਦਰਨ ਦਾ ਕਹਿਣਾ ਸੀ ਕਿ ਮਾਲਕ ਨੂੰ ਕਦੇ ਵੀ ਇਹ ਜ਼ਾਹਿਰ ਨਹੀਂ ਹੋਣ ਦੇਣਾ ਚਾਹੀਦਾ ਕਿ ਹੜਤਾਲੀ ਵਰਕਰ ਉਸ ਨਾਲ ਸਮਝੌਤੇ ਦੇ ਮੂਡ 'ਚ ਹਨ। ਇੰਝ ਉਹ ਇਸ ਗੱਲ ਨੂੰ ਲੋਕਾਂ ਕੋਲ, ਉਛਾਲ ਕੇ ਸਾਡੀ ਲਹਿਰ ਨੂੰ ਕਮਜ਼ੋਰ ਕਰ ਸਕਦਾ ਹੈ। ਤੁਹਾਡੇ ਇਸ ਰਵੱਈਏ ਕਰਕੇ, ਹੜਤਾਲੀ ਮਜ਼ਦੂਰਾਂ ਦੀ ਸੋਚ ਉਤੇ ਵੀ ਅਸਰ ਪੈ ਸਕਦਾ ਹੈ, ਐਕਸ਼ਨ ਕਮੇਟੀ ਦੇ ਮੈਂਬਰਾਂ ਦਾ ਇੰਝ ਕਾਂਗਰਸੀ ਵਿਧਾਇਕ ਨੂੰ ਮਿਲਣਾ ਅਤੇ ਉਸਨੂੰ ਕਹਿਣਾ ਕਿ ਉਹ ਲਾਲਾ ਬਦਰੀ ਪ੍ਰਸਾਦ ਨੂੰ ਮਿਲੇ, ਹੜਤਾਲੀ ਮਜ਼ਦੂਰਾਂ ਨੂੰ ਕਮਜ਼ੋਰ ਕਰ ਸਕਦਾ ਹੈ। ਉਹ ਸੋਚ ਸਕਦੇ ਹਨ ਕਿ ਹੜਤਾਲ ਮੁੱਕੀ ਕਿ ਮੁੱਕੀ।

"ਉਂਝ ਹੜਤਾਲ ਜੇ ਛੇਤੀ ਮੁਕਾਉਣ ਦੀ ਕੋਸ਼ਿਸ਼ ਕੀਤੀ ਜਾਏ ਤਾਂ ਚੰਗਾ ਨਹੀਂ ?" ਕਰਮਵੀਰ ਨੇ ਕਾਮਰੇਡ ਚੰਦਰਨ ਨੂੰ ਪੁਛਿਆ।

"ਘਟੋ-ਘਟ ਤੇਰੇ ਵਰਗੇ ਪਾਰਟੀ ਮੈਂਬਰ ਨੂੰ ਇਹ ਪ੍ਰਸ਼ਨ ਨਹੀਂ ਪੁਛਣਾ ਚਾਹੀਦਾ ?" ਕਾਮਰੇਡ ਚੰਦਰਨ ਦਾ ਉੱਤਰ ਸੀ।

"ਕਿਉਂ ?"

"ਹੜਤਾਲ ਕਿਉਂ ਮੁਕਾਈ ਜਾਏ, ਅਜੇ ਕੋਈ ਫੈਸਲਾ ਨਹੀਂ ਹੋਇਆ, ਮਾਲਕਾਂ ਵਲੋਂ ਅਜ ਕੋਈ ਪੇਸ਼ਕਸ਼ ਨਹੀਂ ਹੋਈ। ਹੜਤਾਲੀਆਂ ਦੀਆਂ ਕੋਈ ਮੰਗਾਂ ਨਹੀਂ ਮੰਨੀਆਂ ਗਈਆਂ। ਹੜਤਾਲ ਕਿਵੇਂ ਮੁਕ ਸਕਦੀ ਹੈ ?"

"ਕਾਮਰੇਡ ਚੰਦਰਨ ਸ਼ਾਇਦ ਤੁਸੀਂ ਮੇਰੀ ਗੱਲ ਨਹੀਂ ਸਮਝੇ। ਮੇਰਾ ਕਹਿਣ ਦਾ ਭਾਵ ਇਹ ਹੈ ਕਿ ਮਾਲਕ ਕਿਉਂ ਤੁਹਾਡੇ ਨਾਲ ਸਮਝੌਤਾ ਕਰੇਗਾ। ਕਿਸ ਰਾਹੀਂ ਸਮਝੌਤਾ ਕਰੇਗਾ, ਅਜ ਹੜਤਾਲ ਹੋਈ ਨੂੰ ਇਕ ਮਹੀਨੇ ਤੋਂ ਉਪਰ ਹੋ ਗਿਆ ਹੈ। ਜੇ ਮਾਲਕ ਸਮਝੌਤੇ ਦੀ ਪਹਿਲ ਨਹੀਂ ਕਰਦਾ ਤਾਂ ਸਾਡੇ ਵਲੋਂ ਕਿਸੇ ਲੀਡਰ ਨੂੰ ਪਹਿਲ ਕਰਕੇ ਦੇਖਣੀ ਚਾਹੀਦੀ ਹੈ।" ਕਰਮਵੀਰ ਨੇ ਆਪਣਾ ਵਿਚਾਰ ਪੇਸ਼ ਕੀਤਾ।

"ਇਥੇ ਤੂੰ ਕਮਜ਼ੋਰ ਏਂ ਕਾਮਰੇਡ ।" ਕਰਮਵੀਰ ਨੂੰ ਵੀ ਹੁਣ ਚੰਦਰਨ ਨੇ ਕਾਮਰੇਡ ਕਹਿਣਾ ਸ਼ੁਰੂ ਕਰ ਦਿੱਤਾ ਸੀ। ਹੜਤਾਲ ਤੋਂ ਪੰਜ-ਛੇ ਮਹੀਨੇ ਪਹਿਲਾਂ ਕਾਮਰੇਡ ਰਾਮ ਪ੍ਰਕਾਸ਼ ਦੀ ਸਿਫਾਰਸ਼ 'ਤੇ ਕਰਮਵੀਰ ਨੂੰ ਪਾਰਟੀ ਦਾ ਮੈਂਬਰ ਬਣਾ ਲਿਆ ਗਿਆ ਸੀ।

"ਟਰੇਡ ਯੂਨੀਅਨ ਲਹਿਰ ਬਾਰੇ ਅਜੇ ਤੈਨੂੰ ਕੋਈ ਵਾਕਫੀਅਤ ਨਹੀਂ ਹੈ। ਹੜਤਾਲ ਤਾਂ ਲੰਮੀ ਹੋਵੇਗੀ, ਜਿੰਨੀ ਦੇਰ ਮਾਲਕ ਝੁਕਦੇ ਨਹੀਂ। ਮਜ਼ਦੂਰ ਏਕਤਾ, ਜ਼ਿੰਦਾਬਾਦ ਦੇ ਨਾਅਰੇ ਓਨੀ ਦੇਰ ਲਗਦੇ ਰਹਿਣਗੇ।"

"ਬੇਸ਼ਕ ਇਹ ਹੜ ਤਾਲ ਤਿੰਨ-ਚਾਰ ਮਹੀਨੇ ਲੰਮੀ ਹੋ ਜਾਏ ?" ਕਰਮਵੀਰ ਦੀ ਚਿੰਤਾ ਪਹਿਲਾਂ ਵਾਂਗ ਹੀ ਸੀ।

"ਬੇਸ਼ਕ ।"

"ਪਰ ਕੀ ਐਨੀ ਦੇਰ ਅਸੀਂ ਹੜਤਾਲੀ ਮਜ਼ਦੂਰਾਂ ਨੂੰ ਆਪਣੇ ਨਾਲ ਰੱਖ ਸਕਾਂਗੇ। ਇਸ ਦੀ ਕੋਈ ਹੱਦ ਵੀ ਤਾਂ ਹੋਣੀ ਚਾਹੀਦੀ ਹੈ ।"

"ਕਿਉਂ ਨਹੀਂ ? ਜਿਹੜੇ ਸਾਥੀ ਸਾਡੇ ਨਾਲ ਇਕ ਮਹੀਨਾ ਤੁਰੇ ਹਨ, ਉਹ ਕਿਵੇਂ ਸਾਡਾ ਸਾਥ ਛਡਣਗੇ । ਫਿਰ ਸਾਥ ਛਡ ਕੇ ਕਰਨਗੇ ਵੀ ਕੀ । ਫੈਕਟਰੀ 'ਚ ਉਨ੍ਹਾਂ ਦੀ ਐਨੀ ਲੰਮੀ ਸਰਵਿਸ, ਗਰੈਚੁਟੀ, ਪਰਾਵੀਡੈਂਟ ਫੰਡ ਤੇ ਹੋਰ ਹਿਸਾਬ-ਕਿਤਾਬ। ਇਹ ਸਾਰਾ ਕੁਝ ਉਨ੍ਹਾਂ ਦਾ ਫੈਕਟਰੀ ਮਾਲਕ ਕੋਲ ਪਿਆ। ਉਹ ਸਾਨੂੰ ਨਹੀਂ ਛਡਣਗੇ।" ਕਾਮਰੇਡ ਚੰਦਰਨ ਦਾ ਦਾਅਵਾ ਸੀ।

"ਪਰ ਜੇ ਉਹ ਸਾਨੂੰ ਛਡ ਕੇ ਅੰਦਰ ਕੰਮ ਤੇ ਜਾ ਲੱਗੇ ?" ਕਰਮਵੀਰ ਨੇ ਆਪਣਾ ਤੌਖਲਾ ਪ੍ਰਗਟਾਇਆ ।

"ਕਿਵੇਂ ?"

"ਹੜਤਾਲ ਤੋਂ ਤੰਗ ਆ ਕੇ ! ਉਹ ਬੜੇ ਆਰਾਮ ਨਾਲ ਲਾਲਾ ਬਦਰੀ ਪ੍ਰਸਾਦ ਕੋਲ ਜਾਣਗੇ ਅਤੇ ਉਸਨੂੰ ਕਹਿਣਗੇ ਕਿ ਸਾਡੇ ਕੋਲੋਂ ਗਲਤੀ ਹੋ ਗਈ। ਉਹ ਉਨ੍ਹਾਂ ਨੂੰ ਕੰਮ 'ਤੇ ਲਾ ਲਏਗਾ ।" ਕਰਮਵੀਰ ਨੇ ਸਮਝਾਇਆ। ਕਰਮਵੀਰ ਨੂੰ ਅਜਿਹੀਆਂ ਕਨਸੋਆਂ ਮਿਲ ਚੁਕੀਆਂ ਸਨ। ਹੜਤਾਲੀਆਂ ਦੀ ਅਜਿਹੀ ਲੀਕੇਜ ਨਾਲ ਹੜ ਤਾਲ ਦਾ ਭੱਠਾ ਬਹਿ ਸਕਦਾ ਹੈ।

"ਪਰ ਇੰਝ ਪਰਤਣ ਵਾਲਿਆਂ ਦੀ ਗਿਣਤੀ ਕੋਈ ਬਹੁਤੀ ਨਹੀਂ ਹੋਵੇਗੀ। ਫਿਰ ਤੈਨੂੰ ਨਹੀਂ ਪਤਾ ਕਿ ਕੀ ਬਦਰੀ ਪ੍ਰਸਾਦ ਅਜਿਹੇ ਹੜਤਾਲੀਆਂ ਨੂੰ ਆਰਾਮ ਨਾਲ ਹੀ ਵਾਪਸ ਲੈ ਲਏਗਾ ? ਉਹ ਇਨ੍ਹਾਂ ਪਾਸੋਂ ਮੁਆਫੀਨਾਮੇ ਲਿਖਵਾਏਗਾ, ਹੋ ਸਕਦਾ ਹੈ ਸਰਵਿਸ ਬਰੇਕ ਕਰ ਦਏ । ਕੀ ਅਜਿਹੀ ਨਮੋਸ਼ੀ ਹਰ ਕੋਈ ਸਹਿਣ ਲਈ ਤਿਆਰ ਹੋਵੇਗਾ ?" ਕਾਮਰੇਡ ਚੰਦਰਨ ਆਪਣੀ ਗੱਲ 'ਤੇ ਅੜਿਆ ਹੋਇਆ ਸੀ ।

"ਪਰ ਜੇ ਉਹ ਹੋਰ ਕਿਸੇ ਫੈਕਟਰੀ ਅੰਦਰ ਕੰਮ ਤੇ ਜਾ ਲਗੇ ? ਇਹ ਵੀ ਤਾਂ ਹੋ ਸਕਦਾ ਕਿ ਹੜਤਾਲੀ ਸਾਥੀਆਂ ਦੇ ਡਰੋਂ ਉਹ 'ਨੇਤਾ ਜੀ' ਦੇ ਅੰਦਰ ਕੰਮ ਨਾ ਕਰਨ, ਹੋਰ ਕਿਸੇ ਫੈਕਟਰੀ 'ਚ ਵੀ ਤਾਂ ਉਹ ਜਾ ਸਕਦੇ ਹਨ। ਇਸ ਤਰ੍ਹਾਂ ਦੀ ਲੀਕੇਜ ਨਾਲ ਵੀ ਤਾਂ ਗ਼ਲਤ ਅਸਰ ਹੋਵੇਗਾ।" ਕਰਮਵੀਰ ਨੇ ਇਕ ਹੋਰ ਵਿਚਾਰ ਪੇਸ਼ ਕੀਤਾ।

"ਨਹੀਂ ਸਾਥੀ ਜੀ । ਲਾਲਾ ਬਦਰੀ ਪ੍ਰਸਾਦ ਦੇ ਡਰੋਂ ਨੇਤਾ ਜੀ ਦਾ ਕੋਈ ਵੀ ਹੜਤਾਲੀ ਵਰਕਰ, ਕੋਈ ਫੈਕਟਰੀ ਮਾਲਕ ਲੈਣ ਲਈ ਤਿਆਰ ਨਹੀਂ ਹੋਵੇਗਾ।

ਹੜਤਾਲ ਹੋਣ ਤੋਂ ਦੋ ਦਿਨ ਪਹਿਲਾਂ ਹੀ ਤਨਖਾਹ ਦਾ ਦਿਨ ਸੀ। ਮਹੀਨਾ ਹੋਣ 'ਤੇ ਹੜਤਾਲੀਆਂ ਨੂੰ ਤਨਖਾਹ ਕਿਥੋਂ ਮਿਲੇਗੀ । ਇਹ ਸੋਚ ਕਰਮਵੀਰ ਨੂੰ ਖਾਈ ਜਾ ਰਹੀ ਸੀ। ਮਜ਼ਦੂਰ ਤਾਂ ਤਨਖਾਹ ਪਿਛੋਂ ਮਹੀਨੇ ਦੀ ਬਾਈ ਤਰੀਕ ਨੂੰ ਅਡਵਾਂਸ ਵੀ ਲੈਂਦੇ ਸਨ, ਤਾਂ ਹੀ ਉਨ੍ਹਾਂ ਦਾ ਗੁਜ਼ਾਰਾ ਚਲਦਾ ਸੀ। ਪਿਛਲੇ ਮਹੀਨੇ ਦੀ ਤਨਖਾਹ ਪਿਛੋਂ ਉਨ੍ਹਾਂ ਨੂੰ ਅਡਵਾਂਸ ਨਹੀਂ ਮਿਲਿਆ, ਇਸ ਮਹੀਨੇ ਦੀ ਤਨਖਾਹ ਵੀ ਨਹੀਂ ਮਿਲੇਗੀ, ਜੇ ਹੜਤਾਲ ਅਗਲੇ ਮਹੀਨੇ ਵੀ ਨਾ ਮੁੱਕੀ ਤਾਂ ਤਨਖਾਹ ਫਿਰ ਨਹੀਂ ਮਿਲੇਗੀ। ਕਰਮਵੀਰ ਨੂੰ ਡਰ ਸੀ ਕਿ ਇਸ ਨਾਲ ਹੜਤਾਲ ਕਮਜ਼ੋਰ ਹੋਵੇਗੀ। ਘਰ, ਖਾਣ ਨੂੰ ਆਟਾ ਦਾਲ ਨਹੀਂ ਹੋਵੇਗਾ ਤਾਂ ਮਜ਼ਦੂਰ ਕੀ ਕਰਨਗੇ।

ਖਾਸ ਤੌਰ ਤੇ ਯੂ.ਪੀ. ਵਾਲੇ ਭਈਆਂ ਦਾ ਬੁਰਾ ਹਾਲ ਸੀ। ਉਨ੍ਹਾਂ ਦੀ ਤਨਖਾਹ ਉਂਞ ਵੀ ਘਟ ਹੁੰਦੀ ਹੈ ਕਿਉਂਕਿ ਇਨ੍ਹਾਂ 'ਚ ਬਹੁਤੀ ਲੇਬਰ ਅਸਿੱਖਿਅਤ (Unskilled) ਹੁੰਦੀ ਹੈ। ਕਰਮਵੀਰ ਨੇ ਰੋਟੀ ਪਾਣੀ ਦਾ ਮਾੜਾ ਮੋਟਾ ਉਨ੍ਹਾਂ ਦਾ ਜੁਗਾੜ ਕਰ ਦਿੱਤਾ ਸੀ। ਐਕਸ਼ਨ ਕਮੇਟੀ ਤੋਂ ਮਨਜ਼ੂਰੀ ਲੈ ਕੇ ਆਲੂਆਂ ਤੇ ਆਟੇ ਦੀਆਂ ਬੋਰੀਆਂ ਮੰਗਵਾ ਲਈਆਂ ਅਤੇ ਇਨ੍ਹਾਂ ਭਈਆ ਨੂੰ ਰੋਜ਼ਾਨਾ ਰਾਸ਼ਨ ਵੰਡ ਦਿੱਤਾ ਜਾਂਦਾ। ਪਟੇਸਰੀ ਦੀ ਸਲਾਹ ਨਾਲ ਕੁਝ ਮਜ਼ਦੂਰਾਂ ਨੂੰ ਕਹਿ ਦਿੱਤਾ ਗਿਆ ਕਿ ਉਹ ਕਿਹਾਏ ਉਤੇ ਰਿਕਸ਼ਾ ਚਲਾ ਕੇ ਦਿਹਾੜੀ ਲਾ ਲਿਆ ਕਰਨ। ਹੜਤਾਲ ਦਾ ਅਜੇ ਕੋਈ ਪਤਾ ਨਹੀਂ ਸੀ ਕਿ ਕਿੰਨੀਂ ਦੇਰ ਚਲੇਗੀ। ਪਟੇਸਰੀ ਨੇ ਆਪਣੇ ਸਾਥੀਆਂ ਨੂੰ ਕਾਫੀ ਬੰਨ੍ਹ ਕੇ ਰਖਣ ਦੀ ਕੋਸ਼ਿਸ਼ ਕੀਤੀ ਸੀ, ਪਰ ਉਨ੍ਹਾਂ 'ਚੋਂ ਬਹੁਤ ਸਾਰੇ ਕੰਮ ਉਤੇ ਪਰਤਣ ਦੀ ਖਾਹਿਸ਼ ਰਖਦੇ ਸਨ। ਹਸਪਤਾਲ 'ਚ ਪਏ ਜ਼ਖਮੀ ਮਜ਼ਦੂਰਾਂ ਨੂੰ ਹੁਣ ਛੁੱਟੀ ਮਿਲ ਗਈ ਸੀ, ਉਹ ਵੀ ਹੜਤਾਲੀਆਂ 'ਚ ਆ ਸ਼ਾਮਲ ਹੋਏ ਸਨ।

ਅੱਠ ਨੌ ਹਜ਼ਾਰ ਰੁਪਏ ਦਾ ਜਿਹੜਾ ਫੰਡ ਹੜਤਾਲ ਵਾਲੇ ਦਿਨ ਇਕੱਠਾ ਹੋਇਆ ਸੀ, ਉਹ ਹੜਤਾਲ ਲੜਨ ਦੇ ਕੰਮ ਆ ਰਿਹਾ ਸੀ। ਕਾਮਰੇਡ ਰਾਮ ਪ੍ਰਕਾਸ਼ ਨੇ ਇਨ੍ਹਾਂ ਫੰਡਾਂ ਨੂੰ ਧਿਆਨ ਨਾਲ ਵਰਤਣ ਦੀ ਤਾੜਨਾ ਕੀਤੀ। ਕਰਮਵੀਰ ਕੋਲ ਹੀ ਸਾਰਾ ਫੰਡ ਪਿਆ ਸੀ। ਯੂਨੀਅਨ ਦੇ ਕੰਮਾਂ ਉਤੇ ਇਹ ਪੈਸਾ ਬੜੀ ਸੰਜੀਦਗੀ ਨਾਲ ਖਰਚ ਕੀਤਾ ਜਾਂਦਾ ਅਤੇ ਇਸਦਾ ਪੂਰਾ ਹਿਸਾਬ ਕਿਤਾਬ ਯੂਨੀਅਨ ਦੇ ਦਫ਼ਤਰ 'ਚ ਰਖਿਆ ਜਾਂਦਾ। ਹੜਤਾਲ 'ਚ ਮੁਖ ਖਰਚ ਲਾਊਡ ਸਪੀਕਰਾਂ, ਟੈਂਟਾ ਆਦਿ ਦਾ ਹੀ ਹੁੰਦਾ ਸੀ, ਹਰ ਰੋਜ਼ ਸ਼ਾਮ ਨੂੰ ਮਾਈਕ ਅਤੇ ਲਾਊਡ ਸਪੀਕਰ ਫਿੱਟ ਕਰ ਦਿੱਤਾ ਜਾਂਦਾ ਸੀ ਅਤੇ ਇਕੋ ਤਰ੍ਹਾਂ ਦੇ ਭਾਸ਼ਨ ਹਰ ਰੋਜ਼ ਇਥੋਂ ਕੀਤੇ ਜਾਂਦੇ। ਮਜ਼ਦੂਰਾਂ ਨੂੰ ਉਨ੍ਹਾਂ ਦੀ ਏਕਤਾ ਦਾ ਵਿਸ਼ਵਾਸ ਦੁਆਇਆ ਜਾਂਦਾ, ਉਨ੍ਹਾਂ ਦੇ ਡੋਲਦੇ ਦਿਲਾਂ ਨੂੰ ਧਰਵਾਸ ਦਿੱਤੀ ਜਾਂਦੀ।

ਪਰ ਇਕ ਰਾਤ ਜਦੋਂ ਹੜਤਾਲ ਦੂਜੇ ਮਹੀਨੇ ਦੇ ਅੱਧ 'ਚ ਪੁੰਜ ਚੁੱਕੀ ਸੀ, ਟੈਂਟ ਉਤੇ ਇਕ ਵਾਰ ਫਿਰ ਮਾਲਕਾਂ ਦੇ ਗੁੰਡਿਆਂ ਅਤੇ ਪੁਲਸ ਵਲੋਂ ਰਲ ਕੇ ਹਮਲਾ ਕੀਤਾ ਗਿਆ ਅਤੇ ਇਸ ਵਾਰ ਬਹੁਤ ਸਾਰੇ ਹੜਤਾਲੀ ਵਰਕਰ ਕੁਟਾਪੇ ਦਾ ਸ਼ਿਕਾਰ ਹੋ ਗਏ । ਸਰਮਾਏਦਾਰ ਨੇ ਆਪਣੀ ਤਾਕਤ ਦੀ ਦੁਰਵਰਤੋਂ ਕਰਦਿਆਂ ਹੜਤਾਲੀਆਂ ਨੂੰ ਕੈਂਪ 'ਚ ਹਿਲਾ ਕੇ ਰਖ ਦਿੱਤਾ ਅਤੇ ਹੜਤਾਲੀ, ਮਜ਼ਦੂਰ ਏਕਤਾ ਜ਼ਿੰਦਾਬਾਦ ਦੇ ਨਾਅਰੇ ਲਾਉਂਦੇ ਰਾਤ ਦੇ ਹਨੇਰੇ 'ਚ ਪੁਲਸ ਦੇ

ਮੋਟਰ ਸਾਈਕਲਾਂ ਦੀ ਦਗੜ-ਦਗੜ ਤੋਂ ਬਚਦੇ ਲੁਕਦੇ ਫਿਰ ਰਹੇ ਸਨ। ਪੁਲਸ ਅਤੇ ਗੁੰਡਿਆਂ ਨੇ ਰਲ ਕੇ ਹੜਤਾਲੀਆਂ ਨੂੰ ਭਜਾ ਦਿੱਤਾ, ਉਨ੍ਹਾਂ ਦੇ ਤੰਬੂਆਂ ਨੂੰ ਵਲੇਟ ਕੇ ਇਕ ਪਾਸੇ ਰਖ ਦਿੱਤਾ ਗਿਆ। ਕੁਝ ਹੜਤਾਲੀਆਂ ਨੂੰ ਗ੍ਰਿਫਤਾਰ ਵੀ ਕਰ ਲਿਆ ਗਿਆ। ਮਜ਼ਦੂਰਾਂ ਦੀ ਏਕਤਾ ਨੂੰ ਇਕ ਵਾਰ ਫਿਰ ਤੋੜਨ ਦਾ ਯਤਨ ਕੀਤਾ ਗਿਆ, ਇਕ ਵਾਰ ਫਿਰ ਉਨ੍ਹਾਂ ਉਤੇ ਦਹਿਸ਼ਤਵਾਦ ਦਾ ਘੇਰਾ ਪਾਇਆ ਗਿਆ, ਇਕ ਵਾਰ ਫਿਰ ਲਾਲਾ ਬਦਰੀ ਪ੍ਰਸਾਦ ਨੇ ਦਸ ਦਿੱਤਾ ਕਿ ਸਰਮਾਏਦਾਰ ਜਿੰਨਾ ਮਰਜ਼ੀ ਜਬਰ ਕਰ ਲਏ, ਉਸਨੂੰ ਕੋਈ ਪੁਛਣ ਵਾਲਾ ਨਹੀਂ ਹੈ। ਸਰਮਾਏਦਾਰ ਦੀ ਪੁਲਸ ਆਪਣੀ, ਵਿਧਾਇਕ ਆਪਣੇ, ਸਰਕਾਰ ਆਪਣੀ। ਜ਼ਿਲ੍ਹਾ ਪ੍ਰਸ਼ਾਸਨ ਇਹ ਤਮਾਸ਼ਾ ਦੇਖਦਾ ਰਿਹਾ, ਸ਼ਰਾਬੀ ਹੋਏ ਪੁਲਸੀਏ ਤੇ ਲਾਲੇ ਦੇ ਗੁੰਡੇ ਆਪਣਾ ਕਾਰਾ ਕਰਦੇ ਰਹੇ।

"ਇਕ ਵਾਰ ਫਿਰ ਹੜਤਾਲੀਆਂ ਨੂੰ ਇਮਤਿਹਾਨ 'ਚ ਪਾ ਦਿੱਤਾ ਗਿਆ, ਇਕ ਵਾਰ ਫਿਰ ਉਨ੍ਹਾਂ ਦੀ ਏਕਤਾ ਦਾ ਇਮਤਿਹਾਨ ਲਿਆ ਗਿਆ, ਇਕ ਵਾਰ ਫਿਰ ਉਨ੍ਹਾਂ ਦੇ ਸਬਰ ਨੂੰ ਪਰਖਿਆ ਗਿਆ। ਇਕ ਵਾਰ ਫਿਰ ਉਨ੍ਹਾਂ ਦੇ ਸਵੈ-ਮਾਨ ਨੂੰ ਲਲਕਾਰਿਆ ਗਿਆ। ਦਗੜ-ਦਗੜ ਭੱਜਦੇ ਮੋਟਰ ਸਾਈਕਲ ਜਿਵੇਂ ਹੜਤਾਲੀਆਂ ਨੂੰ ਮਲੀਆ ਮੇਟ ਕਰ ਦੇਣਾ ਚਾਹੁੰਦੇ ਹੋਣ।" ਕਾਮਰੇਡਾਂ ਦੀ ਅਖਬਾਰ ਨੇ ਅਗਲੇ ਦਿਨ ਇਹ ਸਭ ਕੁਝ ਸੰਪਾਦਕੀ ਵਿਚ ਲਿਖਿਆ।

ਚੌਦਾਂ

ਆਸ਼ਾ ਦੇ ਘਰ ਦੀ ਹਾਲਤ ਚੰਗੀ ਨਹੀਂ ਸੀ। ਪਿਤਾ ਮਾਲ ਗੁਦਾਮ ਦੀ ਚੌਕੀਦਾਰੀ ਦੀ ਨੌਕਰੀ ਕਰਦੇ ਸਨ ਅਤੇ ਬਹੁਤ ਥੋੜੀ ਤਨਖਾਹ ਉਸਨੂੰ ਮਿਲਦੀ ਸੀ। ਆਸ਼ਾ ਸਾਰੇ ਬੱਚਿਆਂ ਨਾਲੋਂ ਵੱਡੀ ਸੀ। ਆਪਣੀ ਜ਼ਿੱਦ ਨਾਲ ਹਾਇਰ ਸੈਕੰਡਰੀ ਪਾਸ ਕਰਕੇ ਉਸਨੇ ਸਿਲਾਈ ਦਾ ਕੋਰਸ ਕਰ ਲਿਆ ਸੀ। ਪਿਤਾ ਕਰਮਚੰਦ ਉਸਨੂੰ ਅੱਗੇ ਨਹੀਂ ਸਨ ਪੜ੍ਹਾਉਣਾ ਚਾਹੁੰਦੇ। ਜਿਥੇ ਕਰਮਚੰਦ ਕੁੜੀਆਂ ਨੂੰ ਪੜ੍ਹਾਉਣ ਦੇ ਮਾਮਲੇ 'ਚ ਦਕਿਆਨੂਸੀ ਵਿਚਾਰ ਰਖਦਾ ਸੀ, ਓਥੇ ਉਹ ਆਪ ਕੋਈ ਵਧੀਆ ਇਨਸਾਨ ਨਹੀਂ ਸੀ। ਉਸਨੂੰ ਤਨਖਾਹ ਮਿਲਦੀ ਤਾਂ ਉਹ ਬਹੁਤੀ ਤਨਖਾਹ ਸ਼ਰਾਬ 'ਚ ਉਡਾ ਦਿੰਦਾ । ਘਰ ਦੇ ਖਰਚੇ ਦੀ ਉਸਨੂੰ ਕਦੇ ਪਰਵਾਹ ਨਹੀਂ ਸੀ ਹੁੰਦੀ। ਆਸ਼ਾ ਨੇ ਆਪਣੀ ਹਿੰਮਤ ਨਾਲ ਪੜ੍ਹਾਈ ਕਰ ਲਈ ਅਤੇ ਕੋਰਸ ਕਰਨ ਪਿਛੋਂ ਨੌਕਰੀ ਲਈ ਹਥ ਪੈਰ ਮਾਰਨ ਲੱਗੀ। ਕਰਮਚੰਦ ਨੂੰ ਜਦੋਂ ਪਤਾ ਲੱਗਾ ਕਿ ਆਸ਼ਾ ਹੁਣ ਨੌਕਰੀ ਕਰੇਗੀ ਤਾਂ ਉਹ ਅੱਗ ਬਗੋਲਾ ਹੋਇਆ ਕਿ ਕੁੜੀਆਂ ਦਾ ਨੌਕਰੀ ਕਰਨ ਦਾ ਕੀ ਮਤਲਬ।

"ਕਿਉਂ ਉਹ ਨੌਕਰੀ ਨਾ ਕਰੇ ?" ਮਾਂ ਲੱਜਿਆਵੰਤੀ, ਕਰਮਚੰਦ ਨਾਲ ਬਹਿਸ ਕਰਦੀ।

"ਨਹੀਂ ਮੈਂ ਉਸਨੂੰ ਨੌਕਰੀ ਨਹੀਂ ਕਰਨ ਦੇਣੀ।" ਕਰਮਚੰਦ ਜ਼ੋਰ ਲਾ ਕੇ ਕਹਿੰਦਾ।

"ਕਿਉਂ ਨਹੀਂ ਕਰਨ ਦੇਣੀ ਨੌਕਰੀ, ਤੂੰ ਅਜ ਤਕ ਸੌ ਰੁਪਿਆ ਵੀ ਧਰਿਐ ਮੇਰੇ ਹਥ ਉਤੇ। ਨਿਆਣਿਆਂ ਦੀ ਲਾਮ ਡੋਰੀ ਖਾਣ ਵਾਲੀ ਬੈਠੀ ਆ। ਤੂੰ ਦਿਨੇ ਰਾਤ ਸ਼ਰਾਬ ਨਾਲ ਰੱਜਿਆ ਰਹਿ।"

ਕਰਮਚੰਦ ਜਿਸ ਮਾਲ ਗੁਦਾਮ ਦੀ ਨੌਕਰੀ ਕਰਦਾ ਸੀ। ਓਥੇ ਮਾਲ ਉਤਰਦਾ ਤੇ ਚੜ੍ਹਦਾ ਰਹਿੰਦਾ ਸੀ। ਰਾਤ ਦੀ ਡਿਊਟੀ ਓਥੇ ਉਸਦੀ ਹੁੰਦੀ ਸੀ। ਪਰ ਕਰਮਚੰਦ ਰਾਤ ਨੂੰ ਦਾਰੂ ਪੀ ਕੇ ਮਾਲ ਗੁਦਾਮ ਦੇ ਬਾਹਰ ਮੰਜਾ ਡਾਹ ਲੈਂਦਾ ਤੇ ਸੌਂ ਜਾਂਦਾ। ਮਾਲਕਾਂ ਨੂੰ ਉਸਦੇ ਦਾਰੂ ਪੀ ਕੇ ਚੌਕੀਦਾਰੀ ਕਰਨ ਦੀ ਖਬਰ ਕਈ ਵਾਰ ਮਿਲ ਚੁਕੀ ਸੀ, ਪਰ ਕਰਮਚੰਦ ਚਿਰਾਂ ਤੋਂ ਉਨ੍ਹਾਂ ਦੀ ਨੌਕਰੀ ਕਰ ਰਿਹਾ ਸੀ ਅਤੇ ਫਿਰ ਐਨੀ ਘੱਟ ਤਨਖਾਹ 'ਚ ਉਨ੍ਹਾਂ ਨੂੰ ਹੋਰ ਬੰਦਾ ਮਿਲਣਾ ਔਖਾ ਸੀ। ਕਰਮਚੰਦ ਉਂਝ ਦਿਨੇ ਵੀ ਉਨ੍ਹਾਂ ਦਾ ਕਾਫੀ ਕੰਮ ਸਾਰ ਦਿੰਦਾ ਸੀ। ਦਿਨੇ ਵੀ ਉਹ ਕਦੇ ਘਰ ਨਹੀਂ ਵੜਿਆ ਸੀ। ਪਰ ਜੇ ਉਹ ਕਿਸੇ ਟਾਈਮ ਚਲਿਆ ਵੀ ਜਾਂਦਾ ਤਾਂ ਉਸ ਦਾਰੂ ਪੀਤੀ ਹੁੰਦੀ। ਜੁਆਨ ਹੁੰਦੀਆਂ ਜਾ ਰਹੀਆਂ ਕੁੜੀਆਂ ਤੋਂ ਕਈ ਵਾਰ ਉਸਨੂੰ ਐਨਾ ਖੌਫ ਆਉਂਦਾ ਕਿ ਉਹ ਘਰ ਹੀ ਨਾ ਵੜਦਾ। ਲੱਜਿਆਵੰਤੀ ਨੇ ਕਾਫੀ ਦੇਰ ਉਸਦੇ ਇਹ ਚਾਲੇ ਦੇਖੇ ਤੇ ਆਸ਼ਾ ਦੀ ਨੌਕਰੀ ਲੱਗਣ ਪਿਛੋਂ, ਉਸਨੇ ਕਰਮਚੰਦ ਦੀ ਤਨਖਾਹ ਵਲ ਦੇਖਣਾ ਬੰਦ ਕਰ ਦਿੱਤਾ। ਆਸ਼ਾ ਨੂੰ ਨੌਕਰੀ ਮਿਲੀ ਤਾਂ ਲੱਜਿਆ ਵੰਤੀ ਨੂੰ ਸਾਹ ਆਇਆ। ਸੁਚੱਜੀ ਧੀ ਮਹੀਨੇ ਦੀ ਪਹਿਲੀ ਤਰੀਕ ਨੂੰ ਉਸਦੇ ਹਥ 'ਤੇ ਇਕ ਨਹੀਂ, ਸਗੋਂ ਸੌ ਦੇ ਕਈ ਨੋਟ ਰਖ ਦਿੰਦੀ। ਛੋਟੀਆਂ ਕੁੜੀਆਂ ਪੜ੍ਹਦੀਆਂ ਸਨ। ਮੁੰਡਾ ਵੀ ਸਕੂਲੇ ਜਾਣ ਲੱਗ ਪਿਆ ਸੀ। ਆਸ਼ਾ ਨਾਲੋਂ ਛੋਟੀਆਂ ਦੋਵੇਂ ਕੁੜੀਆਂ ਆਸ਼ਾ ਦੇ ਹਾਣ ਦੀਆਂ ਹੋ ਗਈਆਂ ਸਨ। ਆਸ਼ਾ ਨਾਲੋਂ ਪਹਿਲੇ ਨੰਬਰ ਛੋਟੀ ਸੁਧਾ ਤਾਂ ਨੌਵੀਂ ਪਿਛੋਂ ਸਕੂਲੇ ਹੀ ਨਹੀਂ ਗਈ। ਸ਼ਸ਼ੀ ਦਸਵੀਂ 'ਚ ਪੜ੍ਹਦੀ ਸੀ। ਸੁਧਾ ਤੇ ਸ਼ਸ਼ੀ, ਆਸ਼ਾ ਨਾਲੋਂ ਵਧ ਸੁਣੱਖੀਆਂ ਸਨ। ਸੁਧਾ ਵਧੇਰੇ ਸ਼ੋਖ ਸੀ ਤੇ ਉਸਨੂੰ ਸਭ ਨਾਲੋਂ ਵਧ ਬਣ ਫਬ ਕੇ ਰਹਿਣ ਦੀ ਆਦਤ ਸੀ। ਉਂਝ ਉਹਦਾ ਪੜ੍ਹਾਈ ਵਲ ਦਿਲ ਨਾ ਲਗਦਾ ਪਰ ਘਰ ਦਾ ਸਾਰਾ ਕੰਮ ਉਸ ਸਾਂਭਿਆ ਹੋਇਆ ਸੀ। ਸ਼ਸ਼ੀ ਪੜ੍ਹਾਈ 'ਚ ਹੁਸ਼ਿਆਰ ਸੀ, ਆਸ਼ਾ ਨੇ ਤਾਂ ਸੁਧਾ ਨੂੰ ਵੀ ਅਗਾਂਹ ਪੜ੍ਹਨ ਲਈ ਆਖਿਆ ਸੀ।

ਸੁਧਾ ਦੇ ਘਰ ਬੈਠ ਜਾਣ ਨਾਲ ਲੱਜਿਆਵੰਤੀ ਨੂੰ ਕੁਝ ਸੌਖਾ ਸਾਹ ਆਇਆ ਸੀ। ਉਹਦੇ ਕੰਮ 'ਚ ਸੁਧਾ ਪਹਿਲਾਂ ਪਹਿਲ ਤਾਂ ਥੋੜ੍ਹਾ ਬਹੁਤ ਹੱਥ ਵਟਾਉਂਦੀ ਹੁੰਦੀ ਸੀ, ਫਿਰ ਹੌਲੀ-ਹੌਲੀ ਘਰ ਦਾ ਸਾਰਾ ਕੰਮ ਉਸ ਆਪਣੇ ਜ਼ਿੰਮੇ ਲੈ ਲਿਆ। ਰਸੋਈ 'ਚ ਕਿਹੜੀ ਚੀਜ਼ ਮੁੱਕੀ ਹੋਈ ਹੈ, ਕਿਥੋਂ ਲਿਆਉਣੀ ਹੈ, ਇਹ ਸੁਧਾ ਨੂੰ ਹੀ ਪਤਾ ਹੁੰਦਾ। ਉਹ ਬਾਜ਼ਾਰ ਜਾਂਦੀ ਤੇ ਸਾਰੇ ਸੌਦੇ ਪੱਤੇ ਲੈ ਕੇ ਆਉਂਦੀ, ਆਸ਼ਾ ਤਾਂ ਸਵੇਰੇ ਘਰੋਂ ਨਿਕਲੀ ਹੋਈ ਸ਼ਾਮ ਤਕ ਘਰ ਪਰਤਦੀ। ਸਰਦੀਆਂ 'ਚ ਤਾਂ ਆਸ਼ਾ ਨੂੰ ਘਰ ਪਹੁੰਚਦਿਆਂ ਤਕ ਹਨੇਰਾ ਹੀ ਹੋ ਜਾਂਦਾ। ਬਸ ਉਹ ਘਰ ਜਾਂਦੀ ਤਾਂ ਰੋਟੀ ਪਾਣੀ ਆਦਿ ਖਾਣ ਪਿਛੋਂ ਆਪਣੇ ਮੰਜੇ ਉਤੇ ਪੈ ਜਾਂਦੀ। ਇਕ ਤਾਂ ਉਸਦਾ ਆਉਣਾ ਜਾਣਾ ਉਸਨੂੰ ਥਕਾ ਦਿੰਦਾ ਦੂਜਾ ਉਹ ਆਮ ਟੀਚਰਾਂ ਵਰਗੀ ਟੀਚਰ ਨਹੀਂ ਸੀ, ਉਹ ਇਮਾਨਦਾਰੀ ਨਾਲ ਵਿਦਿਆਰਥੀਆਂ ਨੂੰ ਪੜ੍ਹਾਉਂਦੀ। ਸਕੂਲ ਦਾ ਹੋਰ ਵੀ ਬਹੁਤ ਸਾਰਾ ਕੰਮ ਪ੍ਰਿੰਸੀਪਲ ਨੇ ਉਸਨੂੰ ਸੌਂਪਿਆ ਹੋਇਆ ਸੀ।

ਆਸ਼ਾ ਦਾ ਰੰਗ ਭਾਂਵੇਂ ਕਣਕ ਵੰਨਾ ਸੀ, ਪਰ ਉਸਦੇ ਚਿਹਰੇ ਦਾ ਹਰ ਨਕਸ਼ ਜਗਦਾ ਜਾਪਦਾ। ਤਿੱਖਾ ਨੱਕ ਅਤੇ ਨੱਕ 'ਚ ਉਸਦੇ ਕੋਕਾ। ਸਰੀਰ ਦੀ ਉਹ ਡਾਢੀ ਹਲਕੀ ਸੀ, ਫੁਰਤੀਲੀ ਲੋੜ ਨਾਲੋਂ ਵਧ। ਕਪੜਾ ਜਿਹੋ ਜਿਹਾ ਵੀ ਪਾਉਂਦੀ ਜਚ ਜਾਂਦਾ। ਗੱਲ ਕਰਨ

ਨਾਲੋਂ ਬਹੁਤੀ ਵਾਰ ਆਪਣੇ ਚਿਹਰੇ ਦੇ ਹਾਵਾਂ ਭਾਵਾਂ ਨਾਲ ਹੀ ਸਮਝਾ ਦਿੰਦੀ। ਜਦੋਂ ਪਰੇਸ਼ਾਨ ਜਾਂ ਗੁੱਸੇ 'ਚ ਹੁੰਦੀ ਤਾਂ ਉਹ ਬਿਲਕੁਲ ਚੁਪ ਰਹਿੰਦੀ। ਸਕੂਲ ਪੜ੍ਹਾਉਣ ਜਾਣਾ ਫਿਰ ਘਰ ਪਰਤਣਾ। ਸਕੂਲ 'ਚ ਬੱਚਿਆ ਨਾਲ ਸਿਰ ਖਪਾਈ, ਘਰ ਆ ਕੇ ਭੈਣਾਂ ਭਰਾਵਾਂ ਨਾਲ। ਭੈਣਾਂ ਭਰਾਵਾਂ ਦੇ ਦੁਖੜੇ ਸੁਣਦੀ, ਆਪਣੇ ਸਭ ਦੁਖ ਭੁਲ ਜਾਂਦੀ। ਛੋਟੀ ਨੂੰ ਵਰਾਉਂਦੀ, ਉਸ ਤੋਂ ਛੋਟੀ ਨੂੰ ਪਿਆਰ ਕਰਦੀ। ਆਸ਼ਾ ਦੀ ਉਮਰ ਭਾਵੇਂ ਘਟ ਸੀ, ਪਰ ਬੜੀਆਂ ਹੀ ਸਿਆਣੀਆਂ ਗੱਲਾਂ ਕਰਦੀ, ਜਿਵੇਂ ਉਸਦੀ ਬਚਪਨ ਦੀ ਉਮਰ ਤਾਂ ਸੁੱਤੀ ਪਈ ਦੀ ਲੰਘ ਗਈ ਹੋਵੇ। ਜਦੋਂ ਉਹ ਤੁਰਦੀ ਤਾਂ ਵੱਡੀਆਂ-ਵੱਡੀਆਂ ਉਲਾਂਘਾ ਭਰਦੀ। ਉਸਦੇ ਨਾਲ ਤੁਰਨ ਵਾਲੇ ਪਿਛਾਂਹ ਰਹਿ ਜਾਂਦੇ। ਇੰਝ ਜਾਪਦਾ ਜਿਵੇਂ ਉਹ ਜ਼ਿੰਦਗੀ ਦੀ ਦੌੜ 'ਚ ਸਾਰਿਆਂ ਨੂੰ ਪਿਛਾਂਹ ਛੱਡ ਜਾਣਾ ਚਾਹੁੰਦੀ ਹੋਵੇ।

ਕਰਮਚੰਦ ਜਦੋਂ ਕਦੇ ਵੀ ਘਰ ਆਉਂਦਾ, ਉਹ ਆਪਣੇ ਘਰ ਅੰਦਰ ਹੋਈ ਤਬਦੀਲੀ ਨੂੰ ਮਹਿਸੂਸ ਕਰਦਾ। ਉਸਨੂੰ ਜਾਪਦਾ ਕਿ ਹੁਣ ਰਸੋਈ 'ਚ ਕਦੇ ਵੀ ਕਿਸੇ ਵੀ ਚੀਜ਼ ਦੀ ਥੁੜ ਨਹੀਂ ਹੈ। ਬੱਚੇ ਦਾਲ ਸਬਜ਼ੀ ਨਾਲ ਰੱਜ ਕੇ ਰੋਟੀ ਖਾਂਦੇ ਹਨ। ਦਰਅਸਲ ਕਰਮਚੰਦ ਦਾ ਰਿਸ਼ਤਾ ਆਪਣੇ ਘਰ ਨਾਲ ਕੋਈ ਬਹੁਤਾ ਨਹੀਂ ਸੀ ਰਹਿ ਗਿਆ। ਆਪਣੀ ਪਤਨੀ ਨਾਲ ਉਸਦੀ ਕਾਫੀ ਦੇਰ ਤੋਂ ਖਟ ਪਟ ਰਹਿੰਦੀ ਸੀ । ਉਹ ਜਦੋਂ ਵੀ ਘਰ ਵੜਦਾ, ਲੱਜਿਆਵੰਤੀ ਉਸ ਕੋਲੋਂ ਪੈਸੇ ਮੰਗਦੀ, ਖਰਚਾ ਮੰਗਦੀ। ਉਹ ਅਗੋਂ ਗਾਲ੍ਹਾਂ ਕਢਣੀਆਂ ਸ਼ੁਰੂ ਕਰ ਦਿੰਦਾ। ਉਸ ਕੋਲ ਕਦੇ ਵੀ ਕੋਈ ਪੈਸਾ ਨਾ ਹੁੰਦਾ। ਉਹ ਕੁਝ ਪਲਾਂ ਲਈ ਘਰ ਆਉਂਦਾ, ਓਥੇ ਬੀੜੀਆਂ ਫੂਕ ਕੇ ਕੁਝ ਦੇਰ ਗਾਲੀ ਗਲੋਚ ਕਰਨ ਪਿਛੋਂ ਚਲਿਆ ਜਾਂਦਾ।

ਇਕ ਦਿਨ ਕਰਮਚੰਦ ਸ਼ਾਮ ਸਮੇਂ ਘਰ ਆਇਆ। ਉਸ ਦਿਨ ਐਤਵਾਰ ਸੀ ਅਤੇ ਆਸ਼ਾ ਤੇ ਬਾਕੀ ਸਾਰੇ ਨਿਆਣੇ ਘਰ ਸਨ। ਲੱਜਿਆਵੰਤੀ ਰੋਟੀਆਂ ਪਕਾ ਰਹੀ ਸੀ। ਉਸਦੇ ਆਉਣ ਤੇ ਉਹ ਕਮਰੇ 'ਚ ਆ ਗਈ। ਕਰਮਚੰਦ ਨੇ ਪਹਿਲਾਂ ਵਾਂਗ ਸ਼ਰਾਬ ਪੀਤੀ ਹੋਈ ਸੀ। ਉਹ ਨਿਆਣਿਆਂ ਨੂੰ ਝਿੜਕਾਂ ਮਾਰਦਾ ਰਿਹਾ। ਆਸ਼ਾ ਚੁਪ ਕਰਕੇ ਇਕ ਪਾਸੇ ਬੈਠੀ ਹੋਈ ਸੀ। ਉਸਨੂੰ ਕਦੇ ਵੀ ਕੋਈ ਰੋਟੀ ਪਾਣੀ ਨਹੀਂ ਸੀ ਪੁਛਦਾ। ਉਹ ਤਾਂ ਜਿਵੇਂ ਇਸ ਘਰ ਲਈ ਅਜਨਬੀ ਸੀ, ਕੋਈ ਨਹੀਂ ਸੀ ਜਾਣਦਾ ਉਸਨੂੰ । ਪਰ ਉਸ ਦਿਨ ਜਦੋਂ ਉਹ ਆਇਆ ਤਾਂ ਲੱਜਿਆਵੰਤੀ ਉਸ ਵੱਲ ਦੇਖ ਕੇ ਫਿਰ ਰਸੋਈ 'ਚ ਜਾ ਵੜੀ।

"ਲੱਜਿਆ ।" ਉਹਨੇ ਪਤਨੀ ਨੂੰ ਅਵਾਜ਼ ਮਾਰੀ।

"ਦੱਸੋ ।" ਉਹ ਪਹਿਲਾਂ ਹੀ ਉਸਨੂੰ ਵੇਖ ਕੇ ਗੁੱਸੇ 'ਚ ਸੀ।

"ਥੋੜੇ ਜਿਹੇ ਪੈਸੇ...... ।"

"ਪੈਸੇ ਜਿਹੜੇ ਫੜਾ ਗਿਆਂ ਏ, ਉਹ ਲੈ ਲੈ।" ਲੱਜਿਆਵੰਤੀ ਨੇ ਉਸਦੀ ਗੱਲ ਵੀ ਨਾ ਪੂਰੀ ਹੋਣ ਦਿੱਤੀ।

"ਕੰਜਰ ਦੀਏ, ਮੇਰੀ ਗੱਲ ਤਾਂ ਸੁਣ....।" ਕਰਮਚੰਦ ਗਰਜਿਆ।

"ਤੇਰੀ ਮੈਂ ਗੱਲ ਕੋਈ ਨਹੀਂ ਸੁਣਨੀ, ਤੂੰ ਕੀ ਲਗਦਾ ਏਂ ਮੇਰਾ, ਕੀ ਲਗਦਾ ਏਂ ਇਸ ਘਰ

ਦਾ। ਤੂੰ ਜਾਹ ਦਫਾ ਹੋ ਇਥੋਂ।" ਲੱਜਿਆਵੰਤੀ ਵੀ ਪੂਰੇ ਗੁੱਸੇ 'ਚ ਸੀ। ਆਸ਼ਾ ਇਕ ਨੁੱਕਰੇ ਖਾਮੋਸ਼ ਬੈਠੀ ਤਮਾਸ਼ਾ ਦੇਖਦੀ ਰਹੀ। ਇਹ ਤਮਾਸ਼ਾ, ਉਸ ਲਈ ਕੋਈ ਨਵੀਂ ਗੱਲ ਨਹੀਂ ਸੀ, ਇਹ ਬੜੀ ਵਾਰ ਹੋ ਚੁਕਿਆ ਸੀ।

"ਜੇ ਤੂੰ ਇਨ੍ਹਾਂ ਦਾ ਖਰਚਾ ਨਹੀਂ ਸੀ ਦੇ ਸਕਦਾ, ਤਾਂ ਇਹ ਲਾਮ ਡੋਰੀ ਜੰਮੀ ਕਿਉਂ ! ਤੈਨੂੰ ਨਹੀਂ ਸੀ ਪਤਾ ਕਿ ਇਹ ਕਲ ਨੂੰ ਰੋਟੀਆਂ ਵੀ ਮੰਗਣਗੇ। ਤੂੰ ਕਾਹਦਾ ਪਿਓ ਏ ਇਹਨਾਂ ਦਾ। ਕੀ ਸਿਰਫ਼ ਇਨ੍ਹਾਂ ਨੂੰ ਪੈਦਾ ਹੀ ਕਰਨਾ ਸੀ, ਇਨ੍ਹਾਂ ਨੂੰ ਪਾਲਣਾ ਨਹੀਂ ਸੀ ?" ਲੱਜਿਆਵੰਤੀ ਅਜੇ ਵੀ ਬੋਲੀ ਜਾ ਰਹੀ ਸੀ।

ਆਸ਼ਾ ਚੁਪ ਸੀ। ਕਰਮਚੰਦ ਵੀ ਚੁਪ ਸੀ। ਉਹ ਸ਼ਰਾਬ ਖੁਣੋਂ ਟੁਟਿਆ ਪਿਆ ਸੀ। ਓਦਣ ਉਸ ਕੋਲ ਕੋਈ ਪੈਸਾ ਨਹੀਂ ਸੀ। ਉਹ ਅਜ ਘਰੋਂ ਪੈਸੇ ਮੰਗਣ ਆਇਆ ਸੀ। ਕਰਮਚੰਦ ਦੇ ਦਿਲ 'ਚ ਉਦੋਂ ਵੀ ਇਹ ਵਿਚਾਰ ਆਇਆ ਸੀ ਕਿ ਉਹ ਘਰੋਂ ਪੈਸੇ ਮੰਗੇਗਾ ਤਾਂ ਲੱਜਿਆਵੰਤੀ ਉਸਦੇ ਗਲ ਪੈ ਜਾਏਗੀ, ਪਰ ਇਹ ਤਾਂ ਹਮੇਸ਼ਾ ਤੋਂ ਹੁੰਦਾ ਆਇਆ ਹੈ। ਉਸਨੇ ਜਦੋਂ ਵੀ ਘਰੋਂ ਪੈਸੇ ਮੰਗੇ ਲੱਜਿਆਵੰਤੀ ਉਸ ਨਾਲ ਬੋਲੀ, ਲੜੀ ਤੇ ਫਿਰ ਉਸ ਕੋਲੋਂ ਕੁਟ ਖਾ ਕੇ ਉਸਨੂੰ ਪੈਸੇ ਦੇ ਦਿੰਦੀ ਸੀ। ਲੱਜਿਆਵੰਤੀ ਬਹੁਤ ਸਾਰਾ ਕੰਮ ਹੋਰ ਕਰ ਲੈਂਦੀ ਸੀ। ਕੁਝ ਕਪੜੇ ਸੀਉਣ ਦਾ ਅਤੇ ਕੁਝ ਲਿਫਾਫੇ ਬਣਾਉਣ ਦਾ। ਕਰਮਚੰਦ ਭਾਵੇਂ ਘਰ ਕੋਈ ਪੈਸਾ ਨਹੀਂ ਸੀ ਦਿੰਦਾ, ਪਰ ਉਸਨੂੰ ਇਸ ਗੱਲ ਦਾ ਅਹਿਸਾਸ ਹੁੰਦਾ ਸੀ ਕਿ ਘਰ 'ਚ ਲੱਜਿਆਵੰਤੀ ਕੋਲ ਪੈਸੇ ਜ਼ਰੂਰ ਹੁੰਦੇ ਹਨ। ਹੁਣ ਜਦੋਂ ਦੀ ਆਸ਼ਾ ਦੀ ਨੌਕਰੀ ਲੱਗੀ ਸੀ, ਉਸਨੂੰ ਘਰ ਦੇ ਤੌਰ ਤਰੀਕੇ ਕਾਫੀ ਬਦਲੇ ਹੋਏ ਜਾਪੇ। ਮੰਜਿਆਂ ਉਤੇ ਧੋਤੇ ਹੋਏ ਬਿਸਤਰੇ ਹੁੰਦੇ ਸਨ। ਕਮਰਾ ਭਾਵੇਂ ਇਕੋ ਸੀ, ਪਰ ਉਹ ਕਾਫੀ ਲੰਮਾ ਸੀ, ਕਮਰੇ ਦੇ ਪਿਛਲੇ ਪਾਸੇ ਸਟੋਰ, ਅਗਲੇ ਪਾਸੇ ਬਰਾਡਾਂ ਜੋ ਰਸੋਈ ਦਾ ਵੀ ਕੰਮ ਦਿੰਦਾ ਅਤੇ ਕਦੇ-ਕਦੇ ਸੌਣ ਦਾ ਵੀ।

ਆਸ਼ਾ ਨੇ ਪੁਰਾਣੀਆਂ ਚਾਦਰਾਂ ਦੇ ਦੋ ਪਰਦੇ ਵਡੇ ਕਮਰੇ ਵਾਲੇ ਦੋ ਬੂਹਿਆ ਨੂੰ ਲਾ ਦਿੱਤੇ ਸਨ, ਸਟੋਰ ਵਾਲਾ ਬੂਹਾ ਤੇ ਦੂਜਾ ਬਰਾਂਡੇ ਵਲ ਖੁੱਲਦਾ ਹੋਇਆ। ਆਸ਼ਾ ਘਰ 'ਚ ਬਹੁਤ ਘਟ ਬੋਲਦੀ, ਬਸ ਉਸਨੂੰ ਸਿਰਫ਼ ਚਿੰਤਾ ਸੀ ਆਪਣੇ ਛੋਟੇ ਭੈਣ ਭਰਾਵਾਂ ਦੇ ਕੈਰੀਅਰ ਬਣਾਉਣ ਦੀ। ਇਸ ਸਾਰਾ ਕੁਝ ਦੇ ਨਾਲ-ਨਾਲ ਉਹ ਵੀ ਕਰਮਚੰਦ ਤੋਂ ਕਾਫੀ ਦੁਖੀ ਸੀ। ਉਸ ਦਿਨ ਕਰਮਚੰਦ ਜਦੋਂ ਉਸਦੀ ਮਾਂ ਨਾਲ ਬੋਲ ਬੁਲਾਰਾ ਕਰ ਰਿਹਾ ਸੀ ਤਾਂ ਇਕ ਵਾਰ ਆਸ਼ਾ ਦਾ ਦਿਲ ਕੀਤਾ ਕਿ ਉਹ ਆਪਣੇ ਇਸ ਸ਼ਰਾਬੀ ਪਿਓ ਨੂੰ ਕੁਝ ਆਖੇ, ਪਰ ਉਹ ਵੀ ਸ਼ਾਇਦ ਉਸਦੇ ਗੁੱਸੇ ਤੋਂ ਡਰ ਗਈ ਸੀ। ਇਕ ਵਾਰ ਕਰਮਚੰਦ ਨੇ ਫਿਰ ਲੱਜਿਆਵੰਤੀ ਨੂੰ ਆਵਾਜ਼ ਮਾਰੀ, ਲੱਜਿਆਵੰਤੀ ਪਰਦਾ ਚੁਕ ਕੇ ਅੰਦਰ ਦਾਖ਼ਲ ਹੋਈ।

"ਹੁਣ ਤੂੰ ਵਗ ਜਾ ਇਥੋਂ, ਕੋਈ ਕਮਾਈਆਂ ਨਹੀਂ ਤੂੰ ਸਾਡੇ ਕੋਲ ਜਮ੍ਹਾਂ ਕਰਾਈਆਂ ਹੋਈਆਂ।"

"ਤੂੰ ਜੰਮ ਲਈ ਏ ਕਮਾਈਆਂ ਕਰਨ ਵਾਲੀ ਹੁਣ ਰੱਜ-ਰੱਜ ਕੇ ਖਾ।" ਕਰਮਚੰਦ, ਆਸ਼ਾ ਦੀ ਨੌਕਰੀ ਤੋਂ ਵੀ ਡਾਢਾ ਦੁਖੀ ਸੀ। ਉਸਨੂੰ ਇਹ ਚਿੰਤਾ ਸੀ ਕਿ ਆਸ਼ਾ ਨੌਕਰੀ ਲੱਗ ਕੇ ਅਜ ਉਸਦੇ ਬਰਾਬਰ ਤਾਂ ਕੀ, ਸਗੋਂ ਉਸ ਨਾਲੋਂ ਵੀ ਅੱਗੇ ਲੰਘ ਗਈ ਸੀ।

"ਮੇਰੀ ਧੀ ਕੋਈ ਮਾੜਾ ਕੰਮ ਨਹੀਂ ਕਰਦੀ, ਨੌਕਰੀ ਕਰਦੀ ਏ, ਤੇਰੇ ਸਿਰ 'ਤੇ ਉਹ ਵੀ ਰਹਿੰਦੀ ਤਾਂ ਕਿਤੇ ਪੜ੍ਹ ਲੈਣਾ ਸੀ ਉਸਨੇ ?" ਧੀ ਦੀਆਂ ਸਿਫ਼ਤਾਂ ਕਰਦੀ ਨਹੀਂ ਸੀ ਥਕਦੀ ਲੱਜਿਆਵੰਤੀ।

"ਤੈਨੂੰ ਕੀ ਪਤਾ ਇਹ ਬਾਹਰ ਕੀ-ਕੀ ਕਰਦੀ ਹੋਊ।" ਕਰਮਚੰਦ ਹਰ ਹੀਲੇ ਲੜਨਾ ਚਾਹੁੰਦਾ ਸੀ, ਉਸਨੂੰ ਆਪਣੀ ਧੀ ਬਾਰੇ ਆਖੇ ਇਹ ਸ਼ਬਦ, ਆਸ਼ਾ ਨੂੰ ਤੀਰ ਵਾਂਗ ਚੁਭ ਗਏ। ਉਸਦੀਆਂ ਅੱਖਾਂ 'ਚੋਂ ਅੱਗ ਨਿਕਲਣ ਲੱਗ ਪਈ, ਪਰ ਉਹ ਪਿਓ ਅੱਗੇ ਕੀ ਬੋਲੇ। ਉਸ ਮਾਂ ਵਲ ਤਕਿਆ।

"ਬਕਵਾਸ ਕਰਦਿਆਂ ਸ਼ਰਮ ਆਉਣੀ ਚਾਹੀਦੀ ਏ ਤੈਨੂੰ, ਤੇਰੀ ਧੀ ਏ, ਸਕੂਲ 'ਚ ਮਾਸਟਰਾਣੀ ਲੱਗੀ ਏ, ਕੋਈ ਮਾੜਾ ਕੰਮ ਨਹੀਂ ਕਰਦੀ।" ਲੱਜਿਆਵੰਤੀ ਵੀ ਗੁੱਸੇ 'ਚ ਸੀ।

"ਪਿਤਾ ਜੀ ! ਮਿਹਰਬਾਨੀ ਕਰਕੇ ਤੁਸੀਂ ਇਥੋਂ ਚਲੇ ਜਾਓ, ਉੱਚਾ ਬੋਲ ਕੇ ਮੁਹੱਲੇ ਵਾਲਿਆਂ ਨੂੰ ਨਾ ਸੁਣਾਓ । ਜੇ ਤੁਸਾਂ ਅਜ ਤਕ ਕਦੇ ਪੈਸਾ ਘਰ ਦਿੱਤਾ ਹੀ ਨਹੀਂ ਤਾਂ ਮੰਗਣ ਦਾ ਕੀ ਹੱਕ ਰਖਦੇ ਹੋ ?" ਆਸ਼ਾ ਨੂੰ ਅਖੀਰ ਬੋਲਣਾ ਪਿਆ।

ਹੁਣ ਕਰਮਚੰਦ ਚੁਪ ਸੀ, ਉਹ ਬਿਟ-ਬਿਟ ਆਸ਼ਾ ਦੇ ਮੂੰਹ ਵਲ ਤਕਦਾ ਰਿਹਾ। ਉਸਨੂੰ ਇਸ ਗੱਲ ਦੀ ਨਮੋਸ਼ੀ ਮਾਰ ਰਹੀ ਸੀ ਕਿ ਉਸਦੀ ਧੀ ਆਸ਼ਾ, ਉਸਨੂੰ ਇਸ ਲਈ ਘਰੋ ਚਲੇ ਜਾਣ ਲਈ ਕਹਿ ਰਹੀ ਹੈ ਕਿਉਂਕਿ ਅਜ ਉਹ ਕਮਾਊ ਹੋ ਗਈ ਹੈ। ਕਰਮਚੰਦ ਨੇ ਇਕ ਵਾਰ ਫਿਰ ਆਸ਼ਾ ਵਲ ਤਕਿਆ, ਕਰਮਚੰਦ ਦੀਆਂ ਅੱਖਾਂ ਜਿਵੇਂ ਪੱਥਰ ਦੀਆਂ ਸਨ, ਫਿਰ ਉਸਨੇ ਸਿਰ ਨੀਵਾਂ ਕਰ ਲਿਆ ਅਤੇ ਉਠ ਖੜੋਇਆ, ਪੈਰੀਂ ਜੁੱਤੀ ਅੜਾਈ ਦੇ ਬੂਹਾ ਖੋਲ੍ਹ ਕੇ ਬਾਹਰ ਨਿਕਲ ਗਿਆ।

ਆਸ਼ਾ ਨੇ ਜਾ ਰਹੇ ਪਿਓ ਨੂੰ ਇਕ ਵਾਰ ਆਵਾਜ਼ ਮਾਰੀ, "ਪਿਤਾ ਜੀ ! ਰੋਟੀ ਖਾ ਕੇ ਜਾਓ, ਤੁਹਾਨੂੰ ਭੁੱਖ ਲੱਗੀ ਹੋਵੇਗੀ।" ਕਰਮਚੰਦ ਉਨ੍ਹੀਂ ਪੈਰੀਂ ਅੰਦਰ ਆ ਗਿਆ। ਹੁਣ ਉਹ ਸਹਿਜ ਸੀ, ਆਸ਼ਾ ਸਹਿਜ ਸੀ, ਲੱਜਿਆਵੰਤੀ ਸਹਿਜ ਸੀ। ਲੱਜਿਆਵੰਤੀ ਥਾਲੀ 'ਚ ਰੋਟੀ ਰਖਕੇ ਲੈ ਆਈ, ਉਸਦੀਆਂ ਅੱਖਾਂ 'ਚ ਹੰਝੂ ਸਨ। ਕਰਮਚੰਦ ਪੱਥਰ ਹੋਇਆ, ਬੁਰਕੀਆਂ ਮੂੰਹ 'ਚ ਪਾ ਰਿਹਾ ਸੀ। ਕਰਮਚੰਦ ਫਿਰ ਵੀ ਆਸ਼ਾ ਦਾ ਪਿਓ ਸੀ, ਲੱਜਿਆਵੰਤੀ ਦਾ ਪਤੀ ਸੀ। ਆਸ਼ਾ ਪਿਓ ਦੇ ਰੋਟੀ ਖਾ ਚੁਕਣ ਤਕ ਕਾਫੀ ਸਹਿਜ ਹੋ ਗਈ ਸੀ।

"ਪਿਤਾ ਜੀ !ਅਸੀਂ ਤੁਹਾਡੇ ਕੋਲੋਂ ਪੈਸੇ ਨਹੀਂ ਮੰਗਦੇ, ਪਰ ਤੁਸੀਂ ਸ਼ਰਾਬ ਨਾ ਪੀਆ ਕਰੋ, ਰੋਜ਼ ਘਰ ਆ ਕੇ ਰੋਟੀ ਖਾਇਆ ਕਰੋ। ਪੈਸਿਆਂ ਦੀ ਲੋੜ ਹੋਵੇ ਤਾਂ ਹੋਰ ਵੀ ਮਿਲ ਸਕਦੇ ਹਨ, ਪਰ ਸ਼ਰਾਬ ਪੀਣ ਲਈ ਸਾਡੇ ਕੋਲ ਪੈਸੇ ਨਹੀਂ ਹਨ। ਸਾਡੀ ਮਾਂ ਨੇ ਤੁਹਾਡੀਆਂ ਗਾਲ੍ਹਾਂ ਸੁਣ-ਸੁਣ ਕੇ, ਹਡ ਤੁੜਾ-ਤੁੜਾ ਕੇ ਤੁਹਾਡੇ ਨਾਲ ਜ਼ਿੰਦਗੀ ਗੁਜਾਰ ਲਈ ਹੈ, ਪਰ ਹੁਣ ਇਹ ਸਾਰਾ ਕੁਝ ਨਹੀਂ ਜੇ ਹੋਣਾ। ਜੇ ਤੁਸਾਂ ਇਸ ਘਰ 'ਚ ਪੈਰ ਪਾਉਣਾ ਹੈ ਤਾਂ ਚੰਗੇ ਬਣ ਕੇ ਹੀ ਪਾਉਣਾ ਹੈ, ਨਹੀਂ ਤਾਂ ਫਿਰ ਇਸ ਘਰ ਦੇ ਬੂਹੇ ਤੁਹਾਡੇ ਲਈ ਹਮੇਸ਼ਾ ਲਈ ਬੰਦ ਹਨ।" ਆਸ਼ਾ ਨੇ ਇਹ ਗੱਲਾਂ ਦ੍ਰਿੜਤਾ ਨਾਲ ਆਖੀਆਂ।

ਕਰਮਚੰਦ ਚੁਪ ਚਾਪ ਉਸਦੇ ਚਿਹਰੇ ਵਲ ਦੇਖਦਾ ਰਿਹਾ। ਵਾਰੋ ਵਾਰੀ ਉਸਨੇ ਜੁਆਨ

ਹੁੰਦੀਆਂ ਧੀਆਂ ਵਲ ਦੇਖਿਆ ਤੇ ਫਿਰ ਸਭ ਤੋਂ ਛੋਟੇ ਪੁੱਤਰ ਵੱਲ। ਕੀ ਉਹ ਧੀਆਂ ਦੇ ਗਮ 'ਚ ਸ਼ਰਾਬ ਪੀਂਦਾ ਹੈ। ਇਕ ਵਾਰ ਕਰਮਚੰਦ ਨੇ ਸੋਚਿਆ ਤੇ ਫਿਰ ਉਸਨੂੰ ਆਸ਼ਾ ਬਹੁਤ ਹੀ ਸੁਚੱਜੀ ਤੇ ਸਿਆਣੀ ਜਾਪੀ। ਉਸਨੇ ਆਸ਼ਾ ਦੀ ਕਿਸੇ ਗੱਲ ਦਾ ਉੱਤਰ ਨਾ ਦਿੱਤਾ। ਮੰਜੇ ਤੋਂ ਉਠ ਕੇ ਉਸਨੇ ਜੁੱਤੀ ਪਾਈ ਤੇ ਬਾਹਰ ਨਿਕਲ ਗਿਆ।

ਆਸ਼ਾ ਨੇ ਜਦੋਂ ਦੀ ਹੋਸ਼ ਸੰਭਾਲੀ ਸੀ, ਉਸਨੂੰ ਆਪਣੀ ਮਾਂ ਲੱਜਿਆਵੰਤੀ ਅਤੇ ਪਿਓ ਕਰਮਚੰਦ ਬਾਰੇ ਕਾਫੀ ਚਾਨਣਾ ਹੋਣਾ ਸ਼ੁਰੂ ਹੋ ਗਿਆ ਸੀ। ਆਸ਼ਾ ਸ਼ੁਰੂ ਤੋਂ ਹੀ ਸਮਝਦਾਰ ਸੀ, ਪੜ੍ਹਾਈ 'ਚ ਵੀ ਹੁਸ਼ਿਆਰ ਅਤੇ ਖੇਡਾਂ 'ਚ ਵੀ ਸਭ ਤੋਂ ਅੱਗੇ। ਲੱਜਿਆਵੰਤੀ ਇਸ ਨੂੰ ਪੜ੍ਹਾਉਣ ਲਈ ਸਭ ਕੁਝ ਕਰ ਸਕਦੀ ਸੀ। ਆਸ਼ਾ ਨੇ ਹਾਇਰ ਸੈਕੰਡਰੀ ਚੰਗੇ ਨੰਬਰਾਂ 'ਚ ਪਾਸ ਕੀਤੀ ਅਤੇ ਇਸ ਪਿਛੋਂ ਉਸਦਾ ਧਿਆਨ ਸਿਲਾਈ ਵਲ ਹੋਣ ਕਰਕੇ ਉਸਨੇ ਸਿਲਾਈ ਕੋਰਸ 'ਚ ਦਾਖਲਾ ਲੈ ਲਿਆ। ਖੇਡਾਂ 'ਚ ਹਿਸਾ ਲੈਣ ਦਾ ਸ਼ੌਕ ਉਸਦਾ ਪਹਿਲਾਂ ਵਾਂਗ ਹੀ ਕਾਇਮ ਰਿਹਾ।

ਉਪਰੋ ਥੱਲੀ ਪੰਜ ਕੁੜੀਆਂ ਜੰਮਣ ਦਾ ਦੁਖਾਂਤ, ਆਸ਼ਾ ਦੀ ਸਮਝ ਪੈ ਗਿਆ ਸੀ। ਕਰਮਚੰਦ ਪੁੱਤਰ ਦੀ ਆਸ 'ਚ ਕੁੜੀਆਂ ਦੀ ਲਾਮ ਡੋਰੀ ਵਧਾਈ ਗਿਆ ਤੇ ਫਿਰ ਇਹ ਲਾਮ ਡੋਰੀ ਉਦੋਂ ਟੁੱਟੀ ਜਦੋਂ ਪੰਜਾਂ ਕੁੜੀਆਂ ਪਿਛੋਂ ਪੁੱਤਰ ਨੇ ਜਨਮ ਲਿਆ। ਆਸ਼ਾ ਨੂੰ ਇਸ ਗੱਲ ਦੀ ਕਾਫੀ ਚਿੰਤਾ ਸੀ ਅਤੇ ਰਾਤ ਦਿਨ ਉਹ ਸੋਚਦੀ ਰਹਿੰਦੀ ਸੀ ਕਿ ਮਾਪੇ ਹਰ ਵੇਲੇ ਪੁੱਤਰਾਂ ਦੀ ਆਸ ਕਿਉਂ ਲਾ ਬੈਠਦੇ ਹਨ। ਪੁੱਤਰ ਧੀਆਂ ਨਾਲੋਂ ਉਤਮ ਕਿਵੇਂ ਹਨ, ਧੀਆਂ ਨੂੰ ਗਊਆਂ ਸਮਝਿਆ ਜਾਂਦਾ ਹੈ ਤੇ ਪੁੱਤਰਾਂ ਨੂੰ .....ਪੁਤੱਰਾਂ ਨੂੰ ਸਭ ਕੁਝ ਸਮਝਿਆ ਜਾਂਦਾ ਹੈ, ਕੁਲ ਨੂੰ ਤੋਰਨ ਵਾਲਾ, ਕੁਲ ਦਾ ਚਿਰਾਗ, ਬੁੱਢੇ ਮਾਪਿਆਂ ਦੀ ਡੰਗੋਰੀ। ਆਸ਼ਾ ਦਾ ਪੜ੍ਹਾਈ ਤੇ ਖੇਡਾਂ 'ਚ ਹੁਸ਼ਿਆਰ ਹੋਣਾ, ਫਿਰ ਕੋਰਸ ਕਰਕੇ ਨੌਕਰੀ ਤੇ ਲਗਣਾ, ਇਹਨਾਂ ਸਾਰੀਆਂ ਗੱਲਾਂ ਪਿਛੇ ਆਸ਼ਾ ਦੀ ਉਹੀ ਸੋਚ ਕੰਮ ਕਰ ਰਹੀ ਸੀ ਕਿ ਪੁੱਤਰਾਂ ਵਾਂਗ ਧੀਆਂ ਵੀ ਮਾਪਿਆਂ ਦਾ ਢਿਡ ਭਰ ਸਕਦੀਆਂ ਹਨ, ਮਾਪਿਆਂ ਦਾ ਆਸਰਾ ਸਕਦੀਆਂ ਹਨ, ਆਸ਼ਾ ਨੇ ਕਰਮਚੰਦ ਦੀ ਉਸ ਸੋਚ ਨੂੰ ਭੰਡਣਾ ਚਾਹਿਆ ਕਿ ਪੁੱਤਰ ਹੀ ਕਾਬਲ ਹੁੰਦੇ ਹਨ, ਪੁੱਤਰ ਹੀ ਕਮਾਈਆਂ ਕਰਦੇ ਹਨ। ਕਰਮਚੰਦ ਸ਼ਾਇਦ ਇਸੇ ਲਈ ਹੈਰਾਨ ਸੀ ਕਿ ਉਸਦੀ ਧੀ ਆਸ਼ਾ, ਅਜ ਇਕ ਪੁੱਤਰ ਬਣ ਗਈ ਹੈ। ਪੁੱਤਰ ਵਾਂਗ ਕਮਾਈਆਂ ਕਰ ਰਹੀ ਹੈ, ਛੋਟੇ ਭੈਣ ਭਰਾਵਾਂ ਨੂੰ ਪੜ੍ਹਾ ਲਿਖਾ ਰਹੀ ਹੈ। ਉਨ੍ਹਾਂ ਦੇ ਪਹਿਨਣ ਖਾਣ ਦਾ ਉਹੀ ਧਿਆਨ ਰਖਦੀ ਹੈ। ਕਰਮਚੰਦ ਇਸੇ ਲਈ ਸ਼ਰਮਸਾਰ ਸੀ।

ਆਸ਼ਾ ਜਦੋਂ ਤੋਂ ਨੌਕਰੀ ਲੱਗੀ ਸੀ, ਇਸ ਘਰ 'ਚ ਖੁਸ਼ਹਾਲੀ ਆ ਗਈ ਸੀ। ਸਭ ਤੋਂ ਪਹਿਲਾਂ ਆਸ਼ਾ ਨੇ ਘਰ ਦੇ ਖਰਚੇ ਦਾ ਬਜਟ ਬਣਾਇਆ। ਬੱਚਿਆ ਦੇ ਕਪੜੇ, ਫੀਸਾਂ ਆਦਿ ਤੋਂ ਲੈ ਕੇ ਰੋਟੀ ਪਾਣੀ ਦਾ ਖਰਚ ਦਾ ਹਿਸਾਬ ਕਿਤਾਬ ਲਾਇਆ ਗਿਆ। ਮਕਾਨ ਉਨ੍ਹਾਂ ਦਾ ਆਪਣਾ ਸੀ, ਆਸ਼ਾ ਨੇ ਲਿਸਟ ਬਣਾ ਕੇ ਜ਼ਰੂਰੀ ਖਰਚਿਆਂ ਨੂੰ ਸਭ ਤੋਂ ਉਪਰ ਰਖਿਆ। ਆਸ਼ਾ ਨੂੰ ਲੱਜਿਆਵੰਤੀ ਨੇ ਕਹਿ ਦਿਤਾ ਸੀ, ਕਿ ਉਹ ਉਸਨੂੰ ਕੋਈ ਪੈਸਾ ਨਾ ਫੜਾਇਆ ਕਰੇ, ਸਗੋਂ ਆਪ ਹੀ ਸਾਰਾ ਖਰਚ ਆਪਣੇ ਹਥੀਂ ਕਰਿਆ ਕਰੇ। ਕਰਿਆਨੇ ਦੀ ਦੁਕਾਨ ਤੋਂ

ਬਹੁਤਾ ਸਮਾਨ ਆਸ਼ਾ ਨਾਲੋਂ ਛੋਟੀ ਸੁਧਾ ਹੀ ਲੈ ਕੇ ਆਉਂਦੀ ਸੀ। ਨੌਵੀਂ ਪਾਸ ਕਰਨ ਪਿਛੋਂ ਸੁਧਾ ਦਸਵੀਂ ਨਹੀਂ ਕਰ ਸਕੀ, ਉਸਦਾ ਦਿਲ ਹੀ ਨਹੀਂ ਕੀਤਾ। ਆਸ਼ਾ ਨੇ ਕਈ ਵਾਰ ਸੁਧਾ ਨੂੰ ਸਮਝਾਇਆ ਕਿ ਘਟੋ ਘਟ ਮੈਟਰਿਕ ਤਾਂ ਕਰ ਲਏ, ਫਿਰ ਉਸਨੂੰ ਮਾੜਾ ਮੋਟਾ ਕੋਈ ਕੋਰਸ ਕਰਾ ਕੇ ਨੌਕਰੀ ਕਰਨ ਜੋਗੀ ਕਰ ਦਏਗੀ, ਪਰ ਸੁਧਾ ਨੇ ਤਾਂ ਇਕੋ ਨੰਨਾ ਫੜੀ ਰਖਿਆ। ਸੁਧਾ ਦਾ ਪੜ੍ਹਾਈ ਵਲ ਦਿਲ ਨਾ ਲਗਿਆ। ਆਸ਼ਾ ਨੇ ਜਦੋਂ ਉਸ ਨੂੰ ਬਜ਼ਾਰ ਭੇਜਣਾ ਉਸਨੇ ਜਾਣ ਲਗੀ ਨੇ ਪਹਿਲਾਂ ਸ਼ੀਸ਼ਾ ਜ਼ਰੂਰ ਦੇਖਣਾ, ਉਸਦੇ ਕਪੜੇ ਚੰਗੇ ਹਨ ਜਾ ਨਹੀਂ। ਆਸ਼ਾ ਨੂੰ ਉਸਦੀਆਂ ਇਹ ਹਰਕਤਾਂ ਬਿਲਕੁਲ ਚੰਗੀਆਂ ਨਾ ਲਗਦੀਆਂ। ਉਸਨੇ ਰਸੋਈ ਦੀਆਂ ਚੀਜ਼ਾਂ ਦੀ ਪੂਰੀ ਜ਼ਿੰਮੇਵਾਰੀ ਸਾਂਭੀ ਹੋਈ ਸੀ, ਉਸ ਡਾਇਰੀ ਉਤੇ ਸੁਧਾ ਰਾਸ਼ਨ ਲੈਣ ਪਿਛੋਂ ਸਾਰਾ ਕੁਝ ਦੁਕਾਨਦਾਰ ਕੋਲੋਂ ਨੋਟ ਕਰਾਉਂਦੀ ਤੇ ਫਿਰ ਮਹੀਨੇ ਪਿਛੋਂ ਇਸਦੀ ਅਦਾਇਗੀ ਹੋ ਜਾਂਦੀ।

ਸ਼ਸ਼ੀ ਹੁਣ ਦਸਵੀਂ 'ਚ ਪੜ੍ਹਦੀ ਸੀ। ਸ਼ਸ਼ੀ ਵੀ ਮੂੰਹ ਮੱਥੇ ਲਗਦੀ ਸੀ, ਪਰ ਗੁਸੇ ਵਦੀ ਨਾਲ਼ ਸੀ। ਉਹ ਛੇਤੀ ਕਦੇ ਕਿਸੇ ਦੀ ਗੱਲ ਨਹੀਂ ਸੀ ਸਹਾਰਦੀ। ਸੁਧਾ ਨਾਲ ਉਸਦੀ ਆਮ ਹੀ ਲੜਾਈ ਹੋ ਜਾਂਦੀ। ਦੋਵੇਂ ਇਕੋ ਜਿੱਡੀਆਂ ਹੀ ਜਾਪਦੀਆਂ ਸਨ। ਆਸ਼ਾ ਘਰ ਹੁੰਦੀ ਤਾਂ ਉਹ ਥੋੜਾ ਬਹੁਤ ਡਰ ਕੇ ਰਹਿੰਦੀਆਂ, ਨਹੀਂ ਤਾਂ ਉਨ੍ਹਾਂ ਦੀ ਤੂੰ-ਤੂੰ ਮੈਂ-ਮੈਂ ਨਿੱਕੀ-ਨਿੱਕੀ ਗੱਲ ਤੋਂ ਹੁੰਦੀ ਰਹਿੰਦੀ। ਕਈ ਵਾਰ ਆਸ਼ਾ ਦੇ ਘਰ ਹੁੰਦਿਆਂ ਵੀ ਉਹ ਲੜ ਪੈਂਦੀਆਂ। ਆਸ਼ਾ ਨੂੰ ਦੋਵੇਂ ਸ਼ਿਕਾਇਤਾਂ ਲਾਉਂਦੀਆਂ,

"ਵੇਖੋ ਦੀਦੀ, ਸੁਧਾ ਨੇ ਇਹ ਕਿਹਾ ਹੈ।" ਕਦੇ ਸੁਧਾ ਆਸ਼ਾ ਨੂੰ ਕਹਿੰਦੀ,

"ਦੇਖੋ ਦੀਦੀ, ਸ਼ਸ਼ੀ ਮੇਰੇ ਨਾਲੋਂ ਨਿੱਕੀ ਹੈ, ਪਰ ਮੇਰਾ ਕਹਿਣਾ ਨਹੀਂ ਮੰਨਦੀ।"

ਆਸ਼ਾ ਅੱਗੋਂ ਉਨ੍ਹਾਂ ਨੂੰ ਸਮਝਾਉਂਦੀ, "ਕੁਝ ਅਕਲ ਕਰਿਆ ਕਰੋ ਹੁਣ ਤੁਸੀਂ ਛੋਟੀਆਂ ਨਹੀਂ । ਸ਼ਸ਼ੀ ਤੂੰ ਆਪਣਾ ਧਿਆਨ ਪੜ੍ਹਾਈ ਵਲ ਦਿਆ ਕਰ, ਲੜਿਆ ਘਟ ਕਰ । ਉਹਨੇ ਤਾਂ ਪੜ੍ਹਾਈ ਛਡ ਦਿਤੀ ਹੈ, ਤੂੰ ਮੈਟਰਿਕ 'ਚ ਚੰਗੇ ਨੰਬਰ ਨਾ ਲਏ ਤਾਂ ਕਿਸੇ ਕੋਰਸ ਵਿਚ ਦਾਖਲਾ ਨਹੀਂ ਮਿਲਣਾ।" ਸ਼ਸ਼ੀ ਦੀਆਂ ਅੱਖਾਂ ਲਾਲ ਹੋਈਆਂ ਹੁੰਦੀਆਂ। ਕਦੇ-ਕਦੇ ਉਸਨੂੰ ਸੁਧਾ ਨਾਲ ਇਸ ਕਰਕੇ ਵੀ ਈਰਖਾ ਹੁੰਦੀ ਕਿ ਸੁਧਾ ਨੂੰ ਪੜ੍ਹਨਾ ਨਹੀਂ ਪੈਂਦਾ, ਸਕੂਲ ਨਹੀਂ ਜਾਣਾ ਪੈਂਦਾ ਰਸੋਈ 'ਚ ਹਰ ਵੇਲੇ ਵੜੀ ਰਹਿੰਦੀ ਹੈ, ਖਾਣ ਪੀਣ ਦੀ ਇਸ ਨੂੰ ਮੌਜ ਹੈ । ਪਰ ਫਿਰ ਕਦੇ ਜਦੋਂ ਆਸ਼ਾ ਉਸ ਨੂੰ ਸਮਝਾਉਂਦੀ, "ਸੁਧਾ ਬੇਅਕਲ ਹੈ, ਪੜ੍ਹਾਈ ਦੀ ਕੀਮਤ ਨਹੀਂ ਜਾਣਦੀ। ਵੇਲਾ ਨਹੀਂ ਸਾਂਭ ਸਕੀ, ਪਰ ਤੂੰ ਤਾਂ ਵੇਲਾ ਸਾਂਭ, ਪੜ੍ਹ-ਲਿਖ ਜਾਏਂਗੀ, ਚੰਗੀ ਨੌਕਰੀ ਮਿਲ ਜਾਏਗੀ, ਚੰਗਾ ਘਰ-ਬਾਰ ਮਿਲ ਜਾਏਗਾ।"

ਜਦੋਂ ਆਸ਼ਾ ਨੂੰ ਅਜਿਹੀਆਂ ਗਲਾਂ ਕਰਦੀ ਲੱਜਿਆਵੰਤੀ ਸੁਣਦੀ ਤਾਂ ਉਸਦੀਆਂ ਅੱਖਾਂ ਭਰ ਆਉਂਦੀਆਂ। ਉਸਨੂੰ ਆਸ਼ਾ ਆਪਣੀ ਧੀ ਨਹੀਂ, ਸਗੋਂ ਮਾਂ ਜਾਪਦੀ। ਉਹ ਕਿੰਨੀ ਸਿਆਣੀ ਹੈ। ਲੱਜਿਆਵੰਤੀ ਨੂੰ ਤਾਂ ਸਾਰੀ ਉਮਰ ਅਕਲ ਨਾ ਆਈ। ਹਰ ਸਾਲ ਉਹ ਇਕ ਨਿਆਣਾ ਜੰਮਦੀ ਤੇ ਹਰ ਸਾਲ ਉਹ ਗਰਭਵਤੀ ਹੋ ਜਾਂਦੀ। ਉਸਨੇ ਬਾਕੀ ਦੁਨੀਆਂ ਦੀ ਤਾਂ ਕੀ ਖਬਰਸਾਰ ਰਖਣੀ ਸੀ, ਉਸਨੂੰ ਆਪਣੀ ਕੋਈ ਖਬਰਸਾਰ ਨਹੀਂ ਸੀ। ਪਰ ਉਸਦੀ ਆਸ਼ਾ ਨੇ ਤਾਂ ਅੱਖਾਂ ਕੰਨ ਖੋਲ੍ਹ ਕੇ ਰਖੇ ਹੋਏ ਸਨ, ਉਸਨੂੰ ਛੋਟੀ ਉਮਰੇ ਹੀ ਦੁਨੀਆਦਾਰੀ ਦੀ ਸਮਝ

ਪੈ ਚੁੱਕੀ ਸੀ। ਪੜ੍ਹਾਈ ਨੇ ਉਸਦੇ ਅੰਦਰ ਚਾਨਣ ਕਰ ਦਿਤਾ ਸੀ। ਇਸੇ ਚਾਨਣ ਨੇ ਘਰ ਨੂੰ ਰੁਸ਼ਨਾਇਆ ਸੀ ਅਤੇ ਇਸ ਚਾਨਣ ਨਾਲ ਲੱਜਿਆਵੰਤੀ ਨੂੰ ਵੀ ਸਿਆਣੀਆਂ ਗੱਲਾਂ ਕਰਨੀਆਂ ਆ ਗਈਆਂ ਸਨ।

ਪੰਦਰਾਂ

ਕਾਮਰੇਡ ਰਾਮ ਪ੍ਰਕਾਸ਼ ਨੇ, ਲਾਲਾ ਬਦਰੀ ਪ੍ਰਸਾਦ ਦਾ ਜ਼ੋਰ ਚਲਦਾ ਦੇਖਕੇ ਆਪਣੀ ਲੀਡਰੀ ਨੂੰ ਖਤਰਾ ਮਹਿਸੂਸ ਕੀਤਾ ਅਤੇ ਕਾਮਰੇਡ ਸਰਵਣ ਸਿੰਘ ਅਗੇ ਜਾਂ ਤਰਲਾ ਪਾਇਆ,"ਕਾਮਰੇਡ ਜੀ, ਕੁਝ ਕਰਨਾ ਪਏਗਾ, ਹੜਤਾਲੀਆਂ ਦਾ ਹੌਂਸਲਾ ਟੁਟ ਗਿਆ ਤਾਂ ਇਹ ਹੜਤਾਲ ਫੇਲ੍ਹ ਹੋ ਜਾਏਗੀ।"

ਕਾਮਰੇਡ ਸਰਵਣ ਸਿੰਘ ਨੇ ਕੁਝ ਪਲ ਸੋਚਿਆ ਤੇ ਕਹਿਣ ਲੱਗਾ, "ਮੈਂ ਮੁੱਖ ਮੰਤਰੀ ਪਾਸੋਂ ਟਾਈਮ ਲਿਆ ਹੈ, ਉਸ ਨਾਲ ਗਲ ਕਰਨ ਦਾ। ਐਕਸ਼ਨ ਕਮੇਟੀ ਦੇ ਇਕ ਦੋ ਮੈਂਬਰਾਂ ਨੂੰ ਨਾਲ ਲੈ ਕੇ ਚੰਡੀਗੜ੍ਹ ਚਲਦੇ ਹਾਂ।"

ਸ਼ਾਮ ਨੂੰ ਕਾਮਰੇਡ ਰਾਮ ਪ੍ਰਕਾਸ਼ ਨੇ ਚੰਦਰਨ ਤੇ ਕਰਮਵੀਰ ਨਾਲ ਗਲ ਕੀਤੀ। ਦੋਵੇਂ ਕਾਮਰੇਡ, ਪਾਰਟੀ ਮੈਂਬਰ ਸਨ ਅਤੇ ਪਾਰਟੀ ਦੇ ਵਫ਼ਾਦਾਰ ਸਨ। ਹੜਤਾਲੀ ਮਜ਼ਦੂਰਾਂ 'ਚ ਇਹ ਗਲ ਝਟਪਟ ਫੈਲ ਗਈ ਕਿ ਐਕਸ਼ਨ ਕਮੇਟੀ ਦੇ ਕੁਝ ਮੈਂਬਰ ਮੁਖ ਮੰਤਰੀ ਨੂੰ ਮਿਲਣ ਲਈ ਚੰਡੀਗੜ੍ਹ ਜਾ ਰਹੇ ਹਨ।

"ਪੈਸੇ ਫੰਡ 'ਚ ਕਿੰਨੇ ਕੁ ਨੇ ?" ਕਾਮਰੇਡ ਰਾਮ ਪ੍ਰਕਾਸ਼ ਨੇ ਕਰਮਵੀਰ ਨੂੰ ਪੁਛਿਆ।

"ਫੰਡ ਤਾਂ ਤਕਰੀਬਨ ਮੁਕਿਐ ਪਿਆ, ਸ਼ਾਇਦ ਪੰਜ ਸੱਤ ਸੌ ਹੋਣਗੇ।" ਕਰਮਵੀਰ ਨੇ ਅੰਦਾਜ਼ਾ ਲਾ ਕੇ ਦਸਿਆ।

"ਫਿਰ ਟੈਕਸੀ ਕਰ ਲਓ ਚੰਡੀਗੜ੍ਹ ਜਾਣ ਲਈ।" ਰਾਮ ਪ੍ਰਕਾਸ਼ ਨੇ ਹੌਲੀ ਜਿਹੀ ਆਖਿਆ।

ਕਰਮਵੀਰ, ਚੰਦਰਨ ਦੇ ਮੂੰਹ ਵਲ ਦੇਖਣ ਲਗਾ। ਟੈਕਸੀ ਚੰਡੀਗੜ੍ਹ ਜਾਏਗੀ ਤਾਂ ਘਟੋ ਘਟ ਤਿੰਨ ਸੌ 'ਚ ਪਏਗੀ। ਕਰਮਵੀਰ ਨੇ ਰਾਮ ਪ੍ਰਕਾਸ਼ ਵਲ ਤਕਿਆ। ਰਾਮ ਪ੍ਰਕਾਸ਼ ਕਹਿਣ ਲਗਾ,"ਕਾਮਰੇਡ ਸਰਵਣ ਸਿੰਘ ਹੁਰਾਂ ਨੇ ਈ ਆਖਿਆ ਏ ।"

"ਪਰ ਕਾਮਰੇਡ ਜੀ, ਜੇ ਬੱਸ 'ਤੇ ਚਲੇ ਜਾਈਏ, ਚਾਰ ਦਿਨ ਹੋਰ ਮਜ਼ਦੂਰਾਂ ਦੀਆਂ ਲੋੜਾਂ.............।" ਕਰਮਵੀਰ ਆਪਣੀ ਗੱਲ ਪੂਰੀ ਤਰ੍ਹਾਂ ਸਮਝਾਉਣਾ ਚਾਹੁੰਦਾ ਸੀ।

"ਬਈ ਹੁਣ ਐਨਾ ਸਮਾਂ ਨਹੀਂ ਹੈ। ਤੁਸੀਂ ਟੈਕਸੀ ਦਾ ਪ੍ਰਬੰਧ ਕਰੋ, ਸੀ.ਐਮ. ਨਾਲ ਫੋਨ 'ਤੇ ਗਲ ਹੋ ਚੁਕੀ ਹੈ, ਸ਼ਾਇਦ ਕਲ ਨੂੰ ਕੋਈ ਰਾਹ ਨਿਕਲ ਆਏ।" ਕਾਮਰੇਡ ਰਾਮ ਪ੍ਰਕਾਸ਼ ਟੈਕਸੀ ਵਾਲੀ ਗਲ ਨੂੰ ਹੋਰ ਪਾਸੇ ਲਿਜਾ ਰਿਹਾ ਸੀ।

ਸਕਤਰੇਤ ਦੀ ਲਿਫ਼ਟ ਚੜ੍ਹਦਿਆਂ ਕਰਮਵੀਰ ਨੇ ਚੰਦਰਨ ਨੂੰ ਪੁਛਿਆ, "ਕੀ ਮੁਖ

ਮੰਤਰੀ ਨੂੰ ਮਿਲਣ ਦਾ ਕੋਈ ਫਾਇਦਾ ਹੋਊ ?"

"ਹੋ ਸਕਦਾ ਹੈ, ਮੁਖ ਮੰਤਰੀ ਨੂੰ ਸਾਰੀ ਪੁਜ਼ੀਸ਼ਨ ਦਸਾਂਗੇ, ਉਸਨੂੰ ਦਸਾਂਗੇ ਕਿ ਐਨੀ ਵਡੀ ਗਿਣਤੀ 'ਚ ਮਜ਼ਦੂਰ ਹੜਤਾਲ 'ਤੇ ਹਨ, ਸ਼ਾਇਦ ਉਹ ਕੁਝ ਕਰੇ।"

ਪਰ ਕਰਮਵੀਰ ਦੇ ਚਿਹਰੇ ਉਤੇ ਚਿੰਤਾ ਦੇ ਭਾਵ ਸਪਸ਼ਟ ਦਿਖਾਈ ਦੇਣ ਲਗ ਪਏ ਸਨ। ਉਸਨੂੰ ਪਤਾ ਹੈ ਕਿ ਮੁਖ ਮੰਤਰੀ ਤਾਂ ਹੁੰਦੇ ਹੀ ਸਰਮਾਏਦਾਰਾਂ ਦੇ ਹਨ। ਕਾਰਖਾਨੇਦਾਰਾਂ ਪਾਸੋਂ ਇਨ੍ਹਾਂ ਦੀਆਂ ਪਾਰਟੀਆਂ ਫੰਡ ਉਗਰਾਹ ਕੇ ਚੋਣ ਲੜਦੀਆਂ ਹਨ, ਜੇ ਇਨ੍ਹਾਂ ਨੇ ਸਰਮਾਏਦਾਰਾਂ ਨਾਲ ਹੀ ਵਿਗਾੜ ਲਈ ਤਾਂ ਕਲ ਨੂੰ ਚੋਣਾਂ 'ਚ ਉਨ੍ਹਾਂ ਦਾ ਕੌਣ ਸਹਾਈ ਹੋਵੇਗਾ। ਫਿਰ ਭੀ ਕਰਮਵੀਰ ਨੂੰ ਕਿਤੇ-ਕਿਤੇ ਖਿਆਲ ਆਉਂਦਾ ਕਿ ਸ਼ਾਇਦ ਮੁਖਮੰਤਰੀ ਕੁਝ ਕਰੇ, ਸ਼ਾਇਦ ਉਹ ਹੜਤਾਲੀ ਮਜ਼ਦੂਰਾਂ ਦਾ ਸਮਝੌਤਾ, ਮਾਲਕ ਨਾਲ ਕਰਵਾ ਸਕੇ ਅਤੇ ਹੜਤਾਲ ਮੁਕ ਜਾਏ।

ਪ੍ਰੈਸ ਆਫਿਸ, ਜੋ ਮੁਖ ਮੰਤਰੀ ਦੇ ਕਮਰੇ ਨਾਲ ਲਗਦਾ ਸੀ, ਓਥੇ ਕਰਮਵੀਰ ਤੇ ਚੰਦਰਨ ਨੂੰ ਬਿਠਾ ਦਿੱਤਾ ਗਿਆ। ਕਾਮਰੇਡ ਸਰਵਣ ਸਿੰਘ ਅਤੇ ਰਾਮ ਪ੍ਰਕਾਸ਼ ਮੁਖ ਮੰਤਰੀ ਦੇ ਕਮਰੇ 'ਚ ਚਲੇ ਗਏ ਹੋਏ ਸਨ। ਕੁਝ ਪਲਾਂ 'ਚ ਕਰਮਵੀਰ ਤੇ ਚੰਦਰਨ ਨੂੰ ਵੀ ਅੰਦਰ ਬੁਲਾਇਆ ਗਿਆ। ਗਿਆਨੀ ਜਰਨੈਲ ਸਿੰਘ ਜੀ ਚਿੱਟੀ ਖੁੰਭ ਵਰਗੀ ਅਚਕਨ ਪਾਈ ਸਾਹਮਣੇ ਬੈਠੇ ਸਨ। ਉਪਰ ਚਿੱਟੀ ਦਸਤਾਰ ਅਤੇ ਦਾੜ੍ਹੀ ਨੂੰ ਵਸਮਾ ਲਾ ਕੇ ਜਿੰਨਾ ਕਾਲਾ ਕੀਤਾ ਗਿਆ ਸੀ, ਐਨੀ ਸ਼ਾਇਦ ਇਹ ਜੁਆਨੀ ਵੇਲੇ ਵੀ ਕਾਲੀ ਨਹੀਂ ਹੋਵੇਗੀ। ਸੁਨਹਿਰੀ ਫਰੇਮ 'ਚ ਜੜੇ ਚਿੱਟੇ ਸ਼ੀਸ਼ਿਆਂ 'ਚੋਂ ਝਾਕਦੀਆਂ ਅੱਖਾਂ ਨੇ ਕਰਮਵੀਰ ਤੇ ਚੰਦਰਨ ਵਲ ਤਕਿਆ ਤੇ ਫਿਰ ਵਾਰੀ-ਵਾਰੀ ਹੱਥ ਮਿਲਾਇਆ।

ਕਾਮਰੇਡ ਸਰਵਣ ਸਿੰਘ ਅਤੇ ਕਾਮਰੇਡ ਰਾਮ ਪ੍ਰਕਾਸ਼ ਨੇ ਹੜਤਾਲ ਦਾ ਪੂਰਾ ਵੇਰਵਾ ਦਿੱਤਾ। ਗਿਆਨੀ ਜੀ ਪੂਰੀ ਗੱਲ ਸੁਣਦੇ ਰਹੇ ਤੇ ਫਿਰ ਘੜੀ ਦੇਖਕੇ ਉਠ ਕੇ ਖੜੇ ਹੋ ਗਏ, "ਬਈ ਉਹ ਤਾਂ ਇਕੋ ਗੱਲ ਕਹਿੰਦੈ ਕਿ ਮੇਰੇ ਕਾਰਖਾਨੇ 'ਚ ਤਾਂ ਹੜਤਾਲ ਈ ਨਹੀਂ ਹੋਈ। ਤੁਸੀਂ ਆਂਹਦੇ ਓ ਕਿ ਓਥੇ ਅੱਠ ਸੋ ਵਰਕਰ ਹੜਤਾਲ ਤੇ ਹੈ, ਪਰ ਲਾਲਾ ਆਖਦਾ ਕਿ ਕੁਝ ਵਰਕਰ ਜੋ ਸਿਆਸੀ ਪਾਰਟੀ ਨਾਲ ਜੁੜੇ ਹੋਏ ਹਨ, ਉਹੀ ਹੜਤਾਲ ਤੇ ਹਨ ਤੇ ਬਾਕੀ ਸਾਰੇ ਮਜ਼ਦੂਰਾਂ ਨੂੰ ਖਰਾਬ ਕਰਦੇ ਹਨ।"

"ਪਰ ਜਨਾਬ ਤੁਸੀਂ ਤਾਂ ਇਸ ਗੱਲ ਦੀ ਆਪਣੇ ਤੌਰ 'ਤੇ ਪੜਤਾਲ ਕਰਵਾ ਸਕਦੇ ਹੋ ਕਿ ਹੜਤਾਲ ਕਿੰਨੀ ਕੁ ਵੱਡੀ ਹੈ ?" ਕਾਮਰੇਡ ਸਰਵਣ ਸਿੰਘ ਨੇ ਕਿਹਾ।

"ਹਾਂ ਜ਼ਰੂਰ ? ਬਈ ਸੈਕਟਰੀ ਨੂੰ ਬੁਲਾ ਜਰਾ। ਪੜਤਾਲ ਮੈਂ ਜ਼ਰੂਰ ਕਰਾਂਵਾਗਾ। ਹੜਤਾਲ ਉਂਝ ਹੈ ਤਾਂ ਵਰਕਰਾਂ ਦਾ ਬੁਨਿਆਦੀ ਹੱਕ, ਪਰ ਮੈਂ ਸੁਣਿਐ ਕਿ ਜਿੰਨੀਆਂ ਸਹੂਲਤਾਂ ਇਹ ਲਾਲਾ ਆਪਣੇ ਵਰਕਰਾਂ ਨੂੰ ਦਿੰਦਾ, ਓਨੀਆਂ ਸਹੂਲਤਾਂ ਹੋਰ ਕੋਈ ਨਹੀਂ ਦਿੰਦਾ।" ਗਿਆਨੀ ਜੀ ਨੇ ਲਾਲੇ ਦੀ ਵਜਾਹਦ ਕੀਤੀ।

"ਇਹ ਤਾਂ ਉਸਦਾ ਪਾਇਆ ਹੋਇਆ ਸਿਰਫ਼ ਇਕ ਭੁਲੇਖਾ ਹੈ।" ਚੰਦਰਨ ਨੇ ਕਿਹਾ।

"ਦੋ ਸਹੂਲਤਾਂ ਦੇ ਕੇ ਉਨ੍ਹਾਂ ਦਾ ਪ੍ਰਚਾਰ ਵਧੇਰੇ ਕਰ ਲਿਆ, ਪਰ ਜਿਸਦੀ ਆੜ 'ਚ ਬਾਕੀ ਸਹੂਲਤਾਂ ਖੋਹ ਲਈਆ, ਉਨ੍ਹਾਂ ਬਾਰੇ ਕੋਈ ਨਹੀਂ ਜਾਣਦਾ।" ਚੰਦਰਨ ਕੋਲੋਂ ਰਹਿ ਨਾ ਹੋਇਆ। ਐਨੀ ਦੇਰ ਨੂੰ ਸੈਕਟਰੀ ਆ ਗਿਆ।

"ਖੈਰ ! ਮੈਂ ਇਹ ਪੜਤਾਲ ਕਰਵਾਉਨਾ ਕਿ ਓਥੇ ਹੜਤਾਲ ਕਿੰਨੀ ਕੁ ਵੱਡੀ ਹੈ।" ਗਿਆਨੀ ਜੀ ਨੇ ਸੈਕਟਰੀ ਵਲ ਦੇਖਦਿਆਂ ਕਿਹਾ, ਜਰਾ ਗੱਲ ਕਰਾਉਣਾ ਮੇਰੀ ਡਿਪਟੀ ਕਮਿਸ਼ਨਰ ਨਾਲ।" ਸੈਕਟਰੀ 'ਹੱਛਾ ਸਰ' ਕਹਿ ਕੇ ਬਾਹਰ ਨਿਕਲ ਗਿਆ। ਕਰਮਵੀਰ, ਚੰਦਰਮ, ਰਾਮ ਪ੍ਰਕਾਸ਼ ਤੇ ਕਾਮਰੇਡ ਸਰਵਣ ਸਿੰਘ ਪੌੜੀਆਂ ਵਲ ਨੂੰ ਤੁਰ ਪਏ। ਕਰਮਵੀਰ ਇਸ ਕਰਕੇ ਨਿਮੋਝੂਣਾ ਸੀ ਕਿ ਗੱਲ ਕੋਈ ਵਧੀਆਂ ਨਹੀਂ ਹੋ ਸਕੀ। ਮੁਖਮੰਤਰੀ ਨੇ ਉਨ੍ਹਾਂ ਦੀ ਗੱਲ 'ਚ ਕੋਈ ਵਧੇਰੇ ਦਿਲਚਸਪੀ ਨਹੀਂ ਲਈ, ਇੰਝ ਜਾਪਦਾ ਸੀ ਜਿਵੇਂ ਉਹ ਵੀ ਲਾਲਾ ਬਦਰੀ ਪ੍ਰਸਾਦ ਦੇ ਦਬਾਅ 'ਚ ਹੋਵੇ। ਉਸਨੇ ਲਾਲੇ ਦੇ ਵਿਰੁਧ ਇਕ ਵੀ ਗੱਲ ਨਹੀਂ ਆਖੀ, ਸਗੋਂ ਉਸੇ ਦੇ ਪੱਖ 'ਚ ਬੋਲਦਾ ਰਿਹਾ।

ਦਰਅਸਲ ਇਹ ਸਿਆਸੀ ਲੀਡਰ, ਹਮੇਸ਼ਾ ਸਰਮਾਏਦਾਰਾਂ ਤੋਂ ਦੱਬ ਕੇ ਰਹਿੰਦੇ ਹਨ। ਇਹ ਦੋਵੇਂ ਇਕੋ ਜਮਾਤ ਨਾਲ ਸੰਬੰਧ ਰਖਦੇ ਹਨ, ਸਿਆਸੀ ਲੋਕ ਤੇ ਮੰਤਰੀ, ਲੋਕਾਂ ਉਤੇ ਰਾਜ ਕਰਦੇ ਹਨ ਅਤੇ ਕਾਰਖਾਨੇਦਾਰ ਆਪਣੇ ਮਜ਼ਦੂਰਾਂ ਉਤੇ। ਇਕ ਤਰ੍ਹਾਂ ਨਾਲ ਉਨ੍ਹਾਂ ਦਾ ਖਮੀਰ ਇਕੋ ਜਿਹਾ ਹੀ ਹੈ, ਉਹ ਕਦੇ ਵੀ ਅਜਿਹੀ ਗੱਲ ਨਹੀਂ ਸੋਚ ਸਕਦੇ, ਜਿਸ ਨਾਲ ਬਹੁਤੇ ਲੋਕਾਂ ਦਾ ਭਲਾ ਹੁੰਦਾ ਹੋਵੇ। ਚੋਣਾਂ ਵੇਲੇਂ ਇਹੀ ਕਾਰਖਾਨੇਦਾਰ ਸਿਆਸੀ ਪਾਰਟੀਆਂ ਦੀਆਂ ਝੋਲੀਆਂ ਭਰਦੇ ਹਨ। ਉਦੋਂ ਉਹ ਬਿਲਕੁਲ ਨਿਰਪੱਖ ਹੁੰਦੇ ਹਨ ਕਿਉਂਕਿ ਉਨ੍ਹਾਂ ਲਈ ਸਾਰੇ ਹੀ ਜਿੱਤੇ ਹੋਏ ਹੁੰਦੇ ਹਨ। ਇਸ ਲਈ ਉਹ ਕਿਸੇ ਪਾਰਟੀ ਦੇ ਉਮੀਦਵਾਰ ਨੂੰ ਖਾਲੀ ਨਹੀਂ ਮੋੜਦੇ, ਸਗੋਂ ਸਾਰਿਆਂ ਦੀ ਝੋਲੀ ਭਰ ਦਿੰਦੇ ਹਨ। ਸ਼ਤਰੰਜ ਦੀ ਬਾਜ਼ੀ ਵਾਂਗ ਸਾਰੇ ਘਰਾਂ ਦੇ ਮੋਹਰਿਆਂ ਉਤੇ ਉਹ ਦਾਅ ਭਰ ਦਿੰਦੇ ਹਨ, ਜਿਹੜਾ ਵੀ ਜਿੱਤ ਗਿਆ, ਉਨ੍ਹਾਂ ਦਾ ਹੀ ਹੋਵੇਗਾ। ਭਲਾ ਗਿਆਨੀ ਜੀ, ਵਰਕਰਾਂ ਦੀ ਹੜਤਾਲ 'ਚ ਕਿਵੇਂ ਵਰਕਰਾਂ ਦਾ ਪੱਖ ਲੈ ਕਰਦੇ ਸਨ, ਉਨ੍ਹਾਂ ਦੀ ਪਾਰਟੀ ਬੁੱਕਾਂ ਦੇ ਬੁੱਕ ਫੰਡ ਇਸ ਲਾਲੇ ਕੋਲੋਂ ਹਰ ਚੋਣ ਵੇਲੇ ਲੈਂਦੀ ਸੀ ਤੇ ਫਿਰ ਇਹ ਸਰਮਾਏਦਾਰ ਸਿਰਫ ਚੋਣਾਂ ਵੇਲੇ ਹੀ ਤਾਂ ਨਹੀਂ ਚੋਏ ਜਾਂਦੇ, ਇਹਨਾਂ ਨੂੰ ਤਾਂ ਕਿਸੇ ਵੇਲੇ ਵੀ ਸਿਆਸੀ ਹਿੱਤ ਲਈ ਵਰਤਿਆ ਜਾ ਸਕਦਾ ਹੈ।

ਕਰਮਵੀਰ ਟੈਕਸੀ ਉਤੇ ਖਰਚ ਕੀਤੇ ਪੈਸਿਆਂ ਬਾਰੇ ਡਾਢਾ ਉਦਾਸ ਸੀ। ਪਟੇਸਰੀ, ਹਰਿਦੁਆਰੀ ਤੇ ਸ਼ਾਮ ਲਾਲ ਕਈਆਂ ਦੇ ਭੁੱਖੇ ਤੇ ਉਦਾਸ ਚਿਹਰੇ ਉਸ ਦੀਆਂ ਅੱਖਾਂ 'ਚ ਤੈਰਨ ਲੱਗੇ। ਕਲ ਇਹ ਤਿੰਨੇ ਥੋੜ੍ਹੇ-ਥੋੜ੍ਹੇ ਪੈਸੇ ਮੰਗ ਰਹੇ ਸਨ, ਪਰ ਕਰਮਵੀਰ ਨੇ ਮੁਕਦੇ ਜਾਂਦੇ ਫੰਡ ਵਲ ਤਕਦਿਆਂ ਇਨ੍ਹਾਂ ਨੂੰ ਕੋਈ ਪੈਸਾ ਨਹੀਂ ਸੀ ਦਿੱਤਾ। ਉਸਨੇ ਤਾਂ ਇਨ੍ਹਾਂ ਨੂੰ ਸਾਫ ਕਹਿ ਦਿੱਤਾ ਸੀ ਕਿ ਯੂਨੀਅਨ ਦਾ ਫੰਡ ਮੁਕਣ 'ਤੇ ਹੈ, ਸਿਰਫ ਯੂਨੀਅਨ ਦੇ ਕਾਰਜਾਂ ਲਈ ਖ਼ਰਚ ਕੀਤਾ ਜਾ ਸਕਦਾ ਹੈ। ਪਰ ਅਜ ਜਦੋਂ ਉਹ ਟੈਕਸੀ ਕਰਕੇ ਪੈਸੇ ਭਰਕੇ ਚੰਡੀਗੜ੍ਹ ਪੁੱਜੇ ਤੇ ਸਕਤਰੇਤ 'ਚੋਂ ਬਾਹਰ ਆ ਰਹੇ ਸਨ ਤਾਂ ਕਰਮਵੀਰ ਨੂੰ ਇਹ ਤਿੰਨੋਂ ਚਿਹਰੇ ਬੜੇ ਚੇਤੇ ਆਏ। ਟੈਕਸੀ ਦਾ ਭਾੜਾ ਖਰਚਣ ਦਾ ਕੋਈ ਲਾਭ ਨਹੀਂ ਸੀ ਹੋਇਆ।

ਟੈਕਸੀ 'ਚ ਪਰਤਦਿਆਂ ਅੱਗੇ ਡ੍ਰਾਈਵਰ ਨਾਲ ਬੈਠੇ ਕਰਮਵੀਰ ਨੇ ਚੰਦਰਨ ਨੂੰ ਜਦੋਂ ਇਹ ਗੱਲ ਸੁਣਾਈ ਤਾਂ ਚੰਦਰਨ ਮੁਸਕਰਾ ਪਿਆ, "ਕਾਮਰੇਡ, ਇਹ ਗੱਲ ਇੰਝ ਕਦੇ ਨਹੀਂ ਸੋਚੀ ਜਾਂਦੀ। ਅਸਲ 'ਚ ਇਹ ਇਕ ਲੜਾਈ ਦਾ ਹਿੱਸਾ ਹੈ। ਆਪਾਂ ਮੁੱਖਮੰਤਰੀ ਨੂੰ ਮਿਲਣਾ ਹੀ ਸੀ, ਇਸ ਲਈ ਟੈਕਸੀ ਵੀ ਕਰਨੀ ਸੀ। ਮੈਂ ਤੇਰੀ ਗੱਲ ਸਮਝਦਾ ਹਾਂ ਕਿ ਹੜਤਾਲ ਲੰਮੀ ਹੋ ਜਾਣ ਕਰਕੇ ਅਜ ਹਰ ਵਰਕਰ ਦੁਖੀ ਹੈ, ਪਰ ਆਪਾਂ ਇਨ੍ਹਾਂ ਦੇ ਹੋਸਲੇ ਢਹਿ ਢੇਰੀ ਨਹੀਂ ਹੋਣ ਦੇਣੇ, ਆਪਾਂ ਇਨ੍ਹਾਂ ਨੂੰ ਆਪਣੇ ਨਾਲ ਬੰਨ੍ਹ ਕੇ ਰਖਣਾ।" ਕਰਮਵੀਰ ਚੁਪ ਕਰਕੇ ਬਾਹਰ ਵਲ ਤੱਕਣ ਲੱਗਾ।

ਵਰਕਰਾਂ 'ਚ ਅਜ ਇਹ ਖਬਰ ਡਾਢੀ ਗਰਮ ਸੀ ਕਿ ਤਿੰਨ ਹੋਰ ਹੜਤਾਲੀ ਵਰਕਰ ਕੰਮਾਂ ਤੇ ਅੰਦਰ ਜਾ ਲੱਗੇ ਹਨ। ਲਾਲਾ ਬਦਰੀ ਪ੍ਰਸਾਦ ਨੇ ਇਨ੍ਹਾਂ ਤਿੰਨਾਂ ਕੋਲੋਂ ਅਸਤੀਫੇ ਲਿਖਵਾਏ, ਪੁਰਾਣਾ ਹਿਸਾਬ ਕਿਤਾਬ ਦਿੱਤਾ ਤੇ ਨਵੇਂ ਸਿਰਿਉਂ ਫਾਰਮ ਭਰਵਾ ਕੇ ਇਨ੍ਹਾਂ ਨੂੰ ਕੰਮ ਤੇ ਲਾ ਲਿਆ। ਕਰਮਵੀਰ ਨੇ ਜਦੋਂ ਇਹ ਖਬਰ ਸੁਣੀ ਤਾਂ ਉਸਦੇ ਪੈਰਾਂ ਹੇਠੋਂ ਜ਼ਮੀਨ ਨਿਕਲ ਗਈ। ਜਿਸ ਗੱਲ ਦਾ ਉਸਨੂੰ ਡਰ ਸੀ, ਉਹੀ ਹੋਈ। ਉਹ ਇਹ ਗੱਲ ਜਾਣਦਾ ਸੀ ਕਿ ਇਨ੍ਹਾਂ ਵਰਕਰਾਂ ਨੂੰ ਬਹੁਤੀ ਦੇਰ ਆਪਣੇ ਨਾਲ ਬੰਨ੍ਹ ਕੇ ਨਹੀਂ ਰਖਿਆ ਜਾ ਸਕਦਾ।

ਕਰਮਵੀਰ, ਜਦੋਂ ਤੋਂ ਹੜਤਾਲੀਆਂ ਦਾ ਕੈਂਪ ਡਾਂਵਾ ਡੋਲ ਹੋਇਆ ਸੀ। ਉਦੋਂ ਤੋਂ ਹੀ ਯੂਨੀਅਨ ਦੇ ਦਫ਼ਤਰ 'ਚ ਬੈਠਦਾ ਹੁੰਦੀ ਸੀ। ਉਂਝ ਵੀ ਹੜਤਾਲ ਦਾ ਸਾਰਾ ਹਿਸਾਬ ਕਿਤਾਬ ਉਸ ਕੋਲ ਹੀ ਸੀ। ਹੜਤਾਲੀ ਵਰਕਰਾਂ ਦੇ ਹੜਤਾਲ ਨਾਲੋਂ ਟੁਟ ਕੇ ਅੰਦਰ ਜਾਣ ਦੀ ਖਬਰ ਜਿਉਂ-ਜਿਉਂ ਵਰਕਰਾਂ ਨੂੰ ਮਿਲਦੀ ਗਈ, ਤਿਉਂ-ਤਿਉਂ ਉਹ ਯੂਨੀਅਨ ਦੇ ਦਫ਼ਤਰ ਵਲ ਆਉਂਦੇ ਗਏ ਤਾਂ ਕਿ ਇਸ ਖਬਰ ਦੀ ਪੁਸ਼ਟੀ ਹੋ ਸਕੇ। ਕਰਮਵੀਰ ਨੂੰ ਜਾਪਿਆ ਕਿ ਇਹ ਹੜਤਾਲ ਹੁਣ ਬਹੁਤੇ ਦਿਨ ਨਹੀਂ ਕਢੇਗੀ। ਇਨ੍ਹਾਂ ਤਿੰਨਾਂ ਵਰਕਰਾਂ ਵਲ ਦੇਖ ਕੇ ਹੌਲੀ-ਹੌਲੀ ਸਾਰੇ ਤੁਰ ਜਾਣਗੇ। ਕੋਈ ਵੀ ਵਿਹਲਾ ਨਹੀਂ ਰਹਿਣਾ ਚਾਹੁੰਦਾ। ਹੜਤਾਲ ਤਿੰਨ ਮਹੀਨੇ ਲੰਮੀ ਹੋ ਚੁਕੀ ਸੀ। ਤਿੰਨ ਮਹੀਨਿਆਂ ਤੋਂ ਵਰਕਰਾਂ ਨੂੰ ਕੋਈ ਤਨਖਾਹ ਨਹੀਂ ਸੀ ਮਿਲੀ, ਉਹ ਸਿਰਫ ਘਰੋਂ ਖਾਕੇ ਗੁਜਾਰਾ ਕਰੇ ਰਹੇ ਸਨ। ਮੁਸ਼ਕੱਤੀ ਹਥ ਕਦੇ ਵਿਹਲੇ ਨਹੀਂ ਰਹਿੰਦੇ। ਹਥਾਂ ਨੂੰ ਕੰਮ ਕਰਨ ਦੀ ਆਦਤ ਹੋਏ ਅਤੇ ਜੇ ਉਹ ਐਨੇ ਸਮੇਂ ਲਈ ਵਿਹਲੇ ਹੋ ਜਾਣ, ਜਾਂ ਕਰ ਦਿੱਤੇ ਜਾਣ ਤਾਂ ਫਿਰ ਇਸ ਨਾਲੋਂ ਵੱਡੀ ਤ੍ਰਾਸਦੀ ਇਨ੍ਹਾਂ ਹੱਥਾਂ ਦੀ ਹੋਰ ਕੀ ਹੋ ਸਕਦੀ ਹੈ।

ਸ਼ਾਮ ਨੂੰ ਕਾਮਰੇਡ ਰਾਮ ਪ੍ਰਕਾਸ਼ ਸਮੇਤ ਹੜਤਾਲੀ ਮਜ਼ਦੂਰਾਂ ਦੀ ਐਕਸ਼ਨ ਕਮੇਟੀ ਦੀ ਮੀਟਿੰਗ 'ਚ ਕਾਮਰੇਡ ਰਾਮ ਪ੍ਰਕਾਸ਼ ਬੋਲ ਰਿਹਾ ਸੀ,"ਅਜਿਹੀਆਂ ਗੱਲਾਂ ਐਨੀ ਲੰਮੀ ਹੜਤਾਲ 'ਚ ਵਾਪਰ ਹੀ ਜਾਂਦੀਆਂ ਹਨ, ਪਰ ਇਸ 'ਚ ਘਬਰਾਉਣ ਦੀ ਗੱਲ ਕੋਈ ਨਹੀਂ । ਕਈ ਵਾਰ ਕੁਝ ਹੜਤਾਲੀ ਟੁੱਟ ਕੇ ਕੰਮ ਤੇ ਚਲੇ ਜਾਂਦੇ ਹਨ। ਪਰ ਹੁਣ ਸਾਡਾ ਸਾਰਿਆਂ ਦਾ ਇਹ ਫਰਜ ਬਣਦਾ ਹੈ ਕਿ ਆਪਾਂ ਬਾਕੀ ਹੜਤਾਲੀਆਂ ਨੂੰ ਸਮਝਾਈਏ। ਉਨ੍ਹਾਂ ਅੰਦਰ ਇਹ ਪ੍ਰਚਾਰ ਕੀਤਾ ਜਾਏ ਕਿ ਕਿਵੇਂ ਬਦਰੀ ਪ੍ਰਸਾਦ ਨੇ ਉਨ੍ਹਾਂ ਨੂੰ ਜਲੀਲ ਕਰਕੇ ਕੰਮ 'ਤੇ ਲਾਇਆ ਹੈ। ਉਨ੍ਹਾਂ ਕੋਲੋਂ ਲਕੀਰਾਂ ਕਢਵਾਈਆਂ ਗਈਆਂ ਹਨ, ਉਨ੍ਹਾਂ ਕੋਲੋਂ ਅਸਤੀਫੇ ਲਿਖਵਾਏ ਹਨ, ਉਨ੍ਹਾਂ ਕੋਲੋਂ ਮੁਆਫੀਨਾਮੇ ਲਏ ਗਏ ਹਨ। ਕੀ ਹੜਤਾਲੀ, ਐਨੀ ਲੰਮੀ ਹੜਤਾਲ ਕਰਕੇ ਵੀ ਜ਼ਲੀਲ ਹੋ

ਕੇ ਅੰਦਰ ਜਾਣ ਲਈ ਤਿਆਰ ਹਨ। ਐਕਸ਼ਨ ਕਮੇਟੀ ਦੇ ਸਾਰੇ ਕਾਮਰੇਡਾਂ ਅਗੇ ਮੇਰੀ ਅਪੀਲ ਹੈ ਕਿ ਉਹ ਹਰ ਹੜਤਾਲੀ ਤਕ ਪਹੁੰਚ ਕਰਕੇ ਉਨ੍ਹਾਂ ਨੂੰ ਸਮਝਾਉਣ।"

ਐਕਸ਼ਨ ਕਮੇਟੀ ਵੀ ਡਾਵਾਂ ਡੋਲ ਸੀ। ਮੀਟਿੰਗ 'ਚ ਤਕਰੀਬਨ ਸਾਰੇ ਚੁਪ ਸਨ। ਕਾਮਰੇਡ ਚੰਦਰਨ ਅਤੇ ਕਾਮਰੇਡ ਰਾਮ ਪ੍ਰਕਾਸ਼ ਇਸ ਮਸਲੇ ਉਤੇ ਬੋਲਦੇ ਰਹੇ। ਕਾਮਰੇਡ ਚੰਦਰਨ ਨੇ ਆਪਣੇ ਵਿਚਾਰ ਪ੍ਰਗਟ ਕੀਤੇ, "ਅਸਲ 'ਚ ਹੜਤਾਲੀ ਮਜ਼ਦੂਰਾਂ ਦਾ ਇਕ ਕੈਂਪ ਜ਼ਰੂਰ ਹੋਣਾ ਚਾਹੀਦੈ, ਮੈਂ ਸਮਝਦਾ ਹਾਂ ਕਿ ਜੇ ਸਾਡਾ ਟੈਂਟ ਫੈਕਟਰੀ ਦੇ ਬਾਹਰ ਮਜਬੂਤੀ ਨਾਲ ਟਿਕ ਜਾਏ ਤਾਂ ਹਰ ਮਜ਼ਦੂਰ ਉਸ ਨਾਲ ਬੱਝਿਆ ਰਹੇਗਾ। ਲੋੜ ਇਸ ਗੱਲ ਦੀ ਹੈ ਕਿ ਇਸ ਵਾਰ ਫਿਰ ਇਕੱਠੇ ਹੋਕੇ ਫੈਕਟਰੀ ਦੇ ਅਗੇ ਜਾ ਕੇ ਟੈਂਟ ਲਾਇਆ ਜਾਏ ਤਾਂ ਹੀ ਅਸੀਂ ਹੜਤਾਲੀਆਂ ਦੇ ਟੁੱਟਣ ਦੀ ਵਬਾ ਤੋਂ ਬਚ ਸਕਦੇ ਹਾਂ।"

ਪਰ ਲਾਲਾ ਬਦਰੀ ਪ੍ਰਸਾਦ ਨੇ ਫੈਕਟਰੀ ਦੇ ਅਗੇ ਟੈਂਟ ਲੱਗਣ ਦੇ ਸਾਰੇ ਰਾਹ ਬੰਦ ਕਰ ਦਿੱਤੇ ਸਨ। ਫੈਕਟਰੀ ਦੇ ਅੱਗੇ ਜਿੰਨੀ ਵੀ ਜਗ੍ਹਾ ਖਾਲੀ ਸੀ, ਉਸ ਉਤੇ ਉਸਨੇ ਆਪਣੀ ਫੈਕਟਰੀ 'ਚ ਵਰਤੀਆਂ ਜਾਂਦੀਆਂ ਲੱਕੜਾਂ ਦੇ ਢੇਰ ਲੁਆ ਦਿੱਤੇ ਸਨ ਅਤੇ ਰਹਿੰਦੀ ਖਾਲੀ ਥਾਂ ਉਤੇ ਸੀਰੇ ਦੇ ਡਰੰਮ ਰਖਵਾ ਦਿੱਤੇ ਸਨ। ਨੇਤਾ ਜੀ ਇੰਜਨੀਅਰਿੰਗ ਦੇ ਗੇਟ ਦੇ ਬਾਹਰ ਸੱਜੇ ਤੇ ਖੱਬੇ ਕੋਈ ਜਗ੍ਹਾ ਟੈਂਟ ਲਾਉਣ ਲਈ ਖਾਲੀ ਨਹੀਂ ਸੀ ਰਹਿਣ ਦਿੱਤੀ ਗਈ। ਵਿਚਕਾਰ ਸੜਕ ਪੈਂਦੀ ਸੀ। ਫੈਕਟਰੀ ਦੇ ਸਾਹਮਣੇ ਸੜਕੋਂ ਪਾਰ ਇਕ ਚਾਹ ਦੀ ਦੁਕਾਨ ਸੀ ਅਤੇ ਨਾਲ ਹੀ ਲਗਦੀਆਂ ਸਨ ਛੋਟੀਆਂ-ਮੋਟੀਆਂ ਫੈਕਟਰੀਆਂ। ਇਨ੍ਹਾਂ ਫੈਕਟਰੀਆਂ ਦੇ ਮਾਲਕ ਤਾਂ ਲਾਲਾ ਬਦਰੀ ਪ੍ਰਸਾਦ ਦੀ ਮੁੱਠ 'ਚ ਸਨ। ਫੈਕਟਰੀ ਦੇ ਆਲੇ ਦੁਆਲੇ ਕਿਧਰੇ ਵੀ ਟੈਂਟ ਲਾਉਣਾ ਸੰਭਵ ਨਹੀਂ ਸੀ। ਨੇਤਾ ਜੀ ਫੈਕਟਰੀ ਦੇ ਨਾਲ-ਨਾਲ ਕਾਫੀ ਉਰ੍ਹਾਂ ਆਕੇ ਇਕ ਟਾਹਲੀ ਥੱਲੇ ਕੁਝ ਥਾਂ ਖਾਲੀ ਸੀ। ਪਰ ਇਹ ਥਾਂ ਕਾਫੀ ਘਟ ਸੀ। ਐਕਸ਼ਨ ਕਮੇਟੀ ਦੇ ਮੈਂਬਰਾਂ ਨੇ ਸਵੇਰੇ ਜਾ ਕੇ ਥਾਂ ਦਾ ਜਾਇਜ਼ਾ ਲਿਆ। ਮਾਲਕ ਕਾਫੀ ਚੰਟ ਕਿਸਮ ਦਾ ਸਰਮਾਏਦਾਰ ਸੀ, ਉਸਨੇ ਸਾਰੀ ਤਾਕਤ ਆਪਣੇ ਦੁਆਲੇ ਇਕੱਠੀ ਕੀਤੀ ਹੋਈ ਸੀ। ਪੁਲਿਸ ਅਤੇ ਪ੍ਰਸ਼ਾਸਨ ਪੂਰੀ ਤਰ੍ਹਾਂ ਉਸਦੇ ਨਾਲ ਸੀ। ਕਾਰਖਾਨੇਦਾਰ ਉਸ ਨਾਲ ਸਨ। ਪੰਦਰਾਂ-ਪੰਦਰਾਂ, ਵੀਹ-ਵੀਹ ਸਾਲ ਤੋਂ ਕੰਮ ਕਰ ਰਹੇ ਮਜ਼ਦੂਰਾਂ ਨੂੰ ਉਹ ਆਪਣੀ ਫੈਕਟਰੀ ਤੋਂ ਬਾਹਰ ਨਹੀਂ ਜਾਣ ਦੇਣਾ ਚਾਹੁੰਦਾ ਸੀ। ਉਸਨੇ ਕਈ ਵਾਰ ਇਹ ਗੱਲ ਆਪਣੇ ਚਮਚਿਆਂ ਰਾਹੀਂ ਹੜਤਾਲੀਆਂ ਤਕ ਪਹੁੰਚਾਈ ਸੀ ਕਿ ਉਹ ਐਕਸ਼ਨ ਕਮੇਟੀ ਦੇ ਮੈਂਬਰਾਂ ਨੂੰ ਛਡ ਕੇ ਬਾਕੀ ਸਾਰੇ ਹੜਤਾਲੀ ਮਜ਼ਦੂਰਾਂ ਨੂੰ ਇਸ ਸ਼ਰਤ ਉਤੇ ਲੈਣ ਲਈ ਤਿਆਰ ਹੈ ਕਿ ਉਹ ਪੁਰਾਣਾ ਹਿਸਾਬ ਕਿਤਾਬ ਲੈ ਕੇ ਨਵੇਂ ਸਿਰਿਉਂ ਫੈਕਟਰੀ 'ਚ ਭਰਤੀ ਹੋ ਜਾਣ।

ਇਕ ਵਾਰ ਫਿਰ ਤਿਆਰੀਆਂ ਹੋਣ ਲੱਗੀਆਂ ਕਿ ਗੇਟ ਉਤੇ ਨਾ ਸਹੀ ਪਰ ਫੈਕਟਰੀ ਦੀ ਕੰਧ ਨੂੰ ਨਾਲ ਲੱਗਦੀ ਥੋੜੀ ਜਿਹੀ ਵਿਹਲੀ ਥਾਂ ਉਤੇ ਹੀ ਟੈਂਟ ਲਾਇਆ ਜਾਏ ਤਾਂ ਜੋ ਸੰਘਰਸ਼ ਨੂੰ ਜਾਰੀ ਰਖਿਆ ਜਾ ਸਕੇ। ਕਰਮਵੀਰ ਨੇ ਕਾਮਰੇਡ ਰਾਮ ਪ੍ਰਕਾਸ਼ ਨੂੰ ਜ਼ੋਰ ਦਿੱਤਾ ਕਿ ਇਹ ਟੈਂਟ ਛੇਤੀ ਤੋਂ ਛੇਤੀ ਗੇਟ ਉਤੇ ਲੱਗਣਾ ਚਾਹੀਦੈ ਨਹੀਂ ਤਾਂ ਕੋਈ ਵਰਕਰ ਹੜਤਾਲੀਆਂ ਦੇ ਨਾਲ ਨਹੀਂ ਰਹਿਣਾ। ਪਰ ਟੈਂਟ ਕਿਵੇਂ ਲਾਇਆ ਜਾਏ ? ਪੁਲਿਸ ਬਦਰੀ ਪ੍ਰਸਾਦ ਦੇ ਨਾਲ

ਸੀ ਜੋ ਹਰ ਵੇਲੇ ਗੇਟ ਦੇ ਬਾਹਰ ਪਹਿਰਾ ਦਿੰਦੀ ਸੀ। ਇਕੱਲਾ ਦੁਕੱਲਾ ਜਾਂ ਵੀਹ-ਤੀਹ-ਪੰਜਾਹ ਵਰਕਰ ਵੀ ਜਾ ਕੇ ਟੈਂਟ ਲਾਉਣ ਦੀ ਹਿੰਮਤ ਨਹੀਂ ਸਨ ਕਰ ਸਕਦੇ। ਵਿਚਾਰ ਹੋਈ ਕਿ ਕਿਸੇ ਵਡੇ ਲੀਡਰ ਨੂੰ ਸੱਦਿਆ ਜਾਏ। ਕਿਸੇ ਥਾਂ ਇਕੱਠੇ ਹੋਕੇ ਸਾਰੇ ਵਰਕਰ ਜਲੂਸ ਦੀ ਸ਼ਕਲ 'ਚ ਗੇਟ ਵਲ ਨੂੰ ਮਾਰਚ ਕਰਨ । ਕਾਮਰੇਡ ਰਾਮ ਪ੍ਰਕਾਸ਼, ਕਿਸੇ ਵੱਡੇ ਲੀਡਰ ਦੀ ਭਾਲ 'ਚ ਪਾਰਟੀ ਦੇ ਅਖਬਾਰ ਦੇ ਦਫ਼ਤਰ ਵਲ ਦੌੜ ਗਿਆ।

ਜਲੂਸ ਲੈ ਕੇ ਫੈਕਟਰੀ ਵਲ ਮਾਰਚ ਕਰਨ ਦੀਆਂ ਮੁਕੰਮਲ ਤਿਆਰੀਆਂ ਕਰ ਲਈਆਂ ਗਈਆਂ। ਜਿਸ ਦਿਨ ਇਹ ਮਾਰਚ ਸ਼ੁਰੂ ਹੋਣਾ ਸੀ, ਸਵੇਰੇ ਤੋਂ ਹੀ ਲਾਊਡ ਸਪੀਕਰ ਨੂੰ ਰਿਕਸ਼ੇ ਉਤੇ ਰੱਖ ਕੇ ਡੌਂਡੀ ਪਿਟਵਾਈ ਗਈ ਅਤੇ ਸਾਰੇ ਹੜਤਾਲੀ ਮਜ਼ਦੂਰਾਂ ਨੂੰ ਫੈਕਟਰੀ ਦੇ ਨੇੜੇ ਲਗਦੇ ਮੰਦਰ 'ਚ ਇਕੱਠੇ ਹੋਣ ਲਈ ਕਿਹਾ ਗਿਆ। ਸਿਖਰ ਦੁਪਹਿਰ ਨੂੰ ਇਕ ਵਾਰ ਫਿਰ, ਮਜ਼ਦੂਰ ਮੰਦਰ 'ਚ ਇਕੱਠੇ ਹੋ ਗਏ, ਪਰ ਇਨ੍ਹਾਂ ਮਜ਼ਦੂਰਾਂ ਦੀ ਗਿਣਤੀ ਕਾਫੀ ਘਟ ਸੀ, ਅਧਿਓਂ ਵੀ ਘਟ। ਕਰਮਵੀਰ ਤੇ ਕਾਮਰੇਡ ਰਾਮ ਪ੍ਰਕਾਸ਼ ਦੀ ਚਿੰਤਾ ਵਧੀ, ਇਕ ਤਾਂ ਕੋਈ ਸੀਨੀਅਰ ਲੀਡਰ ਨਹੀਂ ਮਿਲਿਆ। ਅੰਮ੍ਰਿਤਸਰ ਤੋਂ ਮਜ਼ਦੂਰ ਨੇਤਾ ਰਿਪੁਦਮਨ ਸਿੰਘ, ਕਾਮਰੇਡ ਚੰਦਰਨ ਨਾਲ ਰਿਕਸ਼ੇ ਤੋਂ ਉਤਰਿਆ। ਇਨਕਲਾਬ ਜ਼ਿੰਦਾਬਾਦ ਤੇ ਮਜ਼ਦੂਰ ਏਕਤਾ ਜ਼ਿੰਦਾਬਾਦ ਦੇ ਨਾਅਰੇ ਇਕ ਵਾਰ ਫਿਰ ਗੂੰਜ ਪਏ।

ਦੁਪਹਿਰੇ ਤਿੰਨ ਵਜੇ ਵਰਕਰਾਂ ਦਾ ਜਲੂਸ ਫੈਕਟਰੀ ਵਲ ਤੁਰਿਆ। ਨਾਅਰੇ ਮਾਰਦਾ ਇਹ ਜਲੂਸ ਜਦੋਂ ਫੈਕਟਰੀ ਦਾ ਮੋੜ ਮੁੜਨ ਲੱਗਾ ਤਾਂ ਪੁਲਸ ਦੀ ਇਕ ਧਾੜ ਨੇ ਇਨ੍ਹਾਂ ਨਾਅਰੇ ਮਾਰਦੇ ਹੜਤਾਲੀਆਂ ਉਤੇ ਧਾਵਾ ਬੋਲ ਦਿੱਤਾ। ਜਲੂਸ 'ਚ ਹਫਤਾ ਦਫੜੀ ਮਚ ਗਈ। ਜਿਸ ਵਰਕਰ ਨੂੰ ਜਿਧਰ ਰਾਹ ਲਭਿਆ, ਓਧਰ ਨੂੰ ਭਜ ਤੁਰਿਆ। ਕਾਮਰੇਡ ਰਿਪੁਦਮਨ ਸਿੰਘ, ਕਾਮਰੇਡ ਰਾਮ ਪ੍ਰਕਾਸ਼, ਕਾਮਰੇਡ ਚੰਦਰਨ ਨੂੰ ਗ੍ਰਿਫਤਾਰ ਕਰ ਲਿਆ ਗਿਆ। ਕਾਮਰੇਡ ਕਰਮਵੀਰ ਵੀ ਗ੍ਰਿਫਤਾਰੀ ਦੇਣਾ ਚਾਹੁੰਦਾ ਸੀ, ਪਰ ਕਾਮਰੇਡ ਰਾਮ ਪ੍ਰਕਾਸ਼ ਨੇ ਕਿਹਾ ਕਿ ਉਹ ਬਾਹਰ ਰਹਿ ਕੇ ਉਨ੍ਹਾਂ ਦੀਆਂ ਜਮਾਨਤਾਂ ਦਾ ਪ੍ਰਬੰਧ ਕਰੇ। ਦਫਾ 144 ਹੋਣ ਕਰਕੇ ਪੁਲਸ ਕੋਲ ਬਹਾਨਾ ਸੀ, ਇਸੇ ਬਹਾਨੇ ਸਦਕਾ ਉਸਨੇ ਬਦਰੀ ਪ੍ਰਸਾਦ ਦੀ ਮਦਦ ਕੀਤੀ ਅਤੇ ਵਰਕਰਾਂ ਨੂੰ ਇਕ ਵਾਰ ਫਿਰ ਉਖਾੜ ਦਿੱਤਾ। ਕਰਮਵੀਰ ਨੂੰ ਇਸ ਹਮਲੇ ਦੀ ਆਸ ਨਹੀਂ ਸੀ । ਪਰ ਫੜੇ ਗਏ ਕਾਮਰੇਡ ਰਾਮ ਪ੍ਰਕਾਸ਼ ਨੇ ਆਖਿਆ, "ਕਰਮਵੀਰ ਘਬਰਾਉਣ ਵਾਲੀ ਕੋਈ ਗੱਲ ਨਹੀਂ। ਇਹ ਵੀ ਲੜਾਈ ਦਾ ਇਕ ਦਾਅਪੇਚ ਹੈ। ਸਾਡੀ ਲੜਾਈ ਵਿਚ ਅਜਿਹਾ ਦੌਰ ਸੰਭਵ ਹੁੰਦਾ ਹੈ। ਹੜਤਾਲੀ ਵਰਕਰਾਂ ਦੇ ਹੌਂਸਲੇ ਕਾਇਮ ਰੱਖਣ ਲਈ ਸਾਡੀਆਂ ਗ੍ਰਿਫਤਾਰੀਆਂ ਜ਼ਰੂਰੀ ਹਨ।"

"ਪਰ ਇਸ ਨਾਲ ਤਾਂ ਵਰਕਰ ਹੋਰ ਘਬਰਾਏਗਾ", ਕਰਮਵੀਰ ਨੂੰ ਆਪਣੇ ਹੜਤਾਲੀ ਸਾਥੀਆਂ ਦੇ ਟੁੱਟ ਜਾਣ ਦਾ ਡਰ ਸੀ।

"ਨਹੀਂ ਕਰਮਵੀਰ ਨਹੀਂ, ਤੂੰ ਫਿਕਰ ਨਾ ਕਰ ? ਉਹ ਸਗੋਂ ਵਧੇਰੇ ਮਜ਼ਬੂਤ ਹੋਣਗੇ।"

ਸੌਲ੍ਹਾਂ

ਸੁਧਾ ਦਾ ਵਿਆਹ ਸੀ। ਇਕ ਜੰਞ ਘਰ ਬੁਕ ਕਰਵਾਇਆ ਗਿਆ। ਕੁਝ ਦਿਨ ਪਹਿਲਾਂ ਹੀ ਆਸ਼ਾ ਦਾ ਕਾਰਡ ਮਿਲਿਆ ਸੀ, ਸੁਧਾ ਦਾ ਵਿਆਹ ਹੋ ਰਿਹਾ ਸੀ। ਸੁਧਾ ਦੇ ਵਿਆਹ ਦੀ ਖਬਰ ਸੁਣ ਕੇ ਕਰਮਵੀਰ ਹੈਰਾਨ ਵੀ ਹੋਇਆ। ਆਸ਼ਾ ਨੇ ਅਜ ਤਕ ਕਦੇ ਗੱਲ ਨਹੀਂ ਕੀਤੀ ਕਿ ਸੁਧਾ ਦਾ ਵਿਆਹ ਹੋ ਰਿਹਾ ਹੈ। ਅਜੇ ਪੰਦਰਾਂ ਦਿਨ ਪਹਿਲਾਂ ਉਹ ਕਰਮਵੀਰ ਨੂੰ ਮਿਲੀ ਸੀ। ਉਂਞ ਉਸ ਕਹਿਣਾ ਕਿ ਆਪਣੇ ਵਿਆਹ ਤੋਂ ਪਹਿਲਾਂ ਉਹ ਘਟੋ-ਘਟ ਆਪਣੀਆਂ ਦੋ ਛੋਟੀਆਂ ਭੈਣਾਂ ਨੂੰ ਤਾਂ ਜ਼ਰੂਰ ਵਿਆਹ ਜਾਏਗੀ। ਕਰਮਵੀਰ ਨੇ ਗੁੱਡੀ ਨੂੰ ਕਿਹਾ ਕਿ ਉਹ ਵਿਆਹ ਉਤੇ ਚਲੀ ਜਾਏ ਘਰ 'ਚੋਂ ਹੋਰ ਕਿਸੇ ਨੇ ਜਾਣਾ ਹੈ ਤਾਂ ਉਹ ਵੀ ਚਲਾ ਜਾਏ, ਪਰ ਇਸ ਮੌਕੇ ਕਰਮਵੀਰ ਦਾ ਵਿਆਹ 'ਚ ਜਾਣਾ ਮੁਸ਼ਕਲ ਸੀ। ਪਰ ਗੁੱਡੀ ਨੇ ਜਦੋਂ ਕਿਹਾ ਕਿ ਕਰਮਵੀਰ ਨੂੰ ਹੀ ਜਾਣਾ ਚਾਹੀਦੈ ਤਾਂ ਉਸ ਜਾਣ ਦਾ ਪ੍ਰਬੰਧ ਕਰ ਲਿਆ।

ਗੁੱਡੀ ਤੇ ਕਰਮਵੀਰ ਜਦੋਂ ਜੰਞ ਘਰ 'ਚ ਪੁੱਜੇ ਤਾਂ ਓਥੇ ਉਦੋਂ ਬਰਾਤ ਦੀ ਉਡੀਕ ਹੋ ਰਹੀ ਸੀ। ਹਰ ਪਾਸੇ ਕਾਫੀ ਰੌਣਕ ਸੀ। ਆਸ਼ਾ ਦੇ ਉਸ ਦਿਨ ਪਹਿਲੀ ਵਾਰ ਬੱਝੀ ਸਾੜ੍ਹੀ ਕਰਮਵੀਰ ਨੇ ਤੱਕੀ ਸੀ। ਆਸ਼ਾ ਹੀ ਸਾਰੇ ਪਾਸੇ ਭੱਜੀ ਫਿਰਦੀ ਸੀ। ਆਸ਼ਾ ਦੇ ਰਿਸ਼ਤੇਦਾਰ ਤਾਂ ਬਹੁਤ ਘਟ ਹਾਜ਼ਰ ਸਨ ਪਰ ਵਾਕਫੀਅਤ ਵਾਲੇ ਕਾਫੀ ਲੋਕ ਸਨ। ਕਰਮਵੀਰ ਤੇ ਗੁੱਡੀ ਨੂੰ ਆਇਆਂ ਦੇਖਕੇ ਉਸਨੂੰ ਚਾਅ ਜਿਹਾ ਚੜ੍ਹ ਗਿਆ, ਪਰ ਉਹ ਇਹ ਗੱਲ ਕਹਿਣੋਂ ਨਾ ਰੁਕੀ,

"ਤੁਸੀਂ ਭਲਕੇ ਸਵੇਰ ਨੂੰ ਆ ਜਾਂਦੇ, ਹੁਣੇ ਆਉਣ ਦੀ ਕੀ ਲੋੜ ਸੀ ?"

ਆਸ਼ਾ ਦੀ ਗੱਲ ਦੀ ਉੱਤਰ ਕਰਮਵੀਰ ਨੇ ਸਿਰਫ ਮੁਸਕਰਾਹਟ 'ਚ ਦਿੱਤਾ ਅਤੇ ਆਸ਼ਾ ਦੀ ਮਾਂ ਅਗੋਂ ਕਹਿਣ ਲੱਗੀ 'ਵਿਚਾਰੇ ਆ ਗਏ ਨੇ ਐਨਾ ਹੀ ਬੜਾ ਹੈ ਇੰਞ ਨਹੀਂ ਆਖੀਦਾ।"

ਵਿਆਹ ਦੇ ਸਮੇਂ ਸਾਰੇ ਲੋਕ ਹਾਜ਼ਰ ਸਨ, ਪਰ ਆਸ਼ਾ ਦਾ ਪਿਓ ਕਿਤੇ ਨਜ਼ਰ ਨਹੀਂ ਸੀ ਆਇਆ। ਆਸ਼ਾ ਨੇ ਕਰਮਵੀਰ ਦੀ ਡਿਊਟੀ ਲਾਈ ਕਿ ਉਹ ਪੰਡਾਲ 'ਚ ਹਾਜ਼ਰ ਲੋਕਾਂ ਉਤੇ ਨਿਗ੍ਹਾ ਰੱਖੇ। ਟੈਂਟ ਦੇ ਹਨੇਰੇ ਪਾਸੇ ਜਦੋਂ ਕਰਮਵੀਰ ਇਕੱਲਾ ਖੜੋਤਾ ਸੀ ਤਾਂ ਆਸ਼ਾ ਆਈ।

"ਤੁਸੀਂ ਚਾਹ ਪੀ ਲੈਂਦੇ।"

"ਕੋਈ ਲੋੜ ਨਹੀਂ।"

"ਲੋੜ ਕਿਉਂ ਨਹੀਂ।" ਆਸ਼ਾ ਨੇ ਕਰਮਵੀਰ ਦੀ ਬਾਂਹ ਫੜ ਲਈ।

ਆਸ਼ਾ ਨੂੰ ਪਤਾ ਨਹੀਂ ਕੀ ਆਦਤ ਸੀ ਕਿ ਉਹ ਜਦੋਂ ਵੀ ਕੋਈ ਗੱਲ ਕਰਦੀ ਤਾਂ ਕਰਮਵੀਰ ਦੀ ਬਾਂਹ ਫੜ ਲੈਂਦੀ।

"ਆਸ਼ਾ ਤੇਰੇ ਪਿਤਾ ਜੀ ਨਹੀਂ ਆਏ ?"

"ਆਏ ਸਨ, ਪਰ........।" ਆਸ਼ਾ ਉਦਾਸ ਹੋ ਗਈ।

"ਪਰ ਕੀ ?"

"ਦਰਅਸਲ ਮੈਂ ਨਹੀਂ ਸੀ ਚਾਹੁੰਦੀ ਕਿ ਅਜ ਦੇ ਦਿਨ ਇਹ ਗੱਲ ਵਾਪਰਦੀ ਪਰ ਮਾਂ ਨੇ ਮੇਰੀ ਇਕ ਨਾ ਸੁਣੀ। ਪਿਤਾ ਜੀ ਆਏ, ਵਿਆਹ ਵਿਚ ਸ਼ਾਮਲ ਹੋਣ ਲਈ। ਮੇਰੀ ਮਾਂ ਨੇ ਆਖਿਆ ਕਿ ਕਿਉਂ ਆਇਆਂ ਏਂ। ਉਸ ਆਖਿਆਂ ਮੇਰੀ ਧੀ ਦਾ ਵਿਆਹ ਇਸ ਲਈ ਆਇਆ ਹਾਂ। ਪਰ ਮਾਂ ਕਹਿਣ ਲੱਗੀ, "ਲਿਆ ਕਢ ਕਿੰਨੇ ਦੇਨੈ ਪੈਸੇ ਆਪਣੀ ਧੀ ਦੇ ਵਿਆਹ ਲਈ ਪਰ ਉਸ ਕੋਲ ਤਾਂ ਕੋਈ ਪੈਸਾ ਨਹੀਂ ਸੀ।" ਆਸ਼ਾ ਚੁਪ ਹੋ ਗਈ।

"ਇਹ ਟਾਈਮ ਕਢ ਲੈਣਾ ਚਾਹੀਦਾ ਸੀ।" ਕਰਮਵੀਰ ਨੇ ਸਿਆਣਿਆਂ ਵਾਂਗ ਕਿਹਾ।

"ਮੈਂ ਵੀ ਇਹੀ ਚਾਹੁੰਦੀ ਸੀ।" ਆਸ਼ਾ ਨੇ ਕਰਮਵੀਰ ਦਾ ਹਥ ਫੜ ਕੇ ਖਿਚਿਆ ਤੇ ਉਸਨੂੰ ਅੰਦਰ ਲੈ ਗਈ।

ਬਰਾਤ ਆਈ ਤਾਂ ਕਾਫੀ ਰੌਲਾ ਰੱਪਾ ਪੈ ਗਿਆ। ਸ਼ਹਿਨਾਈਆਂ ਵਜੀਆਂ ਤੇ ਮਿਲਣੀ ਦਾ ਸਮਾਂ ਆਇਆ।

ਉਦੋਂ ਹੀ ਕਿਧਰੋਂ ਸ਼ਰਾਬੀ ਹਾਲਤ ਵਿਚ ਆਸ਼ਾ ਦਾ ਪਿਓ ਓਥੇ ਆ ਹਾਜ਼ਰ ਹੋਇਆ। "ਮੈਂ ਪਿਓ ਹਾਂ ਕੁੜੀ ਦਾ, ਮਿਲਣੀ ਮੈਂ ਕਰਾਂਗਾ।"

"ਤੂੰ ਕਿਉਂ ਕਰੇਂਗਾ ਮਿਲਣੀ ?" ਲਜਿਆਵੰਤੀ ਉਸ ਅੱਗੇ ਰਾਹ ਰੋਕੀ ਖੜੀ ਸੀ।

"ਕਿਉਂਕਿ ਉਹ ਮੇਰੀ ਧੀ ਐ।"

"ਧੀ ਕਾਹਦੀ, ਤੂੰ ਧੀ ਲਈ ਕੀਤਾ ਕੀ ਏ ?"

"ਪਰ ਫਿਰ ਵੀ ਉਹ ਮੇਰੀ ਧੀ ਐ ।" ਆਸ਼ਾ ਨੇ ਲਜਿਆਵੰਤੀ ਨੂੰ ਪਿਛਾਂਹ ਕਰਦਿਆਂ ਚੁਪ ਕਰ ਜਾਣ ਲਈ ਆਖਿਆ। ਲਜਿਆਵੰਤੀ ਇਸ ਗੱਲ 'ਤੇ ਬਜ਼ਿਦ ਸੀ ਕਿ ਇਹ ਭਾਵੇਂ ਪਿਓ ਹੈ ਪਰ ਪਿਓ ਦਾ ਸਿਰਫ ਇਹੀ ਫਰਜ਼ ਤਾਂ ਨਹੀਂ ਕਿ ਉਹ ਧੀ ਦੇ ਵਿਆਹ ਦੀ ਮਿਲਣੀ ਕਰਨ ਲਈ ਪਹੁੰਚ ਜਾਏ, ਪਰ ਧੀ ਨੂੰ ਵਿਆਹੁਣ ਦੀ ਜ਼ਿੰਮੇਵਾਰੀ ਤੋਂ ਮੁੱਕਤ ਰਹੇ।

ਕਰਮਵੀਰ ਨੇ ਆਸ਼ਾ ਨੂੰ ਕਿਹਾ, "ਆਸ਼ਾ ! ਛਡੋ ਪਰੇ, ਕਾਹਨੂੰ ਲੋਕਾਂ ਨੂੰ ਤਮਾਸ਼ਾ ਦਿਖਾ ਰਹੇ ਹੋ। ਨਾ ਆਖੋ ਕੁਝ ਵੀ।"

"ਪਰ ਸਾਡੀ ਮਾਂ ਨੂੰ ਕੌਣ ਸਮਝਾਏ ?"

ਵਿਆਹ ਹੋ ਗਿਆ। ਰਾਤ ਸਾਰੀ, ਤਕਰੀਬਨ ਸਾਰੇ ਲੋਕ ਜਾਗਦੇ ਰਹੇ। ਕਰਮਵੀਰ ਅਤੇ ਗੁੱਡੀ ਨੂੰ ਕਿਸੇ ਲਾਗਲੇ ਘਰ 'ਚ ਸੌਣ ਲਈ ਭੇਜ ਦਿੱਤਾ ਗਿਆ। ਸਵੇਰੇ ਤੜਕੇ ਜਦੋਂ ਡੋਲੀ ਤੁਰਨ ਲੱਗੀ ਤਾਂ ਸੁਧਾ ਨੇ ਨੰਨਾ ਫੜ ਲਿਆ, ਮੈਂ ਨਹੀਂ ਜਾਣਾ। ਓਧਰ ਵਿਆਹ ਵਾਲਾ ਮੁੰਡਾ ਤੇ ਉਸਦਾ ਪਰਿਵਾਰ ਉਠ ਕੇ ਬਾਹਰ ਤਕ ਆ ਗਏ ਪਰ ਸੁਧਾ ਨੇ ਉਨ੍ਹਾਂ ਨਾਲ ਜਾਣੋਂ ਨਾਂਹ ਕਰ ਦਿੱਤੀ। ਸੁਧਾ ਦੀ ਮਾਂ ਉਸ ਅੱਗੇ ਹੱਥ ਜੋੜਨ ਲੱਗੀ ਪਰ ਸੁਧਾ ਤਾਂ ਡੂੰਨ ਵੱਟਾ ਬਣੀ ਬੈਠੀ ਰਹੀ। ਅਖੀਰ ਆਸ਼ਾ ਨੇ ਕਮਰੇ 'ਚੋਂ ਸਭ ਨੂੰ ਬਾਹਰ ਕਢ ਦਿੱਤਾ ਅਤੇ ਕਾਫੀ ਦੇਰ ਸੁਧਾ ਨੂੰ ਸਮਝਾਉਂਦੀ ਰਹੀ। ਅਖੀਰ ਸੁਧਾ ਨੂੰ ਬਾਹਰ ਲਿਆਂਦਾ ਗਿਆ। ਰਸਮਾਂ ਪੂਰੀਆਂ ਕੀਤੀਆਂ ਗਈਆਂ ਤੇ ਸੁਧਾ ਤੁਰ ਗਈ।

ਗੁੱਡੀ ਨੇ ਸਕੂਲ ਜਾਣਾ ਸੀ, ਉਹ ਓਥੋਂ ਹੀ ਸਿਧੀ ਸਕੂਲ ਨੂੰ ਚਲੀ ਗਈ। ਕਰਮਵੀਰ

ਆਸ਼ਾ ਦੇ ਨਾਲ ਉਸਦੇ ਵਿਆਹ ਪਿੱਛੋਂ ਦੇ ਕੰਮਾਂ 'ਚ ਹੱਥ ਵਟਾਉਣ ਲੱਗਾ।

ਓਸੇ ਦੁਪਹਿਰ ਕਰਮਵੀਰ ਨੂੰ ਆਸ਼ਾ ਨੇ ਕਿਹਾ ਕਿਉਂ ਨਾ ਕੋਈ ਫਿਲਮ ਦੇਖੀ ਜਾਏ, ਉਸਦਾ ਮਨ ਡਾਢਾ ਭਰਿਆ ਪਿਆ ਸੀ। ਬਾਕੀ ਰਿਸ਼ਤੇਦਾਰ ਚਲੇ ਗਏ ਸਨ।

ਸਿਨੇਮਾ ਹਾਲ 'ਚ ਇਕ ਪਾਸੇ ਆਸ਼ਾ ਤੇ ਕਰਮਵੀਰ ਜਾ ਬੈਠੇ। ਆਸ਼ਾ ਨੇ ਹਾਲ ਦੇ ਹਨੇਰੇ 'ਚ ਕਰਮਵੀਰ ਦੇ ਮੋਢੇ ਉਤੇ ਸਿਰ ਰੱਖ ਦਿੱਤਾ।

"ਕੀ ਗੱਲ ਆਸ਼ਾ ?"

"ਮੈਂ ਬਹੁਤ ਥੱਕ ਗਈ ਹਾਂ।" ਆਸ਼ਾ ਬੜੀ ਗੰਭੀਰ ਹੋ ਕੇ ਆਖਣ ਲੱਗੀ।

"ਐਨੀ ਛੇਤੀ !"

"ਮੈਨੂੰ ਪਤਾ ਏ ਕਰਮਵੀਰ ਤੂੰ ਇਹੀ ਗੱਲ ਕਹੇਂਗਾ, ਥੱਕ ਜ਼ਰੂਰ ਗਈ ਹਾਂ, ਕਿਉਂਕਿ ਤੈਨੂੰ ਨਹੀਂ ਪਤਾ ਮੈਂ ਇਕ ਲੰਮਾ ਪੈਂਡਾ ਤਹਿ ਕਰ ਚੁਕੀ ਹਾਂ।"

"ਪਰ ਇਹ ਘਬਰਾਹਟ ਕਿਉਂ ?"

"ਮੈਂ ਆਖਿਆ ਮੈਂ ਥੱਕ ਗਈ ਹਾਂ, ਪਰ ਘਬਰਾਈ ਬਿਲਕੁਲ ਨਹੀਂ । ਸੁਧਾ ਵਰਗੀ ਬਲਾ ਟਲ ਗਈ ਮੇਰੇ ਸਿਰੋਂ ਮਣਾਂ ਮੂੰਹੀਂ ਭਾਰ ਲਥ ਗਿਆ।"

ਸੁਧਾ ਦੀ ਗੱਲ ਜਦੋਂ ਆਸ਼ਾ ਨੇ ਕੀਤੀ ਤਾਂ ਕਰਮਵੀਰ ਨੂੰ ਝਟ ਸਵੇਰੇ ਤੜਕੇ ਵਾਪਰੀ ਡੋਲੀ ਵਾਲੀ ਘਟਨਾ ਯਾਦ ਆ ਗਈ।

"ਸਵੇਰੇ ਤੂੰ ਦੇਖੇ ਸਨ ਉਸਦੇ ਨਖਰੇ ?" ਆਸ਼ਾ ਹੁਣ ਕਰਮਵੀਰ ਨੂੰ ਤੂੰ ਕਹਿਣ ਦੀ ਆਦੀ ਹੋ ਗਈ ਸੀ।

"ਹਾਂ ! ਦੇਖੇ ਰਿਹਾ ਸੀ, ਪਰ ਸਮਝ ਕੁਝ ਨਹੀਂ ਆਈ।"

"ਕਰਮਵੀਰ ! ਸੁਧਾ ਦੇ ਵਿਆਹ ਦੀ ਕਾਹਲੀ ਕਿਉਂ ਕਰਨੀ ਪਈ ਸ਼ਾਇਦ ਇਹ ਤੂੰ ਨਹੀਂ ਜਾਣਦਾ। ਇਹ ਤਾਂ ਤੈਨੂੰ ਪਤਾ ਹੀ ਹੈ ਕਿ ਸੁਧਾ ਹੀ ਸਾਰੇ ਘਰ ਦਾ ਕੰਮ ਕਾਜ ਚਲਾਉਂਦੀ ਹੈ ਅਤੇ ਸੌਦਾ ਵੀ ਸਾਰਾ ਉਹੀ ਦੁਕਾਨ ਤੋਂ ਲਿਆਉਂਦੀ ਹੁੰਦੀ ਸੀ। ਮੈਂ ਤਾਂ ਕਦੇ ਕਰਿਆਨੇ ਦੀ ਦੁਕਾਨ 'ਤੇ ਗਈ ਨਹੀਂ । ਪਰ ਕਰਿਆਨੇ ਵਾਲੀ ਦੁਕਾਨ ਵਾਲਾ ਮੁੰਡਾ ਸੁਧਾ ਤੇ ਆਸ਼ਕ ਹੋ ਗਿਆ.....।"

ਫਿਰ ਉਹ ਚੁਪ ਹੋ ਗਈ ! ਕਰਮਵੀਰ ਨੇ ਉਸਨੂੰ ਹਿਲਾਇਆ । "ਫਿਰ...."

"ਆਸ਼ਕ ਵੀ ਤੈਨੂੰ ਪਤਾ ਅੱਜਕਲ੍ਹ ਕਿਹੋ ਜਿਹੇ ਹੁੰਦੇ ਨੇ, ਇਹ ਉਸਦੀਆਂ ਮਿੱਠੀਆਂ-ਮਿੱਠੀਆਂ ਗੱਲਾਂ 'ਚ ਫਸ ਗਈ। ਪਰ ਇਹ ਨਹੀਂ ਪਤਾ ਕਿ ਇਹ ਸਿਲਸਿਲਾ ਕਦੋਂ ਦਾ ਚਲ ਰਿਹਾ ਸੀ।

"ਫਿਰ ਇਕ ਦਿਨ ਕੋਠੇ ਉਤੇ ਸੁਤੇ ਪਿਆ ਦੇਖਿਆ ਕਿ ਸ਼ਸ਼ੀ ਦੇ ਮੰਜੇ ਉਤੋਂ ਸੁਧਾ ਗਾਇਬ ਸੀ। ਸੁਧਾ 'ਤੇ ਸ਼ਸ਼ੀ ਇਕੋ ਮੰਜੇ ਉਤੇ ਸੌਂਦੀਆਂ ਸਨ। ਮੇਰੀ ਮਾਂ ਨੇ ਮੈਨੂੰ ਜਗਾਇਆ ਕਿ ਸੁਧਾ ਆਪਣੇ ਮੰਜੇ ਉਤੇ ਨਹੀਂ। ਕੁਝ ਪਲ ਏਧਰ ਓਧਰ ਦੇਖਿਆ, ਮੇਰੀ ਮਾਂ ਤਾਂ ਡਾਢੀ ਘਬਰਾ

ਗਈ । ਪਰ ਮੈਂ ਹੌਸਲਾ ਕਰਕੇ ਉਠੀ ਟਾਈਮ ਰਾਤ ਦੇ ਸਾਢੇ ਬਾਰਾਂ ਵਜੇ ਦਾ ਸੀ । ਪਤਾ ਨਹੀਂ ਉਹ ਕਿਹੜੀ ਘੜੀ ਸੀ, ਜਦੋਂ ਮੈਨੂੰ ਸੁਧਾ ਵਲੋਂ ਕੀਤੀਆਂ ਗਈਆਂ ਆਮ ਕਰਿਆਨੇ ਵਾਲੇ ਮੁੰਡੇ ਦੀਆਂ ਗੱਲਾਂ ਯਾਦ ਆ ਗਈਆਂ। ਪਿਛਲੇ ਕੁਝ ਦਿਨਾਂ ਤੋਂ ਜਦੋਂ ਉਹ ਘਰ ਗੱਲਾਂ ਕਰਦੀ ਹੁੰਦੀ ਸੀ ਤਾਂ ਕਰਿਆਨੇ ਵਾਲਾ ਜ਼ਰੂਰ ਉਸਦੀ ਗੱਲਾਂ 'ਚ ਆ ਜਾਂਦਾ। ਮੈਂ ਵਾਹੋ ਦਾਹੀ ਕਰਿਆਨੇ ਵਾਲੀ ਦੁਕਾਨ ਵਲ ਭੱਜੀ। ਦੁਕਾਨ ਦਾ ਬੂਹਾ ਭੀੜਿਆ ਹੋਇਆ, ਪਰ ਅੰਦਰ ਹਲਕੀ ਜਿਹੀ ਰੌਸ਼ਨੀ ਦਾ ਬਲਬ ਜਗ ਰਿਹਾ ਸੀ। ਸੁਧਾ ਅੰਦਰ ਕਰਿਆਨੇ ਵਾਲੇ ਮੁੰਡੇ ਕੋਲ ਬੈਠੀ.....।"

ਆਸ਼ਾ ਦਾ ਹੱਥ ਕਰਮਵੀਰ ਦੇ ਹੱਥ 'ਚ ਸੀ, ਪਰ ਇੰਝ ਜਾਪਦਾ ਸੀ ਜਿਵੇਂ ਇਸ ਹੱਥ 'ਚ ਜਾਨ ਨਹੀਂ ਹੈ।

"ਕਰਮਵੀਰ, ਮੈਂ ਉਸ ਦਿਨ ਪਹਿਲੀ ਵਾਰ ਇਹ ਗੱਲ ਮਹਿਸੂਸ ਕੀਤੀ ਕਿ ਜਵਾਨੀ ਬੜੀ ਅਥਰੀ ਹੁੰਦੀ ਹੈ। ਜੇ ਇਸਦੇ ਵੇਗ ਨੂੰ ਠੱਲ ਨਾ ਪਾਈ ਜਾਏ ਤਾਂ ਇਹ ਤਬਾਹੀ ਲਿਆ ਦਿੰਦੀ ਹੈ। ਕੁਝ ਪਲ ਮੈਂ ਬੂਹੇ ਦੇ ਬਾਹਰ ਖੜੀ ਉਨ੍ਹਾਂ ਦੀਆਂ ਨਿੱਕੀਆਂ-ਨਿੱਕੀਆਂ ਗੱਲਾਂ ਸੁਣ ਰਹੀ ਸਾਂ। ਸੁਧਾ ਤਾਂ ਸਿਰਫ ਹਸ ਰਹੀ ਸੀ, ਜਿਵੇਂ ਉਸਦੀ ਆਦਤ ਹੈ, ਪਰ ਮੁੰਡਾ ਕਹਿ ਰਿਹਾ ਸੀ ਕਿ ਤੂੰ ਹਾਂ ਕਰ, ਆਪਾਂ ਨੂੰ ਭਾਂਵੇਂ ਨਿਕਲਣਾ ਨਾ ਪਏ । ਪਰ ਮੁੰਡੇ ਦੀ ਇਸ ਗੰਭੀਰ ਗੱਲ ਉਤੇ ਵੀ ਸੁਧਾ ਮੁਸਕਰਾ ਰਹੀ ਸੀ। ਮੇਰੇ ਮਨ ਅੰਦਰ ਕਈ ਤਰ੍ਹਾਂ ਦੇ ਵਿਚਾਰ ਆਏ। ਮਰ ਜਾਣੀ ਪੜ੍ਹ ਜਾਂਦੀ ਤਾਂ ਚੰਗਾ ਸੀ ਮਾੜਾ ਮੋਟਾ ਸਮਝਣ ਜੋਗੀ ਹੋ ਜਾਂਦੀ ਕਿ ਕੀ ਚੰਗਾ ਏ ਕੀ ਮਾੜਾ ਏ। ਹੁਣ ਇਹ ਮੁੰਡਾ ਇਸਨੂੰ ਫੁਸਲਾ ਕੇ ਜਾਂ ਤਾਂ ਕਢ ਕੇ ਲੈ ਜਾਏਗਾ ਜਾਂ ਫਿਰ ਸੁਧਾ ਦੀਆਂ ਭਾਵਨਾਵਾਂ ਨਾਲ ਖੇਡੇਗਾ।"

"ਇਸ ਤੋਂ ਪਹਿਲਾਂ ਕਿ ਮੈਂ ਬੂਹਾ ਖੜਕਾਉਂਦੀ ਬੂਹਾ ਆਪਣੇ ਆਪ ਹੀ ਖੁਲ੍ਹ ਗਿਆ। ਇਹ ਸਭ ਕੁਝ ਐਨੀ ਕਾਹਲੀ ਵਿਚ ਹੋਇਆ ਕਿ ਮੈਂ ਬਾਹਰ ਖੜੀ ਦੀ ਖੜੀ ਰਹਿ ਗਈ। ਸ਼ਾਇਦ ਉਨ੍ਹਾਂ ਨੂੰ ਬਿੜਕ ਹੋ ਗਈ ਸੀ ਕਿ ਬਾਹਰ ਕੋਈ ਖੜਾ ਹੈ। ਬੂਹਾ ਅੱਧਾ ਖੁਲ੍ਹਿਆ ਤੇ ਸਿਰਫ ਸੁਧਾ ਹੀ ਬਾਹਰ ਆਈ। ਹਨੇਰੇ 'ਚ ਉਸ ਮੈਨੂੰ ਖੜੋਤੀ ਨੂੰ ਤਕਿਆ ਤੇ ਮੈਂ ਉਸਨੂੰ। ਹਨੇਰੇ 'ਚ ਵੀ ਮੈਂ ਉਸਦੀਆਂ ਅੱਖਾਂ ਅੰਦਰ ਜਿਹੜਾ ਖੌਫ ਤਕਿਆ, ਉਸ ਤੋਂ ਮੈਂ ਵੀ ਘਬਰਾ ਗਈ। ਮੇਰੀਆਂ ਬਾਹਾਂ 'ਚ ਆ ਕੇ ਮੇਰੇ ਅੱਗੇ ਉਹ ਗਿੜ-ਗਿੜਾ ਪਈ, "ਬੀਬੀ ਨੂੰ ਨਾ ਦਸੀਂ ਦੀਦੀ। ਜਿਵੇਂ ਮਰਜ਼ੀ ਤੂੰ ਮੇਰੇ ਨਾਲ ਕਰ ਲੈ।"

ਆਸ਼ਾ ਦੀਆਂ ਅੱਖਾਂ ਗਿੱਲੀਆਂ ਸਨ। ਕਰਮਵੀਰ ਦਾ ਹੱਥ ਉਸ ਦੇ ਹੱਥ 'ਚ ਕੱਸਿਆ ਗਿਆ ਸੀ।

"ਸੁਧਾ ਨੇ ਮੇਰੇ ਕੋਲ ਮੰਨਿਆ ਕਿ ਇਹ ਸਿਲਸਿਲਾ ਲਗਭਗ ਪਿਛਲੇ ਇਕ ਸਾਲ ਤੋਂ ਚਲ ਰਿਹਾ ਹੈ। ਉਹ ਦੋਵੇਂ ਆਪਸ 'ਚ ਵਿਆਹ ਕਰਾਉਣ ਦਾ ਮਨ ਬਣਾ ਚੁਕੇ ਸਨ, ਪਰ ਸੁਧਾ ਨੇ ਇਹ ਵੀ ਸਹੁੰ ਖਾਧੀ ਕਿ ਉਸਦਾ ਜਿਸਮ ਅਜੇ ਬਿਲਕੁਲ ਸੁੱਚਾ ਹੈ।"

"ਸ਼ਾਇਦ ਇਹੀ ਵਜ੍ਹਾ ਹੈ ਕਿ ਐਡੀ ਕਾਹਲੀ 'ਚ ਮੁੰਡਾ ਲੱਭ ਕੇ ਉਸਦਾ ਵਿਆਹ ਕਰਨਾ ਪਿਆ ਹੈ। ਸਵੇਰੇ ਉਹ ਏਸੇ ਗੱਲੋਂ ਰੁੱਸ ਪਈ ਸੀ ਕਿ ਮੈਂ ਇਸਦੇ ਨਾਲ ਨਹੀਂ ਜਾਣਾ।"

"ਪਰ ਤੁਸੀਂ ਕਰਿਆਨੇ ਵਾਲੇ ਮੁੰਡੇ ਨਾਲ....।" ਕਰਮਵੀਰ ਦੇ ਇਸ ਸੁਆਲ ਤੋਂ ਪਹਿਲਾਂ ਹੀ ਆਸ਼ਾ ਜਾਣੂ ਸੀ।

"ਕਰਿਆਨੇ ਵਾਲਾ ਤਾਂ ਪਹਿਲਾਂ ਹੀ ਵਿਆਹਿਆ ਹੋਇਆ ਸੀ। ਉਸਦੇ ਤਾਂ ਦੋ ਨਿਆਣੇ ਵੀ ਹਨ। ਪਰ ਇਹ ਬੁੱਧੂ ਦੀ ਬੁੱਧੂ । ਮੈਨੂੰ ਕਹਿਣ ਲੱਗੀ, "ਫਿਰ ਕੀ ਹੋਇਆ ਲੋਕਾਂ ਦੇ ਦੋ ਵਿਆਹ ਨਹੀਂ ਹੁੰਦੇ। ਦਰਅਸਲ ਸੁਧਾ ਦਾ ਕਸੂਰ ਨਹੀਂ ਹੈ ਇਸ ਵਿਚ। ਗੱਲ ਤਾਂ ਇਹ ਹੈ ਕਿ ਜੁਆਨੀ ਦੇ ਮੂੰਹ ਜ਼ੋਰ ਹੋ ਜਾਣ ਕਰਕੇ, ਉਸਨੂੰ ਜਿਹੜਾ ਵੀ ਮਰਦ ਮਿਲਿਆ, ਉਸਨੇ ਉਹ ਸਵੀਕਾਰ ਕਰਨ ਦੀ ਕੋਸ਼ਿਸ਼ ਕੀਤੀ।"

ਸੁਧਾ ਲਈ ਆਸ਼ਾ ਹੁਣਾਂ ਨੇ ਅਗਲੀ ਸਵੇਰ ਤੋਂ ਹੀ ਮੁੰਡਾ ਲੱਭਣਾ ਸ਼ੁਰੂ ਕਰ ਦਿੱਤਾ ਅਤੇ ਰਿਸ਼ਤੇਦਾਰੀ 'ਚ ਹੀ ਇਕ ਮੁੰਡਾ ਮਿਲ ਗਿਆ ਜੋ ਮਨਿਆਰੀ ਦੀ ਦੁਕਾਨ ਕਰਦਾ ਸੀ। ਆਸ਼ਾ ਕੋਲ ਥੋੜੇ ਬਹੁਤ ਪੈਸੇ ਸਨ, ਜਿਨ੍ਹਾਂ ਨਾਲ ਉਸਨੇ ਵਿਆਹ ਲਈ ਸਮਾਨ ਲੈ ਆਂਦਾ। ਲੱਜਿਆਵੰਤੀ ਨੇ ਪੁਰਾਣਾ ਪਿਆ ਸੋਨਾ ਕਢਿਆ ਅਤੇ ਹੋਰ ਇਕੱਠੀਆਂ ਕੀਤੀਆਂ ਹੋਈਆਂ ਚੀਜ਼ਾਂ ਤੇ ਵਿਆਹ ਦਿੱਤੀ ਗਈ ਸੁਧਾ।

"ਪਰ ਤੂੰ ਆਪਣੇ ਬਾਰੇ ਕੀ ਸੋਚਿਆ ?" ਕਰਮਵੀਰ ਅਚਾਨਕ ਪੁਛ ਬੈਠਾ।

"ਅਜੇ ਮੈਂ ਆਪਣੇ ਬਾਰੇ ਕੁਝ ਨਹੀਂ ਸੋਚਿਆ । ਅਜੇ ਇਕੋ ਵਿਆਹੀ ਹੈ ਤੇ ਇਕ ਹੋਰ ਵਿਆਹ ਕੇ ਹੀ ਆਪਣੇ ਬਾਰੇ ਸੋਚਾਂਗੀ।" ਆਸ਼ਾ ਨੇ ਦ੍ਰਿੜਤਾ ਨਾਲ ਕਿਹਾ।

"ਉਦੋਂ ਤਕ ਤਾਂ ਵਿਆਹ ਦੀ ਉਮਰ......" ਕਰਮਵੀਰ ਦੀ ਗੱਲ ਪੂਰੀ ਹੋਣ ਤੋਂ ਪਹਿਲਾਂ ਹੀ ਆਸ਼ਾ ਬੋਲ ਪਈ।

"ਠੀਕ ਏ, ਉਮਰ ਲੰਘ ਜਾਏ ਭਾਵੇਂ, ਤੂੰ ਮੇਰੇ ਨਾਲ ਹੈਗਾਂ ਏਂ, ਜਦੋਂ ਛਡ ਜਾਏਂਗਾ, ਫਿਰ ਸੋਚਿਆ ਜਾਏਗਾ।"

"ਪਰ ਸ਼ਸ਼ੀ ਨੂੰ ਤੂੰ ਅਜੇ ਡਿਪਲੋਮੇ 'ਚ ਸੀਟ ਲੈ ਕੇ ਦੇਣੀ ਹੈ, ਫਿਰ ਦੋ ਸਾਲ ਉਸਦਾ ਡਿਪਲੋਮਾ ਚਲੇਗਾ, ਫਿਰ ਕਿਤੇ ਨੌਕਰੀ ਮਿਲੇਗੀ ਤੇ ਫਿਰ ਵਿਆਹ।"

"ਕੋਈ ਗੱਲ ਨਹੀਂ, ਸਭ ਕੁਝ ਹੋਵੇਗਾ ਕਰਮਵੀਰ ਜੀ ! ਤੁਸੀਂ ਕਾਹਨੂੰ ਫਿਕਰ ਕਰਦੇ ਹੋ। ਮੈਂ ਕਰਾਂਗੀ, ਇਸ ਦੋਰਾਂਨ ਮੈਂ ਵੀ ਇਕ ਟਰੇਨਿੰਗ ਲਈ ਜਾਣਾ ਹੈ ਸ਼ਾਇਦ ਨੌਕਰੀ ਛਡ ਕੇ ਜਾਂ ਛੁੱਟੀ ਲੈ ਕੇ।"

"ਆਸ਼ਾ ਕੀ ਕੁਝ ਕਰ ਲਏਂਗੀ ਤੂੰ ਇਕੱਲੀ।"

"ਮੈਂ ਸਭ ਕੁਝ ਕਰ ਲਵਾਂਗੀ ਕਰਮਵੀਰ ਮੇਰੇ 'ਚ ਅਜੇ ਦਮ ਹੈ।

"ਸਭ ਕੁਝ ਕਰ ਲਏਂਗੀ ਤੂੰ, ਪਰ ਵਿਆਹ ਨਹੀਂ ਕਰੇਂਗੀ।"

"ਆਪਣੇ ਵਿਆਹ ਦੀ ਗੱਲ ਛਡ ! ਉਹ ਕੋਈ ਐਨੀ ਮਹੀਨਤਾ ਨਹੀਂ ਰਖਦਾ । ਮੈਂ ਅਜੇ ਕੁਝ ਜ਼ਿੰਮੇਵਾਰੀਆਂ ਤੋਂ ਮੁਕਤ ਹੋਣਾ ਹੈ।"

ਓਸੇ ਵੇਲੇ ਹਾਲ ਦੀਆਂ ਬੱਤੀਆਂ ਜਗੀਆਂ । ਦੋਵਾਂ ਨੂੰ ਗੱਲਾਂ ਕਰਦਿਆਂ ਪਤਾ ਹੀ ਨਹੀਂ ਲਗਾ ਕਿ ਕਦੋਂ ਫਿਲਮ ਸ਼ੁਰੂ ਹੋਈ ਤੇ ਕਦੋਂ ਮੁਕੀ।

ਕਰਮਵੀਰ ਸ਼ਾਮ ਨੂੰ ਓਥੋਂ ਪਰਤ ਆਇਆ। ਪਰ ਇਸ ਵਾਰ ਉਹ ਇਕੱਲਾ ਨਹੀਂ ਆਸ਼ਾ ਵੀ ਉਸਦੇ ਨਾਲ ਸੀ। ਆਸ਼ਾ ਜੋ ਬੰਦੇ ਨੂੰ ਬਹੁਤ ਵੱਡਾ ਆਸਰਾ ਦਿੰਦੀ ਹੈ। ਕਰਮਵੀਰ ਦਾ ਵਿਚਾਰ ਸੀ ਕਿ ਆਸ਼ਾ ਐਨੀ ਦਲੇਰ ਕੁੜੀ ਨਹੀਂ ਹੋ ਸਕਦੀ, ਪਰ ਉਹ ਦਲੇਰ ਸੀ, ਐਨੀ ਦਲੇਰ ਕਿ ਘਰ ਦੀਆਂ ਜ਼ਿੰਮੇਵਾਰੀਆਂ ਨੂੰ ਪੂਰੀ ਤਰ੍ਹਾਂ ਨਿਭਾਉਂਦੀ ਸੀ ਅਤੇ ਮੁਸ਼ਕਲਾਂ 'ਚ ਸਿਰ ਅੜਾਉਣੋਂ ਨਹੀਂ ਸੀ ਡਰਦੀ।

ਕਰਮਵੀਰ ਇਕ ਦਿਨ ਸ਼ਾਮ ਨੂੰ ਬਾਜ਼ਾਰੋਂ ਕੁਝ ਸਮਾਨ ਲੈ ਕੇ ਆ ਰਿਹਾ ਸੀ ਤਾਂ ਆਸ਼ਾ ਨਜ਼ਰ ਆ ਗਈ।

"ਮੈਂ ਤੁਹਾਡੇ ਘਰ ਈ ਚਲੀ ਸਾਂ।"

"ਕਿਉਂ ? ਕੀ ਗੱਲ ਅਜ ਘਰ ਨਹੀਂ ਗਈ ।" ਕਰਮਵੀਰ ਨੇ ਘੜੀ ਵਲ ਦੇਖਦਿਆਂ ਕਿਹਾ। ਸ਼ਾਮ ਦੇ ਛੇ ਵਜ ਰਹੇ ਸਨ, ਸਰਦੀਆਂ ਮਾੜੀਆਂ-ਮਾੜੀਆਂ ਆਰੰਭ ਹੋ ਚੁਕੀਆਂ ਸਨ।

"ਇਕ ਮੀਟਿੰਗ ਹੈ ਸਾਡੇ ਅਧਿਆਪਕਾਂ ਦੀ ਯੂਨੀਅਨ ਦੀ।" ਆਸ਼ਾ ਨੇ ਕਿਹਾ।

ਆਸ਼ਾ ਦੀ ਗੱਲ ਸੁਣ ਕੇ ਕਰਮਵੀਰ ਹੈਰਾਨ ਗਿਆ। ਇਹ ਕੁੜੀ ਕਾਹਦੀ ਬਣੀ ਹੋਈ ਹੈ।

"ਮੀਟਿੰਗ ਹੈ ਇਥੇ ਇਕ ਪਿੰਡ 'ਚ। ਚੰਗਾ ਹੋਇਆ ਤੂੰ ਮਿਲ ਪਿਆ, ਮੈਨੂੰ ਜਰਾ ਛਡ ਆ ਪਿੰਡ ਤਕ।"

"ਕੀ ਗੱਲ ਹਨੇਰੇ ਤੋਂ ਡਰ ਲਗਦਾ ?" ਕਰਮਵੀਰ ਨੇ ਜਾਣ ਕੇ ਛੇੜਿਆ।

"ਨਹੀਂ, ਤੂੰ ਹੋਵੇਂਗਾ ਨਾਲ ਤਾਂ ਸਫਰ ਛੇਤੀ ਨਿਬੜ ਜੂ।" ਝੱਟ ਸਾਈਕਲ ਪਿਛੇ ਉਹ ਚੜ੍ਹ ਗਈ। ਸ਼ਹਿਰ ਤੋਂ ਬਾਹਰ ਨਿਕਲੇ ਤਾਂ ਚੰਦਰਮਾ ਆਪਣੇ ਪੂਰੇ ਜੋਬਨ 'ਤੇ ਸੀ।

"ਜ਼ਰਾ ਸਾਈਕਲ ਰੋਕੀਂ।" ਕਹਿ ਕੇ ਆਸ਼ਾ ਉਤਰ ਗਈ। ਕਰਮਵੀਰ ਨੇ ਉਸ ਵਲ ਸੁਆਲੀਆਂ ਨਜ਼ਰਾਂ ਨਾਲ ਤਕਿਆ।

"ਮੈਂ ਅੱਗੇ ਬੈਠਾਂਗੀ, ਡੰਡੇ ਉਤੇ।" ਆਸ਼ਾ ਨੇ ਬੱਚਿਆਂ ਵਾਂਗ ਕਿਹਾ।

"ਕਿਉਂ ! ਇਹ ਕਿਤੇ ਚੰਗਾ ਲਗਦਾ ?" ਕਰਮਵੀਰ ਉਸਦੇ ਅੱਗੇ ਬੈਠਣ ਦੇ ਹੱਕ 'ਚ ਨਹੀਂ ਸੀ।

"ਇਥੇ ਕਿਹੜਾ ਕੋਈ ਵੇਖਦਾ। ਮੈਨੂੰ ਪਿਛੇ ਬੈਠੀ ਨੂੰ ਤੇਰੀਆਂ ਗੱਲਾਂ ਨਹੀਂ ਸੁਣਦੀਆਂ । ਅੱਗੇ ਬੈਠਾਂਗੀ ਤਾਂ ਤੇਰਾ ਮੂੰਹ ਮੇਰੇ ਕੰਨ ਕੋਲ ਹੋਵੇਗਾ।" ਆਸ਼ਾ ਕੁਝ ਵਧੇਰੇ ਰੁਮਾਂਟਿਕ ਸੀ।

"ਮੈਂ ਤੈਨੂੰ ਮੀਟਿੰਗ ਵਾਲੀ ਥਾਂ ਦੇ ਬਾਹਰ ਹੀ ਛਡ ਕੇ ਆ ਜਾਵਾਂਗਾ। ਅੰਦਰ ਨਹੀਂ ਜਾਵਾਂਗਾ।"

"ਕਿਉਂ ?"

"ਉਹ ਕੀ ਕਹਿਣਗੇ, ਇਹ ਮੁੰਡਾ ਕੌਣ ਆਇਆ ਤੇਰੇ ਨਾਲ ?"

"ਕੋਈ ਕੁਝ ਨਹੀਂ ਆਖੇਗਾ। ਤੂੰ ਵੀ ਕੁੜੀਆਂ ਵਾਂਗੂ ....।"

"ਪਰ ਕੀ ਹਰਜ ਏ ਜੇ ਮੈਂ ਤੈਨੂੰ ਪਿੰਡ ਦੇ ਬਾਹਰ ਹੀ ਛਡ ਕੇ ਪਰਤ ਜਾਵਾਂ।"

"ਤੂੰ ਰਹਿਣ ਦੇ, ਮੈਨੂੰ ਤੇਰੇ ਵਰਗੇ ਮੁੰਡੇ ਨਾਲ ਤੁਰਨ 'ਚ ਕੋਈ ਸ਼ਰਮ ਨਹੀਂ, ਸੂਰਤ, ਸੀਰਤ ਵਾਲੇ ਬੰਦੇ ਨਾਲ ਤੁਰਨ 'ਚ ਕਾਹਦਾ ਮੇਹਣਾ।"

ਕਰਮਵੀਰ ਨੇ ਜਦੋਂ ਦੇਖਿਆ ਕਿ ਉਸਦੀ ਕੋਈ ਪੇਸ਼ ਨਹੀਂ ਜਾਂਦੀ ਤਾਂ ਉਹ ਉਸਨੂੰ ਪਿੰਡ ਦੇ ਸਕੂਲ 'ਚ ਹੋ ਰਹੀ ਮੀਟਿੰਗ ਵਾਲੀ ਥਾਂ ਤੇ ਪੁਚਾ ਕੇ ਪਰਤਿਆ।

ਉਹਨੂੰ ਚਿੰਤਾ ਲਗੀ ਸੀ ਕਿ ਉਹਨੇ ਵੀ ਹੜਤਾਲੀਆਂ ਕੋਲ ਕਾਹਲੀ ਨਾਲ ਪੁਜਣਾ ਹੈ।

ਸਤਾਰਾਂ

ਹੜਤਾਲੀਆਂ ਦੇ ਇਸ ਵਾਰ ਅਜਿਹੇ ਪੈਰ ਉਖੜੇ ਕਿ ਉਨ੍ਹਾਂ ਨੂੰ ਕੋਈ ਥਾਂ ਨਾ ਮਿਲੇ ਪੈਰ ਟਿਕਾਉਣ ਲਈ। ਹੜਤਾਲ ਲੰਮੀ ਹੋ ਚੁਕੀ ਸੀ, ਮਜ਼ਦੂਰ ਹਾਰ ਚੁਕਾ ਸੀ, ਉਸਦੇ ਰਹਿੰਦੇ ਪ੍ਰਾਣ, ਉਸ ਦਿਨ ਨਿਕਲ ਗਏ ਜਿਸ ਦਿਨ ਪੁਲਿਸ ਨੇ ਦੁਪਹਿਰੇ ਸੜਕ ਉਤੇ ਵਹਿਸ਼ਤ ਦਾ ਨੰਗਾ ਨਾਚ ਨੱਚਿਆ। ਇਕ ਵਾਰ ਤਾਂ ਜਾਪਿਆ ਕਿ ਜਿਵੇਂ ਸਾਰਾ ਜ਼ਿਲ੍ਹਾ ਪ੍ਰਸ਼ਾਸਨ ਬਦਰੀ ਪ੍ਰਸਾਦ ਨੇ ਮੁਲ ਲੈ ਲਿਆ ਹੋਵੇ। ਪਹਿਲੇ ਦਿਨ ਹੀ ਸਿਟੀ ਇੰਸਪੈਕਟਰ ਬਲਵੰਤ ਸਿੰਘ ਨੇ ਆਪਣੇ ਸ਼ਪਾਟਿਆਂ ਅਤੇ ਲਾਲੇ ਦੇ ਗੁੰਡਿਆਂ ਨਾਲ ਰਲ ਕੇ ਹੜਤਾਲੀਆਂ ਦੇ ਕੈਂਪ ਉਤੇ ਧਾਵਾ ਬੋਲ ਦਿੱਤਾ ਸੀ। ਉਸ ਦਿਨ ਵੀ ਉਨ੍ਹਾਂ ਸਾਰਿਆਂ ਨੇ ਸ਼ਰਾਬ ਪੀਤੀ ਹੋਈ ਸੀ। ਸਿਟੀ ਇੰਸਪੈਕਟਰ ਦੇ ਮੋਢਿਆਂ ਉਤੇ ਲੱਗੇ ਫੁੱਲ ਸ਼ਰਮ ਨਾਲ ਪਾਣੀ ਪਾਣੀ ਸਨ।

ਹੜਤਾਲੀ ਮਜ਼ਦੂਰ ਫਿਰ ਖਿੰਡਰ ਗਏ ਸਨ। ਬਹੁਤੇ ਘਰੋ ਘਰੀ ਜਾ ਕੇ ਬਹਿ ਗਏ ਸਨ। ਕਰਮਵੀਰ ਟਰੇਡ ਯੂਨੀਅਨ ਦੇ ਦਫ਼ਤਰ ਜਾਂਦਾ। ਉਥੇ ਇਕਾ ਦੁੱਕਾ ਮਜ਼ਦੂਰ ਉਸਨੂੰ ਮਿਲਣ ਆਉਂਦੇ। ਬਹੁਤ ਸਾਰੇ ਯੂ.ਪੀ. ਦੇ ਵਰਕਰਾਂ ਨੇ ਰਿਕਸ਼ੇ ਕਿਰਾਏ ਉਤੇ ਲੈ ਕੇ ਵਾਹੁਣੇ ਸ਼ੁਰੂ ਕਰ ਦਿੱਤੇ ਸਨ। ਵੀਹ ਪੰਝੀ ਮਜ਼ਦੂਰ ਮੁਆਫੀਆਂ ਮੰਗ ਕੇ ਅੰਦਰ ਜਾ ਵੜੇ ਸਨ। ਐਕਸ਼ਨ ਕਮੇਟੀ ਦੇ ਮੈਂਬਰ ਸਾਰਾ ਦਿਨ ਕਰਮਵੀਰ ਕੋਲ ਬੈਠੇ ਰਹਿੰਦੇ, ਆਪਣੇ ਭਵਿੱਖ ਦੀ ਚਿੰਤਾ 'ਚ ਡੁੱਬੇ ਹੋਏ। ਕਾਮਰੇਡ ਰਾਮ ਪ੍ਰਕਾਸ਼ ਅਤੇ ਕਾਮਰੇਡ ਚੰਦਰਨ ਦੀ ਜ਼ਮਾਨਤ ਨਹੀਂ ਸੀ ਹੋਈ ਅਤੇ ਉਨ੍ਹਾਂ ਨੂੰ ਜੇਲ ਭੇਜ ਦਿੱਤਾ ਗਿਆ ਸੀ, ਪਰ ਕਾਮਰੇਡ ਰਿਪੁਦਮਨ ਸਿੰਘ ਦੀ ਪੁਲਿਸ ਨੇ ਗ੍ਰਿਫਤਾਰੀ ਹੀ ਨਹੀਂ ਪਾਈ।

ਕਰਮਵੀਰ ਸਾਈਕਲ ਚੁਕਦਾ ਅਤੇ ਰਾਤ ਨੂੰ ਇਕਲੇ-ਇਕਲੇ ਹੜਤਾਲੀ ਦੇ ਘਰ ਜਾ ਕੇ ਉਨ੍ਹਾਂ ਦੀ ਸੁਖ ਸਾਂਦ ਪੁੱਛਦਾ ਅਤੇ ਭਵਿੱਖ ਬਾਰੇ ਵਿਚਾਰ ਵਟਾਂਦਰਾ ਕਰਦਾ। ਬਹੁਤਿਆਂ ਦਾ ਇਹ ਵਿਚਾਰ ਸੀ ਕਿ ਹੜਤਾਲ ਦੀ ਜ਼ਿਦ ਛਡ ਕੇ, ਟਰੇਡ ਯੂਨੀਅਨ ਦੇ ਲੀਡਰਾਂ ਦਾ ਖਹਿੜਾ ਛਡ ਕੇ ਲਾਲਾ ਬਦਰੀ ਪ੍ਰਸਾਦ ਨਾਲ ਸਿੱਧੀ ਗੱਲ ਕਰ ਲਈ ਜਾਏ ਅਤੇ ਜਿਵੇਂ ਮਰਜ਼ੀ ਹੋਵੇ, ਹੜਤਾਲੀ ਮਜ਼ਦੂਰ ਕੰਮ ਉਤੇ ਲੱਗ ਜਾਣ। ਤਿੰਨਾਂ ਮਹੀਨਿਆਂ ਤੋਂ ਵਧ ਸਮੇਂ ਤੋਂ ਵਿਹਲੇ ਬੈਠੇ

ਵਰਕਰ ਅੱਕ ਗਏ ਸਨ। ਸਾਰਾ ਦਿਨ ਘਰ ਲੰਮੇ ਪਏ ਰਹਿੰਦੇ ਜਾਂ ਫਿਰ ਸਾਈਕਲ ਚੁਕ ਕੇ ਇਕ ਦੂਜੇ ਦੇ ਘਰ ਜਾ ਵੜਦੇ। ਕਰਮਵੀਰ ਨੂੰ ਚਿੰਤਾ ਇਹੀ ਸੀ ਕਿ ਟਰੇਡ ਯੂਨੀਅਨ ਦਾ ਜਨਰਲ ਸਕੱਤਰ ਕਾਮਰੇਡ ਰਾਮ ਪ੍ਰਕਾਸ਼ ਜੇਲ 'ਚ ਹੈ। ਕਾਮਰੇਡ ਚੰਦਰਨ ਵੀ ਜੇਲ 'ਚ ਹੈ। ਐਕਸ਼ਨ ਕਮੇਟੀ ਹਾਰੀ ਹੁੱਟੀ ਬੈਠੀ ਹੈ, ਯੂਨੀਅਨ ਦਾ ਜਿੰਨਾਂ ਫੰਡ ਸੀ ਉਹ ਮੁੱਕ ਚੁਕਾ ਹੈ। ਕਾਮਰੇਡ ਚੰਦਰਨ ਪਾਰਟੀ ਦਾ ਮੈਂਬਰ ਸੀ। ਜਦੋਂ ਕਾਮਰੇਡ ਚੰਦਰਨ ਨਾਲ ਕਰਮਵੀਰ ਦੀ ਮੁਲਾਕਾਤ ਹੋਈ ਸੀ ਤਾਂ ਚੰਦਰਨ ਉਸਨੂੰ ਟਰੇਡ ਯੂਨੀਅਨ ਦੇ ਦਫ਼ਤਰ 'ਚ ਲੈ ਕੇ ਗਿਆ ਸੀ। ਕਾਫੀ ਮੁਲਾਕਾਤਾਂ ਪਿਛੋਂ, ਉਸਨੂੰ ਵੀ ਪਾਰਟੀ ਦਾ ਮੈਂਬਰ ਬਣਨ ਪਿਛੋਂ ਮੀਟਿੰਗ 'ਚ ਸ਼ਾਮਲ ਕਰ ਲਿਆ ਜਾਂਦਾ ਸੀ। ਕਰਮਵੀਰ ਪਾਰਟੀ ਦਾ ਮੈਂਬਰ ਹੋਣ ਨਾਤੇ ਸਾਰੀ ਸਥਿਤੀ ਨੂੰ ਸਮਝਦਾ ਸੀ। ਪਰ ਉਸਨੂੰ ਇਹ ਸੋਚ ਵੀ ਮਾਰ ਰਹੀ ਸੀ ਕਿ ਜਿਹੜੇ ਵਰਕਰ ਉਸ ਪਿਛੇ ਲੱਗ ਕੇ ਹੜਤਾਲ ਕਰਕੇ ਨਿਕਲੇ ਹਨ, ਉਨ੍ਹਾਂ ਦਾ ਕੀ ਬਣੇਗਾ। ਜਿਹੜੇ ਦਮਗਜੇ ਉਦੋਂ ਹੜਤਾਲ ਕਰਨ ਸਮੇਂ ਮਾਰੇ ਗਏ ਸਨ, ਉਨ੍ਹਾਂ 'ਚੋਂ ਕੋਈ ਪੂਰਾ ਹੋ ਸਕਿਆ ਹੈ। ਉਨ੍ਹਾਂ ਦਮਗਜਿਆਂ ਨੂੰ ਤਾਂ ਛਡੋ, ਕੀ ਇਨ੍ਹਾਂ ਹੜਤਾਲੀਆਂ ਨੂੰ ਕਰਮਵੀਰ ਦੁਬਾਰਾ ਨੌਕਰੀ ਉਤੇ ਬਹਾਲ ਕਰਾ ਸਕੇਗਾ। ਕਰਮਵੀਰ ਤਾਂ ਕੀ, ਕਾਮਰੇਡ ਚੰਦਰਨ ਤੇ ਕਾਮਰੇਡ ਰਾਮ ਪ੍ਰਕਾਸ਼ ਵੀ ਇਹ ਕੰਮ ਨਹੀਂ ਕਰ ਸਕਣਗੇ।

ਪੂਰੇ ਪੰਦਰਾਂ ਦਿਨਾਂ ਪਿਛੋਂ ਕਾਮਰੇਡ ਚੰਦਰਨ ਅਤੇ ਕਾਮਰੇਡ ਰਾਮ ਪ੍ਰਕਾਸ਼ ਦੀ ਜ਼ਮਾਨਤ ਹੋ ਸਕੀ। ਦਫ਼ਤਰ 'ਚ ਆ ਕੇ ਇਕ ਮੀਟਿੰਗ ਦਾ ਪ੍ਰਬੰਧ ਕੀਤਾ ਗਿਆ ਤਾਂ ਜੋ ਅਗਲੀ ਰਣਨੀਤੀ ਅਪਣਾਈ ਜਾ ਸਕੇ। ਮੀਟਿੰਗ ਲਈ ਜਿਵੇਂ ਕਿਵੇਂ ਐਕਸ਼ਨ ਕਮੇਟੀ ਦੇ ਮੈਂਬਰਾਂ ਨੂੰ ਇਕਠਿਆਂ ਕੀਤਾ ਗਿਆ। ਕਰਮਵੀਰ ਉਸ ਦਿਨ ਸਭ ਨਾਲੋਂ ਵਧ ਗਮਗੀਨ ਸੀ। ਕਰਮਵੀਰ ਭਾਂਵੇਂ ਖੁਦ ਆਰਥਿਕ ਤੌਰ ਤੇ ਐਨਾ ਮਜ਼ਬੂਤ ਨਹੀਂ ਸੀ, ਉਸਦਾ ਆਪਣੇ ਘਰ ਦਾ ਸਿਲਸਿਲਾ ਪਤਾ ਨਹੀਂ ਕਿਦਾਂ ਤੁਰਦਾ ਸੀ, ਪਰ ਉਸ ਨਾਲੋਂ ਵੀ ਮਾੜੀ ਹਾਲਤ ਉਨ੍ਹਾਂ ਮਜ਼ਦੂਰਾਂ ਦੀ ਸੀ, ਜਿਨ੍ਹਾਂ ਕੋਲ ਰਾਤ ਨੂੰ ਖਾਣ ਲਈ ਰੋਟੀ ਨਹੀਂ ਸੀ ਹੁੰਦੀ, ਜੇ ਰਾਤ ਦੀ ਮਿਲ ਜਾਂਦੀ ਤਾਂ ਤੜਕੇ ਦਾ ਫਿਕਰ ਹੁੰਦਾ।

ਮੀਟਿੰਗ ਸ਼ੁਰੂ ਹੋਈ ਤਾਂ ਕਾਮਰੇਡ ਰਾਮ ਪ੍ਰਕਾਸ਼ ਨੇ ਪੂਰੇ ਹਾਲਾਤ ਬਾਰੇ ਵੇਰਵਾ ਰਖਦਿਆਂ ਇਹ ਸਿੱਟਾ ਕਢਿਆ, "ਦੋਸਤੋ ! ਹੜਤਾਲ ਇਸ ਨਾਲੋਂ ਵਧੇਰੇ ਸਮਾਂ ਲੰਮੀ ਨਹੀਂ ਹੋ ਸਕਦੀ । ਹੁਣ ਸਿਰਫ ਇਕੋ ਰਾਹ ਰਹਿ ਗਿਆ ਹੈ ਤੇ ਉਹ ਰਾਹ ਹੈ ਲੇਬਰ ਕੋਰਟ ਦਾ। ਸਾਰੇ ਹੜਤਾਲੀ ਕਾਮਿਆਂ ਦੇ ਕੇਸ ਤਿਆਰ ਕਰਾਏ ਜਾਣ ਅਤੇ ਲੇਬਰ ਕੋਰਟ 'ਚ ਹੜਤਾਲੀਆਂ ਦੇ ਮੁਕਦਮੇ ਲੜੇ ਜਾਣ ਤੇ ਫਿਰ ਇਨ੍ਹਾਂ ਮੁਕਦਮਿਆਂ ਰਾਹੀਂ ਇਕਲੇ-ਇਕਲੇ ਹੜਤਾਲੀ ਦੀ ਬਹਾਲੀ ਦੇ ਆਰਡਰ ਕਰਾਏ ਜਾਣ।" ਐਕਸ਼ਨ ਕਮੇਟੀ ਦੇ ਮੈਂਬਰ ਇਕ ਦੂਜੇ ਦੇ ਮੂੰਹ ਵਲ ਬਿਟਰ-ਬਿਟਰ ਝਾਕ ਰਹੇ ਸਨ। ਕੁਝ ਹੋਰ ਗੱਲਾਂ ਵੀ ਹੋਈਆਂ, ਪਰ ਸਪਸ਼ਟ ਗੱਲ ਇਹ ਸੀ ਕਿ ਟਰੇਡ ਯੂਨੀਅਨ ਅਤੇ ਟਰੇਡ ਯੂਨੀਅਨ ਦੇ ਪਿਛੇ ਕੰਮ ਕਰ ਰਹੀ ਕਮਿਊਨਿਸਟ ਪਾਰਟੀ ਕੋਲ ਇਸ ਹੜਤਾਲ ਨੂੰ ਸਿਰੇ ਲਾਉਣ ਦਾ ਕੋਈ ਹੋਰ ਰਾਹ ਨਹੀਂ ਸੀ ਸਿਵਾਏ ਇਹਦੇ ਕਿ ਲੇਬਰ ਕੋਰਟਾਂ 'ਚ ਕੇਸ ਲੜੇ ਜਾਣ। ਪਰ ਲੇਬਰ ਕੋਰਟਾਂ 'ਚ ਤਾਂ ਕਈ-ਕਈ ਮਹੀਨੇ ਤਰੀਕਾਂ ਹੀ ਨਹੀਂ ਪੈਂਦੀਆਂ। ਕਈ-ਕਈ ਤਰੀਕਾਂ ਉਤੇ ਤਾਂ ਮਾਲਕ ਪੇਸ਼ ਹੀ ਨਹੀਂ ਹੁੰਦੇ। ਨਾਲੇ ਫਿਰ ਇਹ ਕੀ

ਹੋਇਆ ਕਿ ਹੜਤਾਲ ਕਰਕੇ ਤੁਸੀਂ ਇਕਠੇ ਫੈਕਟਰੀ 'ਚੋਂ ਨਿਕਲਦੇ ਹੋ, ਬਹਾਲੀ ਤੁਹਾਡੀ ਇਕੱਲੇ-ਇਕੱਲੇ ਦੀ ਹੋਵੇਗੀ। ਉਹ ਵੀ ਜੇ ਕੇਸ ਠੀਕ ਢੰਗ ਨਾਲ ਜਿੱਤੇ ਗਏ।

ਐਕਸ਼ਨ ਕਮੇਟੀ ਦੇ ਬਹੁਤ ਸਾਰੇ ਮੈਂਬਰਾਂ ਦੇ ਚਲੇ ਜਾਣ ਪਿਛੋਂ ਹੁਣ ਸਿਰਫ ਕਾਮਰੇਡ ਕਰਮਵੀਰ, ਚੰਦਰਨ ਅਤੇ ਰਾਮ ਪ੍ਰਕਾਸ਼ ਹੀ ਦਫ਼ਤਰ 'ਚ ਬੈਠੇ ਸਨ। ਕਰਮਵੀਰ ਨੂੰ ਚਿੰਤਾ-ਗ੍ਰਸਤ ਦੇਖ ਕੇ ਰਾਮ ਪ੍ਰਕਾਸ਼ ਨੇ ਪੁਛਿਆ,"ਕਿਉਂ ਬਈ ! ਕਰਮਵੀਰ ਹੁਣ ਯਾਰ ਤੂੰ ਸਾਰਿਆਂ ਦੀਆਂ ਲਿਸਟਾਂ ਤਿਆਰ ਕਰ ਅਤੇ ਕੇਸ ਪੂਰੇ ਕਰਕੇ ਬਾਬਾ ਜੀ ਆਉਣ ਤਾਂ ਲੇਬਰ ਕੋਰਟ 'ਚ ਦੇ ਦੇਈਏ।"

"ਪਰ ਮੈਂ ਲੇਬਰ ਕੋਰਟ ਨਾਲ ਸਹਿਮਤ ਨਹੀਂ ਹਾਂ ਕਾਮਰੇਡ ਜੀ ! ਇਹ ਲੇਬਰ ਕੋਰਟਾਂ ਤਾਂ ਮਜ਼ਦੂਰਾਂ ਨਾਲ ਕੋਹਝਾ ਮਜ਼ਾਕ ਹਨ। ਇਨ੍ਹਾਂ 'ਚ ਕਿਧਰੇ ਵਰ੍ਹੇ ਛਿਮਾਹੀ ਇਕ ਕੇਸ ਦਾ ਫੈਸਲਾ ਹੁੰਦਾ ਹੈ। ਕੀ ਸਾਢੇ ਤਿੰਨ ਮਹੀਨਿਆਂ ਦੀ ਹੜਤਾਲ ਨਾਲ ਟੁਟਿਆ ਵਰਕਰ ਹੁਣ ਲੇਬਰ ਕੋਰਟ 'ਚ ਲੜਨ ਦੀ ਸਮਰੱਥਾ ਰਖਦਾ ਹੈ ?" ਕਰਮਵੀਰ ਨੇ ਆਪਣੀ ਰਾਏ ਰੱਖੀ।

"ਕਾਮਰੇਡ ਘਟੋ-ਘਟ ਤੈਨੂੰ ਇਹ ਗੱਲ ਨਹੀਂ ਕਹਿਣੀ ਚਾਹੀਦੀ। ਹੜਤਾਲ ਦਾ ਮਤਲਬ ਇਹ ਨਹੀਂ ਕਿ ਜ਼ਰੂਰੀ ਇਹ ਹੜਤਾਲ ਜਿੱਤੀ ਜਾਏ, ਮਾਲਕ ਹਾਰ ਜਾਏ। ਤੂੰ ਤਾਂ ਪਾਰਟੀ ਮੈਂਬਰ ਏਂ, ਪਾਰਟੀ ਦੀ ਲਾਈਨ ਨੂੰ ਸਮਝਣ ਦੀ ਕੋਸ਼ਿਸ਼ ਕਰ।" ਕਾਮਰੇਡ ਰਾਮ ਪ੍ਰਕਾਸ਼ ਬੋਲਿਆ।

"ਕੀ ਹੜਤਾਲ ਦਾ ਮਤਲਬ ਇਹ ਹੈ ਕਿ ਮਜ਼ਦੂਰਾਂ ਨੂੰ ਕੰਮ ਕਰਦਿਆਂ ਨੂੰ ਚੰਗੇ ਭਲਿਆਂ ਨੂੰ ਰੋਟੀ ਖਾਂਦਿਆਂ ਨੂੰ, ਉਨ੍ਹਾਂ ਦੀਆਂ ਮਸ਼ੀਨਾਂ ਨਾਲੋਂ ਤੋੜ ਕੇ ਸੜਕਾਂ ਉਤੇ ਖੜ੍ਹਾ ਕਰ ਦਿੱਤਾ ਜਾਏ ? ਸਵੇਰੇ ਸ਼ਾਮ ਪੁਲਿਸ ਉਨ੍ਹਾਂ ਦਾ ਪਿਛਾ ਕਰਦੀ ਰਹੇ ? ਉਹ ਭੁੱਖੇ ਤ੍ਰਿਹਾਏ ਕਦੇ ਟਰੇਡ ਯੂਨੀਅਨ ਦੇ ਦਫ਼ਤਰ 'ਚ ਆਉਣ ਅਤੇ ਕਦੇ ਮੰਦਰ 'ਚ ਦਰਖਤਾਂ ਦੀ ਛਾਂ ਹੇਠ ਲੰਮੇ ਪਏ ਰਹਿਣ ? ਜਿਨ੍ਹਾਂ ਕਿਰਤ ਕਰਦੇ ਹੱਥਾਂ ਨੂੰ ਅਸਾਂ ਵਿਹਲਿਆਂ ਕਰਾਇਆ ਹੈ, ਉਨ੍ਹਾਂ ਦੇ ਹੱਥ 'ਚ ਮੁੜ ਕੰਮ ਦੇਣਾ ਜੇ ਸਾਡੇ ਵਸ 'ਚ ਨਹੀਂ ਸੀ ਤਾਂ ਫਿਰ ਸਾਨੂੰ ਕੀ ਹੱਕ ਸੀ ਕਿ ਅਸੀਂ ਉਨ੍ਹਾਂ ਦਾ ਕੰਮ ਛੁਡਾ ਕੇ ਆਪਣੇ ਮਗਰ ਤੋਰ ਲਈਏ ।"

"ਕਾਮਰੇਡ ਤੂੰ ਬੜਾ ਭਾਵੁਕ ਏਂ। ਪਾਰਟੀ ਦੇ ਕੰਮਾਂ 'ਚ ਅਜਿਹੀ ਭਾਵੁਕਤਾ ਕੋਈ ਅਰਥ ਨਹੀਂ ਰਖਦੀ। ਤੂੰ ਇਹ ਕਿਉਂ ਸੋਚਦਾ ਏਂ ਕਿ ਇਹ ਹੜਤਾਲ ਅਸਾਂ ਕਰਵਾਈ ਹੈ। ਇਹ ਹੜਤਾਲ ਤਾਂ ਇਸ ਲਈ ਹੋਈ ਹੈ ਕਿ ਉਥੇ ਇਸਦੀ ਤਿਆਰੀ ਚਿਰਾਂ ਤੋਂ ਹੋਈ ਪਈ ਸੀ, ਮਜ਼ਦੂਰ ਇਸ ਹੜਤਾਲ ਲਈ ਤਿਆਰ ਬੈਠਾ ਸੀ। ਹੜਤਾਲ ਹੋ ਗਈ, ਨਹੀਂ ਜਿਤੀ ਗਈ ਜਾਂ ਕਾਮਯਾਬ ਨਹੀਂ ਹੋਈ, ਇਸ ਬਾਰੇ ਚਿੰਤਾ ਕਰਨ ਦੀ ਲੋੜ ਨਹੀਂ। ਹੜਤਾਲ ਦਰਅਸਲ ਜਿੱਤਣ ਲਈ ਨਹੀਂ ਕਰੀਦੀ, ਹੜਤਾਲ ਦਾ ਮੰਤਵ ਤਾਂ ਇਹ ਹੈ ਕਿ ਤੁਸੀਂ ਐਨੇ ਸਾਰੇ ਮਜ਼ਦੂਰਾਂ 'ਚੋਂ ਪਾਰਟੀ ਲਈ ਕਿਨੇ ਕੁ ਵਧੀਆਂ ਸਾਥੀ ਕਢ ਸਕਦੇ ਹੋ। ਬਾਕੀ ਹੜਤਾਲੀਆਂ ਲਈ ਲੇਬਰ ਕੋਰਟਾਂ ਹੈਗੀਆਂ।" ਇਸ ਵਾਰ ਚੰਦਰਨ ਬੋਲਿਆ।

"ਪਰ ਕਿਉਂ ਚੰਦਰਨ !" ਕਰਮਵੀਰ ਖਿਝਿਆ ਬੈਠਾ ਸੀ, "ਤੁਸਾਂ ਮੈਨੂੰ ਇਹ ਸਾਰੀ ਸੋਝੀ ਕਰਵਾਈ ਹੈ ਤੁਸੀਂ ਗੋਰਕੀ ਦਾ ਲਿਖਿਆ, 'ਮਾਂ' ਪੜ੍ਹਾਇਆ ਮੈਨੂੰ ਮਜ਼ਦੂਰ ਦੇ ਹੱਕਾਂ ਦੀ ਗੱਲ

ਸਮਝਾਈ, ਜਥੇਬੰਦ ਹੋਣ ਤੇ ਕਰਨ ਦੇ ਢੰਗ ਸਮਝਾਏ, ਪਰ ਤੁਹਾਡੀ ਸਾਰੀ ਇਸ ਫਿਲਾਸਫੀ 'ਚ ਕਿਧਰੇ ਇਹ ਜ਼ਿਕਰ ਨਹੀਂ ਆਇਆ ਕਿ ਹੜਤਾਲ ਜਦੋਂ ਫੇਲ੍ਹ ਹੋ ਜਾਏ ਤਾਂ ਫਿਰ ਸਮਮਾਇਦਾਰ ਨਾਲ ਲੜਨ ਦਾ ਕੀ ਰਾਹ ਹੈ।" ਕਮਰਵੀਰ ਹੁਣ ਕਾਮਰੇਡ ਚੰਦਰਨ ਨੂੰ ਮੁਖਾਤਬ ਸੀ।

"ਦਸਿਆ ਤਾਂ ਹੈ ਕਿ ਅਗਲਾ ਰਾਹ ਲੇਬਰ ਕੋਰਟ ਦਾ ਹੈ।" ਕਾਮਰੇਡ ਨੇ ਆਪਣੀ ਗੱਲ ਮੁਕਾਈ। ਰਾਤ ਦੇ ਗਿਆਰਾਂ ਵਜ ਚੁਕੇ ਸਨ। ਤਿੰਨਾਂ ਕਾਮਰੇਡਾਂ ਨੇ ਆਪੋ ਆਪਣੇ ਸਾਈਕਲ ਚੁਕੇ ਤੇ ਘਰਾਂ ਵਲ ਰਿੜ੍ਹ ਪਏ।

ਕਰਮਵੀਰ ਨੇ ਅਗਲੇ ਦਿਨ ਦੀਆਂ ਅਖਬਾਰਾਂ 'ਚ ਇਹ ਖਬਰ ਪੜ੍ਹੀ, "ਸ਼੍ਰੋਮਣੀ ਅਕਾਲੀ ਦਲ ਨੇ ਧਾਰੀਵਾਲ ਮਿਲ ਦੀ ਹੜਤਾਲ ਜਿੱਤ ਲਈ, ਮਾਲਕਾਂ ਨੇ ਸਾਰੇ ਬੰਦੇ ਕੰਮ ਤੇ ਲੈ ਲਏ।" ਕਰਮਵੀਰ ਨੇ ਜਦੋਂ ਇਸ ਖਬਰ ਦੀ ਡੀਟੇਲ ਪੜ੍ਹੀ ਤਾਂ ਸਾਰੀ ਗੱਲ ਉਸਦੀ ਸਮਝ 'ਚ ਆ ਗਈ। ਉਸ ਵਿਚ ਲਿਖਿਆ ਸੀ ਕਿ ਧਾਰੀਵਾਲ ਮਿਲ ਦੀ ਹੜਤਾਲ ਜੋ ਪਿਛਲੇ ਕੁਝ ਮਹੀਨਿਆਂ ਤੋਂ ਤੁਰੀ ਆ ਰਹੀ ਸੀ, ਉਸਨੂੰ ਸ਼੍ਰੋਮਣੀ ਅਕਾਲੀ ਦਲ ਨੇ ਆਪਣੇ ਹਥ 'ਚ ਲੈ ਲਿਆ ਅਤੇ ਪੰਜਾਬ ਮਜ਼ਦੂਰ ਦਲ ਦੇ ਪ੍ਰਧਾਨ ਅਤੇ ਅਕਾਲੀ ਦਲ ਦੇ ਸਕੱਤਰ ਗਿਆਨੀ ਸ਼ਮਸ਼ੇਰ ਸਿੰਘ ਨੂੰ ਧਾਰੀਵਾਲ ਮਿਲ ਦੇ ਬਾਹਰ ਭੁਖ ਹੜਤਾਲ 'ਤੇ ਬਿਠਾਇਆ ਗਿਆ। ਚੌਵੀ ਦਿਨ ਭੁਖ ਹੜਤਾਲ ਚਲਣ ਪਿਛੋਂ ਮਾਲਕਾਂ ਨੂੰ ਭਾਜੜਾਂ ਪੈ ਗਈਆਂ ਅਤੇ ਉਹ ਹੜਤਾਲੀਆਂ ਨਾਲ ਸਮਝੌਤਾ ਕਰਨ ਲਈ ਮਜ਼ਬੂਰ ਹੋ ਗਏ।

ਕਰਮਵੀਰ ਦੀਆਂ ਵਰਾਛਾਂ ਖਿੜ ਗਈਆਂ। ਉਸਨੇ ਉਦੋਂ ਹੀ ਸਾਈਕਲ ਚੁਕਿਆ ਅਤੇ ਐਕਸ਼ਨ ਕਮੇਟੀ ਦੇ ਮੈਂਬਰ ਜਗਤਾਰ ਸਿੰਘ, ਸੋਹਣ ਸਿੰਘ ਤੇ ਦੇਸਰਾਜ ਦੇ ਘਰਾਂ ਵਲ ਤੁਰ ਪਿਆ। ਪਹਿਲਾਂ ਉਹ ਸੋਹਣ ਸਿੰਘ ਦੇ ਘਰ ਗਿਆ। ਸੋਹਣ ਸਿੰਘ ਅਜੇ ਨਹਾ ਕੇ ਬਾਹਰ ਨਿਕਲਿਆ ਤਾਂ ਮਜ਼ਾਕ ਨਾਲ ਕਹਿਣ ਲੱਗਾ, "ਕਾਮਰੇਡ ਕੀ ਗੱਲ ਸਵੇਰੇ-ਸਵੇਰੇ, ਹੁਣ ਕੀ ਪ੍ਰੋਗਰਾਮ ਏ।"

ਕਰਮਵੀਰ ਨੇ ਸੋਹਣ ਸਿੰਘ ਅੱਗੇ ਉਹ ਅਖਬਾਰ ਰਖ ਦਿੱਤੀ, ਜਿਸ 'ਚ ਧਾਰੀਵਾਲ ਮਿਲ ਦੀ ਹੜਤਾਲ ਦੇ ਖਤਮ ਹੋਣ ਦੀ ਖਬਰ ਛਪੀ ਸੀ। ਸੋਹਣ ਸਿੰਘ ਨੇ ਹੌਲੀ-ਹੌਲੀ ਉਹ ਖਬਰ ਪੜ੍ਹੀ ਤੇ ਫਿਰ ਕਹਿਣ ਲੱਗਾ,

"ਫੇ ਕੀ ਇਰਾਦਾ ਐ ਹੁਣ ?"

"ਚਲ ਜ਼ਰਾ ਘੁਟ ਚਾਹ ਦਾ ਪੀ ਲੈ ਆਪਾਂ ਦੇਸ ਰਾਜ ਤੇ ਜਗਤਾਰ ਸਿੰਘ ਦੀ ਵੀ ਸਲਾਹ ਲੈਂਦੇ ਹਾਂ।"

ਕੁਝ ਪਲਾਂ ਪਿਛੋਂ ਉਹ ਦੇਸ ਰਾਜ ਨੂੰ ਨਾਲ ਲੈ ਕੇ ਜਗਤਾਰ ਸਿੰਘ ਦੇ ਘਰ ਜਾ ਵੜੇ। ਕਾਫੀ ਦੇਰ ਧਾਰੀਵਾਲ ਮਿਲ ਬਾਰੇ ਤੇ ਅਕਾਲੀ ਦਲ ਬਾਰੇ ਗੱਲਾਂ ਹੁੰਦੀਆਂ ਰਹੀਆਂ।

"ਇਨ੍ਹਾਂ ਸਿਆਸੀ ਪਾਰਟੀਆਂ ਨੇ ਕੁਝ ਨਹੀਂ ਸੁਆਰਨਾ। ਕਾਮਰੇਡਾਂ ਮਗਰ ਦੌੜ-ਦੌੜ ਕੇ ਦੇਖ ਲਿਆ। ਅਖੀਰ ਉਨ੍ਹਾਂ ਥਕਾ ਕੇ ਸਾਰੇ ਘਰੋ ਘਰੀ ਬਿਠਾ ਦਿੱਤੇ।" ਜਗਤਾਰ ਸਿੰਘ ਬੋਲਿਆ।

"ਪਰ ਹੁਣ ਜਥੇਦਾਰਾਂ ਵਲ ਜਾਣ ਦੀ ਸਲਾਹ ਬਣਦੀ ਐ।" ਸੋਹਣ ਸਿੰਘ ਬੋਲਿਆ, "ਕਹਿੰਦੇ ਗਿਆਨੀ ਸ਼ਮਸ਼ੇਰ ਸਿੰਘ ਨੇ ਉਥੇ ਗੇਟ ਮੂਹਰੇ ਮੋਰਚਾ ਲਾ ਦਿੱਤਾ ਅਤੇ ਇਹ ਮੋਰਚਾ ਉਦੋਂ ਟੁੱਟਿਆ ਜਦੋਂ ਹੜਤਾਲ ਜਿੱਤੀ ਗਈ।" ਸੋਹਣ ਸਿੰਘ ਨੇ ਹੁਣੇ ਪੜ੍ਹੀ ਖਬਰ ਦਾ ਵਿਸਤਾਰ ਦਸਿਆ।

"ਮੈਨੂੰ ਤਾਂ ਇਨ੍ਹਾਂ ਸਿਆਸੀ ਪਾਰਟੀਆਂ 'ਚ ਕੁਝ ਦੀਹਦਾ ਨਹੀਂ।" ਦੇਸ ਰਾਜ ਬੋਲਿਆ।

"ਪਰ ਇਨ੍ਹਾਂ ਸਿਆਸੀ ਪਾਰਟੀਆਂ ਦੇ ਆਸਰੇ ਬਿਨਾ ਮਜ਼ਦੂਰ ਕਰ ਵੀ ਕੁਝ ਨਹੀਂ ਸਕਦਾ। ਅਜ ਜਿਥੇ ਕਿਤੇ ਵੀ ਯੂਨੀਅਨ ਸ਼ਕਤੀਸ਼ਾਲੀ ਹੈ, ਉਸਦੀ ਛੱਤ ਹੇਠ ਸਿਆਸਤ ਦੇ ਹੀ ਬਾਲੇ ਚਿਣੇ ਹੋਏ ਹਨ।" ਕਰਮਵੀਰ ਨੇ ਆਪਣੀ ਗੱਲ ਦੱਸੀ।

ਤੇ ਫਿਰ ਉਹ ਚਾਰੇ ਜਣੇ ਅੰਮ੍ਰਿਤਸਰ ਦੀ ਬੱਸ ਬਹਿ ਗਏ। "ਇਹ ਹੜਤਾਲ ਲਗਭਗ ਤਿੰਨ ਮਹੀਨੇ ਪੁਰਾਣੀ ਹੈ, "ਗਿਆਨੀ ਸ਼ਮਸ਼ੇਰ ਸਿੰਘ ਬੋਲਿਆ। ਸੱਤਰ ਕੁ ਸਾਲਾਂ ਦੀ ਉਮਰ ਨੂੰ ਢੁਕੇ ਇਕਹਿਰੇ ਸਰੀਰ ਵਾਲੇ ਗਿਆਨੀ ਸ਼ਮਸ਼ੇਰ ਸਿੰਘ, ਸ਼੍ਰੋਮਣੀ ਅਕਾਲੀ ਦਲ ਦੇ ਦਫ਼ਤਰ 'ਚ ਹੀ ਸੌਂ ਜਾਂਦੇ ਸਨ। ਧਾਰੀਵਾਲ ਮਿਲ ਦੀ ਹੜਤਾਲ ਸਮੇਂ ਉਹ ਫੈਕਟਰੀ ਦੇ ਗੇਟ ਅੱਗੇ ਮਰਨ ਵਰਤ ਉਤੇ ਬੈਠ ਗਏ ਸਨ ਅਤੇ ਇਹ ਪ੍ਰਣ ਉਨ੍ਹਾਂ ਨੇ ਲਿਆ ਸੀ ਕਿ ਉਹ ਓਨੀ ਦੇਰ ਆਪਣੀ ਭੁੱਖ ਹੜਤਾਲ ਨੂੰ ਨਹੀਂ ਤੋੜਨਗੇ ਜਿੰਨੀ ਦੇਰ ਫੈਕਟਰੀ ਦੇ ਮਜ਼ਦੂਰਾਂ ਦੀਆਂ ਮੰਗਾਂ ਮੰਨ ਕੇ ਉਨ੍ਹਾਂ ਨੂੰ ਮੁੜ ਨੌਕਰੀ ਉਤੇ ਬਹਾਲ ਨਹੀਂ ਕਰਾ ਦਿੱਤਾ ਜਾਂਦਾ। ਗਿਆਨੀ ਸ਼ਮਸ਼ੇਰ ਸਿੰਘ ਨੇ ਚੌਵੀ ਦਿਨ ਨਾ ਕੁਝ ਖਾਧਾ ਤੇ ਨਾ ਕੁਝ ਪੀਤਾ ਅਖੀਰ ਗਿਆਨੀ ਹੁਰਾਂ ਦੀ ਹਾਲਤ ਵਿਗੜਦੀ ਦੇਖ ਕੇ ਮਾਲਕਾਂ ਨੂੰ ਵਰਕਰਾਂ ਨਾਲ ਸਮਝੌਤਾ ਕਰਨਾ ਪਿਆ।

ਗਿਆਨੀ ਸ਼ਮਸ਼ੇਰ ਸਿੰਘ ਨੇ ਇਸ ਬਾਰੇ ਵੀ ਬਹੁਤੀ ਕੋਈ ਪੁੱਛ-ਗਿੱਛ ਨਹੀਂ ਕੀਤੀ ਕਿ ਪਹਿਲਾਂ ਇਹ ਹੜਤਾਲ ਕਮਿਊਨਿਸਟ ਪਾਰਟੀ ਦੀ ਟਰੇਡ ਯੂਨੀਅਨ ਲੜਦੀ ਰਹੀ ਹੈ, ਹੁਣ ਇਹ ਹੜਤਾਲ ਅਸਾਂ ਨਹੀਂ ਲੜਨੀ। ਉਸਨੇ ਪੂਰੇ ਜੋਸ਼ ਨਾਲ ਕਿਹਾ ਕਿ ਅਕਾਲੀ ਦਲ ਕਦੇ ਮਜ਼ਦੂਰਾਂ ਦੇ ਹਿੱਤਾਂ ਨਾਲ ਨਹੀਂ ਖੇਡਦਾ ਅਤੇ ਨਾ ਹੀ ਇਸ 'ਚੋਂ ਕੋਈ ਪਾਰਟੀ ਦਾ ਮੁਫਾਦ ਲਭਦਾ ਹੈ। ਤੁਸੀਂ ਹਾਰੇ ਹੁੱਟੇ ਆਏ ਹੋ। ਤਿੰਨ ਮਹੀਨੇ ਪੁਰਾਣੀ ਹੜਤਾਲ 'ਚ ਮੁੜ ਰੂਹ ਫੂਕਣੀ ਕੋਈ ਸੌਖਾ ਕੰਮ ਨਹੀਂ ਪਰ ਜੋ ਸਰਨ ਆਵੇ ਤਿਸ ਕੰਠ ਲਾਵੈ ਦੇ ਵਾਕ ਅਨੁਸਾਰ ਇਹ ਹੜਤਾਲ ਅਜ ਤੋਂ ਸਾਡੀ ਹੜਤਾਲ ਹੋਈ।

ਗਿਆਨੀ ਸ਼ਮਸ਼ੇਰ ਸਿੰਘ ਭੁੱਖ ਹੜਤਾਲ ਕਰਕੇ ਕਾਫੀ ਜ਼ਿਆਦਾ ਕਮਜ਼ੋਰ ਹੋ ਚੁਕੇ ਸਨ। ਇਸੇ ਲਈ ਉਹ ਆਪਣੇ ਘਰ ਦੀਆਂ ਪੌੜੀਆਂ ਵੀ ਨਹੀਂ ਚੜ੍ਹ ਸਕਦੇ ਸਨ। ਪਾਰਟੀ ਨੇ ਉਨ੍ਹਾਂ ਨੂੰ ਦਫ਼ਤਰ 'ਚ ਹੀ ਆਪਣਾ ਮੰਜਾ ਬਿਸਤਰਾ ਲਾ ਲੈਣ ਦੀ ਆਗਿਆ ਦੇ ਦਿੱਤੀ ਸੀ। ਕਰਮਵੀਰ ਹੁਰੀਂ ਇਹ ਚਾਹੁੰਦੇ ਸਨ ਕਿ ਗਿਆਨੀ ਸ਼ਮਸ਼ੇਰ ਵਰਗੀ ਹੀ ਕੋਈ ਸ਼ਖਸੀਅਤ ਇਹ ਹੜਤਾਲ ਆਪਣੇ ਹੱਥ 'ਚ ਲਏ ਤਾਂ ਹੀ ਪਾਰ ਉਤਾਰਾ ਹੋ ਸਕਦਾ।

"ਤੁਸੀਂ ਇਹ ਚਿੱਠੀ ਜਥੇਦਾਰ ਹਰਦੇਵ ਸਿੰਘ ਹੁਰਾਂ ਲਈ ਲੈ ਜਾਓ। ਮੈਂ ਇਸ 'ਚ ਸਾਰੀ ਤਫਸੀਲ ਲਿਖ ਦਿੱਤੀ ਹੈ। ਜਥੇਦਾਰ ਹਰਦੇਵ ਸਿੰਘ ਸ਼੍ਰੋਮਣੀ ਅਕਾਲੀ ਦਲ ਦੇ ਮਜ਼ਦੂਰ ਵਿੰਗ ਦੇ ਪ੍ਰਧਾਨ ਹਨ। ਬੜੇ ਹੀ ਬੀਬੇ ਹਨ। ਉਨ੍ਹਾਂ ਨੂੰ ਮੈਂ ਸਭ ਕੁਝ ਲਿਖ ਦਿੱਤਾ ਹੈ। ਦੂਜੇ ਪਾਸੇ ਸਾਡੇ

ਅਕਾਲੀ ਦਲ ਦੀ ਹਾਈ ਕਮਾਨ ਦੇ ਮੈਂਬਰ ਜਥੇਦਾਰ ਉਜਾਗਰ ਸਿੰਘ ਹੁਰਾਂ ਨੂੰ ਇਸ ਹੜਤਾਲ ਦਾ ਡਿਕਟੇਟਰ ਥਾਪਿਆ ਗਿਆ ਹੈ। ਉਨ੍ਹਾਂ ਵੱਲ ਵੀ ਮੈਂ ਕਿਸੇ ਸੱਜਣ ਨੂੰ ਭੇਜ ਦਿੰਦਾ ਹਾਂ।" ਗਿਆਨੀ ਸ਼ਮਸ਼ੇਰ ਸਿੰਘ ਹੁਰਾਂ ਨੇ ਤੁਰਤ ਫੁਰਤ ਚਿੱਠੀਆਂ ਟਾਈਪ ਕਰਵਾਈਆਂ।

ਅਕਾਲੀ ਦਲ ਨੇ ਅਜ ਤਕ ਜਿੰਨੇ ਵੀ ਮੋਰਚੇ ਜਿੱਤੇ, ਪਹਿਲਾਂ ਉਸ ਮੋਰਚੇ ਦਾ ਕਿਸੇ ਨਾ ਕਿਸੇ ਵਿਅਕਤੀ ਨੂੰ ਡਿਕਟੇਟਰ ਥਾਪਿਆ। ਡਿਕਟੇਟਰ ਥਾਪਣ ਦੀ ਰਵਾਇਤ ਅਕਾਲੀ ਦਲ ਅੰਦਰ ਚਿਰਾਂ ਤੋਂ ਹੈ। ਕਰਮਵੀਰ ਤੇ ਸੋਹਣ ਸਿੰਘ ਨੇ ਜਥੇਦਾਰ ਉਜਾਗਰ ਸਿੰਘ ਦਾ ਨਾਂ ਸੁਣਿਆ ਹੋਇਆ ਸੀ। ਉਂਞ ਉਹ ਚਾਹੁੰਦੇ ਸਨ ਕਿ ਕਿਸੇ ਤਰ੍ਹਾਂ ਗਿਆਨੀ ਸ਼ਮਸ਼ੇਰ ਸਿੰਘ ਇਸ ਮੋਰਚੇ ਦਾ ਡਿਕਟੇਟਰ ਬਣ ਜਾਂਦਾ ਪਰ ਗਿਆਨੀ ਸ਼ਮਸ਼ੇਰ ਸਿੰਘ ਦੀ ਸਿਹਤ ਇਸ ਵੱਡੇ ਕਾਰਜ ਨੂੰ ਸਾਂਭਣ 'ਚ ਅਸਮਰਥ ਸੀ।

ਜਥੇਦਾਰ ਉਜਾਗਰ ਸਿੰਘ ਵੀ ਅਕਾਲੀ ਪਾਰਟੀ ਦੇ ਸੀਨੀਅਰ ਲੀਡਰਾਂ 'ਚੋਂ ਇਕ ਸਨ। ਜ਼ਿਲ੍ਹਾ ਗੁਰਦਾਸਪੁਰ ਵਿਚ ਉਨ੍ਹਾਂ ਨੇ ਵਡੇ-ਵਡੇ ਕੰਮ ਕੀਤੇ ਸਨ ਅਤੇ ਸ਼੍ਰੋਮਣੀ ਅਕਾਲੀ ਦਲ ਅੰਦਰ ਉਨ੍ਹਾਂ ਦਾ ਬੜਾ ਸਤਿਕਾਰ ਕੀਤਾ ਜਾਂਦਾ ਸੀ। ਉਹ ਇਕ ਚੰਗੇ ਬੁਲਾਰੇ ਸਨ ਅਤੇ ਉਹ ਜਦੋਂ ਬੋਲਦੇ ਤਾਂ ਉਨ੍ਹਾਂ ਦੀ ਆਵਾਜ਼ ਅੰਦਰ ਬੜਾ ਜੋਸ਼ ਹੁੰਦਾ ਸੀ।

ਇਕ ਵਜੇ ਤਕ ਸਾਰੀਆਂ ਚਿੱਠੀਆਂ ਦਾ ਕੰਮ ਮੁਕ ਗਿਆ। ਉਹ ਚਾਰੇ ਜਣੇ ਦਰਬਾਰ ਸਾਹਿਬ ਅੰਦਰ ਮੱਥਾ ਟੇਕਣ ਗਏ। ਪਹਿਲਾਂ ਉਨ੍ਹਾਂ ਨੇ ਸਰੋਵਰ 'ਚ ਇਸ਼ਨਾਨ ਕੀਤਾ ਅਤੇ ਫਿਰ ਮੱਥਾ ਟੇਕਣ ਉਪਰੰਤ ਲੰਗਰ ਵਲ ਆ ਗਏ। ਸੰਗਤਾਂ 'ਚ ਬੈਠ ਕੇ ਲੰਗਰ ਛਕਿਆ ਅਤੇ ਫਿਰ ਬੱਸ ਫੜਕੇ ਪਰਤ ਆਏ।

ਸ਼ਾਮ ਤਕ ਬਹੁਤ ਸਾਰੇ ਹੜਤਾਲੀ ਵਰਕਰਾਂ ਤਕ ਇਹ ਗੱਲ ਪੁੱਜ ਗਈ ਕਿ ਹੜਤਾਲ ਕਾਮਰੇਡਾਂ ਦੇ ਹੱਥਾਂ 'ਚ ਖੋਹ ਕੇ ਅਕਾਲੀਆਂ ਨੂੰ ਦੇ ਦਿੱਤੀ ਗਈ ਹੈ। ਐਕਸ਼ਨ ਕਮੇਟੀ ਦੇ ਸਾਰੇ ਮੈਂਬਰ ਰਾਤ ਨੂੰ ਕਰਮਵੀਰ ਦੇ ਘਰ ਇਕੱਠੇ ਹੋਏ। ਇਸ ਮੀਟਿੰਗ ਵਿਚ ਕਾਮਰੇਡ ਚੰਦਰਨ ਨਹੀਂ ਆਇਆ। ਕਾਮਰੇਡ ਰਾਮ ਪ੍ਰਕਾਸ਼ ਨੂੰ ਕਿਸੇ ਨੇ ਮਿਲਣ ਦੀ ਕੋਸ਼ਿਸ਼ ਨਹੀਂ ਕੀਤੀ। ਇਸ ਐਕਸ਼ਨ ਕਮੇਟੀ ਦੀ ਮੀਟਿੰਗ ਵਿਚ ਬਹੁਤੀ ਚਰਚਾ ਸ਼੍ਰੋਮਣੀ ਅਕਾਲੀ ਦਲ ਵਲੋਂ ਜਿੱਤੀ ਗਈ ਧਾਰੀਵਾਲ ਮਿਲ ਦੀ ਹੜਤਾਲ ਦੀ ਹੀ ਸੀ। ਐਕਸ਼ਨ ਕਮੇਟੀ ਅੰਦਰ ਇਕ ਨਵਾਂ ਉਤਸ਼ਾਹ ਸੀ। ਇਸ ਮੀਟਿੰਗ ਵਿਚ ਜਥੇਦਾਰ ਹਰਦੇਵ ਸਿੰਘ ਵੀ ਸ਼ਾਮਲ ਹੋਏ। ਐਕਸ਼ਨ ਕਮੇਟੀ ਦੇ ਮੈਂਬਰਾਂ ਨੇ ਇਕ ਵਾਰ ਫਿਰ ਡਿਊਟੀਆਂ ਖਿੜੇ ਮੱਥੇ ਪ੍ਰਵਾਨ ਕੀਤੀਆਂ । ਇਸ ਵਾਰ ਫਿਰ ਨਵਾਂ ਮੰਗ-ਪੱਤਰ ਟਾਈਪ ਕਰਵਾਇਆ ਗਿਆ ਅਤੇ ਫੈਕਟਰੀ ਦੀ ਮੈਨੇਜਮੈਂਟ ਨੂੰ ਭੇਜਿਆ ਗਿਆ। ਫੰਡ ਖਤਮ ਹੋ ਚੁੱਕੇ ਸਨ, ਨਵੇਂ ਫੰਡ ਕਿਵੇਂ ਕਾਇਮ ਕੀਤੇ ਜਾਣ, ਇਸ ਬਾਰੇ ਜਥੇਦਾਰ ਹਰਦੇਵ ਸਿੰਘ ਨੇ ਆਪਣੀਆਂ ਕੁਝ ਤਜਵੀਜ਼ਾਂ ਪੇਸ਼ ਕੀਤੀਆਂ। ਉਨ੍ਹਾਂ ਅਨੁਸਾਰ ਹੜਤਾਲੀ ਮਜ਼ਦੂਰਾਂ ਲਈ ਆਟਾ ਤੇ ਸਬਜ਼ੀਆਂ ਆਦਿ ਇਕੱਠੀਆਂ ਕਰਕੇ ਲੰਗਰ ਦੀ ਰਵਾਇਤ ਜਾਰੀ ਕੀਤੀ ਜਾਣੀ ਚਾਹੀਦੀ ਹੈ। ਇਹ ਲੰਗਰ ਫੈਕਟਰੀ ਦੇ ਗੇਟ ਦੇ ਬਾਹਰ ਹੀ ਲੱਗੇ। ਓਥੇ ਹੀ ਪਰਸ਼ਾਦੇ ਪੱਕਣ ਤੇ ਓਥੇ ਹੀ ਮਜ਼ਦੂਰ ਛਕਣ। ਕਾਮਰੇਡਾਂ ਵਾਲੀ ਰਵਾਇਤ 'ਭੁੱਖੇ ਮਰਨਗੇ ਤੇ ਲੜਨਗੇ ਨੂੰ' ਛਿੱਕੇ ਟੰਗ ਕੇ, 'ਭੁੱਖਿਆ ਭਗਤੀ ਨਾ ਹੋਵੇ' ਵਾਲੀ ਰਵਾਇਤ ਨੂੰ ਅਪਨਾਉਣ ਦਾ ਫੈਸਲਾ ਕੀਤਾ ਗਿਆ।

ਅਗਲੀ ਮੀਟਿੰਗ ਅਗਲੇ ਦਿਨ ਸਵੇਰੇ ਸ਼ਹਿਰ ਦੇ ਮੁੱਖ ਗੁਰਦੁਆਰਾ ਸਾਹਿਬ ਵਿਖੇ ਰੱਖੀ ਗਈ। ਇਸ ਗੁਰਦੁਆਰੇ ਨੂੰ ਹੜਤਾਲ ਲੜਨ ਲਈ ਹੜਤਾਲੀਆਂ ਦਾ ਦਫ਼ਤਰ ਬਣਾਇਆ ਗਿਆ ਸੀ।

ਓਸੇ ਦਿਨ ਸਭ ਤੋਂ ਪਹਿਲੀ ਖਬਰ ਜੋ ਕਰਮਵੀਰ ਤਕ ਪੁੱਜੀ ਉਹ ਇਹ ਸੀ ਕਿ ਰਾਤ ਨੂੰ ਹੋਈ ਇਕ ਮੀਟਿੰਗ 'ਚ ਉਸਨੂੰ ਕਮਿਊਨਿਸਟ ਪਾਰਟੀ ਚੋਂ ਕੱਢ ਦਿੱਤਾ ਗਿਆ ਹੈ। ਵਜ੍ਹਾ ਕਰਮਵੀਰ ਵੀ ਜਾਣਦਾ ਸੀ ਅਤੇ ਇਸ ਗੱਲ ਦਾ ਉਸਨੂੰ ਭਲੀ-ਭਾਂਤ ਪਤਾ ਸੀ। ਕਾਮਰੇਡ ਚੰਦਰਨ ਸਵੇਰੇ ਤੜਕੇ ਉਸ ਦੇ ਘਰ ਪੁੱਜ ਗਿਆ ਸੀ।

"ਇਹ ਤਾਂ ਕੋਈ ਚੰਗੀ ਗੱਲ ਨਹੀਂ ਹੋਈ ਕਰਮਵੀਰ।" ਕਾਮਰੇਡ ਚੰਦਰਨ ਬੋਲਿਆ।

"ਕਿਹੜੀ ਗੱਲ ?" ਕਰਮਵੀਰ ਸਭ ਕੁਝ ਜਾਣਦਾ ਹੋਇਆ ਵੀ ਅਣਜਾਣ ਸੀ।

"ਕੀ ਲੋੜ ਸੀ ਹੜਤਾਲ ਨੂੰ ਅਕਾਲੀਆਂ ਕੋਲ ਲਿਜਾਣ ਦੀ, ਕਰਮਵੀਰ ਮੈਂ ਸੋਚਦਾ ਹਾਂ ਕਿ ਤੇਰੇ ਵਰਗਾ ਸੂਝਵਾਨ ਮੁੰਡਾ ਜੋ ਸਾਰੇ ਵਰਕਰਾਂ 'ਚ ਸਭ ਤੋਂ ਵਧ ਪੜ੍ਹਿਆ ਲਿਖਿਆ ਹੈ, ਇਹ ਕੰਮ ਕਿਵੇਂ ਕਰ ਗਿਆ। ਫਿਰ ਤੂੰ ਪਾਰਟੀ ਦਾ ਮੈਂਬਰ ਏਂ। ਪਾਰਟੀ ਨਾਲ ਤੇਰੀ ਵਫ਼ਾਦਾਰੀ ਹੋਣੀ ਚਾਹੀਦੀ ਸੀ।" ਕਾਮਰੇਡ ਚੰਦਰਨ, ਕਰਮਵੀਰ ਦੀ ਜ਼ਿੰਦਗੀ 'ਚ ਸਭ ਤੋਂ ਪਹਿਲਾ ਅਜਿਹਾ ਮਨੁੱਖ ਸੀ, ਜਿਸਨੇ ਉਸਦੇ ਦਿਮਾਗ 'ਚ ਰੋਸ਼ਨੀ ਭਰੀ ਸੀ, ਅਜਿਹੀ ਰੋਸ਼ਨੀ ਜਿਸਦੀ ਸਾਡੇ ਵਰਕਰਾਂ ਦੀ ਘੁੱਪ ਹਨੇਰੀ ਜ਼ਿੰਦਗੀ 'ਚ ਡਾਢੀ ਲੋੜ ਸੀ। ਗੁਰੂ ਵਾਂਗ ਕਰਮਵੀਰ, ਚੰਦਰਨ ਨੂੰ ਮੰਨਦਾ ਸੀ । ਪਰ ਪਾਰਟੀ ਦੀ ਵਫ਼ਾਦਾਰੀ ਦੇ ਨਾਂ ਨਾਲ ਕਰਮਵੀਰ ਦਾ ਚਿਹਰਾ ਇਕ ਵਾਰ ਫਿਰ ਲਾਲ ਹੋ ਗਿਆ।

"ਪਾਰਟੀ ਦੀ ਵਫ਼ਾਦਾਰੀ ਲਈ ਮੈਂ ਆਪਣੇ ਹੜਤਾਲੀ ਸਾਥੀਆਂ ਨਾਲ ਬੇਵਫ਼ਾਈ ਨਹੀਂ ਕਰ ਸਕਦਾ।" ਕਰਮਵੀਰ ਕਹਿ ਗਿਆ, "ਪਾਰਟੀ ਦਾ ਮੈਂਬਰ ਬਣਨ ਦਾ ਇਹ ਮਤਲਬ ਤਾਂ ਨਹੀਂ ਕਿ ਤੁਸੀਂ ਵਰਕਰਾਂ ਦੇ ਹਿੱਤ ਹੀ ਭੁੱਲ ਜਾਓ।"

"ਕੌਣ ਭੁੱਲਦਾ ਹੈ ਹਿੱਤ ਵਰਕਰਾਂ ਦੇ ?" ਕਾਮਰੇਡ ਬੋਲਿਆ, "ਵਰਕਰਾਂ ਦੇ ਹਿੱਤ ਸਾਡੀ ਪਾਰਟੀ ਕਦੇ ਨਹੀਂ ਭੁੱਲਦੀ। ਕਰਮਵੀਰ ਤੂੰ ਸਮਝਦਾ ਨਹੀਂ, ਹੜਤਾਲ ਹਾਰਨ ਦਾ ਮਤਲਬ ਇਹ ਨਹੀਂ ਕਿ ਮਜ਼ਦੂਰ ਹਾਰ ਗਿਆ ਤੇ ਪਾਰਟੀ ਹਾਰ ਗਈ। ਤੇ ਹੁਣ ਨਵੀਂ ਪਾਰਟੀ ਦਾ ਝੰਡਾ ਚੁੱਕ ਕੇ ਉਸਦੇ ਹਿੱਤ 'ਚ ਨਾਅਰੇ ਮਾਰਨੇ ਸ਼ੁਰੂ ਕਰ ਦਿਓ। ਹੜਤਾਲੀ ਦਾ ਹਾਰਨਾ, ਮਜ਼ਦੂਰ ਦਾ ਹਾਰਨਾ ਨਹੀਂ ਏ, ਦਰਅਸਲ ਇਹ ਇਕ ਲੰਮੀ ਲੜਾਈ ਹੈ, ਜੋ ਸਾਡੇ ਤੋਂ ਪਹਿਲਾਂ ਦੀ ਜਾਰੀ ਹੈ ਅਤੇ ਸਾਡੇ ਤੋਂ ਮਗਰੋਂ ਵੀ ਜਾਰੀ ਰਹਿਣੀ ਹੈ ਅਤੇ ਉਦੋਂ ਤਕ ਜਾਰੀ ਰਹੇਗੀ ਜਦੋਂ ਤਕ ਮਜ਼ਦੂਰ ਫੈਕਟਰੀ ਅੱਗੇ ਯੂਨੀਅਨ ਦਾ ਝੰਡਾ ਨਹੀਂ ਗੱਡ ਦਿੰਦਾ।"

"ਪਰ ਉਦੋਂ ਤਕ ਤਾਂ ਸਾਡਾ ਕੋਈ ਮਜ਼ਦੂਰ ਸਾਥੀ ਬਚੇਗਾ ਹੀ ਨਹੀਂ ।" ਕਰਮਵੀਰ ਨੂੰ ਲੰਮੀ ਲੜਾਈ ਵਾਲੀ ਗੱਲ ਥੋੜ੍ਹੀ ਬਹੁਤ ਸਮਝ ਆ ਰਹੀ ਸੀ, ਪਰ ਕੀ ਸਾਡੇ ਮਜ਼ਦੂਰ ਐਨਾ ਲੰਮਾ ਹੌਸਲਾ ਰੱਖ ਸਕਦੇ ਹਨ।

"ਮਜ਼ਦੂਰਾਂ ਨੇ ਕੀ ਹੌਸਲਾ ਰਖਣਾ ਹੋਇਆ ਕਰਮਵੀਰ, ਜੇ ਤੇਰੇ ਵਰਗਾ ਲੀਡਰ ਉਨ੍ਹਾਂ ਨੂੰ ਮਿਲਿਆ ਹੋਵੇ।" ਕਾਮਰੇਡ ਚੰਦਰਨ ਨੇ ਇਕ ਵਾਰ ਫਿਰ ਕਰਮਵੀਰ ਨੂੰ ਹਲੂਣਿਆਂ ।

ਕਰਮਵੀਰ ਨੂੰ ਇਕ ਪਲ ਜਾਪਿਆ ਜਿਵੇਂ ਉਹ ਕਿਧਰੇ ਬਹੁਤ ਵੱਡੀ ਗਲਤੀ ਕਰ ਗਿਆ ਹੈ। ਕਾਮਰੇਡ ਚੰਦਰਨ ਦਾ ਇਹ ਵਿਚਾਰ ਕਿ ਲੜਾਈ ਜਿਤਣ ਵਾਸਤੇ ਨਹੀਂ ਲੜੀ ਜਾਂਦੀ, ਲੜਾਈ ਦਾ ਮਕਸਦ ਤਾਂ ਆਪਣੇ ਨਿਸ਼ਾਨੇ ਨੂੰ ਪ੍ਰਾਪਤ ਕਰਨਾ ਹੈ। ਮਜ਼ਦੂਰ ਅੰਦਰ ਉਸ ਚੇਤੰਨਤਾ ਦਾ ਸੰਚਾਰ ਕਰਨਾ ਹੈ, ਜੋ ਉਸਨੂੰ ਉਸਦੇ ਹੱਕਾਂ ਤੋਂ ਜਾਣੂ ਕਰਵਾਏ, ਉਸਨੂੰ ਕਿਤੇ-ਕਿਤੇ ਠੀਕ ਵੀ ਜਾਪਦਾ।

"ਪਰ ਮੈਂ ਮਜ਼ਦੂਰ ਨੂੰ ਬਹੁਤੀ ਦੇਰ ਤੜਫਦਾ ਤੇ ਲੁੱਛਦਾ ਨਹੀਂ ਦੇਖ ਸਕਦਾ। ਬਹੁਤ ਸਾਰੇ ਹੜਤਾਲੀ ਭੁੱਖ ਨਾਲ ਨਿਢਾਲ ਪਏ ਹਨ, ਕਈ ਬੀਮਾਰ ਹਨ ਅਤੇ ਬਹੁਤ ਸਾਰਿਆਂ ਨੂੰ ਰਿਕਸ਼ਾ ਚਲਾਕੇ ਪੇਟ ਪਾਲਣੇ ਪੈ ਰਹੇ ਹਨ। ਇਹ ਤਾਂ ਇੰਝ ਲੜਦੇ-ਲੜਦੇ ਮਰ ਜਾਣਗੇ।" ਕਰਮਵੀਰ ਆਪਣੇ ਮਜ਼ਦੂਰ ਸਾਥੀਆਂ ਪ੍ਰਤੀ ਡਾਢਾ ਭਾਵੁਕ ਸੀ।

"ਮਰਨਾ ਹੀ ਪੈਣਾ ਹੈ ਸਾਥੀਆ, ਮਰਨਾ ਹੀ ਪੈਣਾ ਹੈ। ਜਿੰਨੀ ਦੇਰ ਇਨ੍ਹਾਂ ਰਾਹਾਂ ਉਤੇ ਤੁਰਨ ਵਾਲੇ ਲੋਕ, ਇਨ੍ਹਾਂ ਰਾਹਾਂ ਉਤੇ ਸ਼ਹੀਦ ਨਹੀਂ ਹੁੰਦੇ, ਓਨੀ ਦੇਰ ਇਹ ਰਾਹ ਪੱਧਰਾ ਨਹੀਂ ਹੋ ਸਕਦਾ।" ਚੰਦਰਨ ਨੇ ਕਰਮਵੀਰ ਵੱਲ ਵੇਖ ਕੇ ਕਿਹਾ।

"ਜੇ ਮਾਰੂਥਲ ਤੇ ਤੁਰਨਾ ਹੈ ਤਾਂ ਮਾਰੂਥਲ ਦੇ ਸੇਕ ਦਾ ਅਹਿਸਾਸ ਪਹਿਲਾਂ ਹੀ ਹੋਣਾ ਚਾਹੀਦਾ ਹੈ। ਇਨ੍ਹਾਂ ਰਾਹਾਂ ਉਤੇ ਤੁਰਨ ਵਾਲੇ ਕਦੇ ਵੀ ਰਾਹ 'ਚ, ਪੈਰਾਂ ਉਤੇ ਆਏ ਛਾਲਿਆਂ ਨੂੰ ਗਿਣਨ ਨਹੀਂ ਹੋ ਸਕਦਾ।" ਚੰਦਰਨ ਨੇ ਕਰਮਵੀਰ ਵੱਲ ਵੇਖ ਕੇ ਕਿਹਾ।

"ਜੇ ਮਾਰੂਥਲ ਤੇ ਤੁਰਨਾ ਹੈ ਤਾਂ ਮਾਰੂਥਲ ਦੇ ਸੇਕ ਦਾ ਅਹਿਸਾਸ ਪਹਿਲਾਂ ਹੀ ਹੋਣਾ ਚਾਹੀਦਾ ਹੈ। ਇਨ੍ਹਾਂ ਰਾਹਾਂ ਉਤੇ ਤੁਰਨ ਵਾਲੇ ਕਦੇ ਵੀ ਰਾਹ 'ਚ, ਪੈਰਾਂ ਉਤੇ ਆਏ ਛਾਲਿਆਂ ਨੂੰ ਗਿਣਨ ਨਹੀਂ ਬੈਠਦੇ। ਇਹ ਇਕ ਲੰਮਾ ਸਫਰ ਹੈ, ਸਿਰਫ ਤਿੰਨ ਮਹੀਨਿਆਂ ਦੀ ਹੜਤਾਲ ਨਾਲ ਜੇ ਮਜ਼ਦੂਰ ਸਿਰ ਸੁੱਟ ਕੇ ਬੈਠ ਗਿਆ ਹੈ ਤਾਂ ਫਿਰ ਮਜ਼ਦੂਰ ਦਾ ਕਦੇ ਕੁਝ ਨਹੀਂ ਸੌਰਨਾ, ਭਾਵੇਂ ਇਥੇ ਕੋਈ ਪਾਰਟੀ ਆ ਜਾਏ।"

ਚੰਦਰਨ ਨੇ ਗੱਲ ਮੁਕਾਈ ਤੇ ਸਾਈਕਲ ਚੁੱਕ ਲਿਆ। ਚਾਹ ਬਣੀ ਬਣਾਈ ਛੱਡ ਕੇ ਚੰਦਰਨ ਬੂਹਿਓਂ ਬਾਹਰ ਹੋ ਗਿਆ। ਕਮਰਵੀਰ ਜਿਵੇਂ ਮੰਜੇ ਉਤੇ ਬੈਠਾ ਬੈਠਾ ਪੱਥਰ ਹੋ ਗਿਆ ਸੀ। ਉਸਦੀ ਬਿਰਤੀ ਉਦੋਂ ਭੰਗ ਹੋਈ ਜਦੋਂ ਚੰਦਰਨ ਸਾਈਕਲ ਤੇ ਚੜ੍ਹ ਕੇ ਦੂਰ ਜਾ ਚੁੱਕਾ ਸੀ। ਕਰਮਵੀਰ ਨੂੰ ਜਾਪਿਆ ਕਿ ਉਸਦੇ ਪੈਰ ਥਿੜਕ ਗਏ ਸਨ।

ਅਠਾਰਾਂ

ਸ਼ਹਿਰ ਵਿਚ ਅਕਾਲੀਆਂ ਦੇ ਦੋ ਧੜੇ ਸਨ। ਗਿਆਨੀ ਸ਼ਮਸ਼ੇਰ ਸਿੰਘ ਦਾ ਧੜਾ ਸੀ। ਸ਼ਹਿਰ ਵਿਚ ਦੋ ਜਿਲ੍ਹਾ ਪ੍ਰਧਾਨ ਸਨ। ਗੁਰਦੀਪ ਸਿੰਘ ਭਾਟੀਆ ਅਤੇ ਜਥੇਦਾਰ ਰਾਮ ਸਿੰਘ । ਗੁਰਦੀਪ ਸਿੰਘ ਭਾਟੀਆਂ ਇਕ ਗਰੁੱਪ ਦਾ ਪ੍ਰਧਾਨ ਸੀ। ਉਦੋਂ ਜਥੇਦਾਰ ਸੋਹਨ ਸਿੰਘ ਅਕਾਲੀ ਦਲ ਦੇ ਪ੍ਰਧਾਨ ਹੁੰਦੇ ਸਨ। ਜਥੇਦਾਰ ਹਰਦੇਵ ਸਿੰਘ ਵੀ ਉਪਰੋਂ ਸ਼ਮਸ਼ੇਰ ਸਿੰਘ ਨਾਲ ਜੁੜਿਆ ਹੋਇਆ ਸੀ। ਗਿਆਨੀ ਸ਼ਮਸ਼ੇਰ ਸਿੰਘ ਹੁਰਾਂ ਨੇ ਆਪਣੇ ਵਲੋਂ ਇਹ ਫਰਮਾਨ ਜਾਰੀ ਕਰ

ਦਿੱਤਾ ਕਿ ਨੇਤਾ ਜੀ ਇੰਜਨੀਅਰਿੰਗ ਵਰਕਸ 'ਚ ਹੋਈ ਹੜਤਾਲ ਅਕਾਲੀ ਦਲ ਆਪਣੇ ਹੱਥ 'ਚ ਲੈਂਦਾ ਹੈ।

ਕਰਮਵੀਰ ਤੇ ਉਸਦੀ ਸਾਰੀ ਐਕਸ਼ਨ ਕਮੇਟੀ ਅਗਲੇ ਦਿਨ ਗੁਰਦੁਆਰਾ ਸਾਹਿਬ ਵਿਖੇ ਇਕੱਤਰ ਹੋਈ। ਸ਼੍ਰੋਮਣੀ ਅਕਾਲੀ ਦਲ ਦਾ ਅਖਬਾਰ ਛਪਦਾ ਸੀ। ਉਸ ਦਿਨ ਇਹ ਖਬਰ ਵੀ ਪ੍ਰਕਾਸ਼ਤ ਹੋਈ ਸੀ ਕਿ ਸ਼੍ਰੋਮਣੀ ਅਕਾਲੀ ਦਲ ਨੇ ਨੇਤਾ ਜੀ ਇੰਜਨੀਅਰਿੰਗ ਵਰਕਸ ਦੀ ਹੜਤਾਲ ਆਪਣੇ ਹੱਥ 'ਚ ਲੈ ਲਈ ਹੈ ਅਤੇ ਜਥੇਦਾਰ ਨੇ ਆਖਿਆ, ਕਿ ਉਹ ਇਕੱਲੇ-ਇਕੱਲੇ ਵਰਕਰ ਨੂੰ ਫੈਕਟਰੀ ਅੰਦਰ ਬਹਾਲ ਕਰਾ ਕੇ ਰਹਿਣਗੇ। ਐਕਸ਼ਨ ਕਮੇਟੀ ਦੀ ਮੀਟਿੰਗ ਪਿੱਛੋਂ ਇਸ ਗੱਲ ਦਾ ਫੈਸਲਾ ਹੋ ਰਿਹਾ ਸੀ ਕਿ ਪਹਿਲਾ ਐਕਸ਼ਨ ਹੁਣ ਕੀ ਕੀਤਾ ਜਾਏ। ਦਰਅਸਲ ਹੜਤਾਲ ਦੇ ਇਸ ਮੋਰਚੇ ਦਾ ਬਣਾਇਆ ਗਿਆ ਲੀਡਰ ਜਥੇਦਾਰ ਉਜਾਗਰ ਸਿੰਘ ਅਜੇ ਤਕ ਨਹੀਂ ਸੀ ਪੁਜਿਆ। ਗੁਰਦੁਆਰਾ ਦੀਵਾਨ ਅਸਥਾਨ ਦੇ ਨਾਲ ਹੀ ਗਲੀ 'ਚ ਰੋਜ਼ਾਨਾ ਅਖਬਾਰ ਦਾ ਦਫ਼ਤਰ ਸੀ। ਜਥੇਦਾਰ ਹਰਦੇਵ ਸਿੰਘ ਨੇ ਦਸਿਆ ਕਿ ਪ੍ਰਧਾਨ ਸਾਹਿਬ ਅਖਬਾਰ ਦੇ ਦਫ਼ਤਰ ਆਏ ਹੋਏ ਸਨ। ਐਕਸ਼ਨ ਕਮੇਟੀ ਨੂੰ ਇਕ ਵਾਰ ਉਨ੍ਹਾਂ ਨੂੰ ਮਿਲ ਲੈਣਾ ਚਾਹੀਦਾ ਹੈ।

ਕਰਮਵੀਰ ਆਪਣੇ ਚਾਰ-ਪੰਜ ਸਾਥੀਆਂ ਨੂੰ ਨਾਲ ਲੈ ਕੇ ਅਖਬਾਰ ਦੇ ਦਫ਼ਤਰ ਪੁੱਜਾ। ਜਥੇਦਾਰ ਉਦੋਂ ਇਕ ਕਮਰੇ 'ਚ ਬੈਠੇ ਚਾਹ ਪੀ ਰਹੇ ਸਨ। ਮਸਤਾਨੀਆਂ ਨਜ਼ਰਾਂ ਨਾਲ ਉਨ੍ਹਾਂ ਨੇ ਵਰਕਰਾਂ ਵੱਲ ਤਕਿਆ ਅਤੇ ਪੁਛਿਆ, "ਦੱਸੋ ਬਈ ਜੁਆਨੋ, ਕੀ ਗੱਲ ਏ ?"

"ਜਥੇਦਾਰ ਜੀ ਅਸੀਂ 'ਨੇਤਾ ਜੀ ਇੰਜਨੀਅਰਿੰਗ ਦੇ ਹੜਤਾਲੀ ਵਰਕਰ ਹਾਂ। ਕਾਫੀ ਲੰਮੇ ਸਮੇਂ ਤੋਂ ਹੜਤਾਲ ਲੜ ਰਹੇ ਹਾਂ। ਹੁਣ ਇਹ ਹੜਤਾਲ ਤੁਹਾਡੀ ਪਾਰਟੀ ਦੇ ਹੱਥ 'ਚ ਹੈ।"

ਜਥੇਦਾਰ ਹੁਰਾਂ ਨੇ ਇਕ ਵਾਰ ਸਾਰਿਆਂ ਵੱਲ ਦੇਖਿਆ। ਕਰਮਵੀਰ ਵੱਲ ਤਕ ਕੇ ਜਥੇਦਾਰ ਕਹਿਣ ਲੱਗਾ, "ਮੈਨੂੰ ਤੁਹਾਡੀ ਗੱਲ ਸਮਝ 'ਚ ਨਹੀਂ ਆਈ ਜ਼ਰਾ ਖੁਲ੍ਹ ਕੇ ਦੱਸੋ। ਸ਼੍ਰੋਮਣੀ ਅਕਾਲੀ ਦਲ ਨੇ ਹੜਤਾਲਾਂ ਦੇ ਪੰਗਿਆਂ 'ਚੋਂ ਕੀ ਲੈਣੇ।"

ਕਰਮਵੀਰ ਨੇ ਇਕ ਵਾਰ ਜਥੇਦਾਰ ਵੱਲ ਤਕਿਆ ਅਤੇ ਮੁੜਕੋ-ਮੁੜਕੀ ਹੁੰਦਿਆਂ ਆਪਣੇ ਸਾਥੀਆਂ ਵਲ ਤਕਿਆ ਤੇ ਫਿਰ ਕਹਿਣ ਲੱਗਾ, "ਜਥੇਦਾਰ ਜੀ! ਤੁਸਾਂ ਨੇ ਅਜ ਦੀ ਅਖਬਾਰ ਪੜ੍ਹੀ ਹੋਵੇਗੀ। ਉਸ ਵਿਚ ਤੁਹਾਡੇ ਨਾਂ 'ਤੇ ਇਕ ਬਿਆਨ ਛਪਿਆ ਹੈ।" ਨਾਲ ਹੀ ਕਰਮਵੀਰ ਨੇ ਅਖਬਾਰ ਦਾ ਉਹ ਪੰਨਾ ਕਢਿਆ ਅਤੇ ਡੱਬੀ ਵਾਲੀ ਖਬਰ ਉਤੇ ਉਂਗਲ ਰੱਖੀ।

ਜਥੇਦਾਰ ਹੁਰਾਂ ਨੇ ਉਹ ਖਬਰ ਨਾ ਪਹਿਲਾਂ ਪੜ੍ਹੀ ਸੀ ਨਾ ਹੀ ਉਦੋਂ ਹੀ ਪੜ੍ਹਨ ਦੀ ਕੋਸ਼ਿਸ਼ ਕੀਤੀ। ਸਗੋਂ ਕਹਿਣ ਲੱਗੇ, "ਮੈਂ ਨਾ ਇਹ ਬਿਆਨ ਦਿੱਤਾ ਤੇ ਨਾ ਹੀ ਮੇਰੇ ਨਾਲ ਕਿਸੇ ਨੇ ਗੱਲ ਕੀਤੀ ਹੈ।"

"ਪਰ ਇਹ ਤੁਹਾਡੀ ਅਖਬਾਰ 'ਚ ਹੀ ਤੁਹਾਡੇ ਵਲੋਂ .....।" ਸੋਹਨ ਸਿੰਘ ਨੇ ਹੈਰਾਨੀ ਨਾਲ ਪੁਛਿਆ।

"ਬਈ ਮੈਂ ਕਦੋਂ ਕਹਿਨਾ ਕਿ ਸਾਡੀ ਅਖਬਾਰ 'ਚ ਮੇਰੇ ਨਾਂ ਤੇ ਬਿਆਨ ਨਹੀਂ ਛਪਿਆ, ਛਪਿਆ ਹੋਵੇਗਾ, ਪਰ ਇਹ ਜ਼ਰੂਰੀ ਤਾਂ ਨਹੀਂ ਕਿ ਮੈਨੂੰ....। ਨਾਲੇ ਮੈਂ ਅੱਧੀ ਰਾਤ ਕਰਨਾਲ ਤੋਂ

ਪਰਤਿਆਂ ਹਾਂ। ਕਲ ਮੇਰੇ ਨਾਲ ਗਿਆਨੀ ਸ਼ਮਸ਼ੇਰ ਸਿੰਘ ਦੀ ਕੋਈ ਗੱਲ ਨਹੀਂ ਹੋ ਸਕੀ। ਅਜ ਅੰਮ੍ਰਿਤਸਰ ਜਾ ਕੇ ਵਿਚਾਰ ਕਰਾਂਗੇ।" ਨਾਲ ਹੀ ਉਸਨੇ ਸੇਵਾਦਾਰ ਨੂੰ ਆਵਾਜ਼ ਮਾਰ ਕੇ ਆਖਿਆ, "ਬਈ ਸਿੰਘਾਂ ਨੂੰ ਚਾਹ ਛਕਾਓ।"

ਪੰਜਾਬ ਦੀ ਇਕ ਅਹਿਮ ਸਿਆਸੀ ਪਾਰਟੀ ਦੇ ਪ੍ਰਧਾਨ ਨਾਲ ਹੋਏ ਬਚਨ ਬਿਲਾਸ ਕਰਮਵੀਰ ਤੇ ਉਸਦੇ ਸਾਥੀ ਗੁਰਦੁਆਰਾ ਦੀਵਾਨ ਅਸਥਾਨ ਵੱਲ ਆਉਂਦੇ ਹੋਏ ਦੁਹਰਾਅ ਰਹੇ ਸਨ। ਕਰਮਵੀਰ ਨੂੰ ਚਿੰਤਾ ਇਸ ਗੱਲ ਦੀ ਸੀ ਕਿ ਉਹਨਾਂ ਦੀ ਹੜਤਾਲ ਨਾਲ ਕੋਈ ਚੰਗੀ ਨਹੀਂ ਬੀਤਣ ਵਾਲੀ। ਪਾਰਟੀ ਦੇ ਪ੍ਰਧਾਨ ਦਾ ਬਿਆਨ ਹੜਤਾਲ ਬਾਰੇ ਉਨ੍ਹਾਂ ਦੇ ਪਾਰਟੀ ਪੇਪਰ 'ਚ ਛਪਿਆ ਹੈ, ਪਰ ਪ੍ਰਧਾਨ ਖੁਦ ਇਸ ਬਿਆਨ ਤੋਂ ਅਣਭਿੱਜ ਹੈ। ਪ੍ਰਧਾਨ ਨੂੰ ਇਸ ਸਾਰੀ ਸਥਿਤੀ ਬਾਰੇ ਕਿਸ ਨੇ ਜਾਣੂ ਕਰਾਉਣਾ ਸੀ ਜਾਂ ਕੀ ਪ੍ਰਧਾਨ ਇਸ ਬਾਰੇ ਪਾਰਟੀ ਦੇ ਸਕੱਤਰ ਕੋਲੋਂ ਪੁਛ ਪੜਤਾਲ ਕਰੇਗਾ ?

ਜਥੇਦਾਰ ਹਰਦੇਵ ਸਿੰਘ ਦੀਵਾਨ ਅਸਥਾਨ 'ਚ ਬੈਠਾ ਸੀ । ਪ੍ਰਧਾਨ ਸਾਹਿਬ ਨਾਲ ਹੋਈ ਸਾਰੀ ਗਲਬਾਤ ਬਾਰੇ ਸੋਹਨ ਸਿੰਘ ਤੇ ਦੇਸ ਰਾਜ ਨੇ ਚਾਨਣਾ ਪਾਇਆ। ਜਥੇਦਾਰ ਨੇ ਕਿਹਾ ਕਿ ਪਹਿਲਾਂ ਪਰਛਾਦੇ ਛਕ ਲਈਏ, ਫਿਰ ਕੋਈ ਪ੍ਰੋਗਰਾਮ ਬਣਾਉਂਦੇ ਹਾਂ। ਜਥੇਦਾਰ ਹਰਦੇਵ ਸਿੰਘ ਦੇ ਧੜੇ ਦੇ ਪ੍ਰਧਾਨ ਅਤੇ ਕੁਝ ਮੈਂਬਰਾਂ ਨੇ ਅਜ ਦੀਵਾਨ ਅਸਥਾਨ ਆਉਣਾ ਸੀ। ਲੰਗਰ ਛਕਦਿਆਂ ਤਕ ਉਹ ਵੀ ਪੁੱਜ ਗਏ।

ਸ਼ਾਮ ਤਕ ਇਹ ਗੱਲ ਚੰਗੀ ਤਰ੍ਹਾਂ ਸਾਫ ਹੋ ਗਈ ਕਿ ਕਾਬਜ਼ ਧੜਾ ਇਸ ਹੜਤਾਲ ਦੀ ਮਦਦ 'ਤੇ ਨਹੀਂ ਹੈ। ਵੱਡੇ ਲੀਡਰਾਂ ਦੇ ਵਿੰਗੇ ਟੇਢੇ ਢੰਗ ਨਾਲ ਲਾਲਾ ਬਦਰੀ ਪ੍ਰਸਾਦ ਨਾਲ ਸੰਬੰਧ ਜਾਂ ਜੁੜਦੇ ਸਨ। ਚੋਣਾਂ ਸਮੇਂ ਜਨਸੰਘ ਤੇ ਅਕਾਲੀ ਦਲ ਦਾ ਅਲਾਇੰਸ ਰਿਹਾ ਸੀ। ਕਾਲਾ ਸਭਰਵਾਲ ਦਾ ਅਕਾਲੀਆਂ ਨਾਲ ਚੰਗਾ ਮੇਲ-ਮਿਲਾਪ ਸੀ ਤੇ ਸਭਰਵਾਲ ਲਾਲਾ ਬਦਰੀ ਪ੍ਰਸਾਦ ਦੇ ਨੇੜੇ ਸੀ। ਇਸ ਤਰ੍ਹਾਂ ਕੁਲ ਮਿਲਾ ਕੇ ਸਥਿਤੀ ਕੋਈ ਬਹੁਤੀ ਵਧੀਆ ਨਹੀਂ ਸੀ।

ਕਰਮਵੀਰ ਤੇ ਉਸਦੇ ਸਾਥੀ ਡੂੰਘੀਆਂ ਸੋਚਾਂ 'ਚ ਸਨ ਕਿ ਆਖਰ ਕੀ ਬਣੇਗਾ ? ਕੀ ਇਕ ਵਾਰ ਫਿਰ ਸਾਰੇ ਹੜਤਾਲੀ ਇਕੱਠੇ ਹੋ ਕੇ ਫੈਕਟਰੀ ਦੇ ਗੇਟ ਤਕ ਪੁਜ ਸਕਾਂਗੇ ? ਸ਼ਾਮ ਦੇ ਗਹਿਰੇ ਹੋਣ ਤਕ ਗੁਰਦਾਸਪੁਰ ਤੋਂ ਜਥੇਦਾਰ ਉਜਾਗਰ ਸਿੰਘ ਵੀ ਪੁਜ ਗਏ, ਜੋ ਮੋਰਚੇ ਦੇ ਡਿਕਟੇਟਰ ਥਾਪੇ ਗਏ। ਰਾਤ ਬਾਰਾਂ ਵਜੇ ਤਕ ਦੀਵਾਨ ਅਸਥਾਨ ਵਿਖੇ ਪਾਰਟੀ ਦੀ ਧੜੇਬੰਦੀ ਬਾਰੇ ਵਿਚਾਰਾਂ ਚਲਦੀਆਂ ਰਹੀਆਂ। ਅਖੀਰ ਇਹ ਫੈਸਲਾ ਹੋਇਆ ਕਿ ਜਥੇਦਾਰ ਹਰਦੇਵ ਸਿੰਘ ਨੂੰ ਮਰਨ ਵਰਤ ਉਤੇ ਬਿਠਾ ਦਿੱਤਾ ਜਾਏ। ਇਹ ਮਰਨ ਵਰਤ ਫੈਕਟਰੀ ਦੇ ਗੇਟ ਦੇ ਬਾਹਰ ਹੀ ਰਖਿਆ ਜਾਏ। ਫੈਕਟਰੀ ਤਕ ਸਾਰੇ ਹੜਤਾਲੀ ਇਕ ਵਾਰ ਫਿਰ ਨਾਅਰੇ ਮਾਰਦੇ ਹੋਏ ਪੁਜਣਗੇ ਅਤੇ ਜਥੇਦਾਰ ਹਰਦੇਵ ਸਿੰਘ ਦੇ ਮਰਨ ਵਰਤ ਉਤੇ ਬੈਠਣ ਦਾ ਐਲਾਨ ਕਰ ਦਿੱਤਾ ਜਾਏਗਾ।

ਹੜਤਾਲੀ ਵਰਕਰ ਫਿਰ ਇਕੱਠੇ ਹੋ ਗਏ। ਫੈਕਟਰੀ ਦੇ ਨਾਲ ਲਗਦੇ ਮੰਦਰ 'ਚ ਹੀ ਪਹਿਲਾਂ ਵਾਂਗ ਇਹ ਮਜ਼ਦੂਰ ਸਾਥੀ ਇਕੱਠੇ ਹੋਏ। ਗਿਆਨੀ ਸ਼ਮਸ਼ੇਰ ਸਿੰਘ ਨੇ ਗੁਰੂ ਦੀਆਂ ਲਾਡਲੀਆਂ ਫੌਜਾਂ (ਨਿਹੰਗ ਸਿੰਘ) ਵਰਕਰਾਂ ਦੀ ਰਾਖੀ ਲਈ ਭੇਜ ਦਿੱਤੀਆਂ । ਜਲੂਸ ਦੇ

ਅੱਗੇ ਨਿਹੰਗ ਸਿੰਘ ਤੇ ਪਿਛੇ ਸਾਰੇ ਮਜ਼ਦੂਰ ! ਮਜ਼ਦੂਰ ਏਕਤਾ ਜ਼ਿੰਦਾਬਾਦ ! ਪੰਜਾਬ ਮਜ਼ਦੂਰ ਦਲ ਜ਼ਿੰਦਾਬਾਦ ਅਤੇ ਸ਼੍ਰੋਮਣੀ ਅਕਾਲੀ ਦਲ ਜ਼ਿੰਦਾਬਾਦ ਦੇ ਨਾਅਰੇ ਮਾਰਦਾ ਇਹ ਜਲੂਸ ਫੈਕਟਰੀ ਦੇ ਬਿਲਕੁਲ ਗੇਟ ਅੱਗੇ ਤਾਂ ਨਹੀਂ ਪਰ ਥੋੜ੍ਹੀ ਜਿਹੀ ਹਟਵੀਂ ਖਾਲੀ ਥਾਂ ਉਤੇ ਆ ਪੁੱਜਾ। ਅਜ ਇਸ ਜਲੂਸ ਨੂੰ ਰੋਕਣ ਦੀ ਜ਼ੁਰਅਤ ਪੁਲਸ ਵਾਲਿਆਂ ਦੀ ਵੀ ਨਹੀਂ ਪਈ। ਨਿਹੰਗ ਸਿੰਘਾਂ ਨੇ ਓਥੇ ਪੁਜਦਿਆਂ ਹੀ ਡੇਰੇ ਲਾ ਲਏ। ਆਪਣਾ ਸੁੱਖ ਨਿਧਾਨ ਤੇ ਹੋਰ ਸਾਰਾ ਸਾਜ਼ੋ ਸਮਾਨ ਕਢ ਕੇ ਉਨ੍ਹਾਂ ਨੇ ਰਗੜਾ ਲਾਉਣਾ ਸ਼ੁਰੂ ਕਰ ਦਿੱਤਾ। ਰਗੜਾ ਲਾਉਣ ਮਗਰੋਂ ਉਸ ਨੂੰ ਕਪੜੇ 'ਚ ਨਿਚੋੜਨ ਪਿਛੋਂ ਉਸ ਗੁਥਲੀ ਨੂੰ ਉਨ੍ਹਾਂ ਨੇ ਜਦੋਂ ਘੁੰਮਾ ਕੇ ਫੈਕਟਰੀ ਦੇ ਅੰਦਰ ਸੁਟਿਆ ਤਾਂ ਇਕ ਵਾਰ ਸਾਰੇ ਪਾਸੇ ਸਹਿਮ ਛਾ ਗਿਆ ਕਿ ਪਤਾ ਨਹੀਂ ਅੰਦਰ ਕੀ ਸੁੱਟ ਦਿੱਤਾ ਗਿਆ। ਇਹ ਸਹਿਮ ਅੰਦਰ ਬੈਠੇ ਮਾਲਕਾਂ ਨੂੰ ਵੀ ਪੈ ਗਿਆ। ਲਾਲਾ ਬਦਰੀ ਪ੍ਰਸਾਦ ਦੇ ਪੁੱਤ ਪੋਤਰੇ ਲੁੱਕ ਛਿਪ ਕੇ ਸਿੰਘਾਂ ਦੀਆਂ ਕਾਰਵਾਈਆਂ ਦੇਖਦੇ ਰਹੇ।

ਇਕ ਪਾਸੇ ਟੋਆ ਪੁੱਟ ਕੇ ਲੋਹ ਗੱਡ ਦਿੱਤੀ ਗਈ। ਸਬਜ਼ੀਆਂ ਚੀਰ ਹੋਣ ਲੱਗੀਆਂ ਅਤੇ ਲੋਹ ਉਤੇ ਪਰਸ਼ਾਦੇ ਪੱਕਣ ਲੱਗੇ। ਪਹਿਲੇ ਦਿਨ ਸਾਰੇ ਮਜ਼ਦੂਰਾਂ ਨੇ ਓਥੇ ਪੰਗਤਾਂ ਲਾ ਕੇ ਪਰਸ਼ਾਦੇ ਛਕੇ। ਫਿਰ ਸ਼ਾਮ ਨੂੰ ਇਕ ਭਾਰੀ ਜਲਸਾ ਹੋਇਆ। ਜਥੇਦਾਰ ਹਰਦੇਵ ਸਿੰਘ ਦੇ ਗਰੁੱਪ 'ਚ ਮਜ਼ਦੂਰ ਦਲ 'ਚ ਕੰਮ ਕਰਦੇ ਇੰਦਰਜੀਤ ਸਿੰਘ ਅਤੇ ਰਾਮ ਸਰਨ ਦਾਸ ਦੇ ਕਾਫੀ ਗਰਮ ਭਾਸ਼ਨਾਂ ਨਾਲ ਹੜਤਾਲੀ ਮਜ਼ਦੂਰਾਂ ਅੰਦਰ ਬੁਝ ਚੁਕਿਆ ਜੋਸ਼ ਇਕ ਵਾਰ ਫਿਰ ਉਬਾਲੇ ਖਾਣ ਲੱਗਾ। ਸ਼ਾਮ ਨੂੰ ਹੋਏ ਇਸ ਜਲਸੇ ਦੀ ਹਾਜ਼ਰੀ ਕਾਫੀ ਸੀ। ਇਸੇ ਜਲਸੇ 'ਚ ਕਰਮਵੀਰ ਨੇ ਵੀ ਆਪਣੀ ਤਕਰੀਰ ਕੀਤੀ।

"ਸਾਥੀਓ ! ਸਰਮਾਏਦਾਰ ਨੇ ਇਕ ਵਾਰ ਤਾਂ ਪੂਰੀ ਤਰ੍ਹਾਂ ਇਹ ਤਸੱਲੀ ਕਰ ਲਈ ਸੀ ਕਿ ਉਸਦੇ ਹੜਤਾਲੀ ਵਰਕਰ ਹਮੇਸ਼ਾ-ਹਮੇਸ਼ਾ ਲਈ ਖਤਮ ਹੋ ਗਏ ਹਨ। ਹੁਣ ਇਹ ਹੌਲੀ-ਹੌਲੀ ਟੁੱਟ-ਟੁੱਟ ਕੇ ਫੈਕਟਰੀ ਵਲ ਮੂੰਹ ਕਰਨਗੇ, ਹਿਸਾਬ ਮੰਗਣਗੇ ਅਤੇ ਨਵੇਂ ਸਿਰਿਓਂ ਬੀਬੇ ਰਾਣੇ ਵਰਕਰ ਬਣ ਕੇ ਕੰਮ ਕਰਨਗੇ। ਪਰ ਸਰਮਾਏਦਾਰ ਇਹ ਨਹੀਂ ਜਾਣਦਾ ਕਿ ਜਦੋਂ ਤਕ ਵੀ ਇਨ੍ਹਾਂ ਵਰਕਰਾਂ 'ਚ ਦਮ ਹੈ, ਇਹ ਲੜਦੇ ਰਹਿਣਗੇ ਅਤੇ ਸੰਘਰਸ਼ ਕਰਦੇ ਰਹਿਣਗੇ। ਜਥੇਦਾਰ ਹਰਦੇਵ ਸਿੰਘ ਮਜ਼ਦੂਰਾਂ ਦੇ ਹੱਕ 'ਚ ਲੜਨ ਵਾਲਾ ਮਜ਼ਦੂਰ ਨੇਤਾ ਹੈ। ਉਹ ਕਹਿਣੀ ਤੇ ਕਰਨੀ ਦਾ ਪੂਰਾ ਹੈ। ਉਹ ਸਿਰਫ ਨਾਂ ਦਾ ਹੀ ਲੀਡਰ ਨਹੀਂ। ਆਪਣੀ ਲੀਡਰੀ, ਮਜ਼ਦੂਰਾਂ ਦੀ ਕੀਮਤ ਉਤੇ ਨਹੀਂ ਚਮਕਾਉਣਾ ਚਾਹੁੰਦਾ, ਸਗੋਂ ਉਸ ਅੰਦਰ ਕੁਰਬਾਨੀ ਦਾ ਜਜ਼ਬਾ ਹੈ, ਉਤਸ਼ਾਹ ਹੈ। ਉਸਦਾ ਇਹ ਵੀ ਫੈਸਲਾ ਆਪਣਾ ਹੈ ਕਿ ਉਹ ਆਪਣੇ ਇਨ੍ਹਾਂ ਹੜਤਾਲੀ ਸਾਥੀਆਂ ਲਈ ਮਰਨ ਵਰਤ ਉਤੇ ਬੈਠੇਗਾ ਅਤੇ ਉਦੋਂ ਤਕ ਅੰਨ ਨੂੰ ਮੂੰਹ ਨਹੀਂ ਲਾਏਗਾ ਜਦੋਂ ਤਕ ਹੜਤਾਲੀਆਂ ਦੀਆਂ ਸਾਰੀਆਂ ਮੰਗਾਂ ਨਹੀਂ ਪੂਰੀਆਂ ਹੋ ਜਾਂਦੀਆਂ। ਹੁਣ ਜਥੇਦਾਰ ਹਰਦੇਵ ਸਿੰਘ ਆਪਣੇ ਵਿਚਾਰ ਪੇਸ਼ ਕਰਨਗੇ।"

ਜਥੇਦਾਰ ਹਰਦੇਵ ਸਿੰਘ ਨੇ ਕਿਹਾ, "ਵਾਹਿਗੁਰੂ ਜੀ ਕਾ ਖਾਲਸਾ ਵਾਹਿਗੁਰੂ ਜੀ ਕੀ ਫਤਹਿ । ਕਿਰਤ ਕਰਨਾ ਮਨੁੱਖ ਦਾ ਧਰਮ ਹੈ। ਗੁਰੂ ਸਾਹਿਬ ਨੇ ਕਿਹਾ ਹੈ ਕਿ ਕਿਰਤ ਕਰਕੇ ਤੇ ਵੰਡ ਕੇ ਛਕਣ ਵਾਲਾ ਹੀ ਮਹਾਨ ਇਨਸਾਨ ਹੈ। ਦੂਜਿਆਂ ਦਾ ਲਹੂ ਪੀ ਕੇ ਜੀਊਣ ਵਾਲਾ ਪਾਪੀ ਹੈ। ਅਜ ਦਾ ਸਰਮਾਏਦਾਰ ਕਦੇ ਸ਼ੁਕਰ ਗੁਜਾਰ ਨਹੀਂ ਹੋਇਆ ਆਪਣੇ ਵਰਕਰਾਂ ਦਾ ਜੋ

ਉਸ ਲਈ ਧਨ ਦੌਲਤ ਐਸ਼ੋ ਇਸ਼ਰਤ ਦਾ ਸਮਾਨ ਪੈਦਾ ਕਰਦੇ ਹਨ, ਸਗੋਂ ਉਨ੍ਹਾਂ ਦੀ ਮਿਹਨਤ ਦਾ ਮੁੱਲ ਵੀ ਪੂਰਾ ਨਹੀਂ ਮੋੜਦਾ। ਕਿਰਤ ਕਰਨ ਵਾਲੇ ਹੱਥ ਜੇ ਕਿਰਤ ਕਰਨਾ ਜਾਣਦੇ ਹਨ ਤਾਂ ਇਨਸਾਫ ਲੈਣਾ ਵੀ ਜਾਣਦੇ ਹਨ। ਐਨੀ ਲੰਮੀ ਹੜਤਾਲ ਤਕ ਤੁਰਨਾ ਇਨ੍ਹਾਂ ਸੂਰਬੀਰਾਂ ਦਾ ਹੀ ਹੌਸਲਾ ਹੈ। ਇਨ੍ਹਾਂ ਦੇ ਹੌਸਲੇ ਦੀ ਦਾਦ ਦੇਣੀ ਬਣਦੀ ਹੈ। ਮੈਨੂੰ ਹੁਕਮ ਹੋਇਆ ਹੈ ਕਿ ਮਜ਼ਦੂਰਾਂ ਦੇ ਇਸ ਕਾਜ਼ 'ਚ ਮੈਂ ਵੀ ਕੁਝ ਤਿਲ ਫੁਲ ਪਾਵਾਂ। ਮੈਂ ਵੀ ਇਕ ਮਜ਼ਦੂਰ ਹਾਂ। ਮੈਂ ਲੀਡਰੀ ਨਹੀਂ ਕਰਦਾ, ਮਜ਼ਦੂਰੀ ਕਰਦਾ ਹਾਂ। ਮਜ਼ਦੂਰਾਂ ਲਈ ਮਰਨਾ ਮਿਟਣਾ ਵੀ ਜਾਣਦਾ ਹਾਂ। ਮੈਂ ਆਪਣੇ ਆਪ ਨੂੰ ਇਸ ਕਾਜ ਲਈ ਪੂਰੀ ਤਰ੍ਹਾਂ ਸਮਰਪਤ ਕਰਦਾ ਹਾਂ। ਮੈਂ ਵਾਹਿਗੁਰੂ ਦਾ ਆਸਰਾ ਲੈ ਕੇ ਅਜ ਤੋਂ ਭੁਖ ਹੜ ਤਾਲ ਉਤੇ ਬੈਠਾਂਗਾ, ਮੇਰੀ ਇਹ ਭੁੱਖ ਹੜਤਾਲ ਉਦੋਂ ਤਕ ਚਲੇਗੀ, ਜਦੋਂ ਤਕ ਇਸ ਫੈਕਟਰੀ ਦਾ ਮਾਲਕ ਮਜ਼ਦੂਰਾਂ ਦੀਆਂ ਮੰਗਾਂ ਨਹੀਂ ਮੰਨ ਲੈਂਦਾ, ਮੇਰੀ ਇਹ ਭੁੱਖ ਹੜਤਾਲ ਮੇਰੇ ਮਰਨ ਤਕ ਚਲੇਗੀ। ਆਪ ਸਾਰੇ ਸਾਥੀ ਮੇਰੇ ਨਾਲ ਖੜੋਤੇ ਹੋ। ਮੈਂ ਪੰਜਾਬ ਮਜ਼ਦੂਰ ਦਲ ਜ਼ਿੰਦਾਬਾਦ ਦੇ ਤਿੰਨ ਨਾਅਰੇ ਲਾਵਾਂਗਾ।

'ਪੰਜਾਬ ਮਜ਼ਦੂਰ ਦਲ'

ਜ਼ਿੰਦਾਬਾਦ।

....

....

....

ਦੇਗ ਤੇਗ਼

ਫਤਹਿ।

ਇਸ ਪਿਛੋਂ ਜਥੇਦਾਰ ਹਰਦੇਵ ਸਿੰਘ ਨੂੰ ਛੋਟੇ ਜਿਹੇ ਟੈਂਟ 'ਚ ਲਿਆਂਦਾ ਗਿਆ। ਇਸ ਮੌਕੇ 'ਤੇ ਹਰਦੇਵ ਸਿੰਘ ਦਾ ਆਪਣਾ ਸਾਰਾ ਪਰਿਵਾਰ ਹਾਜ਼ਰ ਸੀ। ਕਰਮਵੀਰ ਅਤੇ ਕੁਝ ਮਜ਼ਦੂਰ ਸਾਥੀਆਂ ਨੇ ਸਟੇਜ ਉਤੇ ਹੀ ਹਾਰ ਪਾ ਕੇ ਉਸਨੂੰ ਲੱਦ ਦਿੱਤਾ ਸੀ। ਜਥੇਦਾਰ ਨੇ ਹਾਰ ਆਦਿ ਲਾਹ ਕੇ ਇਕ ਪਾਸੇ ਰਖ ਦਿੱਤੇ ਅਤੇ ਦਰੀ ਉਤੇ ਚੌਕੜੀ ਮਾਰ ਕੇ ਬੈਠ ਗਿਆ। ਬਾਹਰ ਲੱਗੇ ਪੰਡਾਲ ਨੂੰ ਛਡ ਕੇ ਹੁਣ ਵਰਕਰਾਂ ਨੇ ਟੈਂਟ ਦੇ ਅੰਦਰ ਆਉਣਾ ਸ਼ੁਰੂ ਕਰ ਦਿੱਤਾ। ਸਾਰੇ ਇੰਡਸਟਰੀਅਲ ਏਰੀਏ 'ਚ ਇਹ ਖਬਰ ਇਕ ਵਾਰ ਫਿਰ ਜੰਗਲ ਦੀ ਅੱਗ ਵਾਂਗ ਫੈਲ ਗਈ ਕਿ 'ਨੇਤਾ ਜੀ ਇੰਜਨੀਅਰਿੰਗ' ਦੇ ਹੜਤਾਲੀ ਵਰਕਰ ਇਕ ਵਾਰ ਫਿਰ ਇਕੱਠੇ ਹੋ ਗਏ ਹਨ। ਇੰਡਸਟਰੀਅਲ ਏਰੀਆ ਦੀਆਂ ਬਾਕੀ ਫੈਕਟਰੀਆਂ ਦੇ ਵਰਕਰ, ਨੇਤਾ ਜੀ ਦੇ ਹੜਤਾਲੀ ਵਰਕਰਾਂ ਉਤੇ ਅੱਖ ਟਿਕਾਈ ਬੈਠੇ ਸਨ। ਅੰਦਰੋਂ ਉਹ ਪੂਰੀ ਤਰ੍ਹਾਂ ਉਨ੍ਹਾਂ ਦੇ ਨਾਲ ਸਨ ਅਤੇ ਚਾਹੁੰਦੇ ਸਨ ਕਿ ਉਹ ਆਪਣੀ ਹੜਤਾਲ ਵਿਚ ਕਾਮਯਾਬ ਹੋ ਜਾਣ। ਸ਼ਾਇਦ ਇਹੀ ਵਜ੍ਹਾ ਸੀ ਕਿ ਨੇਤਾ ਜੀ ਫੈਕਟਰੀ ਅੱਗੇ ਅਜ ਫਿਰ ਭੀੜ ਭੜੱਕਾ ਸੀ। ਵਰਕਰ ਆਪਣੇ ਆਪਣੇ ਕਾਰਖਾਨਿਓਂ ਛੁਟੀ ਕਰਦੇ ਅਤੇ ਨੇਤਾ ਜੀ ਫੈਕਟਰੀ ਅਗੇ ਪੁਜ ਜਾਂਦੇ।

ਵਰਕਰਾਂ ਅੰਦਰ ਇਹ ਚਰਚਾ ਆਮ ਸੀ ਕਿ ਹੜਤਾਲ ਅਤੇ ਹੜਤਾਲੀ ਮਜ਼ਦੂਰਾਂ ਨੂੰ ਛਡ ਕੇ ਕਾਮਰੇਡ ਭੱਜ ਗਏ। ਕਰਮਵੀਰ ਨੂੰ ਇਹ ਗੱਲ ਮਾੜੀ ਲਗਦੀ ਸੀ। ਫਿਰ ਭੀ ਉਸਨੂੰ

ਇਸ ਗੱਲ ਦਾ ਗੁੱਸਾ ਸੀ ਕਿ ਮਜ਼ਦੂਰਾਂ ਨੂੰ ਜਿਹੜੇ ਸਬਜ਼ ਬਾਗ ਹੜਤਾਲ ਕਰਨ ਸਮੇਂ ਦਿਖਾਏ ਜਾਂਦੇ ਹਨ, ਉਹਨਾਂ ਉਤੇ ਹੜਤਾਲ ਦੇ ਲੀਡਰ ਪੂਰੇ ਕਿਉਂ ਨਹੀਂ ਉਤਰਦੇ। ਹੜਤਾਲ ਦਾ ਨਾਅਰਾ ਕਿਉਂ ਲਾਇਆ ਜਾਂਦਾ ਹੈ। ਕਾਮਰੇਡ ਚੰਦਰਨ ਦੀ ਗੱਲ ਉਸਨੂੰ ਫਿਰ ਯਾਦ ਆ ਰਹੀ ਸੀ। ਮਜ਼ਦੂਰਾਂ ਨੇ ਅਜੇ ਇਕ ਲੰਮਾ ਪੈਂਡਾ ਤੈਅ ਕਰਨਾ ਹੈ, ਅਸਾਂ ਨੇ ਇਹ ਹੜਤਾਲ ਕੋਈ ਜਿੱਤਣ ਵਾਸਤੇ ਨਹੀਂ ਕੀਤੀ, ਸਗੋਂ ਇਹ ਹੜਤਾਲ ਅਸਾਂ ਨੇ ਉਸ ਰਾਹ ਨੂੰ ਰੁਸ਼ਨਾਉਣ ਲਈ ਕੀਤੀ ਹੈ, ਜਿਸ ਉਤੇ ਸਾਡੇ ਮਜ਼ਦੂਰ ਆਪਣੇ ਹੱਕਾਂ ਲਈ ਲੜਦੇ ਰਹਿਣ।

ਵਰਕਰਾਂ ਅੰਦਰ ਇਸ ਗੱਲ ਨੇ ਵੀ ਕਾਫੀ ਜ਼ੋਰ ਫੜਿਆ ਕਿ ਜਿੰਨੀ ਦੇਰ ਯੂਨੀਅਨ ਕੋਲ ਫੰਡ ਸਨ, ਕਾਮਰੇਡ ਇਨ੍ਹਾਂ ਦੇ ਨਾਲ ਰਹੇ ਹਨ। ਫੰਡ ਮੁਕਦਿਆਂ ਹੀ ਉਹ ਇਨ੍ਹਾਂ ਦੀ ਹੜਤਾਲ ਨੂੰ ਛਡ ਕੇ ਲਾਂਭੇ ਹੋ ਗਏ। ਇਹ ਗੱਲ ਠੀਕ ਹੈ ਕਿ ਇਕੱਠੇ ਕੀਤੇ ਗਏ ਹਜ਼ਾਰਾਂ ਰੁਪੈ ਹੁਣ ਤਕ ਇਸ ਹੜਤਾਲ ਉਤੇ ਖਰਚ ਹੋ ਚੁਕੇ ਸਨ। ਇਨ੍ਹਾਂ ਪੈਸਿਆਂ ਨੇ ਤਾਂ ਇਕ ਦਿਨ ਮੁੱਕਣਾ ਹੀ ਸੀ। ਪਰ ਹੜਤਾਲ ਪੈਸਿਆਂ ਦੇ ਮੁੱਕਣ ਨਾਲ ਸਮਾਪਤ ਹੋ ਜਾਏਗੀ, ਇਸ ਬਾਰੇ ਕਦੇ ਕਿਸੇ ਵਰਕਰ ਨੇ ਨਹੀਂ ਸੀ ਸੋਚਿਆ।

ਹਰਦੇਵ ਸਿੰਘ ਦੇ ਭੁਖ ਹੜਤਾਲ ਉਤੇ ਬੈਠਦਿਆਂ ਹੀ ਇਕ ਵਾਰ ਫਿਰ ਹੜਤਾਲੀ ਵਰਕਰਾਂ ਅੰਦਰ ਇਕ ਉਤਸ਼ਾਹ ਭਰ ਗਿਆ। ਟੈਂਟ ਦੇ ਆਲੇ-ਦੁਆਲੇ ਮਜ਼ਦੂਰ ਜੁੜੇ ਰਹਿੰਦੇ। ਦਿਨੇ ਰਾਤ ਉਥੇ ਲੰਗਰ ਚਲਦਾ। ਜਥੇਦਾਰ ਹਰਦੇਵ ਸਿੰਘ ਨੂੰ ਹੜਤਾਲ ਉਤੇ ਬੈਠਿਆ ਅਜ ਚਾਰ ਦਿਨ ਹੋ ਚੁਕੇ ਸਨ। ਚਾਰ ਦਿਨਾਂ ਤੋਂ ਉਸ ਅੰਦਰ ਅੰਨ ਦਾ ਇਕ ਕਿਣਕਾ ਵੀ ਨਹੀਂ ਸੀ ਗਿਆ। ਮਜ਼ਦੂਰ ਜਥੇਬੰਦੀ ਦੇ ਤਿੰਨ ਸਾਥੀ ਰੋਜ਼ਾਨਾ ਭੁਖ ਹੜਤਾਲ ਉਤੇ ਜਥੇਦਾਰ ਗੁਰਦੇਵ ਸਿੰਘ ਨਾਲ ਬੈਠਦੇ। ਸ਼ਾਮ ਨੂੰ ਇਹ ਹੜਤਾਲ ਮੁਕ ਜਾਂਦੀ ਅਗਲੇ ਦਿਨ ਤਿੰਨ ਹੜਤਾਲੀ ਮਜ਼ਦੂਰਾਂ ਦਾ ਇਕ ਹੋਰ ਜਥਾ ਭੁਖ ਹੜਤਾਲ ਉਤੇ ਬੈਠ ਜਾਂਦਾ। ਇਸ ਨਾਲ ਹੜਤਾਲੀ ਮਜ਼ਦੂਰਾਂ ਦੀ ਹਮਦਰਦੀ ਜਥੇਦਾਰ ਹਰਦੇਵ ਸਿੰਘ ਨਾਲ ਜੁੜਦੀ ਗਈ।

ਦੂਜੇ ਪਾਸੇ ਅਕਾਲੀ ਪਾਰਟੀ 'ਚ ਸ਼ਹਿਰੀ ਧੜੇਬੰਦੀ ਹੋਣ ਕਰਕੇ ਕੋਈ ਵੀ ਵੱਡਾ ਨੇਤਾ ਜਥੇਦਾਰ ਹਰਦੇਵ ਸਿੰਘ ਨੂੰ ਵੇਖਣ ਲਈ ਨਹੀਂ ਪਹੁੰਚਿਆ। ਹੇਠਲੇ ਵਰਕਰ ਜੋ ਜਥੇਦਾਰ ਦੇ ਕਾਫੀ ਨੇੜੇ ਸਨ, ਉਸ ਕੋਲ ਰਹਿੰਦੇ। ਉਸਨੂੰ ਹੌਂਸਲਾ ਦਿੰਦੇ ਅਤੇ ਰਾਤ ਨੂੰ ਉਠ-ਉਠ ਕੇ ਪਾਣੀ ਆਦਿ ਪਿਲਾਉਂਦੇ। ਜਥੇਦਾਰ ਹਰਦੇਵ ਸਿੰਘ ਨੂੰ ਇਕ ਗੱਲ ਦਾ ਡਾਢਾ ਦੁਖ ਸੀ ਕਿ ਇਮਾਨਦਾਰ ਪਾਰਟੀ ਵਰਕਰਾਂ ਨਾਲ ਦਲ ਦੀ ਹਮਦਰਦੀ ਕਿਉਂ ਨਹੀਂ। ਜਥੇਦਾਰ ਹਰਦੇਵ ਸਿੰਘ, ਭਾਈ ਲਾਲੋ ਵਾਂਗ ਹੱਥੀ ਕਿਰਤ ਕਰਨ ਵਿਚ ਯਕੀਨ ਰਖਦਾ ਸੀ। ਬਚਪਨ ਤੋਂ ਹੀ ਉਹ ਇਸੇ ਵਿਚਾਰ ਦਾ ਧਾਰਨੀ ਸੀ। ਲੀਡਰੀ 'ਚ ਉਸਦਾ ਪੈਰ ਬਦੋ ਬਦੀ ਰਖਿਆ ਗਿਆ ਸੀ। ਮੁਹੱਲੇ ਦੇ ਲੋਕ ਮੁਹੱਲੇ ਦੀਆਂ ਤਕਲੀਫਾਂ ਉਸ ਪਾਸ ਲੈ ਕੇ ਆਉਂਦੇ ਅਤੇ ਉਹ ਇਨ੍ਹਾਂ ਤਕਲੀਫਾਂ ਨੂੰ ਕਾਰਪੋਰੇਸ਼ਨ ਦੇ ਅਫ਼ਸਰਾਂ ਤਕ ਪਹੁੰਚਾਉਂਦਿਆਂ ਹੀ ਲੀਡਰ ਬਣ ਗਿਆ ਸੀ। ਕਿਸੇ ਪੁਲਸੀਏ ਵਲੋਂ ਮੁਹੱਲੇ 'ਚ ਨਜਾਇਜ਼ ਹੋ ਜਾਂਦੀ ਤਾਂ ਜਥੇਦਾਰ ਹਰਦੇਵ ਸਿੰਘ ਨਾਲ ਪੂਰਾ ਮੁਹੱਲਾ ਥਾਣੇ ਜਾਣ ਲਈ ਤਿਆਰ ਹੋ ਜਾਂਦਾ। ਜਥੇਦਾਰ ਹਰਦੇਵ ਸਿੰਘ ਕੁਠਾਲੀ ਵਿਚ ਪੈ ਕੇ ਨਿਖਰੇ ਹੋਏ ਸੋਨੇ ਵਰਗਾ ਸੀ। ਭੁਖ ਹੜਤਾਲ ਉਤੇ ਉਹ ਕੋਈ ਪਖੰਡ ਕਰਨ ਵਾਸਤੇ ਨਹੀਂ ਸੀ ਬੈਠਿਆ ਸਗੋਂ ਉਹ ਦਿਲੋਂ ਹੜਤਾਲੀ ਵਰਕਰਾਂ ਨਾਲ ਤੁਰਿਆ ਸੀ ਤਾਂ ਕਿ ਉਨ੍ਹਾਂ ਲਈ ਉਹ

ਕੁਝ ਨਾ ਕੁਝ ਕਰ ਸਕੇ।

ਤੇ ਫਿਰ ਇਹ ਭੁੱਖ ਹੜਤਾਲ ਦਸਵੇਂ ਦਿਨ ਵਿਚ ਦਾਖਲ ਹੋ ਗਈ। ਰੋਜ਼ਾਨਾ ਇਕ ਡਾਕਟਰ ਹਰਦੇਵ ਸਿੰਘ ਨੂੰ ਚੈਕ ਕਰਨ ਲਈ ਆਉਂਦਾ। ਦਿਨੋ-ਦਿਨ ਕਮਜ਼ੋਰ ਪੈਂਦੇ ਜਾ ਰਹੇ ਜਥੇਦਾਰ ਦੇ ਚਿਹਰੇ ਉਤੇ ਅਜੇ ਵੀ ਮੁਸਕਾਨ ਕਾਇਮ ਸੀ। ਇਕ ਰਾਤ ਜਦੋਂ ਗਲਾਸ 'ਚ ਚਮਚਾ ਖੜਕਣ ਦੀ ਆਵਾਜ਼ ਆਈ ਤਾਂ ਕਰਮਵੀਰ ਦੀ ਜਾਗ ਖੁਲ੍ਹ ਗਈ। ਇਕ ਅਕਾਲੀ ਵਰਕਰ, ਜੋ ਹਰ ਵੇਲੇ ਜਥੇਦਾਰ ਗੁਰਦੇਵ ਸਿੰਘ ਦੇ ਨਾਲ ਹੀ ਰਹਿੰਦਾ ਸੀ, ਉਸਦੇ ਹੱਥ ਵਿਚ ਚਮਚਾ ਤੇ ਗਲਾਸ ਸੀ।

"ਜਥੇਦਾਰ ਜੀ ਨੂੰ ਕੀ ਪਿਲਾਇਆ ਜਾ ਰਿਹਾ।" ਕਰਮਵੀਰ ਦੇ ਜਾਗਦਿਆਂ ਹੀ ਅਕਾਲੀ ਵਰਕਰ ਜਿਵੇਂ ਉਤੋਂ ਫੜਿਆ ਗਿਆ ਹੋਵੇ।

"ਕੁਝ ਨਹੀਂ ਸਿਰਫ ਲੂਣ ਵਾਲਾ ਪਾਣੀ।" ਅਕਾਲੀ ਵਰਕਰ ਬਹੁਤਾ ਘਬਰਾ ਗਿਆ। ਐਨੀ ਦੇਰ ਨੂੰ ਪ੍ਰੇਮ ਸਿੰਘ, ਸੋਹਣ ਸਿੰਘ ਅਤੇ ਦੇਸ ਰਾਜ ਹੁਣੀਂ ਵੀ ਜਾਗ ਪਏ। ਜਥੇਦਾਰ ਹਰਦੇਵ ਸਿੰਘ ਮੰਜੇ ਉਤੇ ਪਰਲੇ ਪਾਸੇ ਨੂੰ ਪਾਸਾ ਮੋੜੀ ਪਿਆ ਸੀ। ਉਸ ਦੀ ਹਾਲਤ ਕੋਈ ਬਹੁਤੀ ਚੰਗੀ ਨਹੀਂ ਸੀ। ਸਰੀਰਕ ਪਖੋਂ ਉਹ ਪਹਿਲਾਂ ਹੀ ਕਾਫੀ ਕਮਜ਼ੋਰ ਸੀ। ਹੁਣ ਤਾਂ ਉਹ ਮੰਜੇ ਉਤੇ ਪਿਆ ਦਿਸਦਾ ਵੀ ਨਹੀਂ ਸੀ।

"ਪਰ ਲੂਣ ਵਾਲਾ ਪਾਣੀ ਕਿਉਂ ?" ਕਰਮਵੀਰ ਉਸ ਅੱਗੇ ਸੁਆਲ ਬਣ ਕੇ ਖੜਾ ਸੀ।

ਦੇਸ ਰਾਜ ਉਠ ਕੇ ਮੰਜੇ ਦੇ ਪਰਲੇ ਪਾਸੇ ਗਿਆ। ਓਥੇ ਨੁਕਰ 'ਚ ਨਵੀਂ ਲਿਆਂਦੀ ਪਈ ਗੁਲੂਕੋਜ਼ ਦੀ ਡੱਬੀ ਸੀ। ਤੇ ਫਿਰ ਕੀ ਜਥੇਦਾਰ ਨੂੰ ਗੁਲੂਕੋਜ਼ ਪਿਆਇਆ ਜਾ ਰਿਹੈ। ਦੇਸ ਰਾਜ ਨੇ ਉਸ ਵਰਕਰ ਪਾਸੋਂ ਗਲਾਸ ਖੋਹ ਕੇ ਘੁੱਟ ਭਰ ਲਿਆ।

"ਕਿਉਂ ਪਿਲਾਇਆ ਜਾ ਰਿਹੈ ਇਸਨੂੰ ਗੁਲੂਕੋਜ਼ ?" ਦੇਸ ਰਾਜ ਦੀਆਂ ਅੱਖਾਂ ਪੂਰੀ ਤਰ੍ਹਾਂ ਲਾਲ ਸਨ।

ਕਰਮਵੀਰ ਨੇ ਉਸ ਵਰਕਰ ਨੂੰ ਆਪਣੇ ਨੇੜੇ ਬੁਲਾਇਆ। ਉਸ ਵਰਕਰ ਦਾ ਹਰਦੇਵ ਸਿੰਘ ਨਾਲ ਕਾਫੀ ਪਿਆਰ ਸੀ। ਉਹ ਗਿੜਗਿੜਾਇਆ, ਜਥੇਦਾਰ ਦੀ ਹਾਲਤ ਮੈਥੋਂ ਦੇਖੀ ਨਹੀਂ ਜਾਂਦੀ। ਉਸਦੇ ਨਿੱਕੇ-ਨਿੱਕੇ ਬਾਲ ਹਨ। ਦੋ ਕੁੜੀਆਂ ਹਨ। ਇਸਨੂੰ ਕੁਝ ਹੋ ਗਿਆ ਤਾਂ ਕੌਣ ਹੈ ਉਨ੍ਹਾਂ ਦਾ।

"ਪਰ ਭੁਖ ਹੜਤਾਲ ਉਤੇ ਬੈਠੇ ਹਰਦੇਵ ਸਿੰਘ ਦੀ ਭੁਖ ਹੜਤਾਲ ਦਾ ਅਰਥ ਤੂੰ ਕਿਉਂ ਨਹੀਂ ਸਮਝਦਾ। ਹਰਦੇਵ ਸਿੰਘ ਭੁਖ ਹੜਤਾਲ ਨਾਲ ਜਿੰਨਾ ਕਮਜ਼ੋਰ ਹੁੰਦਾ ਜਾਏਗਾ, ਓਨੇ ਹੀ ਵਰਕਰ ਮਜ਼ਬੂਤ ਹੁੰਦੇ ਜਾਣਗੇ। ਜਥੇਦਾਰ ਹਰਦੇਵ ਸਿੰਘ ਦਾ ਮੌਤ ਵਲ ਨੂੰ ਵਧਣਾ ਹੀ, ਅਕਾਲੀ ਲੀਡਰਾਂ ਵਿਚ, ਅਤੇ ਲਾਲਾ ਬਦਰੀ ਪ੍ਰਸਾਦ ਵਿਚ ਹਲਚਲ ਪੈਦਾ ਕਰ ਸਕਦਾ ਹੈ।" ਕਰਮਵੀਰ ਦਾ ਭਾਸ਼ਨ ਜਾਰੀ ਹੋ ਗਿਆ।

ਜਥੇਦਾਰ ਦਾ ਸਾਥੀ ਵਰਕਰ ਚੁਪ ਚਾਪ ਬੈਠਾ ਸੀ। ਦੇਸ ਰਾਜ ਨੇ ਗੁਲੂਕੋਜ਼ ਵਾਲੀ ਡੱਬੀ ਚੁੱਕ ਕੇ ਬਾਹਰ ਸੁੱਟ ਦਿੱਤੀ। ਜਥੇਦਾਰ ਅਜੇ ਵੀ ਮੰਜੀ ਦੇ ਪਰਲੇ ਸਿਰੇ ਨਾਲ ਲੱਗਾ ਅਹਿਲ ਪਿਆ ਸੀ। ਸਾਰੇ ਸਾਥੀ ਸਾਰੀ ਰਾਤ ਜਾਗਦੇ ਰਹੇ। ਤੜਕੇ ਜਿਹ ਜਥੇਦਾਰ ਹਿੱਲਿਆ ਤੇ ਉਠ

ਕੇ ਬੈਠ ਗਿਆ। ਉਸਦੇ ਸਾਥੀ ਵਰਕਰ ਨੇ ਉਸ ਨੂੰ ਪਾਣੀ ਦਾ ਗਲਾਸ ਦਿੱਤਾ, ਉਸਨੇ ਚੂਲੀ ਕੀਤੀ ਅੱਖਾਂ ਉਤੇ ਹੱਥ ਫੇਰਿਆ। ਗਲੇ 'ਚ ਪਾਈ ਕਿਰਪਾਨ ਨੂੰ ਸਿਧਿਆਂ ਕੀਤਾ। ਚੌਂਕੜੀ ਮਾਰ ਕੇ ਆਪਣੇ ਨਿਤਨੇਮ ਵਿਚ ਰੁਝ ਗਿਆ।

ਕਰਮਵੀਰ ਤੇ ਉਸਦੇ ਸਾਥੀਆਂ ਨੇ ਤਕਿਆ ਕਿ ਜਥੇਦਾਰ ਦੀ ਹਾਲਤ ਹੁਣ ਕੋਈ ਬਹੁਤੀ ਵਧੀਆ ਨਹੀਂ ਸੀ। ਪਤਾ ਨਹੀਂ ਅਜੇ ਕਿੰਨੇ ਕੁ ਦਿਨ ਉਸਨੂੰ ਇਸ ਤਰ੍ਹਾਂ ਲੰਘਣੇ ਹਨ। ਕਈ ਵਾਰ ਤਾਂ ਉਹ ਸਾਰੇ ਇਕ ਅਣਜਾਣ ਭੈਅ ਨਾਲ ਤ੍ਰਹਿ ਜਾਂਦੇ। ਜਥੇਦਾਰ ਦੀ ਪਤਨੀ ਅਤੇ ਉਸਦੇ ਬੱਚਿਆਂ ਦੀ ਤਸਵੀਰ ਉਨ੍ਹਾਂ ਦੀਆਂ ਅੱਖਾਂ ਅੱਗੇ ਆ ਜਾਂਦੀ ।

ਉਂਨੀ

ਜਥੇਦਾਰ ਹਰਦੇਵ ਸਿੰਘ ਦੇ ਹੜਤਾਲ ਉਤੇ ਬੈਠਦਿਆਂ ਹੀ ਇਲਾਕੇ ਦੇ ਕਾਂਗਰਸੀ ਵਿਧਾਇਕ ਅਤੇ ਭਾਰਤੀ ਜਨਤਾ ਪਾਰਟੀ ਦੇ ਉਮੀਦਵਾਰ ਨੂੰ ਡਾਢਾ ਫਿਕਰ ਪੈ ਗਿਆ ਸੀ ਕਿ ਹੁਣ ਕੀ ਬਣੇਗਾ। ਭੁੱਖ ਹੜਤਾਲ ਦੇ ਦਿਨ ਜਿਉਂ-ਜਿਉਂ ਵਧਦੇ ਜਾ ਰਹੇ ਸਨ ਤਿਉਂ-ਤਿਉਂ ਇਨ੍ਹਾਂ ਦੋਵਾਂ ਉਮੀਦਵਾਰਾਂ ਦੀਆਂ ਉਮੀਦਾਂ ਆਸਾਂ ਉਤੇ ਪਾਣੀ ਫਿਰਦਾ ਨਜ਼ਰ ਆ ਰਿਹਾ ਸੀ। ਦੋਵਾਂ ਪਾਰਟੀਆਂ ਦੇ ਪ੍ਰਤੀਨਿਧ ਇਹ ਗੱਲ ਭਲੀ ਭਾਂਤ ਜਾਣਦੇ ਸਨ ਕਿ ਇੰਡਸਟਰੀਅਲ ਏਰੀਆ ਦਾ ਹਲਕਾ ਕਦੇ ਵੀ ਅਕਾਲੀ ਹਲਕਾ ਨਹੀਂ ਬਣਿਆ, ਪਰ ਜਥੇਦਾਰ ਹਰਦੇਵ ਸਿੰਘ ਦੀ ਭੁੱਖ ਹੜਤਾਲ ਜੇ ਕਾਮਯਾਬ ਹੋ ਗਈ ਤਾਂ ਇਹ ਹਲਕਾ ਕਾਂਗਰਸੀਆਂ ਅਤੇ ਭਾਰਤੀ ਜਨਤਾ ਪਾਰਟੀ ਕੋਲੋਂ ਪੂਰੀ ਤਰ੍ਹਾਂ ਖੁਸ ਜਾਏਗਾ।

ਕਾਂਗਰਸੀ ਵਿਧਾਇਕ ਬੜਾ ਚੁਸਤ ਬੰਦਾ ਸੀ। ਉਸਨੇ ਸਾਰੇ ਪਹਿਲੂਆਂ ਉਤੇ ਨਜ਼ਰ ਮਾਰਨੀ ਚਾਹੀ। ਇਸ ਵਿਧਾਇਕ ਨੇ ਐਕਸ਼ਨ ਕਮੇਟੀ ਦੇ ਮੈਂਬਰ ਸ਼ਿਵ ਕੁਮਾਰ ਬਾਲੀ ਨੂੰ ਬੁਲਾਇਆ। ਉਸਨੂੰ ਉਹ ਪਹਿਲਾਂ ਤੋਂ ਹੀ ਜਾਣਦਾ ਪਛਾਣਦਾ ਸੀ। ਕਾਂਗਰਸੀ ਵਿਧਾਇਕ ਨੇ ਪਹਿਲਾ ਸੁਆਲ ਉਸਨੂੰ ਇਹ ਪੁੱਛਿਆ, "ਹੜਤਾਲੀ ਕਿੰਨੇ ਕੁ ਹਨ ?"

"ਲਗਭਗ ਸੱਤ ਅੱਠ ਸੌ ਤਾਂ ਅਜੇ ਵੀ ਹੈਣ।"

"ਹੱਛਾ ! ਪਰ ਇਨ੍ਹਾਂ 'ਚ ਕਿੰਨੇ ਕੁ ਪੂਰਬੀਏ ਤੇ ਕਿੰਨੇ ਕੁ ਬਿਹਾਰੀਏ ਨੇ ?" ਵਿਧਾਇਕ ਨੇ ਆਪਣੀ ਢਿੱਲੀ ਪੱਗ ਨੂੰ ਹੱਥ ਨਾਲ ਸਿੱਧਾ ਕਰਦਿਆਂ ਪੁੱਛਿਆ,

"ਲਗਭਗ ਤਿੰਨ ਕੁ ਸੌ ਹੋਣਗੇ।"

"ਹੱਛਾ ! ਤੇ ਫਿਰ ਆਪਣਿਆਂ 'ਚੋਂ ਕਿੰਨੇ ਕੁ ਸਿਖ ਹੈਣ ਤੇ ਕਿੰਨੇ ਕੁ ?"

"ਪਰ ਸੈਣੀ ਸਾਹਿਬ ਇਹ ਸੁਆਲ ਕਿਉਂ ?"

"ਬਾਲੀ ਕਾਕਾ ! ਤੂੰ ਅਣਜਾਣ ਏਂ। ਜਥੇਦਾਰ ਹਰਦੇਵ ਸਿੰਘ ਉਸ ਪਾਰਟੀ ਨਾਲ ਸੰਬੰਧ ਰਖਦਾ ਹੈ, ਜੋ ਨਿਰੋਲ ਸਿੱਖਾਂ ਦੀ ਹੈ। ਸਾਡੀ ਪਾਰਟੀ ਤਾਂ ਹਰ ਵਰਗ ਹਰ ਜ਼ਾਤ ਦੇ ਲੋਕਾਂ ਦਾ ਧਿਆਨ ਰਖਦੀ ਹੈ। ਇਸੇ ਕਰਕੇ ਮੈਂ ਪੁੱਛ ਰਿਹਾ ਹਾਂ ਕਿ ਕਿੰਨੀ ਕੁ ਗਿਣਤੀ ਸਿੱਖਾਂ ਦੀ ਹੈ ।"

ਬਾਲੀ ਕੁਝ ਦੇਰ ਚੁਪ ਰਿਹਾ, ਫਿਰ ਕਹਿਣ ਲੱਗਾ, "ਕਦੇ ਇਸ ਗੱਲ ਦਾ ਹਿਸਾਬ ਨਹੀਂ

ਲਗਾਇਆ। ਪਰ ਦੇਖਣ ਤੋਂ ਲਗਦਾ ਹੈ ਕਿ ਸਿੱਖ ਬਹੁਤੇ ਨਹੀਂ ਹਨ।"

"ਹਾਂ ! ਮੈਂ ਤਾਂ ਅੱਗੇ ਈ ਇਹ ਗੱਲ ਸੋਚਦਾ ਸਾਂ। ਸਾਡੀ ਪਾਰਟੀ ਹਰ ਫਿਰਕੇ ਬਾਰੇ ਸੋਚਦੀ ਹੈ ਅਸੀਂ ਹਮੇਸ਼ਾ ਹਰ ਕਿਸੇ ਨੂੰ ਹਿੰਦੂ ਸਿੱਖ 'ਚ ਵੰਡ ਕੇ ਉਨ੍ਹਾਂ ਦੇ ਵਖੋ ਵੱਖਰੇ ਹਿੱਤਾਂ ਦਾ ਧਿਆਨ ਹਖਦੇ ਹਾਂ। ਤੇਰੇ ਸਾਹਮਣੇ ਉਂਝ ਵੀ ਇੰਡਸਟਰੀਅਲ ਏਰੀਏ ਵਿਚ ਸਿੱਖਾਂ ਦੀ ਕਿੰਨੀ ਕੁ ਆਬਾਦੀ ਹੈ। ਬਿਲਕੁਲ ਨਾਂ ਮਾਤਰ, ਪਰ ਮੈਂ ਦੇਖ ਲੈ, ਵਿਧਾਇਕ ਹਰ ਸਾਲ ਚੁਣਿਆ ਜਾਂਦਾ ਹੈ। ਤੁਹਾਡੇ ਵਰਗੇ ਹਿੰਦੂ ਭਰਾ ਈ ਮੈਨੂੰ ਚੁਣਦੇ ਨੇ।"

ਬਾਲੀ ਕਾਂਗਰਸੀ ਵਿਧਾਇਕ ਦੀਆਂ ਗੱਲਾਂ ਸੁਣਦਾ ਰਿਹਾ। ਕਾਂਗਰਸੀ ਵਿਧਾਇਕ ਫਿਰ ਬੋਲਿਆ, "ਹੁਣ ਇਹ ਹੜਤਾਲ ਅਕਾਲੀਆਂ ਕੋਲ ਚਲੀ ਗਈ ਹੈ। ਕਿੰਨਾ ਚੰਗਾ ਸੀ ਕਿ ਇਹ ਕਾਮਰੇਡਾਂ ਕੋਲ ਰਹਿੰਦੀ, ਸਾਨੂੰ ਕੋਈ ਫਿਕਰ ਨਹੀਂ ਸੀ। ਅਜੇ ਇਨ੍ਹਾਂ ਕਾਮਰੇਡਾਂ ਦੇ ਏਸ ਹਲਕੇ ਵਿਚ ਪੈਰ ਨਹੀਂ ਲੱਗੇ। ਅਕਾਲੀ, ਧਰਮ ਦੇ ਨਾਂ ਉਤੇ ਲੋਕਾਂ ਨੂੰ ਮਗਰ ਲਾ ਲੈਂਦੇ ਹਨ ਅਤੇ ਲੋਕ ਵੀ ਇਨ੍ਹਾਂ ਪਿਛੇ ਤੁਰ ਪੈਂਦੇ ਹਨ। ਬਾਲੀ ਮੇਰਾ ਮਤਲਬ ਤੂੰ ਨਹੀਂ ਸਮਝਿਆ । ਜਥੇਦਾਰ ਹਰਦੇਵ ਸਿੰਘ ਨੇ ਹੜਤਾਲ ਜਿੱਤ ਲਈ ਤਾਂ ਸਮਝੋ ਇਥੇ ਸਿੱਖਾਂ ਦਾ ਰਾਜ ਆ ਗਿਆ। ਕੁਝ ਕੁ ਅਕਾਲੀ ਸਾਰੇ ਇੰਡਸਟਰੀਅਲ ਏਰੀਏ ਉਤੇ ਰਾਜ ਕਰਨਗੇ ਤੇ ਤੁਹਾਡੇ ਵਰਗੇ ਲੋਕਾਂ ਦਾ ਹਿੱਤ ਕੌਣ ਪਾਲੂ। ਤੁਹਾਡੇ ਨਾਲ ਥਾਨਿਆਂ 'ਚ ਕੌਣ ਜਾਊ ? ਕਚਹਿਰੀਆਂ 'ਚ ਕੌਣ ਜਾਊ। ਇਹ ਗੱਲ ਭਲੀ ਭਾਂਤ ਤੁਹਾਡੇ ਵਰਗੇ ਲੋਕ ਵਿਚਾਰ ਲੈਣ। ਹੁਣ ਤੂੰ ਦੱਸ ਮੈਂ ਕਦੋਂ ਤੇਰੇ ਨਾਲ ਨਹੀਂ ਤੁਰਿਆ। ਤੂੰ ਜਦੋਂ ਵੀ ਆਇਆ, ਆਪਾਂ ਤੁਰਦੇ ਰਹੇ ਹਾਂ, ਜਾਇਜ਼ ਨਾਜਇਜ਼ ਕੁਝ ਨਹੀਂ ਦੇਖਿਆ, ਹਨੇਰਾ ਸਵੇਰਾ ਨਹੀਂ ਦੇਖਿਆ। ਪਰ ਬਾਲੀ ਮੇਰੀ ਗੱਲ ਯਾਦ ਰੱਖੀਂ। ਜੇ ਹਰਦੇਵ ਸਿੰਘ ਹੜਤਾਲ ਜਿੱਤ ਗਿਆ ਤਾਂ ਵੀ ਆਪਾਂ ਸਾਰੇ ਮਰੇ ਜੇ ਉਹ ਭੁੱਖ ਹੜਤਾਲ ਦੌਰਾਨ ਮਰ ਗਿਆ, ਆਪਾਂ ਤਾਂ ਵੀ ਮਰੇ।"

"ਫਿਰ ਕੀ ਹੋਵੇ ਜੀ।"

"ਹੋਣਾ ਕੀ ਹੈ ਜਾਂ ਕਰਨਾ ਕੀ ਹੈ ! ਮੈਂ ਤੈਨੂੰ ਗੱਲ ਸਮਝਾ ਦਿੱਤੀ ਹੈ। ਤੂੰ ਵੇਖ ਲੈ ਹੁਣ ਕੀ ਕਰਨਾ ਚਾਹੀਦਾ ਹੈ। ਤੇਰੇ ਆਪਣੇ ਕਿੰਨੇ ਕੁ ਬੰਦੇ ਹਨ, ਕਿੰਨੇ ਕੁ ਤੇਰੇ ਨਾਲ ਹਨ। ਮੈਨੂੰ ਸਾਰਾ ਜਾਇਜ਼ਾ ਲੈ ਕੇ ਦੱਸ, ਅਜੇ ਕੁਝ ਨਹੀਂ ਵਿਗੜਿਆ। ਪੂਰੀ ਖਬਰ ਲਿਆ ਕੇ ਦੇਹ, ਫਿਰ ਮੌਕੇ ਦੀ ਭਾਲ ਕਰ, ਮੌਕਾ ਲਗਦਿਆਂ ਹੀ ਸਿਟੀ ਇੰਸਪੈਕਟਰ ਨੂੰ ਕਹਾ ਕੇ ਜਥੇਦਾਰ ਹਰਦੇਵ ਸਿੰਘ ਨੂੰ ਇਥੋਂ ਚੁਕਵਾ ਦਿੰਦੇ ਹਾਂ। ਆਪੇ ਹਸਪਤਾਲ ਜਾ ਕੇ ਉਸਦੀ ਭੁੱਖ ਹੜਤਾਲ ਤੁੜਵਾ ਦੇਣਗੇ।" ਵਿਧਾਇਕ ਪੂਰੀ ਸਕੀਮ ਘੜ ਗਿਆ।

"ਪਰ ਹੜਤਾਲ ਦਾ ਕੀ ਬਣੂ ਸਰਦਾਰ ਜੀ !" ਬਾਲੀ ਪ੍ਰਸ਼ਨ ਚਿੰਨ੍ਹ ਬਣ ਗਿਆ।

"ਹੜਤਾਲ ! ਤੂੰ ਖਿਦਮਤ ਦੱਸ । ਤੂੰ ਹੜਤਾਲ 'ਚੋਂ ਕੀ ਕਢਣਾ, ਕੀ ਪਾਉਣਾ। ਕਿੰਨੇ ਪੈਸੇ ਲੈਂਦਾ ਸੀ ਤੂੰ ਓਥੋਂ, ਚਾਰ ਸੌ ਜਾਂ ਪੰਜ ਸੌ ! ਵਧ ਤੋਂ ਵਧ ਸੱਤ ਸੌ ਲੈਂਦਾ ਹੋਵੇਂਗਾ। ਤੂੰ ਗੱਲ ਕਰੀਂ, ਮੈਂ ਤੈਨੂੰ ਰਾਮਜੀ ਦਾਸ ਦੀ ਫੈਕਟਰੀ 'ਚ ਐਨੇ ਈ ਦੁਆ ਦੂ। ਤੂੰ ਇਨ੍ਹਾਂ ਨੰਗ-ਹੜਤਾਲੀਆਂ ਕੋਲੋਂ ਕੀ ਲੈਣਾ।"

ਪਰ ਬਾਕੀਆਂ ਦਾ ਕੀ ਬਣੂ। ਇਹ ਸੁਆਲ ਬਾਲੀ ਦੇ ਅੰਦਰ ਹੀ ਕਿਧਰੇ ਅਟਕ ਗਿਆ। ਉਹ ਉਠਿਆ ਤੇ 'ਚੰਗਾ ਜੀ' ਕਹਿ ਕੇ ਤੁਰਨ ਲੱਗਾ।

"ਚਲਿਆਂ !'ਚੰਗਾ ਜੀ' ਨਾਲ ਗੱਲ ਨਹੀਂ ਨਾ ਬਣਦੀ। ਜਿੰਨੀਆ ਗੱਲਾਂ ਮੈਂ ਤੇਰੇ ਨਾਲ ਕੀਤੀਆਂ ਹਨ, ਤੂੰ ਮੈਨੂੰ ਉਸਦਾ ਉੱਤਰ ਤਸੱਲੀ ਬਖਸ਼ ਨਹੀਂ ਦਿੱਤਾ। ਜਿਵੇਂ ਤੂੰ ਆਇਆ ਸੀ, ਉਵੇਂ ਹੀ ਤੁਰ ਚਲਿਐਂ।

"ਬਾਕੀ ਸਾਥੀਆਂ ਨਾਲ ਸਲਾਹ ਕਰਕੇ ਦੱਸਾਗਾਂ, ਸ਼ਾਮ ਨੂੰ ।" ਬਾਲੀ ਨਿੰਮੋਝੂਣਾ ਹੋ ਕੇ ਬੋਲਿਆ।

'ਸਾਥੀਆਂ ਨਾਲ ਈਂ ਕਰੀਂ, ਕਾਮਰੇਡਾਂ ਨਾਲ ਨਾ ਬਹਿਸ 'ਚ ਪੈ ਜਾਈਂ, ਇਹ ਸਾਲੇ ਬਹਿਸ 'ਚ ਨਹੀਂ ਕਦੇ ਮਾਰ ਖਾਂਦੇ। ਦਲੀਲਾਂ ਐਸੀਆਂ ਦੇਣਗੇ ਕਿ ਬੰਦਾ ਚਿੱਤ ਹੋ ਜਾਏ।" ਵਿਧਾਇਕ ਬੋਲਿਆ।

ਬਾਲੀ ਅਜੇ ਕਾਂਗਰਸੀ ਵਿਧਾਇਕ ਨੂੰ ਮਿਲਣ ਪਿਛੋਂ ਟੈਂਟ 'ਚ ਪੁੱਜਾ ਹੀ ਸੀ ਕਿ ਭਾਰਤੀ ਜਨਤਾ ਪਾਰਟੀ ਦੇ ਨੇਤਾ ਕਾਲਾ ਚੰਦ ਦੀ ਕਾਰ ਓਥੇ ਆ ਖੜੀ ਹੋਈ। ਕਾਲਾ ਚੰਦ ਕਾਰ ਚੋਂ ਨਿਕਲਦਾ ਟੈਂਟ ਵਲ ਵਧਿਆ। ਜਥੇਦਾਰ ਹਰਦੇਵ ਸਿੰਘ ਮੰਜੇ ਉਤੇ ਪਿਆ, ਬਾਹਰ ਵੱਲ ਈ ਤਕਦਾ ਪਿਆ ਸੀ। ਕਾਲਾ ਚੰਦ ਹੁਰਾਂ ਨੂੰ ਆਇਆਂ ਨੂੰ ਦੇਖ ਕੇ ਜਥੇਦਾਰ ਦੇ ਦੁਆਲੇ ਬੈਠੇ ਵਰਕਰ ਅਤੇ ਨੀਲੀਆਂ ਪੱਗਾਂ ਵਾਲੇ ਉੱਠ ਕੇ ਖੜ੍ਹੇ ਹੋ ਗਏ। ਜਥੇਦਾਰ ਦੇ ਚਿਹਰੇ ਉਤੇ ਮਾੜੀ ਜਿਹੀ ਮੁਸਕਾਨ ਆਈ ਤੇ ਅਲੋਪ ਹੋ ਗਈ। ਕਾਲਾ ਚੰਦ ਉਸੇ ਹੀ ਮੰਜੇ ਦੀ ਹੀਅ ਉਤੇ ਬੈਠ ਗਿਆ ਅਤੇ ਜਥੇਦਾਰ ਦਾ ਹੱਥ ਆਪਣੇ ਹੱਥ 'ਚ ਲੈ ਕੇ ਘੁਟਿਆ।

"ਜਥੇਦਾਰ ਜੀ ! ਬਹੁਤੀ ਚਿੰਤਾ ਨਾ ਕਰੋ, ਮੈਂ ਅੰਦਰ ਬਦਰੀ ਪ੍ਰਸਾਦ ਨਾਲ ਗੱਲ ਤੋਰੀ ਹੈ।"

"ਕਾਹਦੀ ਗੱਲ।"

"ਸਮਝੌਤੇ ਦੀ।"

"ਪਰ ਤੁਸਾਂ ਕਿਉਂ ਤੋਰੀ ਇਹ ਗੱਲ ? ਅਸੀਂ ਤਾਂ ਉਸਨੂੰ ਮਜ਼ਬੂਰ ਕਰ ਰਹੇ ਹਾਂ ਕਿ ਉਹ ਸਾਡੇ ਨਾਲ ਗੱਲ ਕਰੇ।" ਜਥੇਦਾਰ ਦੀ ਆਵਾਜ਼ ਭਾਵੇਂ ਮੱਧਮ ਪੈ ਗਈ ਸੀ, ਪਰ ਕਰਾਰਾਪਣ ਓਸੇ ਤਰ੍ਹਾਂ ਮੌਜੂਦ ਸੀ।

"ਕੀ ਗੱਲ ਤੁਸੀਂ ਨਹੀਂ ਸਮਝੌਤੇ ਦੇ ਹੱਕ 'ਚ ? ਕਾਲਾ ਚੰਦ ਬੋਲਿਆ।"

"ਸਮਝੌਤੇ ਦੇ ਹੱਕ 'ਚ ਤਾਂ ਹਾਂ, ਜੇ ਬਦਰੀ ਪ੍ਰਸਾਦ ਖੁਦ ਗੱਲ ਤੋਰੇ।"

"ਪਰ ਫਿਰ ਭੀ ਕਰਨਾ ਤਾਂ ਸਮਝੌਤਾ ਹੀ ਹੈ, ਭਾਵੇਂ ਗੱਲ ਬਦਰੀ ਪ੍ਰਸਾਦ ਤੋਰੇ ਜਾਂ ਅਸੀਂ ਤੋਰੀਏ। ਕਲ ਦਵਿੰਦਰ ਸਿੰਘ ਹੁਰੀਂ ਆਏ ਸਨ।" ਐਨੀ ਗੱਲ ਸੁਣ ਕੇ ਆਲੇ ਦੁਆਲੇ ਬੈਠੀਆਂ ਨੀਲੀਆਂ ਪੱਗਾਂ ਦੇ ਕੰਨ ਖੜ੍ਹੇ ਹੋ ਗਏ। ਦਵਿੰਦਰ ਸਿੰਘ ਕਪੂਰਥਲੇ ਦਾ ਸੀ ਅਤੇ ਸੀਨੀਅਰ ਅਕਾਲੀ ਨੇਤਾ ਸੀ।

"ਇਕ ਮਿੰਟ ਸਜਣੋਂ, ਜੇ ਤੁਸੀਂ ਬਾਹਰ ਖੜ੍ਹੇ ਹੋ ਜਾਓ ਤਾਂ ਮੈਂ ਜਥੇਦਾਰ ਹੁਰਾਂ ਨਾਲ ਕੁਝ ਗੱਲਾਂ ਕਰ ਲਵਾਂ।" ਓਥੇ ਬੈਠੇ ਲੋਕਾਂ ਨੂੰ ਕਿਹਾ। ਸਾਰੇ ਉਠ ਕੇ ਬਾਹਰ ਚਲੇ ਗਏ।

"ਜਥੇਦਾਰ ਜੀ ਤੁਸੀਂ ਇਹ ਕੀ ਕੀਤਾ, ਨਾ ਤੁਸੀਂ ਆਪਣੀ ਪਾਰਟੀ ਨਾਲ ਸਲਾਹ ਕੀਤੀ ਤੇ ਨਾ ਸਾਡੀ ਪਾਰਟੀ ਨਾਲ।"

"ਕਾਹਦੀ ਸਲਾਹ।"

"ਭੁੱਖ ਹੜਤਾਲ ਉਤੇ ਬੈਠਣ ਦੀ।"

"ਪਰ ਮੈਂ ਕੌਣ ਹਾਂ ਸਲਾਹ ਕਰਨ ਵਾਲਾ। ਮੇਰੀ ਪਾਰਟੀ ਨੇ ਇਹ ਹੜਤਾਲ ਆਪਣੇ ਹੱਥ 'ਚ ਲੈ ਲਈ। ਪਾਰਟੀ ਦੇ ਸਕੱਤਰ ਗਿਆਨੀ ਸ਼ਮਸ਼ੇਰ ਸਿੰਘ ਹੁਰਾਂ ਨੇ ਮੈਨੂੰ ਹੁਕਮ ਭੇਜਿਆ ਤੇ ਮੈਂ ਉਨ੍ਹਾਂ ਦੇ ਹੁਕਮਾਂ ਨੂੰ ਕਿਵੇਂ ਟਾਲ ਸਕਦਾ ਹਾਂ।" ਜਥੇਦਾਰ ਕਹਿਣ ਲੱਗਾ।

ਜਥੇਦਾਰ ਹਰਦੇਵ ਸਿੰਘ ਭਾਵੇਂ ਕਿਤੇ ਵਜੋਂ ਕਾਰੀਗਰ ਸੀ, ਪਰ ਉਹ ਪੜ੍ਹਿਆ ਲਿਖਿਆ ਤੇ ਸਿਆਣਾ ਜਥੇਦਾਰ ਸੀ। ਸਿਆਣੇ ਜਥੇਦਾਰ ਅਕਾਲੀ ਸਿਆਸਤ ਵਿਚ ਬਹੁਤ ਘੱਟ ਹਨ. ਮਜ਼ਦੂਰਾਂ ਦਾ ਹਮਦਰਦ ਜਥੇਦਾਰ ਹਰਦੇਵ ਸਿੰਘ ਹਮੇਸ਼ਾ ਕਮੀਜ਼ ਪਜਾਮਾ ਪਾ ਕੇ ਰੱਖਦਾ। ਗਾਤਰੇ ਵਾਲੀ ਕਿਰਪਾਨ ਤੇ ਮੂੰਹ ਉਤੇ ਦਰਸ਼ਨੀ ਦਾੜ੍ਹਾ। ਚਿਹਰਾ ਦਗ਼-ਦਗ਼ ਕਰਦਾ। ਅੱਖਾਂ ਪਹਿਲਾਂ ਹੀ ਛੋਟੀਆਂ ਹਨ, ਪਰ ਜਦੋਂ ਮੁਸਕਰਾਉਂਦਾ ਤਾਂ ਉਹ ਹੋਰ ਨਿੱਕੀਆਂ ਹੋ ਜਾਂਦੀਆਂ ਜਿਵੇਂ ਚਿਹਰੇ ਦੀ ਮੁਸਕਰਾਹਟ ਨੇ ਉਨ੍ਹਾਂ ਨੂੰ ਢਕ ਲਿਆ ਹੋਵੇ । ਹੱਸਦਾ ਤਾਂ ਦੂਹਰਾ ਹੀ ਹੋ ਜਾਂਦਾ। ਜਥੇਦਾਰ ਹਰਦੇਵ ਸਿੰਘ ਉਨ੍ਹਾਂ ਜਥੇਦਾਰਾਂ 'ਚੋਂ ਨਹੀਂ, ਜੋ ਲੰਗਰ ਛਕ ਕੇ ਸਿਰਫ ਗੋਗੜ ਉਤੇ ਹੱਥ ਫੇਰਨਾ ਹੀ ਜਾਣਦੇ ਹਨ।

"ਜਥੇਦਾਰ ਜੀ ! ਅਸੀਂ ਵੀ ਇਸੇ ਸ਼ਹਿਰ 'ਚ ਵਸਦੇ ਹਾਂ। ਸਾਡੀ ਤੁਹਾਡੀ ਪਾਰਟੀ ਨੇ ਇਥੇ ਹੀ ਇਕੱਠਿਆਂ ਚੋਣਾਂ ਲੜਨੀਆਂ ਹਨ। ਸਾਂਝੇ ਉਮੀਦਵਾਰ ਖੜ੍ਹੇ ਕਰਨੇ ਹਨ। ਤੁਸੀਂ ਮੈਨੂੰ ਪੁਛਦੇ, ਹੜਤਾਲ ਦਾ ਇਹ ਮਰਿਆ ਸੱਪ ਗਲ ਵਿਚ ਪਾ ਲਿਆ। ਹੁਣ ਨਾ ਇਸਨੂੰ ਛੱਡਣ ਜੋਗੇ ਤੇ ਨਾ.......। ਤੁਹਾਨੂੰ ਆਪਣੀ ਉਸ ਪਾਰਟੀ ਦਾ ਤਾਂ ਧਿਆਨ ਰਖਣਾ ਚਾਹੀਦਾ ਸੀ, ਜਿਸ ਨਾਲ ਤੁਸੀਂ ਸਿਆਸੀ ਭਾਈਵਾਲ ਵੀ ਹੋ ਤੇ ਜਿਸਦੀ ਭਾਈਵਾਲੀ ਨਾਲ ਤੁਹਾਡੀ ਪਾਰਟੀ ਦੀ ਸਰਕਾਰ ਬਣਦੀ ਹੈ।" ਕਾਲਾ ਚੰਦ ਹੁਰੀਂ ਵਿਸਥਾਰ 'ਚ ਗਏ।

"ਕਾਲਾ ਚੰਦ ! ਗੱਲ ਤੁਹਾਡੀ ਠੀਕ ਹੈ ਕਿ ਅਕਾਲੀ ਪਾਰਟੀ ਤੁਹਾਡੀ ਭਾਈਵਾਲ ਹੈ। ਪਰ ਮੈਂ ਕਦੇ ਤੁਹਾਡੀ ਭਾਈਵਾਲੀ 'ਚੋਂ ਕੁਝ ਨਹੀਂ ਖਟਿਆ। ਮੈਂ ਇਕ ਮਜ਼ਦੂਰ ਹਾਂ। ਮਜ਼ਦੂਰਾਂ ਦਾ ਕਾਜ਼ ਮੈਨੂੰ ਸੌਂਪਿਆ ਗਿਆ ਹੈ। ਸਾਡੇ ਗੁਰੂ ਕਹਿ ਗਏ ਹਨ ਕਿ "ਬਾਂਹ ਜਿਨ੍ਹਾਂ ਦੀ ਪਕੜੀਏ....."।

"ਜਥੇਦਾਰ ਜੀ ਤੁਸੀਂ ਵੀ ਭੋਲੇ ਬਣਦੇ ਹੋ। ਐਕਸ਼ਨ ਕਮੇਟੀ 'ਚ ਕਿਹੜੇ ਲੋਕ ਤੁਹਾਡੇ ਧਰਮ ਨੂੰ ਮੰਨਣ ਵਾਲੇ ਹਨ। ਇਹ ਸਭ ਕਾਮਰੇਡ ਹਨ, ਇਨ੍ਹਾਂ 'ਚੋਂ ਬਹੁਤੇ ਉਨ੍ਹਾਂ ਦੀ ਪਾਰਟੀ ਦੇ ਮੈਂਬਰ ਵੀ ਹਨ। ਤੁਹਾਡੇ ਕੋਲੋਂ ਆਪਣਾ ਕੰਮ ਕਢਵਾ ਕੇ ਪਿਛੋਂ ਜੁੱਤੀਆਂ ਮਾਰਨਗੇ।" ਕਾਲਾ ਚੰਦ ਨੇ ਫਿਰ ਗੱਲ ਸਮਝਾਈ।

"ਪਰ ਹੁਣ ਤਾਂ ਕੁਝ ਨਹੀਂ ਹੋ ਸਕਦਾ। ਹੁਣ ਮੈਂ ਅਰਦਾਸ ਕਰਕੇ ਭੁੱਖ ਹੜਤਾਲ ਤੇ ਬੈਠਾ ਹਾਂ। ਜਿੰਨੀ ਦੇਰ ਸਾਰੇ ਵਰਕਰ ਅੰਦਰ ਕੰਮ ਉਤੇ ਨਹੀਂ ਲਗ ਜਾਂਦੇ, ਮੇਰਾ ਪਿਛੇ ਮੁੜਨਾ ਸੰਭਵ ਨਹੀਂ।" ਜਥੇਦਾਰ ਨੇ ਆਪਣਾ ਫੈਸਲਾ ਸੁਣਾਇਆ।

"ਕਲ ਮੈਂ ਜਦੋਂ ਬਦਰੀ ਪ੍ਰਸਾਦ ਨੂੰ ਮਿਲਣ ਗਿਆ ਤਾਂ ਉਸ ਵੇਲੇ ਓਥੇ ਸੈਣੀ ਹੁਰੀਂ ਵੀ ਬੈਠੇ ਸਨ। ਉਨ੍ਹਾਂ ਨੇ ਵੀ ਇਹੀ ਆਖਿਆ ਕਿ ਇਸ ਬੰਦੇ ਨੂੰ ਅਜਾਈਂ ਨਹੀਂ ਮਰਨਾ ਚਾਹੀਦਾ।"

"ਗੱਲ ਤੁਹਾਡੀ ਵੀ ਠੀਕ ਹੈ ਪਰ ਸੈਣੀ ਦੀ ਗੱਲ ਇਸ ਕਰਕੇ ਮੈਂ ਨਹੀਂ ਮੰਨਦਾ ਕਿਉਂਕਿ ਉਹ ਬੰਦਾ ਨਿਕੰਮਾ ਹੈ, ਸਵਾਰਥੀ ਹੈ, ਆਪਣੇ ਹਿੱਤਾਂ ਲਈ ਕੁਝ ਵੀ ਕਰ ਸਕਦਾ ਹੈ।" ਜਥੇਦਾਰ ਬੋਲਿਆ।

"ਦਵਿੰਦਰ ਸਿੰਘ ਹੁਰੀਂ ਵੀ ਅਜ ਤੁਹਾਡੇ ਕੋਲ ਆਉਣਗੇ। ਸਾਰੀ ਗੱਲ ਦਾ ਜਾਇਜ਼ਾ ਲੈਣਗੇ। ਮੇਰਾ ਵਿਚਾਰ ਹੈ ਕਿ ਸਮਝੌਤੇ ਦੀ ਵਾਰਤਾ ਨੇਪਰੇ ਚੜ੍ਹ ਹੀ ਹੀ ਜਾਏਗੀ।" ਕਾਲਾ ਚੰਦ ਹੁਰੀਂ ਆਪਣੀ ਗੱਲ ਕਹਿ ਕੇ ਉਠ ਪਏ।

"ਕਾਲਾ ਚੰਦ ਜੀ ! ਇਕ ਗੱਲ ਦਸਿਓ ਕਿ ਕੀ ਮਜ਼ਦੂਰਾਂ ਦੇ ਹਿੱਤਾਂ ਲਈ ਲੜਨਾ ਮਾੜੀ ਗੱਲ ਹੈ ਜਾ ਚੰਗੀ ?" ਜਥੇਦਾਰ, ਕਾਲਾ ਚੰਦ ਦੀਆਂ ਗੱਲਾਂ ਤੋਂ ਕੁਝ ਔਖਾ ਸੀ।

"ਜਥੇਦਾਰ ਜੀ ਇਹ ਗੱਲ ਠੀਕ ਹੈ ਕਿ ਲੜਨਾ ਚਾਹੀਦਾ ਹੈ, ਪਰ ਪਾਰਟੀ ਨੂੰ ਇਮਤਿਹਾਨ 'ਚ ਕਿਉਂ ਪਾਉਂਦੇ ਹੋ। ਤੁਹਾਡੀ ਇਸ ਹੜਤਾਲ ਉਤੇ ਨਾ ਤਾਂ ਤੁਹਾਡੀ ਪਾਰਟੀ ਖੁਸ਼ ਹੈ ਨਾ ਹੀ ਸਾਡੀ। ਦਵਿੰਦਰ ਸਿੰਘ ਹੁਰਾਂ ਨੇ ਵੀ ਆਖਿਆ ਕਿ ਜਥੇਦਾਰ ਹਰਦੇਵ ਸਿੰਘ ਨੂੰ ਸਿਰਫ ਹੜਤਾਲ ਲੜਨ ਲਈ ਆਖਿਆ ਗਿਆ ਸੀ ਨਾ ਕਿ ਭੁੱਖ ਹੜਤਾਲ ਉਤੇ ਬੈਠਣ ਲਈ। ਭੁੱਖ ਹੜਤਾਲ ਉਤੇ ਬੈਠਣ ਤੋਂ ਪਹਿਲਾਂ ਤੁਹਾਨੂੰ, ਪਾਰਟੀ ਨੂੰ ਭਰੋਸੇ ਵਿਚ ਲੈਣਾ ਚਾਹੀਦਾ ਸੀ।" ਕਾਲਾ ਚੰਦ ਨੇ ਆਖਿਆ। "ਨਾਲੇ ਫਿਰ ਸ਼ਹਿਰ ਵਿਚ ਅਕਾਲੀਆਂ ਦਾ ਕਾਬਜ ਧੜਾ ਤਾਂ ਤੁਹਾਡੇ ਵਿਰੁੱਧ ਹੈ, ਉਸ ਵਲੋਂ ਵੀ ਕੋਈ ਮਦਦ ਨਹੀਂ ਹੋ ਰਹੀ। ਫਿਰ ਤਿੰਨ ਮਹੀਨੇ ਇਹ ਹੜਤਾਲ ਕਮਿਊਨਿਸਟ ਪਾਰਟੀ ਲੜਦੀ ਰਹੀ ਹੈ। ਅਜ ਤੁਸੀਂ ਜਿੱਤ ਵੀ ਗਏ ਤਾਂ ਸਾਡੀ ਤੁਹਾਡੀ ਪਾਰਟੀ ਨੂੰ ਕੋਈ ਫਾਇਦਾ ਨਹੀਂ ਹੋਵੇਗਾ, ਇਸ ਦਾ ਸਿਹਰਾ ਫਿਰ ਵੀ ਕਾਮਰੇਡਾਂ ਦੇ ਸਿਰ ਈ ਬੱਝੂ।"

"ਮੈਂ ਸਿਹਰਾ ਬੰਨ੍ਹਣ ਲਈ ਅਰਦਾਸ ਕਰਕੇ ਨਹੀਂ ਬੈਠਾ ਭੁੱਖ ਹੜਤਾਲ ਉਤੇ, ਮੈਂ ਪਾਰਟੀ ਦਾ ਹੁਕਮ ਮੰਨ ਕੇ ਇਹ ਹੜਤਾਲ ਆਪਣੇ ਹੱਥ 'ਚ ਲਈ ਹੈ। ਫਿਰ ਇਸ ਹੜਤਾਲ ਨੂੰ ਕਿਵੇਂ ਚਲਾਉਣਾ ਹੈ ਕਿਵੇਂ ਜਿੱਤਣਾ ਹੈ ਕਿਵੇਂ ਵਰਕਰਾਂ ਦਾ ਹਿੱਤ ਵੇਖਣਾ ਹੈ, ਇਹ ਫੈਸਲੇ ਮੇਰੇ ਅਧਿਕਾਰ ਹੇਠ ਆਪਣੇ ਆਪ ਆ ਜਾਂਦੇ ਹਨ।" ਜਥੇਦਾਰ ਨੇ ਗੱਲ ਸਪੱਸ਼ਟ ਕੀਤੀ ।

"ਪਰ ਭੁੱਖ ਹੜਤਾਲ ਦਾ ਫੈਸਲਾ ਬਹੁਤ ਵੱਡਾ ਫੈਸਲਾ ਹੈ, ਅਜ ਕਿਸੇ ਪਾਰਟੀ ਵਰਕਰ ਦੀ ਮੌਤ ਹੋ ਜਾਏ ਤਾਂ ਸਾਰੀ ਪਾਰਟੀ ਇਨਵਾਲਵ ਹੁੰਦੀ ਹੈ।" ਕਾਲਾ ਚੰਦ ਨੇ ਆਖਿਆ।

"ਪਾਰਟੀ ਨੂੰ ਤਾਂ ਪਹਿਲਾਂ ਹੀ ਇਨਵਾਲਵ ਹੋਣਾ ਚਾਹੀਦਾ ਸੀ, ਜਦੋਂ ਹੜਤਾਲ ਨੂੰ ਆਪਣੇ ਹੱਥਾਂ 'ਚ ਲਿਆ ਸੀ। ਅਜ ਕਿਉਂ ਸਾਰੇ ਮੇਰੇ ਵੱਲ ਦੌੜ ਰਹੇ ਨੇ। ਤੁਸੀਂ ਮੇਰਾ ਸਾਥ ਨਾ ਵੀ ਦਿਓ ਤਾਂ ਵੀ ਕੋਈ ਗੱਲ ਨਹੀਂ। ਮੇਰੀ ਪਾਰਟੀ ਹੀ ਮੇਰੇ ਨਾਲ ਨਹੀਂ ਤੁਰੀ। ਇਕੱਲਾ ਗਿਆਨੀ ਸ਼ਮਸ਼ੇਰ ਸਿੰਘ ਕੀ ਕਰੂ। ਖੈਰ ਜੋ ਵੀ ਹੋਵੇਗਾ ਦੇਖਿਆ ਜਾਏਗਾ, ਮੇਰੀ ਅਰਦਾਸ ਅਤੇ ਵਰਕਰਾਂ ਦਾ ਮੁਫਾਦ, ਪਾਰਟੀਆਂ ਦੇ ਮੁਫਾਦ ਨਾਲੋਂ ਬਹੁਤ ਵੱਡਾ ਹੈ, ਮੈਂ ਵਰਕਰ ਹਾਂ, ਵਰਕਰਾਂ 'ਚ ਹੀ ਮੈਂ ਹਮੇਸ਼ਾ ਰਹਿਣਾ ਹੈ।" ਜਥੇਦਾਰ ਵਧੇਰੇ ਤਲਖ ਹੋ ਗਿਆ ਸੀ।

ਡਾਕਟਰ ਦੇ ਆਉਣ ਨਾਲ ਇਹ ਚਲ ਰਹੀ ਗੱਲਬਾਤ ਰੁਕ ਗਈ। ਕਾਲਾ ਚੰਦ ਹੁਰੀਂ ਨਮਸਕਾਰ ਕਰਕੇ ਬਾਹਰ ਨਿਕਲ ਗਏ।

ਵੀਹ

ਹੜਤਾਲ ਦੇ ਦਿਨਾਂ ਦੌਰਾਨ ਹੀ ਗੁੱਡੀ ਦਾ ਵਿਆਹ ਸੀ। ਗੁੱਡੀ ਦੇ ਵਿਆਹ ਦੀ ਗੱਲ ਕਾਫੀ ਦੇਰ ਪਹਿਲਾਂ ਮਿਥੀ ਜਾ ਚੁੱਕੀ ਸੀ, ਪਰ ਵਿਆਹ ਦੀ ਤਰੀਕ ਹੜਤਾਲ 'ਚ ਹੀ ਆਈ ਸੀ। ਕਰਮਵੀਰ ਉਤੇ ਦੋਹਰੀ ਜ਼ਿੰਮੇਵਾਰੀ ਆਣ ਪਈ ਸੀ। ਓਧਰ ਹੜਤਾਲੀ ਵਰਕਰਾਂ ਨਾਲ ਤਾਲਮੇਲ, ਇਧਰ ਵਿਆਹ ਦੀਆਂ ਜ਼ਿੰਮੇਵਾਰੀਆਂ। ਕਰਮਵੀਰ ਦੇ ਪਿਤਾ ਉਂਜ ਕਾਫੀ ਹਿੰਮਤੀ ਸਨ। ਘਰ ਦਾ ਕੰਮ ਕਾਜ ਸੌਦਾ ਪੱਤਾ ਪਹਿਲਾਂ ਵੀ ਉਹੀ ਲਿਆਉਂਦੇ, ਵਿਆਹ ਸਮੇਂ ਵੀ ਉਨ੍ਹਾਂ ਹੀ ਸਾਰੀ ਰਸਦ ਲਿਆਂਦੀ। ਉਂਜ ਵੀ ਉਹ ਜਾਣਦੇ ਸਨ ਕਿ ਕਰਮਵੀਰ ਪਾਸੋਂ ਬਹੁਤਾ ਕੰਮ ਨਹੀਂ ਹੋਣਾ। ਇਸੇ ਲਈ ਉਨ੍ਹਾਂ ਨੇ ਕਰਮਵੀਰ ਨੂੰ ਕਹਿ ਦਿੱਤਾ ਹੋਇਆ ਸੀ ਕਿ ਵਿਆਹ ਵਾਲੇ ਦਿਨ ਉਹ ਹਾਜ਼ਰ ਜ਼ਰੂਰ ਹੋ ਜਾਏ।

ਉਨ੍ਹਾਂ ਉਤੇ ਚਲ ਰਹੇ ਮੁਕਦਮੇ ਦਾ ਅਜੇ ਕੋਈ ਫੈਸਲਾ ਨਹੀਂ ਸੀ ਹੋਇਆ। ਗੁੱਡੀ ਤੇ ਕਰਮਵੀਰ ਦੋਵੇਂ ਘਰ 'ਚ ਕਮਾਉਣ ਵਾਲੇ ਸਨ। ਵਿਆਹ ਵਾਲੇ ਦਿਨ ਕਰਮਵੀਰ ਘਰ ਹੀ ਰਿਹਾ, ਸਗੋਂ ਉਸ ਤੋਂ ਪਹਿਲੇ ਦਿਨ ਵੀ ਉਹ ਘਰ ਚੱਕਰ ਮਾਰਦਾ ਰਿਹਾ। ਅਜੇ ਉਨ੍ਹੀਂ ਦਿਨੀਂ ਕਰਮਵੀਰ ਹੁਰਾਂ ਦਾ ਹੜਤਾਲੀ ਕੈਂਪ ਦੂਜੀ ਵੇਰ ਪੁਟਿਆ ਗਿਆ ਸੀ। ਵਿਆਹ ਵੇਲੇ ਕਰਮਵੀਰ ਹੁਰਾਂ ਦੇ ਹੜਤਾਲੀ ਸਾਥੀ, ਜੋ ਐਕਸ਼ਨ ਕਮੇਟੀ ਦੇ ਮੈਂਬਰ ਸਨ, ਕਰਮਵੀਰ ਕੋਲ ਆਏ। ਸਾਂਝੇ ਤੌਰ ਤੇ ਉਨ੍ਹਾਂ ਨੇ ਕੁਝ ਪੈਸੇ ਸਗਨ ਵਜੋਂ ਕਰਮਵੀਰ ਨੂੰ ਦੇਣੇ ਚਾਹੇ, ਪਰ ਕਰਮਵੀਰ ਨਹੀਂ ਸੀ ਚਾਹੁੰਦਾ ਕਿ ਇਹ ਪੈਸੇ ਲਏ ਜਾਣ। ਸਗਨ ਦਾ ਮਤਲਬ ਇਹ ਤਾਂ ਨਹੀਂ ਕਿ ਜਿਸ ਕੋਲੋਂ ਸਰਦਾ ਨਾ ਹੋਵੇ ਉਹ ਵੀ ਸਗਨ ਦੇਵੇ।

ਐਕਸ਼ਨ ਕਮੇਟੀ ਦੇ ਖਾੜਕੂ ਮੈਂਬਰ ਜਗਤਾਰ ਸਿੰਘ ਅਤੇ ਸ਼ਿਵ ਕੁਮਾਰ ਬਾਲੀ ਉਤੇ ਪੁਲਸ ਵਲੋਂ ਕਈ ਕੇਸ ਦਰਜ ਕੀਤੇ ਹੋਏ ਸਨ। ਇਸ ਲਈ ਉਹ ਗ੍ਰਿਫਤਾਰੀ ਤੋਂ ਡਰਦੇ ਘਟ ਵਧ ਹੀ ਹੜਤਾਲੀਆਂ ਵਿਚ ਸ਼ਾਮਲ ਹੁੰਦੇ। ਪਰ ਉਸ ਦਿਨ ਕਰਮਵੀਰ ਦੀ ਭੈਣ ਦੇ ਵਿਆਹ ਦੇ ਮੌਕੇ ਤੇ ਇਹ ਦੋਵੇਂ ਪੁੱਜੇ ਹੋਏ ਸਨ। ਕਰਮਵੀਰ ਨੇ ਉਨ੍ਹਾਂ ਨੂੰ ਬਿਠਾ ਕੇ ਚਾਹ ਪਿਆਉਣੀ ਚਾਹੀ, ਪਰ ਜਗਤਾਰ ਸਿੰਘ ਦਾ ਕਹਿਣਾ ਸੀ ਕਿ ਉਹ ਸਗਨ ਰੱਖ ਲਏ ਤੇ ਉਹ ਹੁਣੇ ਪਰਤਣਾ ਚਾਹੁੰਦੇ ਹਨ। ਚਾਹ ਪੀਣ ਤੋਂ ਬਿਨਾਂ ਹੀ ਉਹ ਪਰਤ ਗਏ। ਕਰਮਵੀਰ ਦਾ ਦਿਲ ਅੱਧਾ ਹੜਤਾਲੀਆਂ ਵਿਚ ਸੀ ਅਤੇ ਅੱਧਾ ਘਰ ਵਿਚ।

ਉਂਝ ਵਿਆਹ 'ਚ ਭਾਵੇਂ ਕਾਫੀ ਕੰਮ ਕਰਨ ਵਾਲਾ ਹੁੰਦਾ ਹੈ, ਖਾਸ ਕਰਕੇ ਜਦੋਂ ਕੁੜੀ ਦਾ ਵਿਆਹ ਹੋਵੇ। ਪਰ ਕਰਮਵੀਰ ਨੂੰ ਜਾਪਦਾ ਸੀ, ਜਿਵੇਂ ਓਨਾ ਕੰਮ ਘਰ ਵਿਚ ਨਹੀਂ ਹੈ, ਜਿੰਨਾ ਹੋਣਾ ਚਾਹੀਦਾ ਸੀ। ਦਰਅਸਲ ਉਸਦਾ ਆਪਣਾ ਪੂਰਾ ਧਿਆਨ ਵਿਆਹ ਵੱਲ ਨਹੀਂ ਸੀ। ਕਦੇ ਉਹ ਹਲਵਾਈਆਂ ਵਾਲੇ ਪਾਸੇ ਚਲਿਆ ਜਾਂਦਾ ਤੇ ਕਦੇ ਬਰਾਤੀਆਂ ਦੇ ਡੇਰੇ, ਗੁਰਦੁਆਰੇ ਵਲ। ਉਂਝ ਬੈਰਿਆਂ ਨੇ ਕਾਫੀ ਕੰਮ ਘਟਾ ਦਿੱਤਾ ਸੀ। ਬੈਰਿਆਂ ਦੀ ਵੀ ਅਜੀਬ ਕਹਾਣੀ ਹੋਈ। ਕਰਮਵੀਰ ਵਿਆਹ ਵਿਚ ਬੈਰਿਆਂ ਉਤੇ ਅਜਾਈਂ ਖਰਚ ਕੀਤੇ ਜਾਣ ਦੇ ਵਿਰੁੱਧ ਸੀ,

ਪਰ ਖੁਦ ਉਸ ਬੈਰਿਆਂ ਦਾ ਪ੍ਰਬੰਧ ਕਰ ਲਿਆ ਸੀ। ਗੱਲ ਇੰਝ ਹੋਈ ਕਿ ਉਨ੍ਹੀਂ ਦਿਨੀਂ ਸ਼ਹਿਰ ਦੇ ਸਭ ਤੋਂ ਵੱਡੇ ਹੋਟਲ ਵਿਚ ਬੈਰਿਆਂ ਦੀ ਹੜਤਾਲ ਚਲ ਰਹੀ ਸੀ।

ਬੈਰਿਆਂ ਦੀ ਇਹ ਹੜਤਾਲ, ਇਕ ਬੈਰੇ ਦੇ ਮਾਲਕ ਨਾਲ ਹੋਏ ਝਗੜੇ ਤੋਂ ਪਿਛੋਂ ਕੁੱਟਮਾਰ ਕਰਕੇ, ਹੋਈ ਸੀ। ਇਹ ਬੈਰੇ ਵੀ ਆਲ ਇੰਡੀਆ ਟਰੇਡ ਯੂਨੀਅਨ ਕਾਂਗਰਸ ਦੇ ਦਫ਼ਤਰ ਰਾਹੀਂ ਇਹ ਹੜਤਾਲ ਲੜ ਰਹੇ ਸਨ। ਕਰਮਵੀਰ ਦੀ ਬੈਰਿਆਂ ਦੇ ਲੀਡਰ ਨਾਲ ਮੁਲਾਕਾਤ ਕਾਮਰੇਡ ਰਾਮ ਪ੍ਰਕਾਸ਼ ਦੇ ਦਫ਼ਤਰ 'ਚ ਹੋਈ ਸੀ। ਕਰਮਵੀਰ ਦਾ ਉਨ੍ਹਾਂ ਨਾਲ ਕਾਫੀ ਮੇਲ ਮਿਲਾਪ ਸੀ। ਗੱਲਾਂ ਗੱਲਾਂ 'ਚ ਜਦੋਂ ਬੈਰਿਆਂ ਦੇ ਮੁਖੀ ਰਾਮ ਕੁਮਾਰ ਨੂੰ ਪਤਾ ਲੱਗਾ ਕਿ ਕਰਮਵੀਰ ਦੀ ਭੈਣ ਦਾ ਵਿਆਹ ਹੈ ਤਾਂ ਉਸਨੇ ਆਪਣੀਆਂ ਤੇ ਆਪਣੇ ਸਾਥੀਆਂ ਦੀਆਂ ਸੇਵਾਵਾਂ ਪੇਸ਼ ਕਰ ਦਿੱਤੀਆਂ। ਕਰਮਵੀਰ ਇਹੋ ਜਿਹੀ ਅਯਾਸ਼ੀ ਦੇ ਹੱਕ 'ਚ ਨਹੀਂ ਸੀ, ਪਰ ਫਿਰ ਰਾਮ ਕੁਮਾਰ ਦੇ ਘੜੀ ਮੁੜ ਇਹ ਕਹਿਣ 'ਤੇ ਕਿ ਉਂਝ ਵੀ ਉਹ ਵਿਹਲੇ ਈ ਫਿਰਦੇ ਹਨ ਜੇ ਕਿਸੇ ਦਾ ਕੰਮ ਸੌਰ ਜਾਏਗਾ ਤਾਂ ਇਸ ਵਿਚ ਕੀ ਹਰਜ ਹੈ, ਕਰਮਵੀਰ ਮੰਨ ਗਿਆ।

ਕਰਮਵੀਰ ਹਲਵਾਈਆਂ ਵਾਲੇ ਪਾਸੇ ਗਿਆ, ਚਾਹ ਦਾ ਕੰਮ ਭੁਗਤ ਚੁੱਕਾ ਸੀ। ਸਾਰੇ ਲੋਕ ਲਾਵਾਂ ਦੀ ਰਸਮ ਲਈ ਸੜਕ ਵਾਲੇ ਗੁਰਦੁਆਰੇ ਵਲ ਤੁਰ ਪਏ। ਕਰਮਵੀਰ ਹਲਵਾਈਆਂ ਵਾਲੇ ਪਾਸੇ ਪਈ ਕੁਰਸੀ ਉਤੇ ਬੈਠ ਗਿਆ ਤੇ ਰਾਮ ਕੁਮਾਰ ਤੇ ਉਸਦੇ ਸਾਥੀਆਂ ਨਾਲ ਗੱਲਾਂ ਕਰਨ ਲੱਗਾ।

"ਰਾਮ ਕੁਮਾਰ ਤੁਹਾਡੀ ਹੜਤਾਲ ਵੀ ਵਾਹਵਾ ਲੰਮੀ ਹੋ ਗਈ ਏ ।"

"ਮਾਰ੍ਹਾਜ, ਸਾਡਾ ਤਾਂ ਮਾਲਕ ਕਈ ਵਾਰ ਸਾਨੂੰ ਸਮਝੌਤੇ ਲਈ ਬੁਲਾ ਚੁਕੈ, ਪਰ ਅਸੀਂ ਸਮਝੌਤਾ ਨਹੀਂ ਕਰਨ ਜਾਂਦੇ।"

"ਕਿਉਂ ?" ਕਰਮਵੀਰ ਬੜਾ ਹੈਰਾਨ ਹੋਇਆ।

"ਕਾਮਰੇਡ ਰਾਮ ਪ੍ਰਕਾਸ਼ ਦਾ ਕਹਿਣਾ ਹੈ ਕਿ ਮਾਲਕ ਨੂੰ ਜ਼ਰਾ ਹੋਰ ਨਿਉਂ ਲੈਣ ਦਿਓ, ਨਾਲੇ ਜਿਸ ਆਦਮੀ ਨੂੰ ਉਸ ਹੋਟਲ ਦੇ ਮਾਲਕ ਵਲੋਂ ਕੁਟਿਆ ਗਿਆ ਸੀ, ਉਸਨੂੰ ਉਹ ਕੰਮ ਤੇ ਲੈਣ ਲਈ ਤਿਆਰ ਨਹੀਂ । ਤੀਜੀ ਗੱਲ ਇਹ ਕਿ ਅਸਾਂ ਸਾਰਿਆਂ ਨੇ ਲੇਬਰ ਕੋਰਟ 'ਚ ਕੇਸ ਕੀਤਾ ਹੋਇਆ ਹੈ।"

"ਪਰ ਲੇਬਰ ਕੋਰਟ 'ਚ ਕਾਫੀ ਦੇਰ ਲੱਗੂ।"

"ਚਲੋ ਅਜੇ ਬੈਠੇ ਹਾਂ। ਉਂਝ ਵੀ ਸਾਨੂੰ ਮਾਲਕ ਦਿੰਦੇ ਕੀ ਨੇ। ਸਿਵਾਏ ਗਾਹਕਾਂ ਦੇ ਟਿਪ ਤੋਂ। ਗਾਹਕ ਸਮਝਦੇ ਨੇ ਕਿ ਇਹ ਬੈਰੇ ਹੋਟਲ 'ਚੋਂ ਚੰਗੀ ਤਨਖਾਹ ਪ੍ਰਾਪਤ ਕਰਦੇ ਹੋਣਗੇ, ਜਦੋਂ ਕਿ ਮਾਲਕ ਸਮਝਦਾ ਹੈ ਕਿ ਇਹ ਗਾਹਕਾਂ ਕੋਲੋਂ ਵਾਹਵਾ ਟਿਪ ਪ੍ਰਾਪਤ ਕਰ ਲੈਂਦੇ ਹਨ।"

"ਤੁਸੀਂ ਸਾਰੇ ਹੀ ਵਿਹਲੇ ਓ, ਕੋਈ ਕੰਮ ਨਹੀਂ ਕਰ ਸਕਦੇ। ਤੁਸੀਂ ਪਿਛਲੇ ਦੋ ਮਹੀਨਿਆਂ ਤੋਂ ਹੜਤਾਲ 'ਤੇ ਹੋ। ਪਰ ਹੁਣ ਤੁਸੀਂ ਕੀ ਸੋਚਦੇ ਹੋ।"

"ਉਂਝ ਕੰਮ ਕਰਨ ਵਾਲਾ ਬੰਦਾ ਕਦੇ ਵਿਹਲਾ ਨਹੀਂ ਬੈਠਦਾ। ਜਿਵੇਂ ਅਜ ਤੁਹਾਡੇ ਇਥੇ ਕੰਮ ਕਰਨ ਲਈ ਆ ਗਏ ਹਾਂ। ਸਾਨੂੰ ਕਿਤੇ ਨਾ ਕਿਤੇ ਕੰਮ ਮਿਲ ਜਾਂਦਾ ਹੈ, ਭਾਵੇਂ ਪੈਸੇ ਓਨੇ ਨਹੀਂ ਮਿਲਦੇ।"

"ਪਰਿਵਾਰ ਦਾ ਗੁਜ਼ਾਰਾ ਕਿਵੇਂ ?"

"ਚਲ ਰਿਹਾ ਹੈ ਅਜੇ ਤਕ। ਪਰਿਵਾਰ ਵਾਲੇ ਤਾਂ ਹਮੇਸ਼ਾ ਕਹਿੰਦੇ ਹਨ ਕਿ ਯੂਨੀਅਨ ਦਾ ਚੱਕਰ ਛਡੋ ਤੇ ਦਿਲ ਲਾ ਕੇ ਕੰਮ ਕਰੋ। ਪਰ ਕੀ ਕਰੀਏ, ਬੇਇਨਸਾਫੀ ਵੀ ਸਹਿਣ ਨਹੀਂ ਹੁੰਦੀ। ਉਸ ਦਿਨ ਮੋਹਨ ਲਾਲ ਨੂੰ ਕੁਟ ਮਾਰ ਕੀਤੀ ਗਈ । ਸਿਰਫ ਇਸੇ ਗਲੋਂ ਕਿ ਉਹ ਮਾਲਕ ਦੇ ਘੜੀ ਮੁੜੀ ਘੰਟੀ ਵਜਾਉਣ 'ਤੇ ਵੀ ਉਸ ਪਾਸ ਇਸ ਕਰਕੇ ਨਾ ਪੁਜ ਸਕਿਆ ਕਿਉਂਕਿ ਉਹ ਹੋਟਲ ਦੇ ਇਕ ਕਮਰੇ 'ਚ ਗਾਹਕ ਨੂੰ ਸਰਵਿਸ ਕਰ ਰਿਹਾ ਸੀ। ਕੰਮ ਕਰਦੇ ਬੰਦੇ ਨੂੰ ਜੇ ਤੁਸੀਂ ਦੋਸ਼ ਦਿਓ ਤਾਂ ਫਿਰ ਜ਼ਿਆਦਤੀ ਨਾ ਹੋਈ ?"

"ਇਕ ਮਾਲਕ ਵਲੋਂ ਇਕ ਵਰਕਰ ਨਾਲ ਹੋਈ ਜ਼ਿਆਦਤੀ ਨੂੰ ਸਿਰਫ ਹੜਤਾਲ ਕਰਕੇ ਹੀ ਨਿਜਿੱਠਆ ਜਾ ਸਕਦਾ ਹੈ ਕੀ ਹੋਰ ਰਾਹ ਨਹੀਂ ਸੀ ?" ਕਰਮਵੀਰ ਕਾਫੀ ਦੇਰ ਚੁੱਪ ਰਿਹਾ। ਸ਼ਾਇਦ ਰਾਮ ਕੁਮਾਰ ਹੁਰੀਂ ਠੀਕ ਸਨ। ਜ਼ਿਆਦਤੀਆਂ ਦੇ ਵਿਰੁਧ ਲੜਨਾ ਤਾਂ ਹਰੇਕ ਦਾ ਫਰਜ ਹੈ ਭਾਵੇਂ ਇਹ ਜ਼ਿਆਦਤੀ ਸਿਰਫ ਇਕੋ ਬੰਦੇ ਦੇ ਖਿਲਾਫ ਹੋ ਰਹੀ ਹੋਵੇ।

ਅਚਾਨਕ ਕਰਮਵੀਰ ਨੇ ਓਥੇ ਆਸ਼ਾ ਨੂੰ ਦੇਖਿਆ। ਆਸ਼ਾ ਕਲ ਦੀ ਹੀ ਵਿਆਹ ਉਤੇ ਆਈ ਹੋਈ ਸੀ, ਪਰ ਕਰਮਵੀਰ ਉਸਨੂੰ ਪੱਲਾ ਨਹੀਂ ਸੀ ਫੜਾ ਰਿਹਾ। ਪਤਾ ਨਹੀਂ ਉਹ ਹੁਣ ਵੀ ਕਿੰਨੀ ਦੇਰ ਤੋਂ ਉਨ੍ਹਾਂ ਦੀਆਂ ਗੱਲਾਂ ਸੁਣ ਰਹੀ ਸੀ।

"ਆਸ਼ਾ ਆ ਬੈਠ ਜਾ।" ਕਰਮਵੀਰ ਨੇ ਉਸਨੂੰ ਬੈਠਣ ਲਈ ਕਿਹਾ।

"ਨਾ ਬਈ, ਮੈਨੂੰ ਤਾਂ ਲੀਡਰਾਂ ਦੀਆਂ ਬਹੁਤੀਆਂ ਗੱਲਾਂ ਸਮਝ ਨਹੀਂ ਆਉਂਦੀਆਂ।"

"ਕਿਉਂ ਤੇਰੀ ਸਮਝ ਨੂੰ ਕੀ ਹੋਇਆ ?"

"ਮੇਰੀ ਸਮਝ ਤਾਂ ਆਪਣੇ ਹੀ ਘਰ ਦੇ ਰੋਟੀ ਪਾਣੀ 'ਚ ਉਲਝੀ ਹੋਈ ਹੈ।"

"ਪਰ ਇਹ ਸਾਰੀਆਂ ਗੱਲਾਂ ਐਸੇ ਸਮੱਸਿਆ ਨੂੰ ਸੁਲਝਾਉਣ ਲਈ ਹੋ ਰਹੀਆਂ ਹਨ।"

"ਤੁਸੀਂ ਜਨਾਬ ਐਦਾਂ ਕਰੋ ਕਿ ਭਾਸ਼ਨ ਬਾਜ਼ੀ ਛਡੋ ਤੇ ਚਲੋ ਉਠੋ ਗੁਰਦੁਆਰੇ ਚਲੀਏ ?"

"ਕਿਉਂ ?" ਕਰਮਵੀਰ ਉਠ ਕੇ ਬਾਹਰ ਵਲ ਤੁਰ ਪਿਆ ਤੇ ਮਗਰੇ ਹੀ ਆਸ਼ਾ ਵੀ।

"ਤੁਹਾਡੀ ਓਥੇ ਉਡੀਕ ਹੋ ਰਹੀ ਹੈ।" ਆਸ਼ਾ ਨੇ ਨਾਲ ਰਲਦਿਆਂ ਕਿਹਾ।

"ਕਿਉਂ ?"

"ਲਾਵਾਂ ਤੇ ਤੁਹਾਡੀ ਲੋੜ ਹੈ ।" ਆਸ਼ਾ ਨੇ ਆਖਿਆ।

"ਲਾਵਾਂ ਤੇ ਕੋਈ ਮੈਂ ਤਾਂ ਨਹੀਂ ਬਹਿਣਾ।"

"ਤੁਸੀਂ ਬੈਠਣ ਵਾਲੇ ਬਣੋ, ਮੈਂ ਤਾਂ ਤਿਆਰ ਹਾਂ।" ਆਸ਼ਾ ਪੂਰੀ ਦੀ ਪੂਰੀ ਕਰਮਵੀਰ ਦੀ ਹੋ ਗਈ। "ਨਾਲੇ ਦੇਖੋ ਮੈਂ ਗੁਲਾਬੀ ਚੁੰਨੀ ਵੀ ਲਈ ਹੋਈ ਹੈ।"

ਆਸ਼ਾ ਇਕਦਮ ਗੰਭੀਰ ਹੋ ਗਈ। ਪਤਾ ਨਹੀਂ ਆਸ਼ਾ ਜਦੋਂ ਵੀ ਕੋਈ ਅਜਿਹੀ ਗੱਲ ਕਰਦੀ, ਜਿਹਦਾ ਸੰਬੰਧ ਉਸਦੀਆਂ ਖ਼ੁਸ਼ੀਆਂ ਚਾਵਾਂ ਤੇ ਸੱਧਰਾਂ ਨਾਲ ਹੁੰਦਾ, ਤਾਂ ਉਸ ਪਿਛੋਂ ਡਾਢੀ ਉਦਾਸ ਹੋ ਜਾਂਦੀ।

"ਕੀ ਗੱਲ ਚੁਪ ਕਿਉਂ ਹੋ ਗਈ।" ਕਰਮਵੀਰ ਨੇ ਉਸਨੂੰ ਹਲੂਣਿਆ।

"ਨਹੀਂ, ਕੁਝ ਨਹੀਂ।" ਆਸ਼ਾ ਨੇ ਗੰਭੀਰਤਾ ਨਾ ਤੋੜੀ।

"ਕੁਝ ਤਾਂ ਹੈ, ਹੁਣੇ ਚਹਿਕ ਰਹੀ ਸੈਂ ਤੇ ਹੁਣੇ......।"

"ਬਾਬਿਓ, ਮੈਂ ਤੁਹਾਨੂੰ ਲਾਵਾਂ ਤੇ ਬੈਠਣ ਦੀ ਪੇਸ਼ਕਸ਼ ਕੀਤੀ ਏ ਤੇ ਤੁਸਾਂ ਕੋਈ ਜੁਆਬ ਈ ਨਹੀਂ ਦਿੱਤਾ।" ਆਸ਼ਾ ਨੇ ਫਿਰ ਮੁਸਕਰਾਉਣ ਦੀ ਕੋਸ਼ਿਸ਼ ਕੀਤੀ।

ਆਸ਼ਾ ਨੂੰ ਵੀ ਪਤਾ ਸੀ ਕਿ ਉਹ ਮਨ ਪਰਚਾਉਣ ਲਈ ਜੋ ਮਰਜ਼ੀ ਆਖੀ ਜਾਂਦੀ ਹੈ, ਪਰ ਅਸਲੀਅਤ ਕੀ ਹੈ ਇਸ ਬਾਰੇ ਉਹ ਵੀ ਜਾਣਦੀ ਹੈ ਤੇ ਕਰਮਵੀਰ ਵੀ।

"ਕਰਮਵੀਰ ਮੈਂ ਚੰਡੀਗੜ੍ਹ ਜਾ ਰਹੀ ਹਾਂ।"

"ਕਿਉਂ ?"

"ਮੇਰੀ ਇਕ ਸਾਲ ਦੀ ਟਰੇਨਿੰਗ ਹੈ ਓਥੇ। ਛੁੱਟੀ ਦਾ ਪ੍ਰਬੰਧ ਹੋ ਗਿਆ ਹੈ।

"ਪਰ ਆਸ਼ਾ ਤੇਰਾ ਖਰਚਾ.....ਘਰ ਦਾ ਖਰਚ.....।" ਕਰਮਵੀਰ ਨੂੰ ਉਸਦੇ ਚੰਡੀਗੜ੍ਹ ਅਤੇ ਘਰ ਦੇ ਖਰਚੇ ਦਾ ਫਿਕਰ ਸੀ।

"ਖਰਚੇ ਤਾਂ ਇਵੇਂ ਹੀ ਰਹਿਣਗੇ। ਬੀਜੀ ਹੁਣ ਇਕ ਹੌਜ਼ਰੀ 'ਚ ਨੌਕਰੀ ਕਰਨ ਲੱਗ ਪਏ ਹਨ। ਕੁਝ ਖਰਚੇ ਘਟ ਕੀਤੇ ਹਨ। ਦੁੱਧ ਘਟਾਇਆ ਹੈ, ਸਬਜ਼ੀ ਦਾ ਖਰਚ ਵੀ ਬੀਜੀ ਨੇ ਘਟਾਇਆ ਹੈ। ਮੇਰਾ ਕੀ ਏ ਓਥੇ ਸਿਰਫ ਹੋਸਟਲ ਦਾ ਖਰਚਾ ਪਏਗਾ। ਪਰ ਕਰਮਵੀਰ, ਟਰੇਨਿੰਗ ਦਾ ਫਾਇਦਾ ਵੀ ਤਾਂ ਹੈ। ਟਰੇਨਿੰਗ ਪਿਛੋਂ ਮੇਰੀ ਤਨਖਾਹ ਕਾਫੀ ਹੋ ਜਾਏਗੀ।"

"ਪਿਤਾ ਜੀ ਨੂੰ ਕਹਿਣਾ ਸੀ, ਕੁਝ ਉਹ ਵੀ ਮਦਦ ਕਰ ਦਿੰਦੇ।" ਕਰਮਵੀਰ ਨੇ ਆਸ਼ਾ ਦੇ ਪਿਓ ਦੀ ਗੱਲ ਕੀਤੀ।

"ਹੂੰ ! ਉਸ ਨੇ ਕੀ ਦੇਣਾ ਹੈ। ਅਜ ਤਕ ਜਦੋਂ ਦੀ ਮੈਂ ਨੌਕਰੀ ਲੱਗੀ ਹਾਂ, ਉਸਨੇ ਇਕ ਪੈਸਾ ਘਰ ਨਹੀਂ ਦਿੱਤਾ, ਇਸ ਤੋਂ ਪਹਿਲਾਂ ਤਾਂ ਉਹ ਫਿਰ ਭੀ ਕੁਝ ਨਾ ਕੁਝ ਦਿੰਦਾ ਸੀ।"

"ਫਿਰ ਭੀ ਗੱਲ ਕਰਕੇ ਤਾਂ ਵੇਖਣੀ ਸੀ।" ਕਰਮਵੀਰ ਨੇ ਆਖਿਆ।

"ਗੱਲ ਕੀਤੀ ਸੀ, ਪਰਸੋਂ ਆਇਆ ਸੀ, ਘਰ ਰੱਜਿਆ ਹੋਇਆ ਸ਼ਰਾਬ ਨਾਲ। ਕਹਿਣ ਲੱਗਾ, "ਹੋਸਟਲ 'ਚ ਕਾਹਦਾ ਖਰਚਾ ਹੋਣਾ ਹੈ, ਅਜਕਲ ਤਾਂ ਕੁੜੀਆਂ ਹੋਸਟਲਾਂ 'ਚ ਆਪਣਾ ਖਰਚਾ ਆਪ ਹੀ ਚਲਾ ਲੈਂਦੀਆਂ ਨੇ।" ਹੁਣ ਦਸੋ ਇਕ ਪਿਓ ਆਪਣੀ ਧੀ ਨੂੰ ਇਹ ਡਾਇਲਾਗ ਸੁਣਾ ਰਿਹਾ ਹੈ। ਮੈਨੂੰ ਰੋਣ ਆਉਂਦਾ ਹੈ, ਜਦੋਂ ਵੀ ਮੈਂ ਉਸਦੀ ਗੱਲ ਨੂੰ ਯਾਦ ਕਰਦੀ ਹਾਂ।"

ਆਸ਼ਾ ਸਚਮੁਚ ਗੰਭੀਰ ਹੋ ਗਈ ਸੀ। "ਸਾਨੂੰ ਜਨਮ ਦੇਣ ਵਾਲੇ ਈ ਜੇ ਇੰਞ ਸੋਚਦੇ ਨੇ ਤਾਂ ਫਿਰ ਅਸੀਂ ਕਰ ਲਈਆਂ ਕਮਾਈਆਂ।"

ਗੁਰਦੁਆਰੇ 'ਚੋਂ ਲੋਕ ਬਾਹਰ ਨਿਕਲਣੇ ਸ਼ੁਰੂ ਹੋ ਗਏ ਸਨ, ਲਾਵਾਂ ਹੋ ਚੁਕੀਆਂ ਸਨ, ਪਰ ਕਰਮਵੀਰ ਤੇ ਆਸ਼ਾ ਤਾਂ ਬਾਹਰ ਹੀ ਖੜੇ ਰਹੇ ਸਨ, ਗਲੀ ਵਿਚ। ਗੁਰਦੁਆਰੇ 'ਚੋਂ ਬਾਹਰ ਨਿਕਲ ਕੇ ਘਰ ਵਲ ਪਰਤ ਰਹੀ ਭੀੜ 'ਚ ਆਸ਼ਾ ਤੇ ਕਰਮਵੀਰ ਦੋਵੇਂ ਈ ਗੁਆਚ ਗਏ।

ਉਹ ਉਸ ਵੇਲੇ ਕੇਵਲ ਆਰਥਿਕ ਮਸਲਿਆਂ ਬਾਰੇ ਸੋਚ ਰਹੇ ਸਨ। ਫੇਰ ਕਰਮਵੀਰ ਨੇ ਆਸ਼ਾ ਦੀ ਬਾਂਹ ਫੜ ਕੇ ਕਿਹਾ.......'ਮੈਂ ਜੁ ਹਾਂ !......ਮੇਰੇ ਹੁੰਦਿਆਂ ਤੈਨੂੰ ਕਾਹਦੀ ਚਿੰਤਾ ਹੈ.... ? ਮੈਂ ਕਰਾਂਗਾ, ਤੇਰੇ ਲਈ ਸਭ ਕੁਝ........।

ਆਸ਼ਾ ਦੀਆਂ ਅੱਖਾਂ ਹੰਝੂਆਂ ਨਾਲ ਭਰ ਗਈਆਂ ......ਤੇ ਕਰਮਵੀਰ ਦੀਆਂ ਵੀ।

ਇੱਕੀ

ਕਰਮਵੀਰ ਹਾਲੇ ਤਕ ਆਸ਼ਾ ਬਾਰੇ ਹੀ ਸੋਚ ਰਿਹਾ ਸੀ....ਜਦੋਂ ਕਿ ਉਹਨੇ ਵੇਖਿਆ.......।

ਅਜ ਦੀਆਂ ਅਖਬਾਰਾਂ ਸੁਰਖੀਆਂ ਨਾਲ ਭਰੀਆਂ ਹੋਈਆਂ ਸਨ। 'ਜਥੇਦਾਰ ਹਰਦੇਵ ਸਿੰਘ ਦੀ ਹਾਲਤ ਮਰਨ ਕਿਨਾਰੇ', 'ਜਥੇਦਾਰ ਨੂੰ ਬਚਾਓ', 'ਅਕਾਲੀ ਲੀਡਰੋ ਜ਼ਰਾ ਸੋਚੋ', ਬਦਰੀ ਪ੍ਰਸਾਦ ਹੋਸ਼ ਵਿਚ ਆ'। ਵੰਨ-ਸੁਵੰਨੀਆਂ ਸੁਰਖੀਆਂ ਨਾਲ ਅਖਬਾਰਾਂ ਭਰੀਆਂ ਪਈਆਂ ਸਨ। ਨੇਤਾ ਜੀ ਇੰਜਨੀਅਰਿੰਗ ਵਰਕਸ 'ਚ ਜਦੋਂ ਦੀ ਹੜਤਾਲ ਹੋਈ ਸੀ, ਕਦੇ ਕੋਈ ਖਬਰ ਕਿਸੇ ਅਖਬਾਰ ਨੇ ਨਹੀਂ ਛਾਪੀ ਸੀ। ਪਾਰਟੀ ਦੀਆਂ ਅਖਬਾਰਾਂ ਦੀ ਗੱਲ ਵੱਖਰੀ ਹੈ। ਹੜਤਾਲ ਹੋਣ ਦੀ ਖਬਰ ਭਾਰਤੀ ਕਮਿਊਨਿਸਟ ਪਾਰਟੀ ਦੇ ਅਖਬਾਰ ਨੇ ਹੀ ਛਾਪੀ ਸੀ ਕਿਉਂਕਿ ਉਹ ਹੜਤਾਲ ਲੜ ਰਹੇ ਸਨ। ਇਸ ਮਗਰੋਂ ਪੂਰੇ ਤਿੰਨ ਮਹੀਨੇ ਹੜਤਾਲ ਦੀ ਕੋਈ ਖਬਰ ਨਹੀਂ ਛਪੀ। ਫਿਰ ਖਬਰ ਉਦੋਂ ਛਪੀ, ਜਦੋਂ ਅਕਾਲੀ ਦਲ ਕੋਲ ਹੜਤਾਲ ਚਲੀ ਗਈ। ਇਹ ਖਬਰ ਵੀ ਸਿਰਫ ਅਕਾਲੀ ਦਲ ਦੀ ਅਖਬਾਰ ਵਿਚ ਹੀ ਛਪੀ।

ਪਿਛਲੇ ਦੋ ਚਹੁੰ ਦਿਨਾਂ ਤੋਂ ਜਥੇਦਾਰ ਹਰਦੇਵ ਸਿੰਘ ਦੀ ਹਾਲਤ ਡਾਢੀ ਖਰਾਬ ਹੋ ਗਈ ਸੀ। ਪਾਣੀ ਉਸ ਅੰਦਰ ਠਹਿਰਦਾ ਨਹੀਂ ਸੀ। ਖ਼ੂਨ ਕਾਫ਼ੀ ਘਟ ਗਿਆ ਸੀ। ਜਥੇਦਾਰ ਦੀ ਇਸ ਕਮਜ਼ੋਰ ਸਥਿਤੀ ਨੂੰ ਦੇਖਦਿਆਂ ਉਪਰਲੇ ਅਕਾਲੀ ਲੀਡਰਾਂ ਵਿਚ ਭਾਜੜ ਪੈ ਚੁਕੀ ਸੀ। ਹਾਈ ਕਮਾਨ ਦੇ ਮੈਂਬਰ ਦਵਿੰਦਰ ਸਿੰਘ ਜਥੇਦਾਰ ਹਰਦੇਵ ਸਿੰਘ ਨੂੰ ਬਚਾਉਣ ਲਈ ਅਥਾਹ ਭਜ ਦੌੜ ਕਰ ਰਹੇ ਸਨ। ਹੜਤਾਲੀ ਵਰਕਰਾਂ ਉਤੇ ਕਈ ਢੰਗਾਂ ਨਾਲ ਦਬਾ ਪਾਇਆ ਗਿਆ ਕਿ ਜਥੇਦਾਰ ਦੀ ਹੜਤਾਲੀ ਖੁਲਵਾਈ ਜਾ ਸਕੇ, ਪਰ ਹੜਤਾਲੀ ਇਸ ਗੱਲ ਉਤੇ ਬਜ਼ਿਦ ਸਨ ਕਿ ਜਾਂ ਤਾਂ ਅਕਾਲੀ ਲੀਡਰ ਵਰਕਰਾਂ ਦੀ ਹੜਤਾਲ ਦਾ ਫੈਸਲਾ ਕਰਾਉਣਗੇ ਜਾਂ ਫਿਰ ਜਥੇਦਾਰ ਹਰਦੇਵ ਸਿੰਘ ਇਥੇ ਹੀ ਮਰੇਗਾ।

"ਪਰ ਜਥੇਦਾਰ ਹਰਦੇਵ ਸਿੰਘ ਨੂੰ ਜ਼ਰੂਰ ਬਚਾਉਣਾ ਚਾਹੀਦੈ।" ਇਹ ਗੱਲ ਐਕਸ਼ਨ ਕਮੇਟੀ ਦੇ ਮੈਂਬਰਾਂ ਨਾਲ ਹੋਈ ਮੀਟਿੰਗ ਵਿਚ ਜਨ-ਸੰਘੀ ਨੇਤਾ ਕਾਲਾ ਚੰਦ ਨੇ ਆਖੀ। ਇਸ ਮੀਟਿੰਗ ਵਿਚ ਅਕਾਲੀ ਨੇਤਾ ਦਵਿੰਦਰ ਸਿੰਘ, ਸ਼ਹਿਰੀ ਅਕਾਲੀ ਜਥੇ ਦੇ ਇਕ ਧੜੇ ਦੇ ਪ੍ਰਧਾਨ ਜਥੇਦਾਰ ਰਾਮ ਸਿੰਘ ਅਤੇ ਜਥੇਦਾਰ ਹਰਦੇਵ ਸਿੰਘ ਦੇ ਇਕ ਦੋ ਹੋਰ ਹਮਾਇਤੀ ਨਾਮਵਰ ਜਥੇਦਾਰ ਸ਼ਾਮਲ ਸਨ। ਕਾਲਾ ਚੰਦ ਅਤੇ ਕਾਂਗਰਸੀ ਨੇਤਾ ਸੈਣੀ ਵੀ ਸ਼ਾਮਲ ਹੋਏ। ਪਰ ਕਰਮਵੀਰ ਹੁਰੀਂ ਇਹ ਗੱਲ ਨਾ ਸਮਝ ਸਕੇ ਕਿ ਕਾਲਾ ਚੰਦ ਅਤੇ ਕਾਂਗਰਸੀ ਵਿਧਾਇਕ ਸੈਣੀ ਨੇ ਪਿਛਲੇ ਚਾਰ ਮਹੀਨੇ ਉਨ੍ਹਾਂ ਦੀ ਕੋਈ ਗੱਲ ਨਹੀਂ ਸੀ ਸੁਣੀ, ਪਰ ਅਜ ਇਹ ਸਾਰੇ

ਇਕੋ ਜਗ੍ਹਾ ਉਤੇ ਬੈਠੇ ਹਨ। ਕੀ ਹੜਤਾਲੀ ਵਰਕਰਾਂ ਲਈ, ਕਿ ਲਾਲਾ ਬਦਰੀ ਪ੍ਰਸਾਦ ਲਈ ਜਾਂ ਫਿਰ ਜਥੇਦਾਰ ਹਰਦੇਵ ਸਿੰਘ ਦੀ ਜਾਨ ਬਚਾਉਣ ਲਈ।

ਕਾਲਾ ਚੰਦ ਅਤੇ ਸੈਣੀ ਨੂੰ ਇਸ ਗੱਲ ਦਾ ਭਲੀ ਭਾਂਤ ਪਤਾ ਸੀ ਕਿ ਜੇ ਜਥੇਦਾਰ ਹਰਦੇਵ ਸਿੰਘ ਦੀ ਮੌਤ ਇਥੇ ਫੈਕਟਰੀ ਦੇ ਗੇਟ ਅਗੇ ਹੋ ਗਈ ਤਾਂ ਉਨ੍ਹਾਂ ਦੀ ਕਲ ਨੂੰ ਚੋਣਾਂ 'ਚ ਕਿਸੇ ਨੇ ਵੀ ਬਾਤ ਨਹੀਂ ਪੁਛਣੀ। ਜਥੇਦਾਰ ਹਰਦੇਵ ਸਿੰਘ ਮਰ ਵੀ ਗਿਆ ਤਾਂ ਵੀ ਲੀਡਰ, ਜੇ ਹੁਣ ਬਚ ਵੀ ਗਿਆ ਤਾਂ ਵੀ ਲੀਡਰ (ਬਚਣਾ ਤਾਂ ਇਸ ਗੱਲ 'ਤੇ ਨਿਰਭਰ ਸੀ ਜੇ ਹੜਤਾਲੀ ਵਰਕਰਾਂ ਦਾ ਫੈਕਟਰੀ ਮਾਲਕਾਂ ਨਾਲ ਸਮਝੌਤਾ ਹੋ ਜਾਵੇ)। ਇਨ੍ਹਾਂ ਦੋਵਾਂ ਲੀਡਰਾਂ ਨੂੰ ਚਿੰਤਾ ਸੀ ਕਿ ਜੇ ਹੜਤਾਲ ਜਿੱਤ ਹੋ ਗਈ ਤਾਂ ਇਸਦਾ ਕਰੈਡਿਟ ਜਥੇਦਾਰ ਹਰਦੇਵ ਸਿੰਘ ਨੂੰ ਮਿਲ ਜਾਣਾ ਹੈ ਅਤੇ ਉਹ ਇਸ ਇੰਡਸਟਰੀਅਲ ਏਰੀਏ ਦਾ ਇਕ ਬਹੁਤ ਵੱਡਾ ਲੀਡਰ ਬਣ ਜਾਏਗਾ। ਦੂਜੇ ਪਾਸੇ ਅਕਾਲੀ ਨੇਤਾ ਦਵਿੰਦਰ ਸਿੰਘ ਇਕ ਇਮਾਨਦਾਰ ਪਾਰਟੀ ਵਰਕਰ ਨੂੰ ਅਜਾਈ ਨਹੀਂ ਸੀ ਮਰਨ ਦੇਣਾ ਚਾਹੁੰਦੇ। ਉਨ੍ਹਾਂ ਨੂੰ ਤਾਂ ਇਸ ਗੱਲ ਦਾ ਵੀ ਗੁੱਸਾ ਸੀ ਕਿ ਪਤਾ ਨਹੀਂ, ਉਹ ਕਿਨ੍ਹਾਂ ਦੇ ਆਖੇ ਲੱਗ ਕੇ ਭੁਖ ਹੜਤਾਲ ਤੇ ਬੈਠ ਗਿਆ ਸੀ।

ਐਕਸ਼ਨ ਕਮੇਟੀ ਦੇ ਮੈਂਬਰਾਂ ਦੀ ਇਹ ਮੀਟਿੰਗ ਇਸ ਲਈ ਬੁਲਾਈ ਗਈ ਸੀ ਤਾਂ ਕਿ ਲਾਲਾ ਬਦਰੀ ਪ੍ਰਸਾਦ ਨਾਲ ਹੋਈ ਲੀਡਰਾਂ ਦੀ ਸਮਝੌਤਾ ਵਾਰਤਾ ਦਾ ਸਾਰ ਪੇਸ਼ ਕੀਤਾ ਜਾਏ। ਲੀਡਰਾਂ ਦੀ ਇਕੋ ਇਕ ਰਾਏ ਇਹ ਸੀ ਕਿ ਜੇ ਲਾਲਾ ਸਾਰੇ ਹੜਤਾਲੀ ਵਰਕਰਾਂ ਨੂੰ ਉਨ੍ਹਾਂ ਦੀਆਂ ਨੌਕਰੀਆਂ ਉਤੇ ਬਿਨਾਂ ਸ਼ਰਤ ਵਾਪਸ ਲੈਣ ਲਈ ਮੰਨ ਜਾਏ ਤਾਂ ਹੜਤਾਲ ਸਮਾਪਤ ਕਰ ਦੇਣੀ ਚਾਹੀਦੀ ਹੈ। ਕਰਮਵੀਰ ਤੇ ਉਸਦੇ ਸਾਥੀਆਂ ਨੂੰ ਇਹ ਗੱਲ ਪ੍ਰਵਾਨ ਸੀ।

ਇਸ ਮੀਟਿੰਗ ਪਿਛੋਂ ਇਹ ਤਿੰਨੇ ਲੀਡਰ ਫੈਕਟਰੀ ਦੇ ਅੰਦਰ ਲਾਲਾ ਬਦਰੀ ਪ੍ਰਸਾਦ ਕੋਲ ਚਲੇ ਗਏ। ਤਕਰੀਬਨ ਇਕ ਘੰਟੇ ਪਿਛੋਂ ਇਹ ਤਿੰਨੇ ਲੀਡਰ ਬਾਹਰ ਆਏ। ਐਕਸ਼ਨ ਕਮੇਟੀ ਨੂੰ ਅਤੇ ਕੁਝ ਚੋਣਵੇਂ ਅਕਾਲੀ ਵਰਕਰਾਂ ਨੂੰ ਇਕ ਕਮਰੇ 'ਚ ਬਿਠਾ ਲਿਆ ਗਿਆ। ਕਾਲਾ ਚੰਦ ਅਤੇ ਸੈਣੀ ਨੇ ਕਰਮਵੀਰ ਨਾਲ ਹੱਥ ਮਿਲਾਇਆ ਅਤੇ 'ਵਧਾਈਆ' ਦਿੱਤੀਆ। ਕਰਮਵੀਰ ਤੇ ਉਸਦੇ ਸਾਥੀਆਂ ਨੇ ਇਕ ਦੂਜੇ ਵਲ ਦੇਖਿਆ। ਉਂਜ ਕਰਮਵੀਰ ਹੁਰਾਂ ਨੂੰ ਇਸ ਗੱਲ ਦਾ ਅਹਿਸਾਸ ਹੋਇਆ ਕਿ ਮਾੜਾ ਮੋਟਾ ਬਦਰੀ ਪ੍ਰਸਾਦ ਝੁਕ ਗਿਆ ਹੈ। ਦੂਜੇ ਪਾਸੇ ਜਥੇਦਾਰ ਹਰਦੇਵ ਸਿੰਘ ਦੀ ਜਾਨ ਵੀ ਬਚ ਜਾਏਗੀ। ਖੈਰ ਅਕਾਲੀ ਲੀਡਰ ਦਵਿੰਦਰ ਸਿੰਘ ਨੇ ਪੂਰੀ ਗੱਲ ਖੋਲ੍ਹੀ।

"ਦੇਖੋ ਬਾਈ ਜੁਆਨੋ ! ਗੱਲ ਤਾਂ ਲਾਲੇ ਨੇ ਪੂਰੀ ਤਰ੍ਹਾਂ ਸੁਣੀ ਹੈ। ਤੁਹਾਡੇ ਵਲੋਂ ਜੋ ਵਧੀਕੀਆਂ ਕੀਤੀਆਂ ਗਈਆਂ ਹਨ, ਉਨ੍ਹਾਂ ਨੂੰ ਉਸਨੇ ਸਾਡੇ ਅੱਗੇ ਰਖਿਆ ਹੈ। ਕਾਮਰੇਡਾਂ ਦੇ ਆਖੇ ਲਗ ਕੇ ਤੁਸੀਂ ਕਾਹਨੂੰ ਇਨ੍ਹਾਂ ਚੱਕਰਾਂ 'ਚ ਪੈ ਗਏ ਹੋ ? ਖੈਰ ਉਹ ਸਾਰੇ ਵਰਕਰਾਂ ਨੂੰ ਮੁੜ ਡਿਊਟੀ ਉਤੇ ਲੈਣ ਲਈ ਮੰਨ ਗਿਆ ਹੈ, ਪਰ ਉਸਨੇ ਇਹ ਇਕ ਲਿਸਟ ਦਿੱਤੀ ਹੈ, ਜੋ ਤੁਹਾਡੀ ਐਕਸ਼ਨ ਕਮੇਟੀ ਦੇ ਨਾਵਾਂ ਦੀ ਹੈ। ਉਸਦੀ ਸ਼ਰਤ ਇਹ ਹੈ ਕਿ ਐਕਸ਼ਨ ਕਮੇਟੀ ਨੂੰ ਛਡ ਕੇ ਬਾਕੀ ਦੇ ਸਾਰੇ ਵਰਕਰ ਬਹਾਲ ਕਰ ਲਏ ਜਾਣਗੇ। ਦਸੋ ਮਨਜ਼ੂਰ ਏ ਜਾਂ ਨਹੀਂ ?" ਦਵਿੰਦਰ ਸਿੰਘ ਨੇ ਪੁਲਸ ਅਫਸਰ ਵਾਂਗ ਪੁਛਿਆ।

ਕਾਲਾ ਚੰਦ ਨੇ ਕਿਹਾ, "ਕਰਮਵੀਰ ਹੁਣ ਤੁਹਾਡੀ ਜਿੱਤ ਹੈ, ਮੈਂ ਨਹੀਂ ਸਮਝਦਾ ਕਿ ਐਕਸ਼ਨ ਕਮੇਟੀ ਦੇ ਕੁਝ ਮੈਂਬਰਾਂ ਪਿਛੇ, ਐਨੇ ਵਰਕਰਾਂ ਨੂੰ ਹੜਤਾਲ 'ਚ ਉਲਝਾਈ ਰੱਖਿਆ ਜਾਵੇ। ਹੁਣ ਫੈਸਲਾ ਤੁਹਾਡੇ ਵਰਕਰਾਂ ਦੇ ਲੀਡਰਾਂ ਦੇ ਹੱਥ 'ਚ ਹੈ।" ਕਰਮਵੀਰ ਨੇ ਆਪਣੇ ਸਾਥੀਆਂ ਵਲ ਦੇਖਿਆ। ਲੰਮੀ ਹੜਤਾਲ ਦਾ ਅਕੇਵਾਂ ਉਨ੍ਹਾਂ ਦੀਆਂ ਸ਼ਕਲਾਂ ਉਤੇ ਉਕਰਿਆ ਹੋਇਆ ਸੀ। ਸਾਰਿਆਂ ਨੇ ਚੁਪ ਰਹਿ ਕੇ ਆਪਣੀ ਸਹਿਮਤੀ ਦਾ ਪ੍ਰਗਟਾਵਾ ਕੀਤਾ। ਉਦੋਂ ਹੀ ਕਿਸੇ ਨੇ ਇਸ ਕਮਰੇ ਦੇ ਬਾਹਰ ਖੜੀ ਭੀੜ 'ਚ ਨਾਅਰਾ ਮਾਰਿਆ।

"ਪੰਜਾਬ ਮਜ਼ਦੂਰ ਦਲ, ਜ਼ਿੰਦਾਬਾਦ।"

"ਸ਼੍ਰੋਮਣੀ ਅਕਾਲੀ ਦਲ ਜ਼ਿੰਦਾਬਾਦ।" ਇਹ ਖਬਰ ਅੱਗ ਵਾਂਗ ਫੈਲ ਗਈ ਕਿ ਹੜਤਾਲੀ ਵਰਕਰ ਜਿੱਤ ਗਏ ਤੇ ਇਹ ਗੱਲ ਜਥੇਦਾਰ ਹਰਦੇਵ ਸਿੰਘ ਕੋਲ ਟੈਂਟ 'ਚ ਵੀ ਪੁੱਜ ਗਈ।

ਸ਼ਾਮ ਨੂੰ ਇਕ ਵਿਸ਼ਾਲ ਜਲਸੇ ਵਿਚ ਬੋਲਦਿਆਂ ਅਕਾਲੀ ਨੇਤਾ ਦਵਿੰਦਰ ਸਿੰਘ ਨੇ ਕਿਹਾ, "ਮਜ਼ਦੂਰ ਭਰਾਓ ! ਤੁਸਾਂ ਨੇ ਐਨੀ ਲੰਮੀ ਹੜਤਾਲ ਲੜ ਕੇ ਆਪਣੇ ਸਿਰੜ ਦਾ ਸਬੂਤ ਦਿੱਤਾ ਹੈ। ਪਰ ਮੈਂ ਚਾਹੁੰਦਾ ਹਾਂ ਕਿ ਤੁਸੀਂ ਹੜਤਾਲ ਦਾ ਨਾਅਰਾ ਉਦੋਂ ਦਿਓ ਜਦੋਂ ਕੋਈ ਹੋਰ ਚਾਰਾ ਨਾ ਹੋਵੇ। ਨਿਕੀਆਂ-ਨਿਕੀਆਂ ਗੱਲਾਂ ਉਤੇ ਹੜਤਾਲ ਦਾ ਨਾਅਰਾ ਲਾ ਕੇ ਜਿਥੇ ਤੁਸੀਂ ਦੇਸ਼ ਦਾ ਨੁਕਸਾਨ ਕਰਦੇ ਹੋ, ਓਥੇ ਹੜਤਾਲੀ ਵਰਕਰਾਂ ਦੀਆਂ ਜੇਬਾਂ ਵੀ ਕੱਟਦੇ ਹੋ। ਲਾਲਾ ਬਦਰੀ ਪ੍ਰਸਾਦ ਇਕ ਸੁਹਿਰਦ ਵਿਅਕਤੀ ਹਨ। ਉਨ੍ਹਾਂ ਦਾ ਕਹਿਣਾ ਹੈ ਕਿ ਵਰਕਰ ਉਨ੍ਹਾਂ ਦੇ ਆਪਣੇ ਅਜ਼ੀਜ਼ ਹਨ। ਕੁਝ ਦੇਰ ਲਈ ਜੇ ਬਾਗੀ ਹੋ ਗਏ ਤਾਂ ਕੀ ਗੱਲ ਏ। ਉਹ ਮੁੜ ਤੁਹਾਨੂੰ ਸਾਰਿਆਂ ਨੂੰ ਕੰਮਾਂ ਉਤੇ ਲੈਣ ਲਈ ਮੰਨ ਗਏ ਹਨ।

ਜਥੇਦਾਰ ਹਰਦੇਵ ਸਿੰਘ ਦਾ ਸਿਰੜ ਵੀ ਕਾਫੀ ਹੈ। ਸਤਾਰਾਂ ਦਿਨ ਲੰਮੀ ਭੁਖ ਹੜਤਾਲ ਰਖਕੇ ਉਨ੍ਹਾਂ ਨੇ ਆਪਣੇ ਸਿੱਖੀ ਸਿਦਕ ਦਾ ਸਬੂਤ ਦਿੱਤਾ ਹੈ। ਵਰਕਰਾਂ ਨੂੰ ਉਸਨੇ ਆਪਣਾ ਕਰਕੇ ਜਾਣਿਆ ਹੈ। ਉਨ੍ਹਾਂ ਲਈ ਆਪਣੀ ਜਾਨ ਦੀ ਪਰਵਾਹ ਵੀ ਨਹੀਂ ਕੀਤੀ। ਅਜ ਉਨ੍ਹਾਂ ਦੀ ਹਾਲਤ ਸਵੇਰ ਤੋਂ ਹੀ ਡਾਢੀ ਖਰਾਬ ਸੀ। ਉਨ੍ਹਾਂ ਦੀ ਪਤਨੀ ਅਤੇ ਬੱਚੇ ਵੀ ਅਜ ਇਥੇ ਟੈਂਟ ਅੰਦਰ ਹਾਜ਼ਰ ਹਨ। ਆਓ ! ਅਜ ਇਸ ਚਾਰ ਮਹੀਨੇ ਲੰਮੀ ਹੜਤਾਲ ਨੂੰ ਤੋੜੀਏ ਅਤੇ ਸਵੇਰੇ ਆਪਣੇ ਆਪਣੇ ਕੰਮਾਂ ਉਤੇ ਪਰਤ ਜਾਈਏ। ਮਸ਼ੀਨਾਂ ਤੁਹਾਡੀ ਉਡੀਕ ਕਰ ਰਹੀਆਂ ਹਨ।"

ਇਸ ਪਿਛੋਂ ਪੰਜਾਬ ਮਜ਼ਦੂਰ ਦਲ' 'ਸ਼੍ਰੋਮਣੀ ਅਕਾਲੀ ਦਲ' ਦੇ ਨਾਅਰੇ ਲੱਗੇ। ਜੂਸ ਦਾ ਗਲਾਸ ਮੰਗਵਾਇਆ ਗਿਆ। ਹੁਣ ਦਵਿੰਦਰ ਸਿੰਘ ਦੇ ਨਾਲ ਬਹੁਤ ਸਾਰੇ ਹੋਰ ਨੇਤਾ ਵੀ ਆ ਰਲੇ ਸਨ। ਦਵਿੰਦਰ ਸਿੰਘ ਨੇ ਆਪਣੇ ਹਥੀਂ ਜਥੇਦਾਰ ਨੂੰ ਜੂਸ ਪਿਲਾ ਕੇ ਉਸਦਾ ਵਰਤ ਤੁੜਾਇਆ।

ਇੰਡਸਟਰੀਅਲ ਏਰੀਏ ਦਾ ਲਗਭਗ ਦਸ ਹਜ਼ਾਰ ਮਜ਼ਦੂਰ ਅਜ ਨੇਤਾ ਜੀ ਇੰਜਨੀਅਰਿੰਗ ਅੱਗੇ ਜੁੜਿਆ ਹੋਇਆ ਸੀ। ਭੁੱਖ ਹੜਤਾਲ ਖੁਲਵਾਉਣ ਪਿਛੋਂ ਇਕ ਖੁੱਲੀ ਮੈਟਾਡੋਰ 'ਚ ਜਥੇਦਾਰ ਹਰਦੇਵ ਸਿੰਘ ਤੇ ਉਸਦੇ ਪਰਿਵਾਰ ਨੂੰ ਬਿਠਾਇਆ ਗਿਆ। ਫਿਰ ਸਾਰੇ ਮਜ਼ਦੂਰਾਂ ਦੀ ਇਕ ਵਿਸ਼ਾਲ ਭੀੜ ਜਥੇਦਾਰ ਹਰਦੇਵ ਸਿੰਘ ਨੂੰ ਉਸਦੇ ਘਰ ਤਕ ਨਾਅਰੇ ਮਾਰਦੀ ਛਡਣ ਗਈ। ਜਥੇਦਾਰ ਹਰਦੇਵ ਸਿੰਘ ਦੀਆਂ ਅੱਖਾਂ ਵਿਚ ਖ਼ੁਸ਼ੀ ਦੇ ਹੰਝੂ ਸਨ। ਐਨੀ

ਵੱਡੀ ਸਫਲਤਾ ਉਨ੍ਹਾਂ ਨੇ ਜ਼ਿੰਦਗੀ 'ਚ ਕਦੇ ਵੀ ਨਹੀਂ ਸੀ ਵੇਖੀ ਸੁਣੀ। ਜਥੇਦਾਰ ਹਰਦੇਵ ਸਿੰਘ ਦੀ ਪਤਨੀ ਅਤੇ ਉਸਦੇ ਪਰਿਵਾਰ ਨੇ ਲੱਖ-ਲੱਖ ਸ਼ੁਕਰ ਕੀਤਾ ਕਿ ਐਨੀ ਲੰਮੀ ਭੁਖ ਹੜਤਾਲ ਪਿਛੋਂ ਜਥੇਦਾਰ ਦੀ ਵਾਪਸੀ ਹੋਈ ਹੈ। ਜਥੇਦਾਰ ਨੂੰ ਘਰ ਛਡ ਕੇ ਇਹ ਭੀੜ ਰਾਤ ਨੂੰ ਖਿੰਡਰ ਗਈ।

ਅਗਲੀ ਸਵੇਰ !

ਸਾਰੇ ਹੜਤਾਲੀ ਮਜ਼ਦੂਰ ਜਦੋਂ ਆਪਣੇ-ਆਪਣੇ ਰੋਟੀ ਦੇ ਡੱਬੇ ਸਾਈਕਲਾਂ ਮਗਰ ਰਖ ਕੇ ਫੈਕਟਰੀ ਦੇ ਗੇਟ ਅੱਗੇ ਪੁੱਜੇ ਤਾਂ ਉਥੇ ਫੈਕਟਰੀ ਦਾ ਗੇਟ ਬੰਦ ਸੀ। ਬਾਹਰ ਗੋਰਖਾ ਅਤੇ ਕੁਝ ਪੁਲਸ ਕਰਮਚਾਰੀ ਖੜੇ ਸਨ। ਗੇਟ ਉਪਰ ਇਕ ਸਪੀਕਰ 'ਚੋਂ ਲਾਲਾ ਬਦਰੀ ਪ੍ਰਸਾਦ ਦਾ ਆਵਾਜ਼ ਗੂੰਜ ਰਹੀ ਸੀ, "ਹੜਤਾਲੀਓ ਇਕ ਗੱਲ ਕੰਨ ਖੋਲ੍ਹ ਕੇ ਸੁਣ ਲਓ ਕਿ ਮੈਂ ਤੁਹਾਡੇ ਨਾਲ ਕੋਈ ਸਮਝੌਤਾ ਨਹੀਂ ਕੀਤਾ । ਨਾ ਹੀ ਮੈਂ ਸਮਝੌਤਾ ਕਰਨ ਵਾਲੇ ਦਿਨ ਜੰਮਿਆ ਹਾਂ। ਹੜਤਾਲ ਜਿੱਤਣ ਦੀਆਂ ਖੁਸ਼ੀਆਂ ਤੁਸੀਂ ਮਨਾ ਆਏ ਹੋ। ਵਿਹਲੇ ਰਹਿ ਕੇ ਵੀ ਦੇਖ ਲਿਆ। ਪਰ ਤੁਹਾਡੇ ਪੱਲੇ 'ਚ ਕੀ ਹੈ। ਭੁੱਖ, ਗਰੀਬੀ ਤੇ ਲਾਚਾਰੀ। ਮੈਂ ਕਿਸੇ ਹੜਤਾਲੀ ਵਰਕਰ ਨੂੰ ਕੰਮ ਉਤੇ ਬਹਾਲ ਕਰਨ ਲਈ ਤਿਆਰ ਨਹੀਂ। ਮੇਰਾ ਫੈਸਲਾ ਇਹ ਹੈ ਕਿ ਜਿਹੜਾ ਵੀ ਵਰਕਰ ਕੰਮ ਉਤੇ ਆਉਣਾ ਚਾਹੁੰਦਾ ਹੈ, ਉਹ ਪਹਿਲਾ ਆਪਣਾ ਅਸਤੀਫਾ ਉਸ ਤਰੀਕ ਤੋਂ ਪੇਸ਼ ਕਰੇ ਜਿਸ ਤਰੀਕ ਤੋਂ ਉਹ ਹੜਤਾਲ ਵਿਚ ਸ਼ਾਮਲ ਹੋਇਆ। ਪਹਿਲਾ ਹਿਸਾਬ ਕਿਤਾਬ ਲੈ ਕੇ ਨਵਾਂ ਫਾਰਮ ਭਰ ਕੇ ਮੁੜ ਕੰਮ ਤੇ ਲੱਗੇ।"

ਮਜ਼ਦੂਰ ਇਕ ਦੂਜੇ ਤੇ ਮੂੰਹਾਂ ਵਲ ਤਕ ਰਹੇ ਸਨ। ਪਰ ਉਸ ਵੇਲੇ ਨਾ ਤਾਂ ਉਥੇ ਜਥੇਦਾਰ ਹਰਦੇਵ ਸਿੰਘ ਹਾਜ਼ਰ ਸੀ, ਨਾ ਦਵਿੰਦਰ ਸਿੰਘ, ਨਾ ਕਾਲਾ ਚੰਦ ਨਾ ਸੈਣੀ ਤੇ ਨਾ ਹੀ ਵਰਕਰਾਂ ਦੀ ਯੂਨੀਅਨ ਦੀ ਐਕਸ਼ਨ ਕਮੇਟੀ।

ਇਕ-ਇਕ ਕਰਕੇ ਵਰਕਰ ਫਿਰ ਇਕੱਠੇ ਹੁੰਦੇ ਗਏ, ਉਨ੍ਹਾਂ ਨੂੰ ਕੀ ਪਤਾ ਸੀ ਕਿ ਅਜ ਵੀ ਚਾਰ ਮਹੀਨਿਆਂ ਪਿਛੋਂ ਉਹ ਆਪਣੀਆਂ ਮਸ਼ੀਨਾਂ ਤਕ ਨਹੀਂ ਪੁੱਜ ਸਕਣਗੇ। ਜਦੋਂ ਇਨ੍ਹਾਂ ਵਰਕਰਾਂ ਦੀ ਇਕ ਵੱਡੀ ਭੀੜ ਜਮ੍ਹਾਂ ਹੋ ਗਈ ਤਾਂ ਇਕ ਵਾਰ ਫਿਰ ਨਾਅਰਾ ਗੂੰਜਿਆ। "ਮਜ਼ਦੂਰ ਏਕਤਾ, ਜ਼ਿੰਦਾਬਾਦ।"

'ਗੁੰਡਾਗਰਦੀ ਨਹੀਂ ਚਲੇਗੀ, ਹੇਰਾ ਫੇਰੀ ਨਹੀਂ ਚਲੇਗੀ।" ਹੜਤਾਲੀ ਮਜ਼ਦੂਰ ਅਗਲੀ ਲੜਾਈ ਲੜਨ ਲਈ ਫਿਰ ਆਪਣੇ ਆਪ ਨੂੰ ਤਿਆਰ ਕਰਨ ਲਗੇ।

———0———